AF766110

பொன்னியின் செல்வன்

மூன்றாம் பாகம்

கிழக்கு வெளியீடுகளாக... கல்கியின் பிற நாவல்கள்

பார்த்திபன் கனவு

சிவகாமியின் சபதம்

பொன்னியின் செல்வன்

மூன்றாம் பாகம்

அமரர் கல்கி

கிழக்கு

பொன்னியின் செல்வன் (மூன்றாம் பாகம்)
Ponniyin Selvan (Third Part)
by Kalki

Kizhakku First Edition: December 2011
392 Pages
Printed in India.

ISBN 978-81-8493-685-8
Title No. Kizhakku 655

Kizhakku Pathippagam
177/103, First Floor,
Ambal's Building, Lloyds Road,
Royapettah, Chennai 600 014.
Ph: +91-44-4200-9603

Email : support@nhm.in
Website : www.nhm.in

Kizhakku Pathippagam is an imprint of New Horizon Media Private Limited

பொன்னியின் செல்வன்

மூன்றாம் பாகம்

கொலை வாள்

பொன்னியின் செல்வன்

மூன்றாம் பாகம்: கொலை வாள்

முதலாவது அத்தியாயம் / 11
கோடிக்கரையில்

இரண்டாம் அத்தியாயம் / 19
மோக வலை

மூன்றாம் அத்தியாயம் / 31
ஆந்தையின் குரல்

நான்காம் அத்தியாயம் / 43
தாழைப் புதர்

ஐந்தாம் அத்தியாயம் / 55
ராக்கம்மாள்

ஆறாம் அத்தியாயம் / 62
பூங்குழலியின் திகில்

ஏழாம் அத்தியாயம் / 67
காட்டில் எழுந்த கீதம்

எட்டாம் அத்தியாயம் / 79
'ஐயோ! பிசாசு!'

ஒன்பதாம் அத்தியாயம் / 86
ஓடத்தில் மூவர்

பத்தாம் அத்தியாயம் / 91
சூடாமணி விஹாரம்

பதினொன்றாம் அத்தியாயம் / 99
கொல்லுப்பட்டறை

பன்னிரண்டாம் அத்தியாயம் / 103
'தீயிலே தள்ளு!'

பதின்மூன்றாம் அத்தியாயம் / 116
விஷ பாணம்

பதினான்காம் அத்தியாயம் / 127
பறக்கும் குதிரை

பதினைந்தாம் அத்தியாயம் / 136
காலாமுகர்கள்

பதினாறாம் அத்தியாயம் / 145
மதுராந்தகத் தேவர்

பதினேழாம் அத்தியாயம் / 149
திருநாரையூர் நம்பி

பதினெட்டாம் அத்தியாயம் / 155
நிமித்தக்காரன்

பத்தொன்பதாம் அத்தியாயம் / 166
சமயசஞ்சீவி

இருபதாம் அத்தியாயம் / 172
தாயும் மகனும்

இருபத்தொன்றாம் அத்தியாயம் / 178
'நீயும் ஒரு தாயா?'

இருபத்திரண்டாம் அத்தியாயம் / 186
'அது என்ன சத்தம்?'

இருபத்து மூன்றாம் அத்தியாயம் / 191
வானதி

இருபத்து நான்காம் அத்தியாயம் / 200
நினைவு வந்தது!

இருபத்தைந்தாம் அத்தியாயம் / 208
முதன்மந்திரி வந்தார்!

இருபத்தாறாம் அத்தியாயம் / 214
அநிருத்தரின் பிரார்த்தனை

இருபத்தேழாம் அத்தியாயம் / 222
குந்தவையின் திகைப்பு

இருபத்தெட்டாம் அத்தியாயம் / 227
ஒற்றனுக்கு ஒற்றன்

இருபத்தொன்பதாம் அத்தியாயம் / 232
வானதியின் மாறுதல்

முப்பதாம் அத்தியாயம் / 237
இரு சிறைகள்

முப்பத்தொன்றாம் அத்தியாயம் / 248
பசும் பட்டாடை

முப்பத்திரண்டாம் அத்தியாயம் / 256
பிரம்மாவின் தலை

முப்பத்து மூன்றாம் அத்தியாயம் / 262
வானதி கேட்ட உதவி

முப்பத்து நான்காம் அத்தியாயம் / 270
தீவர்த்தி அணைந்தது!

முப்பத்தைந்தாம் அத்தியாயம் / 283
'வேளை நெருங்கி விட்டது!'

முப்பத்தாறாம் அத்தியாயம் / 293
இருளில் ஓர் உருவம்

முப்பத்தேழாம் அத்தியாயம் / 305
வேரும் வெளிப்பட்டது

முப்பத்தெட்டாம் அத்தியாயம் / 314
வானதிக்கு நேர்ந்தது

முப்பத்தொன்பதாம் அத்தியாயம் / 319
கஜேந்திர மோட்சம்

நாற்பதாம் அத்தியாயம் / 330
ஆனைமங்கலம்

நாற்பத்தொன்றாம் அத்தியாயம் / 341
மதுராந்தகன் நன்றி

நாற்பத்திரண்டாம் அத்தியாயம் / 349
சுரம் தெளிந்தது

நாற்பத்து மூன்றாம் அத்தியாயம் / 354
நந்தி மண்டபம்

நாற்பத்து நான்காம் அத்தியாயம் / 360
நந்தி வளர்ந்தது!

நாற்பத்தைந்தாம் அத்தியாயம் / 368
வானதிக்கு அபாயம்

நாற்பத்தாறாம் அத்தியாயம் / 380
வானதி சிரித்தாள்

கோடிக்கரையில்

கடலில் அடித்த சுழிக்காற்று சோழ நாட்டுக் கடற்கரையோரத்தில் புகுந்து, தன் துரிதப் பிரயாணத்தைச் செய்துகொண்டு போயிற்று. 'கல்லுளிமங்கன் போன வழி, காடு மலையெல்லாம் தவிடு பொடி' என்பது போல, அந்தச் சுழிக்காற்றுப் போன வழியெங் கும் பற்பல பயங்கர நாசவேலைகளைக் காணும்படி இருந்தது. கோடிக்கரையிலிருந்து காவேரிப் பூம்பட்டினம் வரையில் சோழநாட்டுக் கடற்கரையோரங்களில் வாயு பகவானின் லீலை செய்த வேலைகளை நன்கு பார்க்கும்படியிருந்தது. எத்தனையோ மரங்கள் வேரோடு பெயர்ந்தும், கிளைகள் முறிந்தும் கிடந்தன. வீடுகளின் கூரைகளைச் சுழிக்காற்று அப்படியே தூக்கி எடுத்துக்கொண்டுபோய்த் தூர தூரங்களில் தூள் தூளாக்கி எறிந்து விட்டிருந்தது. குடிசைகள் குட்டிச் சுவர்களாயிருந்தன. கோடிக் கரைப்பகுதியில் எங்கே பார்த்தாலும் வெள்ளக் காடாயிருந்தது. கடல் பொங்கி வந்து பூமிக்குள் புகுந்து விட்டதோ என்று தோன்றியது. ஆனால் பூமிக்கும் கடலுக்கும் மத்தியில் இருந்த வெண்மணல் பிரதேசம் அந்தக் கொள்கையைப் பொய்ப்படுத்தியது. அந்த வெண்மணல் பிரதேசத்தில் ஆங்காங்கு புதைசேறு இருந்த இடங்களில் மட்டும் இப்போது அதிகமாகத் தண்ணீர் தேங்கியிருந்தது. அப்படிப்பட்ட இடங்களில் இப்போது மனிதனோ மிருகமோ இறங்கி விட்டால், உயிரோடு சமாதிதான்! யானைகளைக் கூட அப்புதை சேற்றுக் குழிகள் இப்போது விழுங்கி ஏப்பம் விட்டு விடும்!

சுழிக்காற்று அடித்த இரண்டு நாளைக்குப் பிறகு கோடிக் கரைக்குப் பெரிய பழுவேட்டரையரும் அவருடைய பரிவாரங்களும் வந்து சேர்ந்தார்கள். பல்லக்கும் பின்தொடர்ந்து வந்தது. ஆனால் இம்முறை அந்தப் பல்லக்கில் அமர்ந்து இளையராணி நந்தினிதேவியே பிரயாணம் செய்தாள். 'மதுராந்தகத் தேவரை அந்தரங்கமாக அழைத்துப்போக வேண்டிய அவசியம் இப்போது இல்லை. மேலும் சில சமயம் இளைய ராணியையும் உடன் அழைத்துப் போனால்தானே

மறுபடி அவசியம் நேரும்போது மதுராந்தகரை அழைத்துப்போக அந்தப் பல்லக்கு வாகனம் உபயோகமாயிருக்கும்?' இவ்வாறு நந்தினி கூறியதைப் பழுவேட்டரையர் உற்சாகமாக ஒப்புக் கொண்டார். காமாந்தகாரத்தில் மூழ்கியிருந்த அக்கிழவருக்குத் தம்முடன் அந்தப் புவனசுந்தரியை அழைத்துப் போவதில் ஆர்வம் இருப்பது இயல்புதானே?

சுழிக்காற்றுக்கு முன்னால் அவர்கள் நாகைப்பட்டினத்துக்கு வந்திருந்தார்கள். அங்கே தனாதிகாரி தமது உத்தியோகக் கடமைகளை முதலில் நிறைவேற்றினார்.

நாகைப்பட்டினம் அப்போது தமிழகத்தின் முக்கியத் துறைமுகப் பட்டினங்களில் ஒன்றாயிருந்தது. வெளிநாடுகளி லிருந்து எத்தனை எத்தனையோ பொருள்கள் பெரிய பெரிய மரக்கலங்களில் வந்து அத்துறைமுகத்தில் இறங்கிக் கொண்டிருந்தன. அப்பொருள்களை ஆயிரக்கணக்கான சிறிய படகுகள் ஏற்றிக்கொண்டுவந்து கரையில் சேர்த்தன. கரையிலிருந்து மாற்றுப் பண்டங்களை ஏற்றிக்கொண்டு போய் மரக்கலங்களில் சேர்த்தன. இவற்றுக்கெல்லாம் சுங்கத்திறை விதித்து வசூலிக்கும் அதிகாரிகள் பலர் இருந்தனர். அவர்கள் சரிவர வேலை செய்கிறார்களா என்பதை மேற்பார்வை பார்ப்பது சோழ நாட்டுத் தனாதிகாரி பெரிய பழுவேட்டரையரின் உரிமையும், கடமையும் அல்லவா?

அந்த வேலை பூர்த்தியான பிறகு பெரிய பழுவேட்டரையர் நாகைப் பட்டினத்தில் புகழ் பெற்றிருந்த சூடாமணி புத்த விஹாரத்துக்கும் விஜயம் செய்தார். பிக்ஷுக்கள் அவரைத் தக்கபடி வரவேற்று உபசரித்தனர். புத்தவிஹாரத்துக்குத் தேவை ஏதேனும் உண்டா, பிக்ஷுக்களுக்குக் குறைகள் ஏதேனும் உண்டா என்று தனாதிகாரி விசாரித்தார். ஒன்றும் இல்லையென்று பிக்ஷுக்கள் கூறி, சுந்தர சோழ மன்னருக்குத் தங்கள் நன்றியையும் தெரிவித்தார்கள்.

சில நாளைக்கு முன் இந்த விஹாரத்தைச் சேர்ந்த பிக்ஷுக்கள் இருவர் தஞ்சைக்குச் சக்கரவர்த்தியைப் பார்க்க வந்திருந்தார்கள். புத்தசங் கத்தின் சார்பாகச் சுந்தரசோழர் விரைவில் நோய் நீங்கிக் குணம் அடையவேண்டும் என்ற வாழ்த்துக்களைத் தெரிவித்தார்கள். அப்போது அவர்கள் இளவரசர் அருள்மொழிவர்மர் இலங்கையில் புத்த தர்மத்துக்குச் செய்துவரும் தொண்டுகளைக் குறித்துத் தங்கள் பாராட்டுதலைத் தெரிவித்தார்கள். இடிந்து போன புத்த விஹாரங் களைப் புதுப்பித்துக் கொடுக்கும்படியாக இளவரசர் கட்டளையிட்டு நிறைவேற்றியும் வருவது இலங்கையில் உள்ள புத்த பிக்ஷுக்களின் மகா சங்கத்துக்கு அளவற்ற மகிழ்ச்சியை அளித்து வருவதாகவும் அவர்கள் கூறினார்கள்.

‘சக்கரவர்த்திப் பெருமானே! இன்னும் ஒரு மகிழ்ச்சிகரமான செய்தியும் நாங்கள் கேள்விப்படுகிறோம். இலங்கையின் பழமையான சிம்மாசனத்தைத் தங்களுடைய இளைய திருக்குமாரருக்கே அளித்து இலங்கை அரசராக முடி சூட்டி விடலாம் என்று பிக்ஷுக்களில் ஒரு பெரும் பகுதியார் கருதுகிறார்களாம்! அவ்விதம் தங்களுக்குள் பேசிக் கொண்டிருக் கிறார்களாம்! இதைக் காட்டிலும் நம் இளவரசரின் பெருமைக்கு வேறு என்ன சான்று வேண்டும்!’ என்றார்கள்.

இதைக் கேட்டுக்கொண்டிருந்த பெரிய பழுவேட்டரையரின் உள்ளத்தில் ஓர் அபூர்வமான யோசனை உதயமாயிற்று. பிக்ஷுக்கள் சென்ற பிறகு அதைச் சுந்தர சோழச் சக்கரவர்த்தியிடமும் தெரிவித்தார்.

‘மூன்று உலகும் ஆளும் இறைவா! தங்கள் அதிகாரம் எட்டுத் திசையிலும் பரவி நிலைபெற்றிருக்கிறது. இந்தப் பரந்த பூமண்டலத்தில் தங்கள் ஆணைக்குக் கீழ்ப்படியாதவர்கள் யாரும் இல்லை. ஆனால் தங்கள் திருப்புதல்வர்கள் இருவர் மட்டும் இதற்கு விலக்காயிருக் கின்றனர். அவர்களுக்குத் துர்ப்புத்தி புகட்டும் சிலர் சோழ மகாராஜ்யத்தில் பெரிய பதவிகள் வகிக்கிறார்கள். ஆதித்த கரிகாலர் தங்கள் விருப்பத்தின்படி இங்கு வருவதற்கு மறுத்து தங்களைக் காஞ்சிக்கு வரும்படி ஓலை அனுப்புகிறார். அவருக்கு இவ்வாறு துர்புத்தி புகட்டுகிறவர் வேறு யாரும் இல்லை; தங்கள் மாமனாரான திருக்கோவலூர் மலையமான்தான். அவ்வாறே ஈழ நாட்டிலிருந்து தங்கள் இளம் புதல்வரைத் தருவிக்கும்படியாகத் தாங்கள் பன்முறை சொல்லிவிட்டீர்கள். நானும் ஆள் அனுப்பி அலுத்து விட்டேன். நமது ஆட்கள் இளவரசரைச் சந்திக்காதபடியும் நம் ஓலை இளவரசரைச் சேராதபடியும் அந்தக் கொடும்பாளூர்ப் பெரிய வேளான் செய்து கொண்டு வருகிறான். இல்லாவிடில், தங்கள் அருமைப் புதல்வர் தங்கள் விருப்பம் தெரிந்த பிறகும் இத்தனை காலம் வராமல் தாமதிப்பாரா? இந்நிலைமையில் எனக்கு ஒரு யோசனை தோன்றுகிறது. தாங்கள் கட்டளையிட்டால் அதைத் தெரிவிக்கிறேன்’ என்றார் பழுவேட்டரையர்.

சக்கரவர்த்தி சம்மதம் கொடுத்ததின்பேரில் தனாதிகாரி தெரிவித்தார். ‘இலங்கைச் சிம்மாதனத்தைக் கவர்ந்து முடி சூட்டிக்கொள்ளச் சதி செய்ததாகக் குற்றம் சாட்டி இளவரசரைச் சிறைப்படுத்திக் கொண்டு வரும்படி கட்டளை பிறப்பித்து அனுப்புவோம். அத்தகைய கட்டளையைப் பூதி விக்கிரமகேசரி தடை செய்ய முடியாது. அன்றியும், இளவரசரிடம் நேரில் எப்படியேனும் கட்டளையைச் சேர்ப்பிக்கச் செய்துவிட்டால் இளவரசர் கட்டாயம் வந்தே தீருவார்!’

இதைக் கேட்ட சுந்தர சோழர் புன்னகை புரிந்தார். விசித்திரமான யோசனைதான்; ஆயினும் ஏன் கையாண்டு பார்க்கக் கூடாது?

பொன்னியின் செல்வனைப் பார்க்க வேண்டும் என்ற ஆர்வம் சக்கரவர்த்தியின் மனத்தில் பொங்கிக் கொண்டிருந்தது. தம்முடைய அந்திம காலம் நெருங்கிக் கொண்டிருப்பதாக அவர் உணர்ந்தார். ஆகையால் தம் அந்தரங்க அன்புக்குரிய இளங்கோவிடம் இராஜ்யத்தைப் பற்றித் தம் மனோரதத்தை வெளியிட விரும்பினார். மதுராந்தகனுக்கே தஞ்சாவூர் இராஜ்யத்தை அளிக்க வேண்டும் என்ற தம் விருப்பத்தை அறிந்தால் அருள்மொழிவர்மன் மறுவார்த்தையே பேசாமல் அதை ஒப்புக்கொள்வான். பின்னர் அவன் மூலமாக ஆதித்த கரிகாலனுடைய மனத்தை மாற்றுவதும் எளிதாயிருக்கும்.

இவ்வாறு சிந்தித்துத் தனாதிகாரியின் யோசனையைச் சக்கரவர்த்தி ஆமோதித்தார். அதன் பேரில்தான் அருள்மொழி வர்மரைச் சிறைப் படுத்தி வரும்படி கட்டளை அனுப்பப்பட்டது. இளவரசருக்கு எவ்விதத் தீங்கும் ஏற்படக்கூடாது என்ற கண்டிப்பான கட்டளையும் மரக்கலத் தலைவனுக்குப் பிறப்பிக்கப்பட்டது.

மேற்கூறிய கட்டளையுடன் இருமரக்கலங்கள் ஈழநாட்டுக்குச் சென்ற பிறகு, பெரிய பழுவேட்டரையர் சிறிது மனக்கவலை கொண்டார். இளவரசருக்கு ஏதேனும் நேர்ந்துவிட்டால் தனக்கு பெரும் பழி ஏற்படும் என்பதை உணர்ந்தார். ஆகையால் தாமே நாகைப்பட்டினம் துறைமுகத்துக்கு நேரே சென்றிருந்து, இளவரசரைத் தக்கபடி வரவேற்றுத் தமது சொந்தப் பொறுப்பில் அவரைத் தஞ்சாவூருக்கு அழைத்துக்கொண்டு வர விரும்பினார்.

இந்த யோசனைக்கு இன்னும் சில உபகாரணங்களும் இருந்தன. இளவரசர் தஞ்சைக்கு வந்து சக்கரவர்த்தியைப் பார்ப்பதற்கு முன்னால் செம்பியன் மாதேவியோ, குந்தவையோ அவரைப் பார்க்கும்படி விடக்கூடாது. அந்தப் பெண்கள் இருவரும் இளவரசர் மீது மிக்க செல்வாக்கு உள்ளவர்கள்; பழுவேட்டரையரை வெறுப்பவர்கள். ஆகையால் இளவரசரிடம் ஏதாவது சொல்லி அவர் மனத்தைக் கெடுத்து விடுவார்கள். தக்க சமயம் வருவதற்குள், அதாவது சுந்தரசோழர் மரணம் அடைவதற்குள், ஏடாகூடமாக ஏதேனும் நடந்து, காரியங்கள் கெட்டுப் போகலாம்.

அன்றியும், பொக்கிஷ நிலவறையில் சுரங்க வழிக்காவலன் பின்னாலிருந்து தாக்கி வீழ்த்தப்பட்டதிலிருந்து தனாதிகாரியின் மனத்தில் ஏதேதோ விபரீத சந்தேகங்கள் உதித்திருந்தன. பொக்கிஷ சாலையில் யாராவது ஒளிந்திருக்கக்கூடுமா? அப்படியானால் அது யாராயிருக்கும்? தஞ்சைக் கோட்டைக் காவலர்களிடம் அகப்படாமல் தப்பிச் சென்ற வாணர்குல வீரனாயிருக்குமா? அங்ஙனமானால் அவன் இன்னும் பல இரகசியங்களை அறிந்திருக்கக்கூடும் அல்லவா?

சின்னப் பழுவேட்டரையர் கூறுகிறபடி நந்தினியைப் பார்க்க அடிக்கடி வரும் மந்திரவாதிக்கு இதில் ஏதேனும் சம்பந்தம் இருக்குமா? அதையும் தெரிந்துகொள்ளத்தான் வேண்டும்.

இளைய பிராட்டி குந்தவை தேவிதான் வந்தியத்தேவனை ஓலையுடன் இளவரசர் அருள்மொழிவர்மரிடம் அனுப்பியிருக் கிறாள் என்னும் செய்தியும் தனாதிகாரியின் மனத்தைக் கலங்கச் செய்திருந்தது. வந்தியத்தேவன் மூலம் என்ன செய்தி அனுப்பி யிருப்பாள்? தாமும் சம்புவரையர் முதலியவர்களும் சோழ சிம்மாசனத்தைப் பற்றி முடிவு செய்துள்ள யோசனையைப் பற்றி அந்தப் பெண் பாம்புக்குச் செய்தி எட்டியிருக்குமோ? அதைப்பற்றி ஏதேனும் அவள் எழுதி அனுப்பியிருப்பாளோ?

எப்படியிருந்த போதிலும் இளவரசர் சோழநாட்டின் கரையில் இறங்கியதும், தாம் அவரை முதலில் சந்திப்பதுதான் நல்லது. வந்தியத் தேவனையும் இளவரசருடன் சிறைப்படுத்திக் கொண்டுவரக் கட்டளையிட்டிருப்பதால் அவனையும் முதலில் தாம் பார்த்தாக வேண்டும். அவனுக்கு என்னென்ன தெரியும், எவ்வளவு தூரம் தெரியும் என்பதையும் கண்டு பிடித்தாக வேண்டும்.

இப்படியெல்லாம் யோசித்துப் பெரிய பழுவேட்டரையர் நாகைப் பட்டினத்துக்குப் போய்க் காத்திருக்கத் தீர்மானித்தார். அவருக்கு இருந்த காரணங்களைக் காட்டிலும் அதிகமாகவே நந்தினிதேவிக்கு இருந்தன. வந்தியத்தேவனை மறுபடி பார்க்கவும் குந்தவை அவனிடம் என்ன ஓலை கொடுத்து அனுப்பினாள் என்பதை அறிந்து கொள்ளவும் நந்தினி மிக்க ஆவலாயிருந்தாள். மந்திரவாதி ரவிதாஸன் போன காரியம் எவ்வளவு தூரம் வெற்றியடைந்தது என்று அறியவும் ஆர்வம் கொண்டிருந்தாள். ஆகையால் நாகைப்பட்டினத்துக்குத் தானும் வருவதாகக் கூறினாள். கரும்பு தின்னக் கூலி வேண்டுமா? கிழவர் உடனே அதற்கு இசைந்தார். கடலில் கரையோரமாக உல்லாசப் படகில் ஏறி நந்தினியுடன் ஆனந்தப் பிரயாணம் செய்வது பற்றி அவர் மனோராஜ்யம் செய்யலானார். அவர் உள்ளத்தையும் உடலையும் எரித்துக் கொண்டிருந்த தாபம் அதன்மூலம் தீர்வதற்கு வழி ஏற்படலாம் என்றும் ஆசை கொண்டார்.

பழுவேட்டரையரும், நந்தினியும் நாகைப்பட்டினத்திலிருந்த போதுதான் சுழற் காற்று அடித்தது. காற்றின் உக்கிர லீலைகளை நந்தினி வெகுவாக அநுபவித்தாள். கடற்கரையோரத்தில் தென்னை மர உயரத்துக்கு அலைகள் எழும்பி விழுவதைப் பார்த்துக் களித்தாள். ஆனால் கடலில் உல்லாசப் படகில் ஆனந்த யாத்திரை செய்யலாம் என்னும் பழுவேட்டரையரின் மனோராஜ்யம் நிறைவேறவில்லை.

சுழிக்காற்று அல்லோலகல்லோலப்படுத்தி விட்டுப்போன பிறகு, கடலிலே கப்பல்களுக்கும் படகுகளுக்கும் சேதம் உண்டா என்பதைப் பற்றிப் பழுவேட்டரையர் விசாரித்து அறிந்தார். கரையோரத்தில் அனைவரும் சுழிக்காற்று வரப்போவதை அறிந்து ஜாக்கிரதையா யிருந்த படியால் அதிகச்சேதம் ஏற்படவில்லையென்று தெரிந்தது. ஆனால் நடுக்கடலில், ஈழத்துக்கும் கோடிக்கரைக்கும் நடுவில், இரு கப்பல்கள் தத்தளித்ததாகவும், அவற்றில் ஒன்று தீப்பற்றி எரிந்து முழுகியதாகவும் கட்டு மரங்களில் மீன் பிடிக்கச் சென்றிருந்த வலைஞர்கள் சிலர் கூறினார்கள். இது பழுவேட்டரையருக்கு மிக்க கவலையை உண்டாக்கிற்று. அந்த இரண்டு மரக்கலங்களும் இளவரசரைச் சிறைப்பிடித்து வந்த கப்பல்களாயிருக்கலாம் அல்லவா? அப்படியானால் இளவரசரின் கதி யாதாகியிருக்குமோ? இளவரசருக்கு ஏதேனும் நேர்ந்திருந்தால் தனக்குப் பெரும் பழி ஏற்படுமே? சோழ நாட்டு மக்களின் எல்லையற்ற அன்பைக் கவர்ந்தவராயிற்றே, அருள் மொழிவர்மர். மக்களுக்கு அவரைப் பற்றி என்ன சொல்வது? சக்கர வர்த்திக்குத்தான் என்ன சமாதானத்தைச் சொல்வது? - நிச்சயமான செய்தி தெரிந்துகொள்ளவேண்டும் என்னும் பேராவல் அவருக்கு உண்டாயிற்று. கோடிக்கரைக்குப் போனால் ஒருவேளை விவரம் தெரியலாம். மூழ்கிய கப்பலை நன்றாய்ப் பார்த்தவர்கள் அங்கே இருக்கக்கூடும். மூழ்கிய கப்பலிலிருந்து தப்பியவர்கள் யாரேனும் கரை சேர்ந்திருக்கவும் கூடும். ஆம்; உடனே கோடிக்கரைக்குப் போக வேண்டியதுதான்!

இந்த எண்ணத்தை நந்தினியிடம் வெளியிட்டதும் அவள் ஆர்வத்துடன் அதை ஒப்புக்கொண்டாள். ‘கோடிக்கரையை நான் இதுவரையில் பார்த்ததில்லை. அந்தப் பிரதேசம் மிக அழகாயிருக்கும் என்று கேள்விப்பட்டிருக்கிறேன். இச்சந்தர்ப்பத்தில் அதையும் பார்த்து விடலாம்’ என்றாள் நந்தினி.

நாகைப்பட்டினத்திலிருந்து கோடிக்கரைக்கு இரண்டு வழிகள் உண்டு. கடற்கரையோரமாகச் சென்ற கால்வாய் வழியாகப் படகில் ஏறிப் போகலாம். அல்லது சாலை வழியாகவும் போகலாம். பழுவேட்ட ரையரின் பரிவாரங்கள் அதிகமாயிருந்த படியால் சாலை வழியாகவே போனார்கள். மேலும் நந்தினி கால்வாய் வழியை விரும்பவும் இல்லை. கால்வாயில் படகில் போனால் பழுவேட்டரையர் தம் காதல் புராணத்தைத் தொடங்கிவிடுவார் என்று நந்தினி அஞ்சியது ஒரு காரணம். அது மட்டும் அன்று, சாலை வழியாகச் சென்றால் கடற்கரை யோரத்தில் வந்து ஒதுங்கும் கட்டுமரக்காரர்களையும் படகோட்டி களையும் விசாரித்துக்கொண்டு போகலாம் அல்லவா?

வழியில் அப்படி விசாரித்ததில் புதிய செய்தி ஒன்றும் தெரியவில்லை. நடுக்கடலில் சுழிக்காற்றுப் பலமாக அடித்த சமயம் கப்பல் ஒன்று தீப்பற்றி எரிந்ததைப் பார்த்ததாக மட்டும் இன்னும் சிலரும் கூறினார்கள்.

கோடிக்கரையை அடைந்ததும் கலங்கரை விளக்கத்தின் காவலர் தியாக விடங்கர் தமது எளிய வீட்டைப் பழுவேட்டரையர் தம்பதிகளுக்காக ஒழித்துக் கொடுப்பதாகச் சொன்னார். அதை ஏற்கும்படி மன்றாடிக் கேட்டுக்கொண்டார். கோடிக்கரையில் தங்குவதற்கு வேறு மாட மாளிகை கிடையாது. எனினும் நந்தினி அதை மறுத்துவிட்டாள். கலங்கரை விளக்கிற்கு அருகில் கூடாரம் போட்டுக்கொண்டு தங்க விரும்புவதாகக் கூறினாள்.

அவ்வாறே கூடாரங்கள் அடிக்கப்பட்டன. சற்றுத் தூரத்தில் ஆங்காங்கு பழுவூர்ப் பரிவாரங்களுக்கும் கூடாரங்கள் போடப்பட்டன. கூடாரங்கள் அடித்து முடித்தவுடனே கடலில் ஒரு பெரிய மரக்கலம் காணப்பட்டது. அது கரையோரமாக எவ்வளவு தூரம் வரலாமோ அவ்வளவு தூரத்தில் வந்து நின்றது.

அதைக் கண்டதும், பழுவேட்டரையரின் பரபரப்பு மிகுந்தது. கப்பலின் பாய்மரங்கள் சின்னாபின்னமாகியிருந்ததிலிருந்து அது சுழிக்காற்றில் அகப்பட்டிருக்க வேண்டுமென்று தெளிவாயிற்று. அதில் இருப்பவர்கள் யார்? ஒரு வேளை இளவரசராயிருக்கலாமோ? புலிக்கொடி காணப் படாததில் வியப்பில்லை. சுழிக்காற்றில் அது பிய்த்து எறியப்பட்டிருக் கலாம் அல்லவா?

கப்பலண்டை போய்த் தகவல் தெரிந்துகொண்டு வருவதற்காகப் பழுவேட்டரையர் அங்கிருந்து ஒரு படகை அனுப்பி வைத்தார். கப்பலி லிருந்தவர்கள் படகுக்காகக் காத்திருந்ததாகத் தோன்றியது. உடனே இருவர் கப்பலிலிருந்து படகில் இறங்கினார்கள். அவர்களில் ஒருவன் பார்த்திபேந்திர பல்லவன்.

வந்தியத்தேவனைக் காப்பாற்றுவதற்காக மரக்கலத்திலிருந்து படகில் இறங்கிச் சென்ற இளவரசர் அருள்மொழிவர்மர் திரும்பக் கப்பலுக்கு வரவேயில்லை அல்லவா? இதனால் பார்த்திபேந்திரன் எல்லையற்ற கவலைக்கு உள்ளாகித் தத்தளித்தான். காற்று அடங்கிப் பொழுது விடிந்தபிறகு அங்குமிங்கும் கப்பலைச் செலுத்தித் தேடினான். படகில் இளவரசருடன் இறங்கியவர்களில் ஒருவன் மட்டும் குற்றுயிராக அகப்பட்டான். அவன் வந்தியத்தேவனை இளவரசர் மிக்க தீரத்துடன் காப்பாற்றிய பிறகு படகுக்கு நேர்ந்த கதியைச் சொன்னான். இதனால் பார்த்திபேந்திரனுடைய துயரம் பன்மடங்கு ஆயிற்று. ஒருவேளை கோடிக்கரை சென்று உயிருடன் ஒதுங்கியிருக்கக் கூடாதா என்ற ஆசை ஒரு பக்கத்தில் கிடந்து அடித்துக்கொண்டது.

ஆகவே கோடிக்கரை சென்று விசாரிப்பதென்று தீர்மானித்தான். அதற்காகவே கப்பலை அங்கே கொண்டுவந்து நிறுத்தச் செய்தான். படகில் இறங்கிய பிறகு கரையை நோக்கிப் போக ஆரம்பித்ததும் பெரிய பழுவேட்டரையர் தம் இளைய ராணி சகிதமாக அங்கு வந்திருப்பதை அறிந்துகொண்டான். இது அவனுக்கு மிக்க எரிச்சலை மூட்டியது.

பழுவூர் இளையராணி நந்தினியைப்பற்றி ஆதித்த கரிகாலர் கூறியவையும் நினைவுக்கு வந்தன. அவ்விதம் அந்த மகாவீரரின் உள்ளத்தைக் கொள்ளைகொண்டு அவரைப் பித்துப் பிடிக்க அடித்த மோகனாங்கி எப்படியிருப்பாள் என்று பார்க்கும் சபலமும் அவன் உள்ளத்தின் அடிவாரத்தில் ஒரு மூலையில் எழுந்தது. அந்த விருப்பம் விரைவில் வளர்ந்து கொழுந்துவிடத் தொடங்கியது. ஒருவேளை அவளைப் பார்க்க முடியாமற் போய் விடுமோ என்ற கவலையும் உண்டாகிவிட்டது.

ஆனால் அந்தக் கவலை நீடித்திருக்கவில்லை. படகிலிருந்து கரையில் இறங்கியதும் நேரே பழுவேட்டரையரின் கூடாரத்துக்குப் பார்த்தி பேந்திரனை அழைத்துப் போனார்கள். கூடாரத்தின் வாசலில் பழுவேட்டரையர் கம்பீரமான தோற்றத்துடன் நின்று கொண்டிருந்தார். ஆஜானுபாகுவான அந்த வீராதி வீரரைக் 'கிழவர்' என்று சொல்லுவது எவ்வளவு பெரிய தவறு என்று பார்த்திபேந்திரன் எண்ணினான். அவன் பார்த்திருக்கும் எத்தனையோ இளம் பிராய வாலிபர்களைக் காட்டிலும் அவர் தேகக்கட்டும், மனோதிடமும் வாய்ந்த புருஷ சிங்கமாகக் காட்சி அளித்தார்.

இவ்விதம் அவன் எண்ணிக் கொண்டிருக்கும்போதே கூடாரத்துக்கு உள்ளேயிருந்து மங்கை ஒருத்தி வெளிவந்தாள். மேகங்களுக்குப் பின்னாலிருந்து மின்னல் தோன்றுவதுபோல அந்தப் பொன் வண்ணப் பூவை கண்ணைப் பறிக்கும் ஒளியுடன் திகழ்ந்தாள். நெடிது வளர்ந்து உரம்பெற்ற தேக்கு மரத்தின் பேரில் படர்ந்திருக்கும் அழகிய பூங்கொடியைப் போல் அவள் பழுவேட்டரையருக்கு முன்னால் வந்து நின்றாள். அந்தப் புவன மோகினியைக்கண்டு திகைத்து நின்ற பார்த்தி பேந்திரன் பேரில் தனது வேல் விழிகளைச் செலுத்திய வண்ணமாக அவள், 'நாதா! இந்த வீர புருஷர் யார்? இவரை நான் இதுவரையில் பார்த்ததில்லையே?' என்று சொன்னாள். பொற் கிண்ணத்திலிருந்து அருந்திய மதுபானத்தைப் போல் அவளுடைய கிளி மொழிகள் பார்த்திபேந்திரனைப் போதை கொள்ளச் செய்தன.

இரண்டாம் அத்தியாயம்

மோக வலை

வயது முதிர்ந்த பிறகு இளம் பெண்ணை மணந்து கொள்வோர் எப்போதும் சந்தேகம் என்னும் மாயா உலகத்தில் வாழ்கிறார்கள். அவர்களுக்கு அன்னியர்கள் யாரைக் கண்டாலும் இயற்கையான அருவருப்பு ஏற்படுகிறது. பழுவேட்டரையருக்கு இத்தகைய அருவருப்பு ஏற்பட அதிகக் காரணம் இருந்தது. நந்தினி தமக்கு முன்னால் வந்து நின்று பேசத் தொடங்கியதை அவர் சிறிதும் விரும்ப வில்லை. அதே சமயத்தில் நந்தினியைக் கடிந்து கொள்ளவும் அவரால் முடியவில்லை.

எனவே நந்தினி கேட்ட கேள்விக்கு மறுமொழியாக, 'ராணி! இந்த உலகத்தில் நமக்குத் தெரியாதவர்கள் எத்தனையோ பேர் இருக்கிறார்கள். எல்லாரையும் நாம் பார்த்து அறிந்திருக்க முடியா தல்லவா? அதனால் நமக்கு நஷ்டமும் இல்லை!' என்றார்.

இதைக்கேட்ட பார்த்திபேந்திரன், 'ஐயா! சோழநாட்டின் பொக்கிஷ மன்னரின் பட்டமகிஷிக்கு என்னைத் தெரியாததினால் நஷ்டம் ஒன்றுமில்லை; நஷ்டம் எனக்குத்தான். ஆகையால் என்னை நானே தெரிவித்துக் கொள்கிறேன். அம்மணி! என்னைப் பார்த்திபேந்திரப் பல்லவன் என்று அழைப்பார்கள்!' என்று சொன்னான்.

'ஓ! அப்படியா? தங்கள் பெயரை நான் கேள்விப்பட்டிருக் கிறேன்!' என்றாள் நந்தினி.

'பார்த்திபேந்திரா! ஏன் விருதுகளை விட்டுவிட்டுப் பெயரை மட்டும் சொல்லிக்கொண்டாய்? இவ்வளவு தன்னடக்கமும், பணிவும் எப்போது ஏற்பட்டன? நந்தினி! இவன் வெறும் பார்த்திபேந்திரன் அல்ல. வேங்கையும் கலிங்கமும் வென்று வீரபாண்டியன் தலை கொண்ட பார்த்திபேந்திரப் பல்லவன்!' என்று பழுவேட்டரையர் பரிகாசக்குரலில் கூறினார்.

நந்தினியின் முகம் ஒரு கண நேரம் புயல் குமுறும் வானத்தைப் போல் இருண்டது. அவளுடைய இரு கண்களிலிருந்தும் இரு மின்னல்கள் தோன்றி ஒளி வீசி உடனே மறைந்தன. அடுத்த கணம் அவள் கலகலவென்று சிரித்தாள்.

'ஐயா! வீரபாண்டியன் தலைகொண்ட பெருமையான பட்டத்தை எத்தனை பேர் சூட்டிக்கொள்கிறார்கள்! அதற்கு ஏதேனும் கணக்கு உண்டா?' என்று கேட்டாள்.

'அம்மணி! தனாதிகாரி என் பேரில் உள்ள அபிமானத்தினால் அவ்விதம் கூறினார். உண்மையில் அந்த விருதுக்கு நான் உரியவன் அல்ல. வீரபாண்டியன் தலைகொண்ட பெருமை ஆதித்த கரிகாலர் ஒருவருக்கே உரியது!'

'அது ஏன் அப்பா, அவ்விதம் சொல்கிறாய்? செத்த பாம்பை அடித்த பெருமையில் உனக்குக் கொஞ்சமும் பங்கு வேண்டாமா!' என்று பழுவேட்டரையர் பரிகாசக் குரலில் கேட்டுவிட்டுக் குறுஞ்சிரிப்புச் சிரித்தார்.

'இல்லை, அரசே! இல்லை! ஆதித்த கரிகாலர் செத்த பாம்பைக் கொல்லவில்லை. அவர் வாளை ஓங்கியபோது வீரபாண்டியன் முழு உயிர் உள்ள பாம்பாகத்தான் இருந்தான். அவன் உயிரைக் காப்பாற்று வதற்காகத் தேவலோகத்து மோகினியை ஒத்த ஒரு மங்கை முன்னால் வந்து நின்று கை கூப்பிக் கெஞ்சினாள். வாளை ஓங்கியவன் நானாக இருந்தால், உடனே அவ்வாளை தூரவீசி எறிந்திருப்பேன். வீரபாண்டியன் பிழைத்துப் போயிருப்பான்!' என்று பார்த்திபேந்திரன் பழுவேட்டரையருக்குப் பதில் சொன்னான். ஆனால் அவனுடைய கண்களோ நந்தினியின் முகத்தைக் கூர்ந்து நோக்கின.

நந்தினி, பேச்சு அபாயகரமாகப் போய்க்கொண்டிருப்பதை உணர்ந்தாள். பழுவேட்டரையரைத் திரும்பிப் பார்த்து,

'நாதா! அந்தப் பழைய கதை இப்போது எதற்கு? இவர் இங்கு வந்த காரியம் என்னவென்று விசாரிக்கலாமே!' என்றாள்.

உடனே பழுவேட்டரையரும், 'ஆம் தம்பி! பழைய கதை வேண்டாம்! உன் கதையைச் சொல்! காஞ்சியிலிருந்து எப்போது புறப்பட்டாய்? எங்கே பிரயாணம்? இங்கு இறங்கி வந்த காரணம் என்ன?' என்று கேட்டார்.

நந்தினியைப் பார்த்ததால் மதிமயங்கிப் போயிருந்த பார்த்தி பேந்திரனும் தான் வந்த காரியத்தை நினைவு கூர்ந்தான்.

'ஐயா! என்னை மன்னிக்க வேண்டும்! ஏதேதோ பேசிக் கொண்டிருந்து விட்டேன். மிக முக்கியமான செய்தியுடன் வந்திருக்கிறேன். சோழ

நாட்டையே துயரக் கடலில் மூழ்கச் செய்யக்கூடிய பயங்கரமான செய்தி - ஈழத்திலிருந்து என்னுடன் இந்தக் கப்பலில் புறப்பட்டு வந்த இளவரசர் அருள்மொழிவர்மர், சுழற்காற்று அடித்த சமயம் கடலில் குதித்துவிட்டார். அவருடைய கதி என்ன ஆயிற்று என்று தெரிய வில்லை. ஒரு வேளை இங்கே வந்து ஒதுங்கினாரோ என்று பார்ப்பதற்கு வந்தேன்!' என்றான் பார்த்திபேந்திரன்.

அவன் கூறி முடிப்பதற்குள், 'ஆகா! என்ன சொன்னாய்?' என்று பழுவேட்டரையர் அலறினார். சுழற் காற்றினால் வேருடன் பறிக்கப் பட்ட நெடுமரத்தைப் போல் தரையில் வீழ்ந்தார்.

அவரைத் தாங்கி எடுப்பதற்காகப் பார்த்திபேந்திரன் பாய்ந்து சென்றான். நந்தினி குறுக்கே நின்று அவன் நீட்டிய கையைப் பற்றி அகற்றினாள். பழுவேட்டரையரின் அருகில் தான் உட்கார்ந்து அவருடைய தலையைத் தன் மடியின்மீது எடுத்து வைத்துக் கொண்டாள். 'தண்ணீர்! தண்ணீர்! என்று கத்தினாள்.

கூடாரத்திலிருந்து சேடிப்பெண் தண்ணீர் எடுத்துக்கொண்டு வந்தாள். இன்னும் சில வீரர்களும், கலங்கரை விளக்கக் காவலரும், அவர் குடும்பத்தாரும் ஓடி வந்தார்கள். நந்தினி மிக்க கம்பீரத்துடன் அவர்களையெல்லாம் அப்பால் நிற்கும்படி ஏவினாள். பழுவேட்ட ரையரின் முகத்தில் தண்ணீர் தெளித்தாள். 'நாதா! நாதா!' என்று கொஞ்சம் குரலில் அழைத்தாள். சில நிமிடங்களுக்கெல்லாம் கிழவரின் கண்கள் திறந்தன. உடனே நினைவும் வந்தது. சட்டென்று எழுந்து உட்கார்ந்தார்.

'நந்தினி! சற்று முன் என் காதில் விழுந்தது உண்மையா? இந்தப் பல்லவன் என்ன சொன்னான்? பொன்னியின் செல்வனைக் கடல் கொண்டு விட்டதாகச் சொன்னான் அல்லவா? அந்த வீரகுமாரன் சின்னஞ்சிறு குழந்தையாயிருந்தபோது இந்தக் கைகளால் அவனை தூக்கித் தோளில் வைத்துக்கொண்டு மகிழ்ந்தேன். இதே கைகளினால் தான் அவனைச் சிறைப்பிடித்துக் கொண்டு வரும்படியான கட்டளையில் முத்திரை வைத்தேன். ஐயோ! சோழ நாடு என்னைப் பற்றி என்ன நினைக்கும்?' என்று பழுவேட்டரையர் தலையில் அடித்துக் கொண்டார். வயிரம் பாய்ந்த அந்த வீரக் கிழவர் அவ்விதம் மனம் கலங்கிப் புலம்பியதை அதுவரையில் நந்தினி பார்த்ததில்லை; யாருமே கண்டதில்லை.

'நாதா! பதறாதீர்கள்! இவர் இன்னும் செய்தி முழுதும் சொல்ல வில்லையே? முழுதும் கேட்டுவிட்டு மேலே செய்ய வேண்டியதைப் பற்றி யோசிப்பது நலம் அல்லவா?' என்றாள் நந்தினி.

‘ஆமாம், நீ சொல்வது சரிதான்.பார்த்திபேந்திரா! சீக்கிரம் சொல்! பொன்னியின் செல்வர் கடலில் முழுகி இறந்து விட்டார் என்று சொன்னாய் அல்லவா? அது உண்மையா? அல்லது ஏதோ துர்நோக்கத் துடன் கற்பனை செய்து சொல்கிறாயா? பசித்திருக்கும் புலியுடன் விளையாடாதே? ஜாக்கிரதை!’ என்று அக்கிழவர் கண்களில் கனல் எழும்படி நோக்கிக் கர்ஜித்தார்.

‘ஐயா! மன்னிக்க வேண்டும்! இளவரசர் இறந்து விட்டார் என்று நான் சொல்லவில்லை. அவ்வளவு பயங்கரமான நஷ்டம் இத்தமிழகத்துக்கு ஏற்பட்டிருக்கும் என்று என்னாலும் நம்ப முடியவில்லை. சுழற்காற்று உக்கிர நிலையை அடைந்திருந்தபோது அவர் என் கப்பலிலிருந்து கடலில் குதித்தார் என்றுதான் சொன்னேன். கடவுள் அருளால் ஒருவேளை பிழைத்திருக்கலாம். இந்தக் கடற்கரையிலே வந்து ஒதுங்கியிருக் கலாம். அந்த ஆசையுடன் பார்ப்பதற்கு இங்கே வந்தேன்...’

‘சுழற்காற்று அடித்தபோது கடலில் குதித்தாரா! எதற்காக? ஏன் குதித்தார்? உன்னுடைய கப்பலில் அவர் ஏன் ஏறினார்? அவர் குதித்த போது, நீ என்ன செய்து கொண்டிருந்தாய்?’ என்று பழுவூர் அரசர் படபடப்புடன் கேட்டார்.

நந்தினி குறுக்கிட்டு, ‘ஐயா! இவர் இலங்கைக்கு எதற்குப் போனார் என்பதிலிருந்து விவரமாகச் சொல்லட்டும்!’ என்றாள்.

‘ஆமாம்! உள்ளது உள்ளபடியே சொல்லு! உண்மையைச் சொல்லா விட்டால் நீ உயிருடன் தப்பமுடியாது! உன்னை...’ என்று பழுவேட்டரையர் பற்களை நற நறவென்று கடித்தார்.

‘அரசே! உண்மையைத் தவிர வேறு எதுவும் சொல்லி எனக்குப் பழக்கம் இல்லை. நான் பொய் சொல்ல நினைத்தாலும் என் நாக்குச் சொல்லாது. கேளுங்கள்! தாங்களும், கடம்பூர் சம்புவரையரும், மற்றும் பலரும் சோழகுலத்துக்கு விரோதமாகச் சதி செய்கிறீர்கள் என்று காஞ்சி நகருக்குச் செய்தி எட்டியது.’

‘பொய்! பொய்! முற்றிலும் பொய்!’

‘செய்தி பொய்யாக இருக்கட்டும்! அதுவே நான் வேண்டுவது. காஞ்சிக்கு எட்டிய செய்தியையே நான் கூறினேன். அதன் பேரில் திருக்கோவலூர் மலையமானும், ஆதித்த கரிகாலரும் என்னை ஈழத்துக்கு அனுப்பினார்கள். அருள்மொழிவர்மரைக் கையோடு அழைத்து வரும்படி அனுப்பினார்கள்....’

இவ்வாறு ஆரம்பித்துப் பார்த்திபேந்திரன், தான் இலங்கை சேர்ந்தது முதலாவது நடந்ததையெல்லாம், தான் அறிந்த வரையில் விவரமாகக் கூறினான்.

கதை முடிந்ததும் பழுவேட்டரையர், 'கடவுளே! சோழ நாட்டுக்குப் பெருங்கேடு வந்துவிட்டது! இந்தப் பாவியினால் தான் வந்தது! இளவரசரைச் சிறைப்படுத்திக்கொண்டு வரும்படி நான் அல்லவோ கட்டளை போட்டேன்? நான் அல்லவோ மரக்கலங்களை அனுப்பினேன்?' என்று கதறினார்.

'அரசே! தங்கள் குற்றம் ஒன்றும் இல்லை; தாங்கள் கட்டளை பிறப்பித்திராவிட்டாலும், இந்த மனிதருடைய கப்பலில் இளவரசர் ஏறிக் காஞ்சிக்குப் பயணமாகியிருப்பார் அல்லவா? வீணாக நொந்து கொள்ளவேண்டாம். நம்முடைய செயல்களுக்கு மேலே விதியின் செயல் ஒன்று இருக்கிறது. மேலும்...'

நந்தினி இவ்விடத்தில் உரத்துப் பேசுவதைச் சட்டென்று நிறுத்திப் பழுவேட்டரையரின் காதோடு ஏதோ சொன்னாள்.

பழுவேட்டரையரின் முகம் சிறிது மலர்ச்சி அடைந்தது. 'ஆமாம் - ஆமாம்! அது எனக்குத் தோன்றாமல் போயிற்று!' என்றார்.

பிறகு பார்த்திபேந்திரனைப் பார்த்து, 'பல்லவா! உன் கப்பலுக்குப் போய் நான் பரிசோதித்துவிட்டு வரப்போகிறேன். அதுவரை நீ இங்கேயே இருக்கவேண்டும்! தப்பிச் செல்ல முயல வேண்டாம். ஓட முயற்சி செய்தால் உடனே வேல் எறிந்து கொல்லும்படி என் வீரர்களுக்குக் கட்டளையிட்டுவிட்டுப் போகப்போகிறேன். ஜாக்கிரதை! முதுகிலே காயத்துடன் சாகாதே! உன்பரம்பரை, வீரபரம்பரை!' என்றார்.

'வந்தனம், ஐயா! தப்பித்து ஓடும் எண்ணம் எனக்குக் கிடையாது. அத்தகைய எண்ணமிருந்தால் உங்கள் வீரர்கள் யாராலும் தடுக்கவும் முடியாது. முதுகிலே காயம்படும் உத்தேசமும் எனக்கு இல்லை!' என்றான் பல்லவன்.

'அரசே! இவரைப்பற்றித் தாங்கள் கவலைப்பட வேண்டாம். நானே பார்த்துக் கொள்ளுகிறேன். தப்பியோடப் பார்த்தால், இதோ இந்தக் கத்தி உடனே இவர் மார்பில் பாயும்! நீங்கள் நிம்மதியாகப் போய்க் கப்பலைச் சோதித்துவிட்டு வாருங்கள். மாலுமிகளையும் விசாரியுங்கள், இவர் கூறியதெல்லாம் உண்மைதானா என்று' - இவ்விதம் நந்தினி கூறிக் கொண்டே இடுப்பிலிருந்து ஒரு சிறிய கத்தியை எடுத்தாள்.

'ராணி! உனக்கு ஏன் இந்தப் பொறுப்பு? நீ கூடாரத்துக்குள் போயிரு! அல்லது தியாகவிடங்கரின் வீட்டில் போய் இரு. இவனை நம் வீரர்களே கவனித்துக் கொள்வார்கள். அல்லது இவனையும் நான் என்னோடு கப்பலுக்கு அழைத்துப் போகிறேன்....'

‘நான் வரவில்லை ஐயா! நான் தங்களுடன் வந்தால் தங்களுக்கு மறுபடியும் சந்தேகமாகத்தானிருக்கும். மாலுமிகள் எனக்காகச் சாட்சி சொல்லிவிட்டதாய் நினைப்பீர்கள். நான் இவ்விடத்தைவிட்டு நகரமாட்டேன். தாங்கள் கவலையின்றிப் போய்வாருங்கள்!’

‘நாதா! தாங்கள் கப்பலிருந்து திரும்பி வரும் வரையில் நானும் இங்கேயேதான் இருக்கப் போகிறேன். இங்கிருந்தபடி தங்களைப் பார்த்துக்கொண்டே இருப்பேன்!’ என்றாள் நந்தினி.

பிறகு பழுவேட்டரையரின் காதோடு, ‘இவன் இங்கே ஏதேனும் துப்பறிய வந்திருக்கிறானோ, என்னமோ, யார் கண்டது? மேலும் இளவரசரைப்பற்றிய செய்தி தாங்கள் திரும்பி வரும் வரையில் யாருக்கும் தெரியக்கூடாது’ என்றாள்.

பழுவேட்டரையர் தலையை அசைத்துவிட்டுப் படகில் ஏறினார். படகு மரக்கலத்தை நோக்கிச் சென்றது.

படகு சிறிது தூரம் போகும்வரையில் நந்தினி படகையே பார்த்துக் கொண்டிருந்தாள். அதே சமயத்தில் பார்த்திபேந்திரன் கண் கொட்டாமல் தன் முகத்தையே பார்த்துக் கொண்டிருந்ததை அவள் உணர்ந்தாள். சட்டென்று அவன் பக்கம் திரும்பினாள். பார்த்தி பேந்திரன் வெட்கித் தலைகுனிவான் என்று எதிர்பார்த்தாள். ஆனால் தேன் மலரைப் பார்த்து விட்ட வண்டு அப்பால் திரும்புமா?

நந்தினி கூரிய சிறிய கத்தியை எடுத்து மறுபடி காட்டி, ‘ஜாக்கிரதை! தப்பி ஓடப் பார்க்கவேண்டாம்!’ என்றாள்.

‘தேவி! கத்தியைக் காட்டி பயமுறுத்துவானேன்? தப்பியாவது ஓடவாவது! வலையில் அகப்பட்ட மீன் எவ்விதம் தப்பி ஓடும்? தாங்கள் விரித்த வலையில் அகப்பட்டு...’

‘என்ன, ஐயா, சொல்கிறீர்? என்னை வலைஞர் குலப்பெண் என்று சொல்கிறீரா? இது பழுவூர் அரசர் காதில் விழுந்தால்...’

‘அதைப்பற்றி நான் கவலைப்படவில்லை தேவி! ஆனால் மீன் பிடிக்கும் வலையை நான் குறிப்பிடவும் இல்லை. தங்களுடைய வேல்விழிகள் விரிக்கும் மோக வலையைச் சொல்கிறேன்...’

‘சீச்சீ! என்ன தைரியம் உமக்கு? வலைஞர் குலப்பெண் என்றாலும் பாதகமில்லை. ஆடவர்களுக்கு மோகவலை விரிக்கும் கணிகை என்றா என்னைச் சொல்கிறீர்?’

‘மன்னிக்கவேண்டும்! அப்படிப்பட்ட அபவாதத்தையும் நான் சொல்ல வில்லை. தாங்கள் வேண்டுமென்று வலை விரிக்க வேண்டுமா,

என்ன? சிலந்திப்பூச்சி வலை நெய்வது ஈக்களைப் பிடிப்பதற்காகவா? அது தான் வசிப்பதற்காக வலை பின்னுகிறது. ஈக்கள் தாமாகப் போய் அவ்வலையில் விழுகின்றன...'

'என்னைச் சிலந்திப் பூச்சி என்றா சொல்கிறீர்? அவ்வளவு பயங்கரமாக இருக்கிறேனா நான்?'

'தவறு! தவறு! நான் தீபத்தைச் சொல்லியிருக்க வேண்டும். தீபம் எரிவது விட்டில் பூச்சிகளுக்காக அல்ல. தீபம் எரிந்து தன்னைச் சுற்றிலும் ஒளி வீசி ஜோதி மயமாகச் செய்கிறது! அசட்டு விட்டில் பூச்சிகள் அதைக் கனி என்று நினைத்துக் கொண்டு சென்று விழுந்து மாய்கின்றன....'

'ஒரு சிறிய காற்று குப் என்று அடித்தால் தீபம் அணைந்து விடுகிறது. வாயினால் ஊதிக்கூட அணைத்துவிடலாம். தீபத்தின் சக்தி அவ்வளவு தான்!'

'தீபம் அணைந்துவிடும்; ஆனால் பூரணசந்திரனை யார் அணைக்க முடியும்? பூரணசந்திரன் சமுத்திர ராஜனுக்காக உதயமாகவில்லை. இயற்கை நியதியின்படி சந்திரன் உதயமாகிறது அதன் குளிர்ந்த நிலா ஒளியை வானமும் பூமியும் மகிழும்படி பரப்புகிறது. ஆனால் பேதை கடலைப் பாருங்கள்! பூரண சந்திரனைக் கண்டு கடல் எதற்காக அப்படிக் கொந்தளிக்க வேண்டும்? எட்டாத பழத்துக்கு ஏன் கொட்டாவி விட்டுத் தவிக்க வேண்டும்?'

'பல்லவ குல மன்னர்களின் கவிதா ரசனையைப் பற்றியும் கற்பனைத் திறனைப்பற்றியும் ரொம்பவும் கேள்விப்பட்டிருக் கிறேன் அவை யெல்லாம் உண்மையென்பதாக இப்போதுதான் உணர்கிறேன்.'

'புராணங்களிலும், காவியங்களிலும் நான் படித்ததையும் கேட்டதையும் நேற்றுவரை நம்பவில்லை; இன்றைக்குத்தான் எனக்கு நம்பிக்கை பிறக்கிறது.'

'எதைப்பற்றிச் சொல்கிறீர்கள்?'

'பெண் உருவங் கொண்டவர்கள் சிலர் வானத்தையும் பூமியையும் தங்கள் காலடியில் போட்டுக்கொள்ளும் சக்தி பெற்றவர்கள் என்று கேட்டிருக்கிறேன். பாற்கடலைக் கடைந்து அமுதம் எடுத்த அசுரர்கள், அமுதபானம் செய்ய வேண்டிய சமயத்தில் மோகினியினால் ஏமாந்து போனார்கள். சுந்தோப சுந்தர்கள் ஒரு பெண் நிமித்தமாக அடித்துக் கொண்டு செத்தார்கள். மேனகையினால் விசுவாமித்திரர் தவங் கெட்டது. கோவலன் மாதவியின் மோக வலையில் விழுந்து கிடந்தான். தசரதர் கைகேயிக்காக ராமனைக் காட்டுக்கு அனுப்பினார். எகிப்து

நாட்டு ராணியின் காரணமாக மகத்தான ரோம சாம்ராஜ்யம் அழியத் தொடங்கியது...'

'போதும் ஐயா! போதும்! இந்த உதாரணங்களையெல்லாம் எதற்காகச் சொல்கிறீர்கள்?'

'தெரியவில்லையா, தேவி! யாருக்கு உதாரணமாகச் சொல்கிறேன் என்று உண்மையாகத் தெரியவில்லையா?'

'எனக்கு உதாரணமாகச் சொல்கிறதாயிருந்தால், அதைப் போல் பெரிய தவறு நீ வேறு செய்ய முடியாது.'

'தவறு ஒன்றுமில்லை. அவர்களுடைய சக்தியைக் காட்டிலும் தங்கள் சக்தி குறைந்தது அன்று.'

'உம்முடைய வாய்மொழியே உமக்கு விரோதமாயிருக்கிறது.'

'எப்படி, தேவி?'

'பழுவூர் அரசரை நான் வேண்டுமென்றுதான் கப்பலுக்கு அனுப்பினேன், உம்மிடம் ஒரு விஷயத்தைப் பற்றிக் கேட்பதற்காக.'

'தங்கள் நோக்கத்தைப் புரிந்துகொண்டுதான் நானும் அவருடன் போகாமல் இங்கேயே தங்கினேன்.'

'வீரபாண்டியனை ஒரு பெண் காப்பாற்ற முயன்றாள் என்றும் ஆதித்த கரிகாலன் அதைப் பொருட்படுத்தவில்லையென்றும் நீர் சொன்னீர் அல்லவா?'

'ஆம் சொன்னேன்.'

'காப்பாற்ற முயன்ற பேதைப்பெண் யார் என்று தெரியுமா?'

'இப்போது பழுவூர் அரண்மனையின் ஜோதியாக விளங்கும் இளைய ராணி நந்தினி தேவிதான்.'

'நீர் சற்றுமுன் வர்ணித்தபடி எனக்கு அவ்வளவு சக்தி இருந்தால் நான் காப்பாற்ற விரும்பிய மனிதரின் உயிரைக் காப்பாற்றி இருக்க மாட்டேனா? அது ஏன் என்னால் முடியாமல் போயிற்று?'

'இரத்த வெறிகொண்டிருந்த ஆதித்த கரிகாலன் அச்சமயம் தங்கள் விருப்பத்தை நிறைவேற்றி வைக்கவில்லைதான். ஆனால் அதற்குப் பிறகு மூன்று வருஷமாக அவர் எத்தகைய சித்திரவதையை அனுபவித்து வருகிறார் என்பதை நான் அறிவேன்.'

'உமக்கு எப்படித் தெரியும், ஐயா? உம்மிடம் சொன்னாரா?'

'மூன்று வருஷமாய் மனத்திலே வைத்துக்கொண்டு கஷ்டப் பட்டுக் கொண்டிருந்தார். அவருடைய உள்ளத்தை ஏதோ ஒரு துன்பம் அரித்துக்கொண்டிருக்கிறது என்பதை மட்டும் அறிந்திருந்தேன். பத்து நாளைக்கு முன்பு, நான் ஈழத்துக்குப் புறப்பட்டதற்கு முதலாவது நாள்தான், மனத்தைத் திறந்து என்னிடம் சொன்னார். அது முதல்...'

'அது முதலாவது என்ன?'

'பழுவூர் இளைய ராணியைப் பார்க்க வேண்டும் என்ற ஆசை என் மனத்திலும் குடிகொண்டு விட்டது!'

'ஆதித்த கரிகாலரின் நிலையில் நீர் இருந்திருந்தால் நான் கேட்டுக் கொண்டதற்காக வீரபாண்டியரை உயிரோடு விட்டிருப்பீர் என்று சொன்னது நினைவிருக்கிறதா?'

'நன்றாக நினைவிருக்கிறது.'

'அது உண்மைதானா?'

'சத்தியம், தேவி! தாங்கள் சோதித்துப் பார்க்கலாம்.'

'ஐயா! என் மனத்தில் ஒரு சந்தேகம் இருக்கிறது. அதைச் சொல்லட்டுமா?'

'தங்கள் தங்கக் குரலில் எதைச் சொன்னாலும் என் செவிகள் இன்பம் அடையும்; உள்ளம் பூரிக்கும்.'

'நீர் என்னைச் சோதிப்பதற்காகவே இப்படிப் பேசுகிறீர் என்று சந்தேகிக்கிறேன். நான் விரிக்கும் மோக வலையைப்பற்றிப் பேசி, நீர் எனக்கு வலை விரிக்கப் பார்க்கிறீர். என்னுடைய அந்தரங்கத்தை அறிந்து கொள்ள முயல்கிறீர்.'

பார்த்திபேந்திரன் திடுக்கிட்டுப் போனான். ஆரம்பத்தில் அவன் பேச ஆரம்பித்தபோது அந்த எண்ணத்தோடுதான் ஆரம்பித்தான். பிறகு அதை மறந்துவிட்டான். கபடமாக ஆரம்பித்த பேச்சு அவனை மோகக்கடலில் உண்மையாகவே தள்ளிவிட்டது. முதலில் அப்படி எண்ணியது குறித்து அவன் வெட்கப்பட்டான். அதை வெளியில் காட்டிக்கொள்ளாமல், 'தேவி! அவ்விதம் தங்களை சோதித்து ஒற்றன் வேலை செய்ய நான் பிரயத்தனப்படும் பட்சத்தில் என் தலையில் இடி விழட்டும்!' என்றான்.

'ஐயோ! அப்படிச் சொல்லாதீர்' என்று நந்தினி அலறினாள்.

'ஏன், தேவி! ஏன்?'

'உங்கள் பெரிய இளவரசரிடமிருந்து வந்தானே, இன்னொருவன், அவன் பெயர் என்ன?...'

‘வந்தியத்தேவனா!’

‘ஆம் அவன்தான் என்னிடம் மிகத் தந்திரமாக ஒற்று அறிந்து போக முயன்றான். தாங்கள் சொல்வதைப் பார்த்தால் அவன் தலையில் இடி விழுந்தே விட்டது போலிருக்கிறதே!’

‘துரதிருஷ்டவசமாக அவன் தலையில் இடி விழவில்லையே! அவன் நின்ற கப்பலில் அல்லவா விழுந்தது? அதனால் அவனுக்கு வந்த ஆபத்து, சின்ன இளவரசரையும் அல்லவா பிடித்து விட்டது?’

‘பாவம்! பழையாறை இளைய பிராட்டியை நினைத்தால் எனக்குப் பரிதாபமாயிருக்கிறது. அவள் இந்த உலகில் மிகவும் பிரியம் வைத்திருந்த இருவர் ஏககாலத்தில் மாண்டு போனார்கள்! என்ன துரதிர்ஷ்டம்!’

‘தேவி! இரண்டு பேர்கள் யார்?’

‘நீர் சொன்ன இரண்டு பேருந்தான்! இளையபிராட்டிக்குத் தம்பியின் மீது தனி வாஞ்சை உண்டு அல்லவா?’

‘அது உலகம் அறிந்தது. அவருடைய பிரியத்துக்குப் பாத்திரமான இன்னொருவர்...?’

‘ஏன் உங்கள் பெரிய இளவரசர் அனுப்பிய தூதன் தான்.’

‘வந்தியத்தேவனையா சொல்கிறீர்கள்?’

‘அவனைத்தான்!’

‘சீச்சீ! சோழ சாம்ராஜ்யத்தையே ஆட்டுவிக்கும் சக்தி வாய்ந்த பழையாறை இளையபிராட்டி அற்பனும், தற்பெருமைக் காரனும், அதிகப்பிரசங்கியுமான அந்த வாலிபன் மீது...’

‘ஆம்; அந்த வாலிபன் மீது மோகம் கொண்டாள். அதனாலேதான் அவனைப் பழுவேட்டரையரின் தண்டனையிலிருந்து தப்புவித்த தற்காக ஓலை கொடுத்து இலங்கைக்கு அனுப்பினாள். பாவம்! இந்தக் கிழவர் இளவரசரின் துர்க்கதிக்குத் தாமே காரணம் என்று துடியாகத் துடிக்கிறார், உண்மையில் அதற்கு இளையபிராட்டிதான் காரணம். அவள் ஓலை கொடுத்து அனுப்பாதிருந்தால்...’

‘உண்மை, உண்மை! இந்த விபரீதம் எல்லாம் ஏற்பட்டிராது.’

‘என் கணவர் கப்பலிலிருந்து திரும்பி வந்ததும் இந்த உண்மையை அவருக்கு நீர் எடுத்துச் சொல்லவேண்டும். சொன்னால், என்னுடைய நன்றிக்குப் பாத்திரமாவீர்!’

'அம்மணி தங்களுடைய நன்றிக்குப் பாத்திரமாக இது ஒன்றுதானா வழி? வேறு எனக்குத் தாங்கள் இடக்கூடிய பணிகள் இல்லையா?'

'ஐயா! ஒரு பேதைப் பெண்ணின் நன்றிக்குப் பாத்திரமாக எத்தனையோ நூறு வழிகள் உண்டு.'

'அவற்றில் இன்னும் இரண்டொன்றைச் சொல்லுங்கள். ஆதித்த கரிகாலருக்கு அப்படிப்பட்ட சந்தர்ப்பம் ஒன்று கிடைத்தது. அதை அவர் கைசோர விட்டுவிட்டார். விட்டு விட்டு அப்புறம் இரவு பகலாகத் துடிதுடிக்கிறார். நான் ஒரு நாளும் அத்தகைய தவற்றைச் செய்யமாட்டேன்!'

'இது சத்தியமா, ஐயா? ஒரு பெண்ணின் விருப்பத்தை நிறைவேற்று வதற்காக, அவள் எது சொன்னாலும் செய்யக்கூடிய மனிதரா நீங்கள்?'

'எந்தப் பெண் என்பதைப் பொறுத்தது, தேவி! நேற்றுவரைக்கும் நான் பார்த்திருக்கும் எந்தப் பெண்ணின் விருப்பத்துக்காகவும் எதுவும் செய்திருக்கமாட்டேன்! சொன்னால் சிரித்திருப்பேன். இன்று அப்படியல்ல! தாங்கள் சொல்லிப் பாருங்கள். எனக்கு நூறு உயிர்கள் இருந்தால் அவ்வளவையும் தங்களுடைய விருப்பத்தை நிறைவேற்று வதற்கு அர்ப்பணம் செய்வேன். ஆயிரம் சாம்ராஜ்யங்கள் என் வசம் இருந்தால் அவ்வளவையும் தங்கள் விருப்பத்திற்காகத் தியாகம் செய்வேன். இகத்தையும் பரத்தையும் என்றென்றைக்கும் இழக்கும் படி சொன்னால் அதற்கும் சித்தமாயிருப்பேன். கொடிய பகைவர்களை மன்னிக்கச் சொன்னால் மன்னிப்பேன். அத்தியந்த நண்பர்களின் தலையைக் கொண்டு வந்து தங்கள் காலடியில் போடச் சொன்னால், போட்டுவிட்டு மறுகாரியம் பார்ப்பேன்...!'

இவ்விதம் பார்த்திபேந்திரன் வெறி கொண்டவனைப்போல் கூறிய போது அவனுடைய உடம்பு தலையிலிருந்து கால்வரையில் நடுநடுங்கியது. அவனுடைய வாயிலிருந்து வந்த சொற்கள் குழறின; உதடுகள் துடித்தன; பற்கள் கடித்தன; ரோமங்கள் குத்திட்டு நின்றன; மூச்சு விடும் சத்தம் கொல்லன் உலைச் சத்தத்தைப் போலக் கேட்டது.

பார்த்திபேந்திரனுடைய இந்த மாறுதல் நேயர்களுக்கு வியப்பை அளிக்கும். ஏன்! அவனிடமே, 'நீ இப்படி ஆவாய்' என்று முதலாவது நாள் யாராவது சொல்லியிருந்தால் அவன் நம்பியிருக்கமாட்டான். பிற்காலத்தில் நினைத்துப் பார்த்தால் அவனுக்கேகூட வியப்பளிக்கக் கூடிய காரியந்தான்.

ஆனால் இது பார்த்திபேந்திரனைப் பற்றிய அதிசயம் மட்டும் அல்ல; மனித இயற்கையைப் பற்றிய இரகசியம்.

எத்தனையோ மேதாவிகள் காலமெல்லாம் ஆராய்ச்சி செய்த பின்னரும், மனித உடம்பின் அமைப்பு இரகசியத்தை நம்மால் முழுதும் அறிந்துகொள்ள முடியவில்லை. மனித இதயத்தின் அமைப்பு இரகசியத்தை நாம் எவ்வாறு அறிந்து கொள்ள முடியும்? வாழ்நாளெல்லாம் பழி பாவங்களில் முழுகிக் கிடந்தவர்கள் திடீரென்று ஒருநாள் வைராக்கிய சீலர்களாகிறார்கள்; பக்திப் பரவச மடைந்து ஆடிப்பாடுகிறார் கள்; இறைவன் கருணைக்குப் பாத்திர மாகிறார்கள்; மனித சமூகத்துக்கு ஒப்பற்ற தொண்டுகளும் புரிகிறார்கள்.

இதற்கு மாறாக, நெடுங்காலமாய்த் தூய்மையான களங்கமற்ற வாழ்க்கை நடத்தியவர்கள் திடீரென்று ஒருநாள் வழுக்கி விழுகிறார் கள்! அப்படி விழும்போது அதல பாதாளத்திலேயே விழுந்து விடுகிறார்கள்.

பார்த்திபேந்திரனுடைய ஆவேச மொழிகளைக் கேட்டுவந்த நந்தினி, ‘போதும் ஐயா! போதும்! நிறுத்துங்கள்! அவ்வளவு பயங்கரமான காரியம் எதையும் செய்யும்படி தங்களை ஒருநாளும் நான் வற்புறுத்தப் போவதில்லை. தங்களுக்கும் எனக்கும் உகந்த சந்தோஷமான ஒரு காரியத்தைத்தான் சொல்லப் போகிறேன்’ என்றாள்.

மூன்றாம் அத்தியாயம்

ஆந்தையின் குரல்

நந்தினி கடலை நோக்கினாள். பழுவேட்டரையர் ஏறிச்சென்ற படகு பார்த்திபேந்திரனுடைய கப்பலை நெருங்கிக் கொண்டிருந்தது.

நந்தினி பெருமூச்சு விட்டாள். அது பார்த்திபேந்திரனுடைய நெஞ்சில் புயலாக அடித்தது. 'தேவி! சொல்லுங்கள். நான் செய்யவேண்டியது இன்னதென்று சொல்லுங்கள். தங்களுக்கும் எனக்கும் உகந்தது என்று பிரித்துச் சொல்ல வேண்டிய அவசியமில்லை. தங்களுக்கு எது உகந்ததோ அதுதான் எனக்கும் உகந்தது!' என்றான் பல்லவ வீரன்.

அவன் மனத்தில் விசித்திரமான எண்ணங்கள் எல்லாம் அந்நேரத்தில் உதித்தன. இந்தப் பெண் அந்தக் கொடிய கிழவனிடம் அகப்பட்டுக் கொண்டு கூண்டுக் கிளியைப்போல் தவித்துக் கொண்டிருக்கிறாள் என்பதில் சந்தேகமில்லை. அந்தக் காட்டுப் பூனையிடமிருந்து இவளை ஏன் விடுதலை செய்யக்கூடாது? இவள் மட்டும் தன் விருப்பத்தைத் தெரிவிக்கட்டும்! அவனை அக்கப்பலிலேயே சிறைப்படுத்திக் கண்காணாத தேசத்துக்குக் கொண்டுபோய் விட்டுவிடச் செய்யலாம்! சண்டாளன்! புதல்வியும், பேத்தியுமாக இருப்பதற்குரிய இளம் பிராயமுடைய பெண்ணை மனைவியாக்கிக்கொள்ள எப்படி இவன் மனந் துணிந்தது?...

நந்தினி இன்னமும் படகையும், கப்பலையும் பார்த்துக் கொண்டிருந் தாள். படகிலிருந்து பழுவேட்டரையர் கப்பலில் ஏறுவதைப் பார்த்தாள்.

'நல்லவேளை! பத்திரமாக ஏறிவிட்டார்! எவ்வளவு வீரராயிருந்தாலும் வயதாகிவிட்டதல்லவா? படகிலிருந்து கப்பலில் ஏறும்போது தடுமாறாமல் இருக்கவேண்டுமே என்று எனக்குக் கவலையா யிருந்தது!' என்றாள்.

பல்லவன் ஏமாற்றமடைந்தான்! 'கிழவனிடம் இவளுக்கு இவ்வளவு பரிவு ஏன்? படகிலிருந்து அவன் கடலில் விழுந்து இறந்தால்தான்

என்ன? நாட்டுக்கும் க்ஷேமம்; இவளுக்கும் விடுதலை! எதற்காக இவ்வளவு பரிவு காட்டுகிறாள்?'

'கிழவருக்குச் சோழ குலத்தாரிடம் எவ்வளவு அபிமானம் என்பது இன்றைக்குத்தான் எனக்குத் தெரிந்தது. இளவரசருக்கு ஆபத்து என்றதும் எப்படித் துடிதுடித்துப் போய்விட்டார்? ஐயா! இளவரசர் தப்பிப் பிழைத்திருக்கக்கூடும் அல்லவா? இறந்துதான் போயிருக்க வேண்டும் என்பது நிச்சயம் இல்லையே?' என்றாள் நந்தினி.

'நிச்சயம் இல்லை; ஆனால் அப்பேர்ப்பட்ட சுழற் காற்றில் கடலில் குதித்தவர் பிழைத்திருப்பது அசாத்தியம்! விதியின் போக்குக்கு நாம் என்ன செய்யமுடியும்?' என்றான் பல்லவன்.

'இதற்கு விதி காரணம் இல்லை; அந்தப் பழையாறை ராட்சஸியின் பேராசைதான் காரணம். தங்களுக்குத் தெரியுமா, ஐயா? குந்தவை தேவிக்குச் சோதிடத்திலும் ரேகை சாஸ்திரத்திலும் அபார நம்பிக்கை. தம்பியின் ஜாதகத்தையும், கைரேகையையும் பார்த்து வைத்துக் கொண்டு அவன் மூன்று உலகையும் ஆளும் சக்கரவர்த்தியாகப் போகிறான் என்று நம்பிக்கை வைத்திருந்தாள். ஐயோ! பாவம்! அந்த அருமைத் தம்பிக்கு இந்தக் கதி நேர்ந்தது என்று அறியும்போது அவள் எவ்வளவு கஷ்டம் அடைவாள்? அச்சமயம் நான் அவள்கூட இருந்து ஆறுதல் சொல்லவேண்டும் போலிருக்கிறது!'

இவ்விதம் கூறிய நந்தினியின் குரலில் குதூகலம் தொனித்தது. பல்லவன் ஒருகணம் ஆச்சரியப்பட்டுப் போனான். பிறகு தன் செவிகளில்தான் கோளாறு என்று தீர்மானித்துக்கொண்டான்.

'ராணி தாங்கள் எதற்காக ஆறுதல் சொல்லவேண்டும்? அவளுடைய பேராசையினால் நேர்ந்துவிட்ட விபரீதம்தானே இது? அதற்காக அவள் கஷ்டப்பட வேண்டியதுதான்...'

'அது எப்படி ஐயா? அவள் கண்ணில் ஒரு சொட்டுக் கண்ணீர் துளிர்த்தால், நெஞ்சு பதறுகிறவர்கள் சோழ நாட்டில் ஆயிரம் பதினாயிரம்பேர் இருக்கிறார்கள். அவள் சக்கரவர்த்தியின் செல்வப் புதல்வி; மூன்று உலகிலும் ஈடு இணையற்ற அழகி!'

'நானும் ஒரு சமயம் அவ்வாறுதான் நினைத்திருந்தேன்! அதாவது, தங்களைப் பார்ப்பதற்கு முன்னால்!'

'என்னைப் பார்த்தபிறகு என்ன நினைக்கிறீர்கள்?'

'குந்தவை தேவியின் அழகு தங்கள் பாதச் சுண்டு விரலின் அழகுக்கு இணையாகாது என்றுதான்.'

‘இப்போது இப்படித்தான் சொல்வீர்கள். நாளைக்கு அவளைப் பார்த்தால் நான் ஒருத்தி இவ்வுலகில் இருக்கிறேன் என்பதையே மறந்துவிடுவீர்கள்!’

‘ஒருநாளும் மாட்டேன். தேவி! என்னைச் சோதனை செய்து பாருங்கள் என்றுதான் சொல்லுகிறேனே? தங்கள் கட்டளை இன்னதென்று இக்கணமே தெரிவியுங்கள்.’

‘கட்டளையிடும் பாத்தியதை எனக்குக் கிடையாது. ஐயா! விண்ணப்பம் செய்து கொள்கிறேன். பெரிய பழுவேட்டரையரை நான் மணந்த பிறகு சோழ நாட்டில் பிளவும், குழப்பமும் ஏற்பட்டிருப் பதாகச் சிலர் அவதூறு சொல்கிறார்கள். அது பொய் என்பதை நிரூபிக்க விரும்புகிறேன். அதற்குத்தான் தங்கள் உதவியை நாடுகிறேன்.’

பார்த்திபேந்திரன் சிறிது ஏமாற்றம் அடைந்தான். நந்தினி, அவளுக் காக ஏதோ ஒரு கஷ்டமான காரியத்தில் தன்னை ஏவுவாள் என்று எண்ணியிருந்தான். அதை நிறைவேற்றி அவளை மகிழ்விக்க ஆர்வம் கொண்டிருந்தான். ஆனால் அவள் இராஜ்ய காரியத்தைப் பற்றி எதுவோ சொல்லுகிறாள்!

‘சொல்லுங்கள். ராணி! தங்கள் விருப்பம் எதுவாயிருந்தாலும் சொல்லுங்கள்!’ என்றான்.

‘ஐயா! சோழநாட்டில் அமைதி ஏற்படாமல் தடுத்து வந்தவள் இளைய பிராட்டி. அவளுடைய அகம்பாவத்தினால் சோழ நாட்டுச் சிற்றரசர் களையும், பெருந்தர அதிகாரிகளையும் கோபங்கொள்ளச் செய்தாள். தம்பி அருள்மொழிவர்மனை எப்படியாவது இந்தச் சோழநாட்டுச் சிம்மாசனத்தில் ஏற்றி விடவேண்டும் என்று அவளுக்கு ஆசை. இதனால் சமரசம் ஏற்படாமல் தடுத்து வந்தாள். இப்போது அந்தக் காரணம் போய்விட்டது. இனிமேல் சமரசம் செய்து வைப்பது சுலபம். கேளுங்கள், ஐயா! தாங்கள்தான் சொன்னீர்களே! மந்திரிகளும், மற்றப் பெருந்தர அதிகாரிகளும் சுந்தர சோழருக்குப் பிறகு மதுராந்தகருக்குப் பட்டம் கட்ட விரும்புகிறார்கள். சக்கரவர்த்தியும் அதற்கு இணங்கி விட்டார்.’

‘அப்படியா, தேவி!’

‘ஆம், ஐயா! இல்லாவிடில் இளவரசரைச் சிறைப்படுத்திக் கொண்டு வரக் கட்டளையிட்டிருப்பாரா? ஆனாலும் அது சரியல்ல என்பது என் கருத்து. சமரசமாகத் தீர்த்துக் கொள்வதற்கு இடம் இருக்கிறது. வெள்ளாற்றுக்கு வடக்கேயுள்ள ராஜ்யத்தை ஆதித்த கரிகாலருக்கு என்றும், தெற்கேயுள்ள பகுதியை மதுராந்தகருக்கு என்றும்

பிரித்துக்கொள்ளலாமே? தங்கள் முன்னோர்கள், பல்லவ மகாசக்கரவர்த்திகள், தொண்டை மண்டலத்தை ஆள்வதுடன் திருப்தி அடையவில்லையா? பூர்வீகச் சோழ மன்னர்கள் இரண்டு வெள்ளாற்றுக்கும் இடையே உள்ள ராஜ்யத்துடன் திருப்தி அடைய வில்லையா?'

'தேவி இதையெல்லாம் எதற்காக என்னிடம் சொல்லுகிறீர்கள் எந்தச் சாம்ராஜ்யம் எப்படிப் போனால் எனக்கு என்ன? யார் எந்த ராஜ்யத்தை ஆண்டால் எனக்கு என்ன?..'

'ஐயா! தாங்கள் ஆதித்த கரிகாலரிடம் உண்மை விசுவாசம் உள்ள சிநேகிதர் என்று எண்ணினேன்.'

'பிறருக்கு விசுவாசமாயிருந்து, பிறருடைய புகழுக்காகப் போராடி, பிறருடைய நன்மைக்காக உழைத்து, - இத்தனை நாளும் கழித்தாகி விட்டது. இனிமேல் எனக்காக நான் வாழ விரும்புகிறேன். ராணி! இதைக் கேளுங்கள்! நான் எதற்காக இவ்வுலகில் பிறந்தேன். எதற்காக உயிரோடிருக்கிறேன் என்று பலதடவை நான் சிந்தித்ததுண்டு. என் முன்னோர்களாகிய பல்லவ சக்கரவர்த்திகள் பெரிய சாம்ராஜ்யங்களை ஆண்டார்கள். மாமல்லபுரத்தைப்போன்ற சொப்பன உலகங்களைச் சிருஷ்டித்தார்கள். அவர்களுடைய பெருமையை என் காலத்தில் மீண்டும் நிலைநாட்டப் பிறந்திருக்கிறேனோ என்று நான் எண்ணிய துண்டு. ஆனால் அதில் என் மனம் ஈடுபடவில்லை: ராஜ்யங்களைச் சிருஷ்டிப்பதில் உற்சாகம் கொள்ளவில்லை: சோழ குலத்தின் பெருமைக்கு உழைப்பதிலேயே திருப்தி அடைந்தேன். ஆதித்த கரிகாலரின் சிநேகத்தில் மகிழ்ந்தேன். இப்படியே என் வாழ்நாளைக் கழித்துவிடுவது என்றுதான் எண்ணியிருந்தேன். இன்றைக்குத்தான் என் கண்கள் திறந்தன; சற்று முன்னாலேதான் நான் பிறந்தது எதற்காக என்று தெரிந்தது. அதோ கேளுங்கள்! அந்தக் கடல் அலைகளின் குரல் என் உள்ளத்தின் குரலை 'ஆம் ஆம்' என்று ஆமோதிக்கிறது. அதோ காட்டில் வாழும் பறவைகள் எல்லாம் 'சரி, சரி' என்று கூவுகின்றன. தேவி! சோழ சாம்ராஜ்யத்தைப் பங்கு போடுவது பற்றி என்னிடம் சொல்லவேண்டாம். வேறு ஏதாவது சொல்லுங்கள்!

'கடல்களுக்குப்பால் உள்ள பவழத் தீவிலிருந்து விலை மதிக்க முடியாத பவழங்களைக் கொண்டுவரச் சொல்லுங்கள். ஆழ்கடலின் அடியிலிருந்து முத்துக்களைக் கொண்டுவரச் சொல்லுங்கள். மேருமலையின் உச்சிச் சிகரத்திலே ஏறிச் சஞ்சீவி மூலிகையைக் கொண்டு வரச் சொல்லுங்கள். மேகமண்டலத் துக்கு மேலே பறந்து நட்சத்திரங்களைப் பறித்துக் கொண்டுவந்து ஆரம் தொடுத்துத் தங்கள் கழுத்தில் போடச்சொல்லுங்கள். பூரணச் சந்திரனைக் கொண்டுவந்து

தங்களுடைய முகம் பார்க்கும் கண்ணாடியாக்கித் தரும்படிச் சொல்லுங்கள்!'

'போதும், ஐயா, போதும்! என்னை ஏற்கெனவே அந்தப் பழையாறைப் பிராட்டி 'பைத்தியம்' என்று சொல்லிக் கொண்டிருக்கிறாள். உண்மையாகவே எனக்குப் பைத்தியம் பிடிக்கச் செய்து விடாதீர்கள்!' என்றாள் நந்தினி.

பார்த்திபேந்திரன் சிறிது வெட்கம் அடைந்தான். 'பைத்தியம் பிடித்திருப்பது எனக்குத்தான்; மன்னியுங்கள். தங்களுடைய விருப்பத்தை முதலில் தெரிவியுங்கள்!' என்றான்.

'சோழ நாடெங்கும் - தமிழகமெங்கும் - எனக்கு ஏற்பட்டிருக்கும் கெட்ட பெயரைப் போக்கிக்கொள்ள விரும்புகிறேன். அதற்குத்தான் தங்கள் உதவியை நாடுகிறேன். நான் இந்தக் கிழவரை மணந்ததின் காரணமாகச் சோழ குலத்துக்கே கேடு வந்துவிட்டதென்று ஜனங்கள் பேசிக் கொள்கிறார்களாம். மதுராந்தகத்தேவரை இராஜ்ய ஆசை கொள்ளச் செய்தது நான்தான் என்று சொல்லுகிறார்களாம். சோழ நாட்டுச் சிற்றரசர்களை அவர் பக்கம் திருப்பியதும் நான்தான் என்றும் சொல்லுகிறார்களாம். இந்த அவப்பெயருடன் இறந்து போவதற்கு நான் விரும்பவில்லை...!'

'இறந்து போவதைப்பற்றி ஏன் பேசுகிறீர்கள்? என்னைத் துன்புறுத்துவதற்காகவா?'

'பல்லவ குமாரா! தங்களுக்கு ரேகை சாஸ்திரம் தெரியுமா? ரேகை சாஸ்திரத்தில் தங்களுக்கு நம்பிக்கை உண்டா?' என்று நந்தினி சம்பந்தமில்லாத ஒரு கேள்வியைக் கேட்டாள்.

பார்த்திபேந்திரன் அதற்கு நேர் மறுமொழி சொல்லாமல் 'எங்கே? கையைக் காட்டுங்கள்!' என்றான்.

நந்தினி வலது கையை நீட்டினாள். அதைப் பார்த்திபேந்திரன் சிறிது நேரம் உற்றுப் பார்த்துவிட்டு, 'ஆச்சரியமான ரேகைகள். இம்மாதிரி காண்பதே அபூர்வம்! அந்தக் கையையும் சிறிது காட்டுங்கள்!' என்றான்.

நந்தினி இன்னொரு கையையும் நீட்டினாள். பல்லவன் அதையும் பார்த்துவிட்டு, 'தேவி! இதற்கு முன் யாராவது தங்கள் கரங்களின் அதிசயமான ரேகைகளைப் பார்த்துவிட்டு ஏதாவது சொல்லி யிருக்கிறார்களா?' என்று கேட்டான்.

'ஆம்! பழையாறை இளைய பிராட்டி ஒரு தடவை என் கையைப் பார்த்துவிட்டுச் சொன்னாள்...'

'என்ன சொன்னாள்?'

'நான் அற்பாயுளில் சாவேன் என்று சொன்னாள்.'

'அது உண்மைதான்!' என்றான் பார்த்திபேந்திரன்.

'ஐயா! நீங்களுமா அப்படிச் சொல்லுகிறீர்கள்?'

'ஆனால் அவள் அரைகுறையாக சாஸ்திரம் படித்தவள் என்று தெரிகிறது. இந்தக் கைரேகையில் ஒன்று அற்பாயுளைக் குறிப்பது உண்மைதான்; ஆனால் மற்றொரு ரேகை அந்தக் கண்டத்தைக் கடந்து புனர் ஜன்மம் ஏற்படும் என்றும் கூறுகிறது. அந்தப் புனர்ஜன்மத்துக்குப் பிறகு கடல் கடந்த பல நாடுகளுக்குப் பிரயாணம் செய்யும் பாக்கியம் உண்டு என்றும் மன்னாதி மன்னர்களுக்குக் கிட்டாத ஆனந்த வாழ்க்கை வெகுகாலம் உண்டு என்றும் கூறுகிறது. இவ்வளவும் தற்செயலாகக் கடற்கரையில் சந்தித்த ஒரு யௌவன புருஷனுடைய உண்மை அன்பினால் கிடைக்கும் என்று தெரிகிறது. தங்களுடைய சின்னஞ் சிறு விருப்பத்தை நிறைவேற்றுவதற்காக அவன் தன் உயிரையே அர்ப்பணம் செய்வான் என்று ரேகைகள் மிகத்தெளிவாகச் சொல்லுகின்றன...'

இவ்விதம் கூறிக்கொண்டே பார்த்திபேந்திரன் சட்டென்று நந்தினியின் விரிந்த இரு கரங்களையும் பற்றித் தன் கண்களில் ஒற்றிக் கொண்டான்.

நந்தினி கைகளை உதறி விடுவித்துக்கொண்டு, 'சீச்சீ ! இது என்ன காரியம் செய்தீர்?' என்றாள்.

'மன்னியுங்கள்! இவை தங்கள் கரங்கள் என்பதை மறந்து விட்டேன். இரண்டு செந்தாமரை மலர்கள் என்று எண்ணிக் கொண்டேன்' என்றான்.

'பழுவேட்டரையர் பார்த்திருந்தால் உம்மை ஈட்டி முனையில் கழுவேற்றிருப்பார்!'

'தேவி! தங்களுக்காகக் கொடுப்பதற்கு எனக்கு இருப்பது ஓர் உயிர்தானே என்று கவலைப்படுகிறேன்...'

'அந்த ஓர் உயிரையும் இப்படிக் கொடுப்பானேன்? இந்த அநாதைப் பெண்ணுக்கு உதவி செய்வதற்காகக் காப்பாற்றி வைத்துக் கொண்டிருங்கள்!'

'என்ன செய்யவேண்டும் என்று சொல்லுங்கள்!'

'சோழ சாம்ராஜ்யம் தாயாதிக் கலகத்தினால் பாழாகி விடாமல் காப்பாற்றப்பட வேண்டும். அதற்குத் தங்களுடைய உதவி வேண்டும்.

'எப்படி?'

'தங்கள் சிநேகிதர் கரிகாலரைக் கடம்பூர் சம்புவரையர் வீட்டுக்கு அழைத்து வாருங்கள். சம்புவரையருக்கு ஒரு பெண் இருக்கிறாள். அவளை ஆதித்த கரிகாலருக்கு மணம் செய்து விட்டால் என் மனோரதம் பூர்த்தியாகும்.'

'இந்த அற்பக் காரியத்துக்குத்தானா இவ்வளவு பீடிகை? ஆதித்த கரிகாலரை அவசியம் கடம்பூருக்குக் கொண்டுவந்து சேர்க்கிறேன். அப்புறம்?'

'ஆதித்த கரிகாலருக்குச் சம்புவரையர் மகளைக் கலியாணம் செய்து வைத்துவிட்டால் கலகம் பாதி தீர்ந்து விட்டதாகும். சோழ சாம்ராஜ்யத்தில் மதுராந்தகருக்குத் தென்பாதியும் கரிகாலருக்கு வடபாதியும் என்று பிரித்துக் கொடுத்துவிட்டால் கலகம் முழுதும் தீர்ந்ததாகும்.'

'பின்னர்?...'

'எனக்கு ஏற்பட்டிருக்கும் கெட்ட பெயர் போய்விடும். பிறகு என் தலைவிதியை நானே நிறைவேற்றிக்கொள்வேன். நடுக்கடலில் விழுந்து உயிரை விடுவேன்...'

'நான் பின் தொடர்ந்து வந்து தங்களைக் காப்பாற்றுவேன். நம் இருவருடைய புனர் ஜன்மம் ஆரம்பமாகும். கடல்களைக் கடந்து தூரதேசங்களுக்குச் செல்வோம். அங்கே தங்களுக்காக ஒரு மாபெரும் ராஜ்யத்தை ஸ்தாபிப்பேன்.'

'ஐயா! இப்படியெல்லாம் பேசவேண்டாம். தென் தமிழ் நாட்டுப் பத்தினிப் பெண்களின் மரபில் வந்தவள் நான். பழுவேட்டரையரின் தர்ம பத்தினி...'

'தேவி! என்னிடம் உண்மையைச் சொல்லுங்கள். இந்தக் கிழவரை எதற்காக மணந்து கொண்டீர்கள்? இவர் பேரில் காதல் உண்டா? அல்லது இவருடைய பலாத்காரத்திற்காகவா?'

நந்தினி பெருமூச்சு விட்டாள். அவளுடைய கண் விழிகள் மேல் நோக்கிச் சென்றன. ஏதோ, பழைய துயரமான ஞாபகங்களில் சிறிது நேரம் ஆழ்ந்திருந்தாள் என்று தோன்றியது.

'பாவம்! கிழவர் பேரில் பழி சொல்ல வேண்டாம். மனதார இஷ்டப்பட்டுத்தான் இவரை மணந்தேன்.'

'ஏன்? எதற்காக? இவரிடம் அப்படி என்ன கண்டீர்கள்?'

'இவரிடம் ஒன்றும் காணவில்லை. அரண்மனை வாழ்வுக்கும், அதிகாரத்துக்கும் ஆசைப்பட்டு நானாகவே இவரை மணந்தேன்.'

'என்னால் நம்பமுடியவில்லை!'

'நம்ப முடியாதுதான்.ஆனாலும் அது உண்மை. சின்னஞ் சிறு பிராயத்திலிருந்து என்னை ஒருத்தி ஏழை என்றும், அனாதையென்றும் ஏளனம் செய்து வந்தாள். அரச குலத்துப் பிள்ளைகளுடன் விளையாடும் உரிமைக்கூடக் கிடையாது என்று சொல்லி வந்தாள். அந்த அவமதிப்பைப் பொறுக்க முடியாமல் இந்தத் தவற்றைச் செய்தேன்.'

'தேவி! அப்படித் தங்களை அவமதித்த பெண் பேய் யார்?'

'தெரியவில்லையா, ஊகிக்க முடியவில்லையா?'

'இளைய பிராட்டி குந்தவைதானே?'

'ஆமாம்.'

'அவளுக்கு ஒரு நாள் நான் புத்தி புகட்டியே தீர்வேன்.'

'கடவுளே அவளுக்குத் தண்டனை அளித்துவிட்டார்! அருமைத் தம்பியும், ஆருயிர் காதலனும் ஒரே போக்கில் போய் விட்டார்கள். இப்போது அவளுடைய நிலையை நினைத்தால் எனக்கு அநுதாப மாயிருக்கிறது.'

'இந்தத் தண்டனை அந்த அகம்பாவக்காரிக்குப் போதவே போதாது.'

'சற்று முன் நான் தங்களை வேண்டிக்கொண்ட காரியத்துக்கு உதவி செய்தால் அவளுடைய தண்டனை பூர்த்தியாகும். சோழ சாம்ராஜ் யத்திற்குத் தனி நாயகியாக இருக்க வேண்டும் என்ற அவள் ஆசை மண்ணோடு மண்ணாகும்.'

'தங்கள் விருப்பத்தை நிறைவேற்றுகிறேன். பரிசு என்ன தருவீர்கள்?'

'எது கேட்டாலும் தருவேன். தமிழ்ப் பெண்குலத்தின் மரபுக்கு மாறுபடாத எதைக் கேட்டாலும் தருகிறேன்...'

'ராணி மேலை நாடுகளில் ஒரு புதிய சமயம் தோன்றியிருக் கிறதாம். அரபுதேசம், பாக்தாத் தேசம், பாரஸீகம் முதலிய தேசங்களில் அது பரவியிருக்கிறதாம். அந்தச் சமயக் கோட்பாட்டின்படி கல்யாணமான தம்பதிகள் விரும்பினால் பிரிந்து விடலாம். அதற்குச் சடங்கு உண்டாம். ஸ்திரீகள்கூட வேறு கல்யாணம் செய்து கொள்ளலாமாம்.

'ஆம், நானும் அவ்வாறு கேள்விப்பட்டிருக்கிறேன்.'

'நாம் அந்த நாடுகளுக்குப் போய்விடுவோம். அந்தச் சமயக் கோட்பாட்டில் சேர்ந்துவிடுவோம்...'

'அப்படியெல்லாம் சில சமயம் நானும் பற்கனவு காண்பதுண்டு. ஆனால் நடக்கக்கூடிய காரியமா?'

'தேவி! ஏன் நடக்காது? அவசியம் நடக்கும். தாங்கள் மட்டும் சம்மதித்தால் நடக்கும். தங்களுடன் கப்பல் ஏறிக் கடல் கடந்து செல்வேன். தூரதேசங்களில் இறங்குவேன். இந்தக் கையில் பிடித்த கத்தியின் வலிமையினால் பெரியதொரு ராஜ்யத்தை ஸ்தாபிப்பேன். நவரத்தின கசிதமான சிங்காதனத்தில் தங்களை ஏற்றி வைப்பேன்! தங்களுடைய சிரஸில் பார்த்தோர் கண் கூசும்படியான மணிம குடத்தைச் சூட்டுவேன். இதற்காகவே நான் பிறந்திருக்கிறேன்; இதற்காகவே இவ்வளவு போர்க்களங் களிலும் சாகாமல் உயிரோடு இருந்து வருகிறேன்...'

'ஐயா! அதோ என் கணவர் திரும்பி வந்து கொண்டிருக்கிறார். படகு கரையை நெருங்கிவிட்டது. அமைதி அடையுங்கள். மற்ற விஷயங் களைப் பிறகு பேசிக் கொள்ளலாம்...'

'பிறகு எப்போது தேவி?'

'எங்களுடன் தஞ்சாவூருக்கு வாருங்கள்! விருந்தாளியாக வர அழைப்புக் கிடைக்காவிட்டால் சிறையாளியாகவாவது வாருங்கள்!'

'தங்களுடைய அழைப்பே எனக்குப் போதும்' என்றான் பார்த்தி பேந்திரன்.

பழுவேட்டரையர் ஏறி வந்த படகு கரையை அடைந்தது. கிழவர் படகிலிருந்து இறங்கி ஆங்காரமே உருவெடுத்தவர் போல் வந்தார்.

நந்தினியும், பார்த்திபேந்திரனும் எழுந்து நின்றார்கள். அவர்களைப் பழுவேட்டரையர் பார்த்த பார்வையில் அனல் பொறி கிளம்பிற்று. பாவம்! அத்தனை நேரம் அவர்கள் சேர்ந்து உட்கார்ந்து பேசிக் கொண்டிருந்ததை நினைத்தாலே கிழவருக்குக் கோபமாயிருந்தது. அதை வெளியிடுவதற்கும் வழியில்லை. ஆகையால் உள்ளத்தில் கோபம் மேலும் கொதித்துப் பொங்கியது.

'நாதா! கப்பலை நன்கு சோதித்தீர்களா? மாலுமிகளை நன்றாக விசாரித்தீர்களா? இவர் கூறியதெல்லாம் உண்மைதானா?' என்று நந்தினி கொஞ்சும் குதலை மொழியில் கேட்டாள். அந்தக் குரல் பழுவூர் அரசரைக் கொஞ்சம் சாந்தப்படுத்தியது.

'ஆம், ராணி! இவன் கூறியதெல்லாம் உண்மையென்று தெரிந்தது? சோழ நாட்டின் தவப்புதல்வன், சோழகுலத்தின் செல்வக்குமரன், - தமிழகத்தின் கண்ணின் மணியான இளவரசன், - போய்விட்டான்!'

என்று கூறி பல்லவனைத் திரும்பிப் பார்த்து, ‘அதற்குக் காரணமானவன் இதோ நிற்கும் கொலை பாதகச் சண்டாளன்தான்!’ என்று கர்ஜித்தார்.

‘ஐயா! அதற்குக் காரணம் நான் அல்ல; என் பேரில் பழி போடாதீர்கள்! இளவரசரைக் கடல் கொண்டதற்குக் காரணம் சோழ நாட்டையே ஆட்டுவிக்கும் பெண் உருக்கொண்ட மோகினிப் பிசாசு!’ என்றான் பார்த்திபேந்திரன்.

கிழவரின் கோபம் இப்போது அணை கடந்த வெள்ளமாயிற்று. நந்தினியைப் பற்றித்தான் அவன் அவ்வாறு சொன்னதாக எண்ணினார்.

‘அடபாவி! என்ன சொன்னாய்?’ என்று கூறிக்கொண்டு தரையில் கிடந்த ஈட்டியைச் சட்டென்று குனிந்து எடுத்தார் பார்த்திபேந்திரனைக் குறி வைத்து ஓங்கினார்.

நந்தினி அவருடைய கையைப் பிடித்துத் தடுத்தாள். ‘நாதா! இது என்ன காரியம்! எத்தனையோ பகைவர்களைக் கொன்ற தங்கள் வெற்றிவேல் இந்த விருந்தாளியின் இரத்தத்தினால் கறைபடலாமா?’ என்றாள்.

‘ராணி! இவனா விருந்தாளி! சற்று முன்னால் உன்னைப்பற்றி இவன் கூறியதை நீ கேட்கவில்லையா?’ என்றார் கிழவர். கோபத்தினால் அவர் குரல் குழறிச் சொற்கள் தடுமாறின.

‘அவர் என்னைப்பற்றியா சொன்னார்? நன்றாகக் கேட்டுத் தெரிந்து கொள்ளுங்கள். அப்படியானால் என் கையிலுள்ள கத்தியினாலேயே பழி வாங்குவேன். தங்களுக்குச் சிரமம் தரமாட்டேன்!’ என்றாள் நந்தினி.

‘ஐயா! நான் என்ன பைத்தியமா, பழுவூர் இளையராணியைப் பற்றி அவ்விதம் சொல்வதற்கு? பழையாறையில் உள்ள மோகினிப் பிசாசைப்பற்றியல்லவா சொன்னேன்? இளைய பிராட்டி குந்தவை வந்தியத்தேவன் என்ற வாலிபனிடம் இரகசிய ஓலை கொடுத்து இளவரசருக்கு அனுப்பினாள். அந்த முரட்டு வாலிபனைக் காப்பாற்றுவதற்காக அல்லவோ நான் எவ்வளவோ தடுத்தும் கேளாமல் இளவரசர் அலைகடலில் குதித்தார்? ஆகையால் இளவரசரின் மரணத்துக்குக் குந்தவையே காரணம் என்று சொன்னேன்’ என்றான் பார்த்திபேந்திரன்.

பழுவேட்டரையர் தம் அவசர புத்தியைக் குறித்துச் சிறிது வெட்கம் அடைந்தார். அதை வெளியில் காட்டிக் கொள்ளாமல் ‘வெறுமனே மூடி மறைக்கப் பார்க்காதே! இளவரசரின் அகால மரணத்துக்கு நீயும் பொறுப்பாளிதான். அத்தகைய சுழல் காற்று அடித்த சமயத்தில் அவர் கப்பலிலிருந்து படகில் இறங்குவதற்கு நீ எப்படிச் சம்மதித்தாய்? தொலைந்து போ! என் கண் முன்னால் நிற்காதே!’ என்றார்.

நந்தினி குறுக்கிட்டு, 'நாதா! இவரையும் தஞ்சாவூர் அழைத்துப் போவது நல்லதல்லவா? நடந்தது நடந்தபடி இவரே சக்கர வர்த்தியிடம் தெரிவிப்பது நலம் அல்லவா? இல்லாவிட்டால், ஏற்கெனவே நம் பேரில் குற்றம் சொல்லக் காத்திருப்பவர்கள் இதையும் சேர்த்துக்கொள்வார்களே? நாம்தான் இளவரசரைக் கடலில் மூழ்கடித்து விட்டோம் என்று கூடக் கூசாமல் பழி சொல்வார்களே!' என்றாள்.

'சொன்னால் சொல்லட்டும்! அதற்கெல்லாம் நான் அஞ்சியவன் அல்ல. சொல்கிறவன் நாக்கைத் துண்டிக்கச் செய்வேன். ஆனால் இவன் நம்மோடு வருவதும் ஒரு காரியத்துக்கு நல்லதுதான். பார்த்திபேந்திரா! ஏன் அங்குமிங்கும் பார்த்து விழிக்கிறாய்? தப்பி ஓடலாம் என்று பார்க்கிறாயா?' என்று கூறிச் சற்றுத் தூரத்தில் நின்ற வீரர்களைக் கைகாட்டி அழைத்தார். நாலு பேர் விரைந்து வந்தார்கள்.

'இவனைப் பிடித்துக் கட்டுங்கள்!' என்று கட்டளையிட்டார். வீரர்கள் நாலுபேரும் பார்த்திபேந்திரனை நெருங்கினார்கள். அருகில் நெருங்கி வரும்வரையில் அவன் சும்மாயிருந்தான். பிறகு ஒரு நொடிப் பொழுதில் தன் கைவரிசையைக் காண்பித்தான். நாலு வீரர்களும் நாலு பக்கம் போய் விழுந்தார்கள்.

'ஐயா! என்னைக் கட்டித் தளையிடுவதாயிருந்தால் மற்றவர்களை அனுப்ப வேண்டாம். வீராதி வீரரும் முப்பத்தாறு போர்க்களங் களில் அறுபத்து நாலு காயங்களை அடைந்தவருமான பெரிய பழுவேட்டரையர் கையினால் கட்டுப்படுவதற்கு நான் சித்தமாயி ருக்கிறேன். மற்றவர் களை என் அருகிலும் நெருங்க விட மாட்டேன்!' என்றான்.

பழுவேட்டரையர் முகத்தில் சிறிது மலர்ச்சி காணப்பட்டது. 'நீ வீர பல்லவ குலத்தில் பிறந்த வீரன், சந்தேகமில்லை. எங்களுடன் தஞ்சாவூருக்கு வந்துவிட்டுப் போகச் சம்மதம் என்றால் சொல், உன்னைக் கட்ட வேண்டிய அவசியமில்லை' என்றார்.

'அதுதான் என் விருப்பம்; சக்கரவர்த்தியை நேரில் பார்த்து, நடந்தது நடந்தபடி சொல்ல விரும்புகிறேன். என் பேரிலும் வீண் பழி ஏற்படக் கூடாதல்லவா?' என்றான் பார்த்திபேந்திரன்.

'அப்படியானால், உடனே புறப்படுவோம்' என்றார் பழுவேட்ட ரையர். அச்சமயம் அவர்கள் இருந்த இடத்துக்குச் சற்றுத் தூரத்திலிருந்த காட்டிலிருந்த ஆந்தை ஒன்று கூவும் சப்தம் கேட்டது. நந்தினி சப்தம் வந்த திக்கை நோக்கினாள். அதனால் அவள் முகத்தில் ஏற்பட்ட மாறுதலை மற்ற இருவரும் கவனிக்கவில்லை.

‘இந்தக் கோடிக்கரைக் காடு மிக விசித்திரமானது. இங்கே பட்டப் பகலிலேயே கோட்டான் கூவுகிறதே!’ என்றான் பார்த்திபேந்திரன். இன்னும் இரண்டு தடவை அதே மாதிரி ஆந்தையின் குரல் கேட்டது.

நந்தினி திரும்பிப் பார்த்து, ‘உடனே புறப்பட வேண்டியது தானா? இன்னும் ஒருநாள் இங்கே இருந்து பார்ப்பது நல்லதல்லவா? இளவரசர் ஏதாவது கட்டையைப் பிடித்துக் கொண்டு கரையில் வந்து ஒதுங்கக் கூடும் அல்லவா?’ என்றாள்.

‘பார்த்திபேந்திரா! இளையராணியின் மதிநுட்பத்தைப் பார்த்தாயா? நமக்கு இது தோன்றாமல் போயிற்றே? ஆம்; இன்னும் ஒருநாள் இங்கே இருக்க வேண்டியதுதான்; இருப்பது மட்டும் போதாது. கடற்கரை நெடுகிலும் ஆட்களை நிறுத்தி வைக்கவேண்டும்; தேடிப் பார்க்கவும் சொல்ல வேண்டும்!’ என்றார் பழுவேட்டரையர்.

‘எனக்கு ஆட்சேபமில்லை, ஐயா! ஆனால் இளவரசர் இனி அகப்படுவார் என்ற நம்பிக்கை எனக்கில்லை. சுழற் காற்று அடித்த போது கடலின் கொந்தளிப்பைப் பார்த்திருந்தால் தாங்களும் என்னைப் போலவே நிராசை கொள்வீர்கள்’ என்றான் பார்த்திபேந்திரன்.

எனினும் கிழவர் கேட்கவில்லை. கடற்கரை நெடுகிலும் ஒரு காத தூரத்துக்குத் தம் ஆட்களைப் பரவலாக நிறுத்தி வைத்தார். அவரும் அமைதியின்றிக் கடற்கரை ஓரமாக அலைந்து திரிந்தார்.

தாழைப் புதர்

நடுக்கடலில் படகு தொட்டில் ஆடுவது போல் உல்லாசமாக ஆடிக்கொண்டு சென்றது. இரண்டு நாளைக்கு முன்னால் அங்கே தென்னைமர உயரம் அலைகள் எழும்பி விழுந்தன என்று கற்பனை செய்வதே கடினமான காரியம்.

படகில் இளவரசர் பொன்னியின் செல்வரும், வந்தியத்தேவனும், பூங்குழலியும் இருந்தனர். பூங்குழலியின் கையில் துடுப்பு இருந்தது. ஆனால் அதை அவள் விசையாகப் போடவில்லை. வந்தியத் தேவனுக்கும் இளவரசருக்கும் நடந்த சம்பாஷணையை உற்றுக் கேட்டுக் கொண்டிருந்தாள். அவர்களும் பேச்சில் கவனமாக இருந்தார்கள். படகு விரைவாகப் போக வேண்டுமென்று ஆவல் கொண்டவர்களாகத் தோன்றவில்லை.

படகு, கோடிக்கரை சேர்ந்த பிறகு என்ன செய்யவேண்டும் என்பது பற்றித்தான் அவர்கள் பேசிக்கொண்டிருந்தார்கள். இளவரசர் தஞ்சாவூருக்குப் போகக்கூடாது என்றும், பழையாறைக்கு வரவேண்டும் என்றும் வந்தியத்தேவன் வாதிட்டுக் கொண்டிருந்தான். அதற்குப் பல காரணங்களை அவன் எடுத்துச் சொன்னான்.

'தங்கள் சகோதரி தங்களை மிக அவசர காரியமாகப் பார்க்க விரும்புகிறார். தங்களைக் கையோடு அழைத்துக்கொண்டு வருவதாக வாக்களித்து வந்திருக்கிறேன். அதை நிறைவேற்றி வைக்கவேண்டும்' என்று மன்றாடினான்.

'உன் வாக்கை நிறைவேற்றுவதற்காக என் தந்தையின் கட்டளையை மீறச் சொல்கிறாயா?' என்று இளவரசர் கோபமாகக் கேட்டார்.

'அது தங்கள் தந்தையின் கட்டளையில்லை; பழுவேட்டரை யரின் கட்டளையல்லவா?' என்றான் வந்தியத்தேவன்.

அதோடு இன்னொன்றும் சொன்னான். 'சக்கரவர்த்தியைத் தாங்கள் பார்க்கப் போவதாயிருந்தாலும் சுதந்திரமாகப் பார்க்கப் போவது நல்லதா, பழுவேட்டரையர்களின் சிறையாளியாகப் பார்க்கப் போவது நல்லதா? நான் சொல்கிறேன், கேளுங்கள். தங்களைப் பழுவேட்டரையர்கள் சிறைப்படுத்தியிருக்கிறார்கள் என்ற செய்தி பரவ வேண்டியதுதான். சோழ நாட்டு மக்கள் எல்லோரும் திரண்டு எழுந்து வந்துவிடுவார்கள். தங்களுடைய அருமைத் தாய்நாடு ஒரு பயங்கர ரணகளமாகி விடும் அது நல்லதா என்று எண்ணிப் பாருங்கள்! அப்படிப்பட்ட கேடு சோழ நாட்டுக்கு ஏற்படக் கூடாது என்றுதான் கடவுளே அந்தச் சுழற்காற்றை ஏவி விட்டிருக்க வேண்டும். கடவுளின் விருப்பத்துக்கு விரோதமாகத் தாங்கள் சோழ நாட்டில் கலவரத்தை உண்டாக்க விரும்புகிறீர்களா?' என்று கேட்டான் வந்தியத்தேவன்.

அவ்வளவு நேரமும் அவன் சொல்லி வந்த வாதங்களுக்குள் இது இளவரசரின் மனத்தை ஓரளவு மாற்றியது. தம்மைப் பழுவேட்ட ரையர்கள் சிறைப்படுத்தியிருக்கிறார்கள் என்று தெரிந்தால், சோழ நாட்டில் கலவரம் உண்டாவது சாத்தியம்தான். மக்களுக்குத் தம்மிடம் உள்ள அபிமானம் எவ்வளவு மகத்தானது என்பது அவருக்கு ஒருவாறு தெரிந்துதானிருந்தது. ஆகையால் இளவரசர் சிந்தனையில் ஆழ்ந்தார்.

சிறிது நேரத்துக்குப் பிறகு, 'அப்படியே உன் விருப்பத்தை நிறைவேற்ற நான் முடிவு செய்தாலும் அது எப்படிச் சாத்தியம்? கோடிக்கரையில் பழுவேட்டரையர்களின் ஆட்கள் எனக்காகக் காத்துக் கொண்டிருக்க மாட்டார்களா?' என்று கேட்டார்.

'அதற்கு உதவி செய்ய இந்த ஓடக்காரப் பெண் இருக்கிறாள். கரையில் எத்தனை பேர் காத்திருந்தாலும் அவர்கள் கண்களில் படாமல் கோடிக்கரைக் காட்டுக்குள் நம்மைக் கொண்டு போய்ச் சேர்த்து விடுவாள். பூங்குழலி! நான் கூறியது காதில் விழுந்ததா? அவ்விதம் செய்ய முடியுமா?' என்று வந்தியத்தேவன் கேட்டான்.

பூங்குழலி அப்போது ஏழாவது சொர்க்கலோகத்தில் இருந்தாள். இளவரசரைக் கடலிலிருந்து காப்பாற்றிப் படகிலேற்றி அழைத்துக் கொண்டு வந்தது அவளுக்கு எல்லையில்லாத உள்ளக் களிப்பை அளித்திருந்தது.

கோடிக்கரை சேர்ந்ததும் அவரைப் பிரியவேண்டுமே என்ற எண்ணம் இடையிடையே வந்து துன்புறுத்திக் கொண்டிருந்தது. மேலும் அவருக்கு எந்த விதத்திலாவது உதவி செய்ய முடியுமானால் அதைக் காட்டிலும் அவள் பெறக்கூடிய பேறு வேறு என்ன இருக்க முடியும்?

'கோடிக்கரைக்குக் கொஞ்சம் மேற்கே தள்ளிப் படகைக் கொண்டு போனால் இருபுறமும் காடு அடர்ந்த கால்வாய் ஒன்று இருக்கிறது.

அதன் வழியாகப் படகை விட்டுக்கொண்டு போகலாம். இருபுறமும் அங்கே சதுப்புநிலம். சுலபமாக யாரும் வரமுடியாது!' என்று பூங்குழலி சொன்னாள்.

'எங்களை அங்கே விட்டுவிட்டு நீ கோடிக்கரை போய்த் தகவல் விசாரித்துக் கொண்டு வர முடியும் அல்லவா?'

'முடியும்; படகை ஒருவரும் பார்க்கமுடியாதபடி நிறுத்துவதற்கு எத்தனையோ இடம் இருக்கிறது.'

'இளவரசே! கேட்டீர்களா!' என்றான் வந்தியத்தேவன்.

'கேட்டேன், அப்பா! என்னுடைய தாய் நாட்டில் என்னைத் திருடனைப் போல் பிரவேசிக்கச் சொல்லுகிறாய். திருடனைப் போல் ஒளிந்திருக்கச் சொல்லுகிறாய்.' என்றார்.

படகில் சற்று நேரம் மௌனம் குடிகொண்டிருந்தது. பிறகு இளவரசர், 'சமுத்திரகுமாரி! ஏன் படகை அடியோடு நிறுத்தி விட்டாய்?' என்று கேட்டார்.

பூங்குழலி வந்தியத்தேவனைப் பார்த்துவிட்டுத் துடுப்பை வலிக்க ஆரம்பித்தாள்.

'பாவம்! இந்தப் பெண் எத்தனை நேரம் தனியாகத் துடுப்பு வலிப்பாள்? நான் கொஞ்சம் தள்ளிப் பார்க்கிறேன். இங்கே கொடு அம்மா, துடுப்பை!' என்றான் வந்தியத்தேவன்.

அவனுடைய எண்ணத்தை அறிந்த இளவரசர் புன்னகை புரிந்தார்.

'நண்பனே! உன்னுடைய சூழ்ச்சிகள் எல்லாம் வீண்தான். நான் பழையாறைக்கும் போகப் போகிறதில்லை. தஞ்சாவூரையும் பார்க்கப் போகிறதில்லை. கடவுள் என்னைக் கைலாசத்துக்கே அழைத்துக் கொண்டு போய்விடுவார் போலிருக்கிறது!' என்றார்.

வந்தியத்தேவனும் பூங்குழலியும் பீதியடைந்து இளவரசரை உற்றுப் பார்த்தார்கள். அவர் உடம்பு நடுங்கத் தொடங்கியிருப் பதைக் கண்டார்கள்.

வந்தியத்தேவன் அவர் அருகில் சென்று, 'ஐயா! இது என்ன? தங்கள் உடம்பு ஏன் நடுங்குகிறது?' என்று கேட்டான்.

'இது குளிர் காய்ச்சல், அப்பனே! இலங்கையில் இந்தக் காய்ச்சல் அதிகம் பரவியிருக்கிறது என்று சொன்னேனே, ஞாபகம் இல்லையா? இந்தச் சுரம் வந்தவர்கள் பிழைப்பது அரிது!' என்று சொன்னார் இளவரசர். கடல் நடுவில் கப்பலின் பாய்மரம் இடிவிழுந்து பற்றிக்கொண்ட போதுகூட, வந்தியத்தேவன் அவ்வளவு கலக்கம் அடையவில்லை. இளவரசரின்

வார்த்தைகள் அவ்வளவாக அவனை இப்போது கதிகலங்கச் செய்து விட்டன.

பூங்குழலியின் கையிலிருந்து துடுப்புத் தானாக நழுவி விட்டது. உடம்பில் ஜீவசக்தி அடியோடு மங்கிவிட்டது. கண்களில் மட்டுமே உயிரின் ஒளி தோன்றியது. அந்தக் கண்களினால் இளவரசரை வெறித்துப் பார்த்துக்கொண்டு நின்றாள்.

இளவரசரின் உடல் நடுக்கம் அதிகமாகிக் கொண்டேயிருந்தது. சிறிது நேரத்துக்கெல்லாம் தூக்கித் தூக்கிப்போட ஆரம்பித்தது. 'ஐயா! நான் என்ன செய்யட்டும்? சொல்லுங்கள்! ஒன்றும் புரியவில்லையே? படகை எங்கே கொண்டு போகட்டும்? பூங்குழலி! கோடிக்கரையில் வைத்தியர் இருக்கிறார் அல்லவா?' என்று வந்தியத்தேவன் பதறினான்.

பூங்குழலியோ பேசாமடந்தை ஆகியிருந்தாள். இளவரசர் திடீரென்று குதித்து எழுந்தார். நடுங்கிக் கொண்டிருந்த அவர் உடம்பு இப்பொழுது நிற்க முடியாமல் தள்ளாடியது.

'என்னை என் தமக்கையிடம் கொண்டு போங்கள்! என்னை உடனே இளைய பிராட்டியிடம் கொண்டு போங்கள்!' என்ற வார்த்தைகள் அவருடைய வாயிலிருந்து குழறலாக வெளிவந்தன.

இதைக்கேட்ட வந்தியத்தேவன் குதூகலம் அடைந்தான். அந்தக் குதூகலத்தில் இன்னது செய்வது என்று தெரியாமல் திகைத்து நின்றான்.

நடுக்கத்துடன் ஆடிக்கொண்டு நின்ற இளவரசர் அடுத்த கணத்தில், 'அக்கா! இதோ வருகிறேன்! உன்னைப் பார்க்க இதோ வருகிறேன்! யார் தடுத்தாலும் இனிமேல் கேட்கமாட்டேன்' என்று சொல்லிக்கொண்டே படகிலிருந்து கடலில் பாயப் போனார்.

நல்லவேளையாக வந்தியத்தேவன் அப்போது நிலைமை இன்னதென்பதை உணர்ந்தான். இளவரசர் சுரத்தின் வேகத்தினால் சுய உணர்வு இழந்து விட்டார் என்பதை அறிந்து கொண்டான். கடலில் பாயப் போனவரை சட்டென்று பிடித்து நிறுத்தினான்.

ஏற்கெனவே மிக்க பலசாலியான இளவரசர், இப்போது சுரத்தின் வேகத்தினால் பன்மடங்கு அதிக பலம் பெற்றிருந்தார். வந்தியத் தேவனுடைய பிடியிலிருந்து திமிறிக்கொள்ள முயன்றார். தன்னால் மட்டும் அவரைத் தடுக்க முடியாது என்பதை வந்தியத்தேவன் கண்டு, 'பூங்குழலி! பூங்குழலி! சீக்கிரம் ஓடி வா!' என்று அலறினான்.

செயலற்று நின்ற பூங்குழலி உயிர் பெற்றாள். ஒரு பாய்ச்சல் பாய்ந்து இளவரசர் அருகில் வந்து அவரைக் கடலில் விழாமல் தடுப்பதற்காக

ஒரு கரத்தைப் பற்றினாள். சுர வேகத்தினால் இளவரசர் பெற்றிருந்த மதயானையின் பலம் உடனே மாயமாகப் போய்விட்டது. சின்னஞ்சிறு குழந்தையைப் போல் ஆனார்.

'அக்கா! நீ சொல்கிறபடியே பேசாமல் படுத்திருக்கிறேன். என் பேரில் வருத்தப்படாதே அக்கா! நீ ஒருத்தி இல்லாவிடில் என்னுடைய கதி என்ன?' என்று இளவரசர் கூறிவிட்டு விம்மினார்.

வந்தியத்தேவனும், பூங்குழலியும் இளவரசரை மெதுவாகப் படகில் படுக்க வைத்தார்கள்.

அதன் பிறகு பொன்னியின் செல்வர் சும்மா படுத்திருந்தார். அவருடைய கண்கள் எங்கேயோ வெறித்துப் பார்த்துக் கொண்டிருந்தன. அவருடைய வாயிலிருந்து ஏதேதோ வார்த்தைகள் குழறிக் குழறி வந்து கொண்டிருந்தன. சிலவற்றுக்குப் பொருள் விளங்கின. பெரும்பாலும் சம்பந்தமற்ற வார்த்தைகளாகத் தோன்றின.

இளவரசரிடம் ஆலோசனை கேட்பதில் பயனில்லை என்பதை வந்தியத்தேவன் உணர்ந்தான். இந்த மிகப் பயங்கரமான ஆபத்தி லிருந்து பொன்னியின் செல்வரைக் காப்பாற்ற வேண்டிய பொறுப்புத் தன் தலையில் சுமந்திருக்கிறது என்பதையும் அறிந்தான். ஆனால் புத்திசாலியான இந்தப் பெண் ஒருத்தி இருக்கிறாள். இளவரசரைப் பாதுகாப்பதில் தன்னைப் போலவே இவளும் கவலை கொண்டவள் தான். பின்னர், எத்தனையோ அபாயங்களிலிருந்து தன்னைத் தப்புவித்த கடவுளின் கருணையும் இருக்கவே இருக்கிறது.

'பூங்குழலி! படகை இனிமேல் வேகமாகச் செலுத்திக்கொண்டு போக வேண்டியதுதானே?' என்றான் வந்தியத்தேவன். பூங்குழலியின் கரங்கள் இழந்திருந்த வலிமையை மீண்டும் பெற்றன. படகு துரிதமாகச் சென்றது.

வந்தியத்தேவன் இளவரசரின் அருகிலேயே உட்கார்ந்திருந்தான். மறுபடியும் அவர் சுர வேகத்தில் கடலில் குதித்து விட்டால் என்ன செய்வது என்பதை நினைத்தபோதே அவன் கதி கலங்கியது. ஆகையால் சர்வ ஜாக்கிரதையாக அவரைப் பார்த்துக் கொண்டே யிருந்தான். அதே சமயத்தில் மேலே செய்ய வேண்டியது என்ன வென்பதைப் பற்றியும் அவன் உள்ளம் தீவிரமாகச் சிந்தனை செய்தது.

'பெண்ணே! உனக்கு என்ன தோன்றுகிறது! நாம் துணிந்து கோடிக் கரைக்கே போய் விடலாமா? இளவரசரைப் பாதுகாப்பதற்கு உன் குடும்பத்தார் உதவி செய்வார்கள் அல்லவா?' என்று கேட்டான்.

'ஐயா! இந்தக் காலத்தில் யாரை நம்பலாம். யாரை நம்பக்கூடாது என்று எப்படி சொல்ல முடியும்? என் தமையன் மனைவி ஒருத்தி

இருக்கிறாள். அவள் பணத்தாசை பிடித்தவள். என் தந்தைக்குப் படி அளப்பவர்கள் பழுவேட்டரையர்கள்!' என்றாள் பூங்குழலி.

'மேலும், தங்களைப் பிடிக்க வந்த பழுவூர் ஆட்கள் இன்னும் கோடிக் கரையில் தங்கியிருக்கலாம். இளவரசரின் வரவை எதிர்பார்த்து மேலும் புதிய ஆட்களும் வந்திருக்கலாம்!' என்று தொடர்ந்து கூறினாள்.

அவளுடைய முன் யோசனையைக் குறித்து வந்தியத்தேவன் வியப்படைந்தான். இந்த இக்கட்டான சமயத்தில் தனக்கு அவளுடைய உதவி கிடைத்ததை எண்ணி மகிழ்ந்தான்.

'அப்படியானால், நேரே கோடிக் கரைக்குப் போவது அபாயம் என்று நீயும் எண்ணுகிறாயா?' என்றான்.

'அதோ பாருங்கள்!' என்று சுட்டிக் காட்டினாள் பூங்குழலி.

அவள் சுட்டிக்காட்டிய திசையில் கப்பல் ஒன்று நின்று கொண்டிருந்தது அதற்கு அப்பால் கோடிக்கரைக் கலங்கரை விளக்கின் உச்சியும் தெரிந்தது.

'ஆகா! பெரிய மரக்கலம் ஒன்று நிற்கிறதே! அது யாருடைய கப்பலோ என்னமோ! ஒரு வேளை பார்த்திபேந்திரனுடைய கப்பலாயிருக்கலாம். அப்படியிருக்குமானால், இந்த நிலையில் இளவரசரைக் காஞ்சிக்கு அழைத்துப் போவதே நல்லதல்லவா?'

'பழுவேட்டரையரின் கப்பலாகவும் இருக்கலாம், ஐயா! கப்பலுக்குப் பின்னால் ஏதாவது தெரிகிறதா!'

'கோடிக்கரைக் கலங்கரை விளக்கின் உச்சி தெரிகிறது!'

'அதில் ஏதாவது வித்தியாசமாகக் காணப்படுகிறதா!'

'எனக்கு ஒன்றும் வித்தியாசமாகத் தெரியவில்லையே.'

'எனக்குத் தெரிகிறது; அதன் உச்சியில் கூட்டமாக மனிதர்கள் நின்று கடலை உற்றுப் பார்த்துக் கொண்டிருப்பதாகத் தோன்றுகிறது.'

'அங்கிருந்து பார்ப்பவர்களுக்கு இந்தப் படகு தெரியுமா?'

'தெரியாது. இன்னும் கொஞ்சம் கரையை நெருங்கினால் தெரியும்.'

'எல்லாவற்றுக்கும் நாம் முன் ஜாக்கிரதையாக இருப்பதே நல்லது. நீ முன்னம் சொன்னாயே, கோடிக்கரைக்கு மேற்கே கால்வாய் ஒன்று இருக்கிறதென்று? அங்கேயே படகை விடலாமா?'

'அப்படித்தான் செய்ய வேண்டும். இருட்டுகிற சமயத்துக்கு அங்கே போய்ச் சேரலாம். ஐயா! நீங்கள் ஒரு நாள் இருண்ட மண்டபத்தில்

ஒளிந்திருந்தீர்களே? அதற்கு வெகு சமீபம் வரையில் அந்தக் கால்வாய் வருகிறது. இளவரசருடன் தாங்கள் சற்று நேரம் அங்கே தாமதித்தால் நான் போய் எல்லாவற்றையும் விசாரித்துக்கொண்டு விரைவில் வந்து சேருகிறேன்.'

'கால்வாய் அங்கேயே நின்று விடுகிறதா, பூங்குழலி! மேலும் எங்கேயாவது போகிறதா?'

'கோடிக்கரையிலிருந்து நாகைப்பட்டினம் வரையில் அந்தக் கால்வாய் போகிறது' என்றாள் பூங்குழலி.

இந்தச் சமயத்தில் பொன்னியின் செல்வர் சுரவேகத்தில் தனக்குத் தானே பேசிக்கொண்டது கொஞ்சம் உரத்த சப்தத்துடன் கேட்டது.

'ஆமாம். அக்கா, ஆமாம்! நாகைப்பட்டினத்துப் புத்த பிக்ஷுக்கள் சொன்னதாகக் கூறினாயே? அதன்படியே நடந்தது. அநுராதபுரத்தில் புத்த பிக்ஷுக்களின் மகா சங்கத்தார் எனக்கு இலங்கைச் சிங்காதனத்தையும், கிரீடத்தையும் அளிக்க முன் வந்தார்கள். நான்தான் மறுத்து விட்டேன், அக்கா! இராஜ்யத்தில் எனக்கு ஆசையில்லாத படியால்தான் மறுதளித்தேன். நீ வேறு எது சொன்னாலும் கேட்கிறேன். இராஜ்யம் ஆளும் தொல்லை மட்டும் எனக்கு வேண்டாம்! அதைக் காட்டிலும் கடலில் படகு விட்டுக்கொண்டு எவ்வளவு ஆனந்தமாயிருக்கலாம். கேள், அக்கா! கோடிக் கரையில் ஓடக்காரப் பெண் ஒருத்தி இருக்கிறாள்...'

இதைக் கேட்ட பூங்குழலியின் உடம்பெல்லாம் புளகாங்கிதமடைந்தது.வந்தியத்தேவனுக்கோ ஆத்திரம் வந்தது. மேலே என்ன சொல்லப் போகிறாரோ என்று கேட்க இருவரும் அடங்கா ஆர்வம் கொண்டிருந்தனர். ஆனால் திடீரென்று இந்த இடத்தில் இளவரசருக்குச் சுய உணர்வு கொஞ்சம் வந்ததாகத் தோன்றியது.

சுற்று முற்றும் விழித்துப் பார்த்துவிட்டு, 'இன்னும் கோடிக்கரை வரவில்லையா?' என்று ஈன சுரத்தில் கேட்டார் இளவரசர்.

வந்தியத்தேவன், 'அதோ கரை தெரிகிறது!' என்றான். இளவரசரிடம் யோசனை கேட்கலாமா, வேண்டாமா என்று அவன் யோசிப்பதற்குள் மீண்டும் இளவரசர் நினைவை இழந்து சுரப்பிராந்தி உலகத்துக்குப் போய்விட்டார்.

இளவரசர், கடைசியாக 'ஓடக்காரப்பெண்'ணைப் பற்றிக் கூறிய வார்த்தைகள் பூங்குழலியின் மனத்தில் எண்ண அலைகளை எழுப்பி விட்டிருந்தன. வந்தியத்தேவனையும், இளவரசரையும் பார்ப்பதற்கே

அவளுக்குச் கூச்சமாயிருந்தது. ஆகையால் படகு சென்ற திசையையே பார்த்த வண்ணம் துடுப்பைப் போட்டுக் கொண்டிருந்தாள். அதுகாறும் கப்பல் நின்ற இடத்தை நோக்கிச் சென்ற படகு இப்போது திசை திரும்பித் தென் மேற்குப் பக்கமாகச் சென்று கொண்டிருந்தது.

இருட்டுகிற நேரத்தில் கடலிலிருந்து பூமிக்குள் குடைந்து சென்ற கால்வாயின் உள்ளே பிரவேசித்தது. பூங்குழலி கூறியது போலவே அங்கே இருபுறமும் கரைகள் உயர்ந்த மேடாக இருந்தன. அந்த மேட்டுக் கரைகளில் மரங்கள் அடர்த்தியாகவும், உயரமாகவும் வளர்ந்திருந்தன.

படகைக் கரையோரமாக நிறுத்திவிட்டுப் பூங்குழலி மெல்லிய குரலில், 'ஐயா சற்றுப் படகைப் பார்த்துக் கொள்ளுங்கள்' என்று சொல்லிவிட்டுக் கரையில் இறங்கினாள். கரையில் வளர்ந்திருந்த உயரமான ஒரு மரத்தின் மேல் ஏறிச் சுற்றுமுற்றும் பார்த்தாள். பிறகு அவசரமாக இறங்கி வந்தாள். 'நல்லவேளை! இங்கே வந்தோம். கடற்கரையோரமாகச் சுமார் ஒரு காத தூரத்துக்கு ஆட்கள் நின்று காவல் புரிகிறார்கள். கலங்கரை விளக்கின் அருகில் ஒரே கூட்டமும் கோஷமுமாக இருக்கிறது!' என்றாள்.

'யாராயிருக்கும் என்று ஏதாவது தெரிகிறதா?' என்று வந்தியத்தேவன் ஆவலுடன் கேட்டான்.

'நன்றாகத் தெரியவில்லை, ஆனால் பழுவேட்டரையரின் ஆட்களாகத்தான் இருக்கவேண்டும். வேறு யாராயிருக்க முடியும்? எப்படியிருந்தாலும், நான் சொன்ன இடத்துக்கு முதலில் போய்ச்சேருவோம். இரவு இரண்டாம் ஜாமத்துக்குள் நான் என் வீட்டுக்குப்போய் எல்லாவற்றையும் நிச்சயமாகத் தெரிந்துகொண்டு வருகிறேன்' என்றாள்.

'பெண்ணே! உன்னை யாராவது பார்த்து விட்டால், என்ன செய்கிறது? உனக்கு ஏதேனும் இச்சமயம் நேர்ந்துவிட்டால், எங்கள் கதி அதோகதிதான்!' என்றான் வந்தியத்தேவன்.

'ஐயா! என் உயிரைப் பற்றி இத்தனை நாளும் நான் இலட்சியம் செய்ததில்லை. இன்றைக்குத்தான் கவலை பிறந்திருக்கிறது. இளவரசருக்கு அபாயம் நீங்கும் வரையில் என் உயிருக்கு ஒன்றும் வராது!' என்றாள் பூங்குழலி.

படகு கால்வாய்க்குள் மெள்ள மெள்ளச் சென்றது. சப்தம் சிறிதும் வெளியில் கேளாதபடி மிக மெதுவாகப் பூங்குழலி துடுப்பு வலித்தாள்.

கால்வாயின் இருபுறமும் இருள் சூழ்ந்திருந்தது. கரை ஓரமாக உயர்ந்து வளர்ந்திருந்த மரங்களின் கரிய நிழல்கள் கால்வாயில் விழுந்து அதன் கரிய நீரை மேலும் கரியதாக்கின.

வானத்திலிருந்து விண்மீன்கள் எட்டிப் பார்த்தன. வந்தியத் தேவனைப் போலவே நட்சத்திரங்களும் மிகுந்த கவலையுடன் அப்படகின் போக்கைக் கவனித்ததாகத் தோன்றியது.

நீரில் பிரதிபலித்த நட்சத்திரங்கள், கரையிலிருந்த மரங்கள் காற்றில் ஆடிய போது அவற்றின் நிழலும் ஆடியபடியால், அடிக்கடி சலனமடைந்து கொண்டிருந்தன. வந்தியத் தேவனுடைய உள்ளத்தின் சஞ்சலத்தை அவை சரியாகவே பிரதிபலித்தன.

ஒரு யுகம்போலத் தோன்றிய ஒரு நாழிகை நேரம் படகு கால்வாயில் சென்ற பிறகு, பூங்குழலி படகைக் கரையோரமாக நிறுத்தினாள்.

பூங்குழலி கால்வாயின் கரைமீதேறிக் காட்டு வழியில் புகுந்து சென்றாள். அதாவது அவளுடைய உடம்பு சென்று கொண்டிருந்தது; அவளுடைய உயிர் கால்வாயில் விட்டிருந்த படகிலேயே வட்டமிட்டுக் கொண்டிருந்தது.

அந்த முன்னிருட்டு நேரத்தில் முட்செடிகள், மேடு பள்ளங்கள், காட்டு ஜந்துக்கள் ஒன்றையும் இலட்சியம் செய்யாமல் அதிவிரைவாக நடந்து சென்றாள். தடைகள் இல்லாத இடங்களில் ஓடவும் செய்தாள். நேரே கோடிக்கரைக் குழகர் கோயிலைக் குறி வைத்துக்கொண்டு போனாள். அவள் கோயில் வாசலை அடைந்ததற்கும், குருக்கள் சுவாமி சந்நிதியின் கதவைப் பூட்டுவதற்கும் சரியாக இருந்தது.

அக்கம் பக்கம் பார்த்து, வேறு யாரும் இல்லை என்று தெரிந்து கொண்டாள். கதவைப் பூட்டிவிட்டுத் திரும்பிய குருக்கள் எதிரில் போய் நின்றாள். குருக்கள் அவளை அந்த நேரத்தில் பார்த்துச் சிறிது வியப்படைந்தார். அவளுடைய சுபாவத்தை நன்கு அறிந்தவராயிருந்தும் கூடக் கொஞ்சம் திடுக்கிட்டுத் திகைத்துப் போய் விட்டார்.

'நீயா, பூங்குழலி! வேறு யாரோ என்று பார்த்தேன். கோடிக்கரை முழுதும்தான் ஒரே அமர்க்களப்படுகிறதே; எங்கே அம்மா, உன்னைக் கொஞ்ச நாளாகக் காணோம்? இவ்வளவு தடபுடலிலும் உன்னைப் பற்றித் தகவல் இல்லையே என்று இன்று சாயங்காலம் கூட யோசித்தேன்' என்றார்.

'வெளியூருக்குப் போயிருந்தேன் சுவாமி! ஏதோ அமர்க்களமாயிருக்கிறதே என்றுதான் உங்களிடம் விசாரிக்கலாம் என்று வந்தேன். கடற்கரையெல்லாம் நிற்பவர்கள் யார்?' என்று பூங்குழலி கேட்டாள்.

'உனக்கு ஒன்றுமே தெரியாதா? வீட்டுப் பக்கம் போக வில்லையா?'

‘வீட்டுப் பக்கம் போனேன். அங்கே யார் யாரோ கூட்டமாயி ருக்கவே திரும்பிவிட்டேன். புது மனிதர்களைக் கண்டால் எனக்குப் பிடிக்காது என்றுதான் உங்களுக்குத் தெரியுமே? வந்திருப்பவர்கள் யார்?’

‘பெரிய பழுவேட்டரையர் வந்திருக்கிறார். அவருடைய இளைய ராணி வந்திருக்கிறாள். அவர்களுடைய பரிவாரங்கள் வந்திருக் கிறார்கள். இன்னும் காஞ்சிபுரத்துப் பார்த்திபேந்திர பல்லவனாம்! அவனும் வந்திருக்கிறான். வெறுமனே வரவில்லை, பயங்கரமான செய்தியுடன் வந்திருக்கிறான். உனக்கு அதுகூடத் தெரியாதா, பூங்குழலி?’

‘அது என்ன பயங்கரமான செய்தி? எனக்கு ஒன்றுமே தெரியாதே?’

‘அந்தப் பாவியினுடைய கப்பலில் இளவரசர் பொன்னியின் செல்வரும் வந்தாராம். வழியில் சுழற்காற்று அடித்ததாம். யாரையோ காப்பாற்றுவதற்காக இளவரசர் கடலில் குதித்து விட்டாராம்! பிறகு அகப்படவேயில்லையாம்! ஒருவேளை இந்தக் கடற்கரையில் வந்து ஒதுங்குவாரோ என்று பார்ப்பதற் காகத்தான் பழுவேட்டரையரின் ஆட்கள் கோடிக்கரையெங்கும் அலைகிறார்கள். ஏன் அவருடைய இளையராணி கூட அலைகிறாள். சற்று முன்னால் இங்கேகூட அந்த அம்மாள் வந்திருந்தாள். பூங்குழலி! பழுவூர் இளையராணியைப் பற்றி ஜனங்கள் என்னவெல்லாமோ பேசிக்கொள்கிறார்கள். அதெல்லாம் சுத்தத் தவறு! நம் இளவரசருக்கு நேர்ந்த கதியைக் குறித்து அந்த அம்மாள் எப்படித் துடிதுடிக்கிறாள் தெரியுமா?’

‘அப்படியா குருக்களய்யா? பழுவூர் ராணியின் நல்ல குணத்தைப் பற்றித் தாங்கள் சொல்வது எனக்குச் சந்தோஷமாயிருக்கிறது. ஆனால் இங்கே எதற்காக அந்த ராணி வந்தாளாம்?’

‘இளவரசர் எப்படியாவது உயிரோடு அகப்படவேண்டும் என்று குழகரைப் பிரார்த்தித்துக் கொள்வதற்காக வந்தாளாம். உன்னைப் போல் எல்லோரும் கல்நெஞ்சு படைத்தவர்களாயிருக் கிறார்களா? இளவரசரைப் பற்றிய பயங்கரச் செய்தி கேட்டுக்கூட நீ துளிக்கூடக் கலங்கவில்லையே?

‘நாம் கலங்கி என்ன பயன் சுவாமி? எல்லாம் விதியின்படி நடக்கும் என்று நீங்களே எத்தனையோ தடவை சொல்லியிருக் கிறீர்களே! அது போனால் போகட்டும். அவ்வளவு பெரிய மனிதர்கள் வந்திருக்கும் போது நான் என் வீட்டுக்குப் போக விரும்பவில்லை. கையிலே வைத்திருக்கும் பிரஸாதத்தை என்னிடம் கொடுத்துவிட்டுப் போங்கள். நான் இங்கேயே சாப்பிட்டுவிட்டுக் கோவிலிலேயே இருந்து விடுகிறேன்.’

'நீ ஒரு தனிப்பிறவிதான், பூங்குழலி! பெரிய மனிதர்கள் வந்தால் எல்லோரும் அவர்களைப் போய்ப் பார்க்கவும், பழக்கம் செய்து கொள்ளவும் விரும்புவார்கள். உனக்கு வேற்று மனிதர்களையே பிடிப்பதில்லை. அதிலும் பெரிய மனிதர்கள் என்றால் ஒரே பயம். பெரிய மனிதர்கள் என்றால் உன்னைக் கடித்து விழுங்கி விடுவார்களா? எதற்காக இந்தக் காட்டில் தனியாக இருக்க வேண்டும்?'

'குருக்களய்யா! பிரஸாதத்தைக் கொடுக்க உங்களுக்கு இஷ்ட மில்லாவிடில் வேண்டாம். என்னை வீணில் திட்டாதீர்கள்!'

'சிவ சிவா! உன்னை ஏன் நான் திட்டுகிறேன்? இந்தப் பிரஸாதம் உன் பசிக்குப் போதாதே என்று பார்த்தேன். தாராளமாக வாங்கிக்கொள்!' என்று அர்ச்சகர் துணியில் கட்டிவைத்திருந்த சுவாமிப் பிரஸாதத்தைக் கொடுத்தார்.

மூட்டையை வாங்கிப் பூங்குழலி பிரித்துப் பார்த்துவிட்டு, 'என் பசிக்கு இது போதாதுதான்! அவ்வளவு பெரிய சுவாமிக்கு இவ்வளவு குறைவாக நைவேத்தியம் வைக்கிறீர்களே! இது நியாயமா, சுவாமி! போனால் போகட்டும்; அந்தக் கெண்டியில் என்ன இருக்கிறது? குடிக்கிற ஜலமா?'

'இல்லை, சுவாமிக்கு அபிஷேகம் செய்த பால்! குழந்தைக்காக எடுத்துக்கொண்டு போகிறேன்.'

'இன்றைக்கு நானே உங்கள் குழந்தையாயிருக்கிறேன். அதையும் கொடுத்துவிட்டுப் போங்கள், உங்களுக்குப் புண்ணியம் உண்டு.'

'நல்ல பெண் அம்மா, நீ! போகட்டும், கெண்டியையாவது பத்திரமாய் வைத்திரு!'

இவ்விதம் சொல்லிக் குருக்கள் கெண்டியையும் பூங்குழலியிடம் கொடுத்தார். அச்சமயம் தூரத்தில் எங்கிருந்தோ ஆந்தையின் குரல் கேட்டது.

பூங்குழலி சிறிது திகைத்து, 'ஐயா! அது என்ன சப்தம்?' என்று கேட்டாள்.

'தெரியவில்லையா, அம்மா! கோட்டான் கூவுகிறது. இந்தக் கோடிக் கரைக் காட்டில் கோட்டானுக்கா பஞ்சம்!' என்று சொன்னார் குருக்கள்.

மறுபடியும் அந்தக் குரல் கேட்டது.

'ஆமாம்; கோட்டான் குரல் மாதிரிதான் இருக்கிறது!' என்றாள் பூங்குழலி.

‘உன்னை ஒரு கோட்டானும் ஒன்றும் செய்யாது. கோயில் பிரகாரக் கதவைத் தாளிட்டுக்கொண்டு படுத்துக்கொள், அம்மா!’ என்று சொல்லிவிட்டுக் குருக்கள் நடையைக் கட்டினார்.

குருக்கள் மறைந்ததும், பூங்குழலியும் புறப்பட்டாள். பிரஸாதத்தை மடியில் கட்டிக்கொண்டு, கெண்டியைக் கையில் எடுத்துக்கொண்டு கிளம்பினாள். கோட்டானின் குரல் கேட்ட திசையை நோக்கிச் சென்றாள். கொஞ்ச தூரம் போனதும், ஒரு குறுகிய வாய்க்கால் குறுக்கிட்டது. அதன் இருபுறமும் தாழம்பூப் புதர்கள் காடாக மண்டி வளர்ந்திருந்தன.

அந்த வாய்க்காலின் கரையைப் பிடித்துக்கொண்டே பூங்குழலி நடந்தாள். தாழம்பூச் செடிகளின் முட்கள் சில சமயம் குத்தின. அதை அவள் பொருட்படுத்தவில்லை.

தாழம்பூக்கள் வெடித்து மலர்ந்து நறுமணத்தைப் பரப்பின. அந்த மணம் மற்றவர்களைப் போதை கொள்ளச் செய்திருக்கும். ஆனால் பூங்குழலிக்கு அந்த ஞாபகம் கூட வரவில்லை.

கரையோடு காலடிச் சப்தம் கேளாதபடி மெள்ளமெள்ள நடந்து போனாள். அவள் செவிகள் வெகு கவனமாக உற்றுக் கேட்டுக் கொண்டிருந்தன. காட்டுப் பிரதேசத்தில் இரவில் எத்தனையோ விதவிதமான சப்தங்கள் கேட்கும் அல்லவா? அவையெல்லாம் அவளுடைய கவனத்தைக் கவரவில்லை.

பின்னர், அவள் என்ன சப்தத்தைத்தான் எதிர்பார்த்தாள். இதோ!...

இருவர் மெல்லிய குரலில் பேசும் சப்தம் கேட்டது. ஒன்று ஆண்குரல், இன்னொன்று பெண்ணின் குரல்.

பூங்குழலி நன்றாக மறைந்து நின்று கொண்டாள். அவர்கள் பேசுவது இன்னதென்பதைக் கவனமாக உற்றுக் காதுகொடுத்துக் கேட்டாள்.

‘மந்திரவாதி! இளவரசர் கடலில் விழுந்து இறந்து விட்டதாகத்தான் உன்னைப்போல் எல்லாரும் நம்புகிறார்கள். பழுவேட்டரையரும் உருகி மாய்கிறார். ஆனால் நான் நம்பவில்லை!’ என்று அந்தப் பெண்குரல் கூறியது.

ஐந்தாம் அத்தியாயம்

ராக்கம்மாள்

பழுவேட்டரையரும், பார்த்திபேந்திரனும் சேர்ந்து கடற்கரை யோரமாக உலாவச் சென்ற பிறகு, நந்தினி சிறிதுநேரம் தனியாக இருந்தாள். கடல் அலைகளைப் பார்த்த வண்ணம் சிந்தனையில் ஆழ்ந்திருந்தாள்.

'ராணி அம்மா!' என்று குரலைக் கேட்டுத் திரும்பிப் பார்த்தாள். கலங்கரை விளக்கின் காவலர் தியாக விடங்கரின் மருமகள் அங்கே நின்றாள்.

'நீ யார்?' என்று நந்தினி கேட்டாள்.

'என் பெயர் ராக்கம்மாள்!'

'எங்கே வந்தாய்?'

இதற்கு மறுமொழி சொல்லாமல் ராக்கம்மாள் நந்தினியின் முகத்தை உற்றுப் பார்த்துக்கொண்டு நின்றாள்.

'என்னடி பார்க்கிறாய்? என் முகத்தில் அப்படி என்ன இருக்கிறது?'

ராக்கம்மாள் திடுக்கிட்டு, 'மன்னிக்க வேண்டும், அம்மா தங்களைப் பார்த்ததும் இன்னொரு முகம் எனக்கு ஞாபகம் வந்தது. ஆனால், அப்படி ஒரு நாளும் இருக்க முடியாது' என்றாள்.

'என்னடி உளறுகிறாய்? எது எப்படி இருக்க முடியாது?'

'அந்த ஊமை வெறியளுக்கும் தங்களுக்கும் யாதொரு சம்பந்தமும் இருக்க முடியாது.'

'அவள் யார் ஊமை?'

'ஈழத்தில் ஒருத்தி இருக்கிறாள்! என் மாமனாருக்குப் பெரியப்பன் மகள். சில சமயம் இங்கேயும் வருவாள்.'

'அவளுக்கும் எனக்கும் என்ன?'

'அதுதான் சொன்னேனே, உறவு ஒன்றும் இருக்க முடியாது என்று.'

'பின் ஏன் என்னைப் பார்த்ததும் அவளுடைய ஞாபகம் வந்தது?'

'என் கண்களின் கோளாறுதான். தங்கள் முகம்...'

'அவள் முகம் மாதிரி இருந்ததா?'

'முதலில் அப்படித் தோன்றியது.'

'ராக்கம்மா! இப்போது அந்த ஊமை இங்கே இருக்கிறாளா?'

'இல்லை, அம்மா! அபூர்வமாக எப்போதாவது வருவாள்.'

'மறுபடியும் வரும்போது என்னிடம் அழைத்து வருகிறாயா?'

'எதற்காக, ராணி அம்மா?'

'என் முகம் மாதிரி முகமுடையவளைப் பார்க்க விரும்புகிறேன்.'

'அதுதான் என் கண்களின் பிரமை என்று சொன்னேனே?'

'எதனால் அப்படி நிச்சயமாகச் சொல்கிறாய்?'

'ராணி! தாங்கள் பாண்டிய நாட்டைச் சேர்ந்தவர்தானே?'

'ஆமாம்; நீ?'

'நானும் பாண்டிய நாட்டாள். சற்று முன் நான் சொன்ன ஊமை, சோழ நாட்டவள். ஆகையால்..'

'இருந்தாலும் பாதகமில்லை; உன்னைப் போல் இன்னும் சிலரும் அவளைப்பற்றி எனக்குச் சொல்லியிருக்கிறார்கள். அவளை என்னிடம் அழைத்து வருகிறாயா? அழைத்து வந்தால் உனக்கு வேண்டிய பொருள் தருவேன்.'

'ராணி! அவளை அழைத்து வருவது சுழற்காற்றை அழைத்து வருவது போலத்தான். இருந்த இடத்தில் அவள் இருக்கமாட் டாள். பிறர் சொல்லுவதையும் கேட்கமாட்டாள். வெறிபிடித்த வள் என்று சொன்னேனே?'

'சரி! நீ எதற்காக இப்போது வந்தாய்? அதையாவது சொல்!'

'ராணி! சில நாளைக்கு முன்பு இரண்டு பேர் இங்கே வந்தார்கள். தங்கள் பெயரைச் சொன்னார்கள்.'

'என் பெயரை ஏன் சொன்னார்கள்?'

'தங்கள் காரியத்துக்காக அவசரமாக இலங்கைக்குப் போக வேண்டும் என்றார்கள். என் புருஷனை அவர்களுக்குப் படகோட்ட அனுப்பி வைத்தேன்.'

'திரும்பி வந்து விட்டானா?'

'வரவில்லை. அதுதான் கவலையாயிருக்கிறது, அவருக்கு ஏதாவது நேர்ந்திருந்தால்...'

'ஒன்றும் நேராது கவலைப்படாதே! அப்படி ஏதாவது நேரிட்டிருந்தால் உன்னை நான் பார்த்துக்கொள்கிறேன். படகிலே போன மனிதர்களைப்பற்றி ஏதாவது தெரியுமா?'

'அவர்கள் திரும்பி வந்துவிட்டார்கள். சற்றுமுன் ஆந்தையின் குரல் கேட்டதே! அதைக் கவனிக்கவில்லையா?'

'கவனித்தேன். அதனால் என்ன?'

'அது மந்திரவாதியின் குரல் என்று தெரிந்து கொள்ள வில்லையா?'

'உனக்கு எப்படி அது தெரியும், நீ மந்திரவாதியைச் சேர்ந்தவளா?'

'ஆமாம், ராணி!' என்று சொல்லிவிட்டு, ராக்கம்மாள் கையினால் கோலம் போட்டுக் காட்டினாள்.

நந்தினி அவளை வியப்புடன் உற்றுப் பார்த்துவிட்டு 'இப்போது அவர்கள் எங்கே இருக்கிறார்கள்? உனக்குத் தெரியுமா?' என்று கேட்டாள்.

'மந்திரவாதி தங்களைப் பார்ப்பதற்காகக் காத்திருக்கிறார்.'

'என்னை வந்து பார்ப்பதுதானே? எதற்காக காத்திருக்க வேண்டும்?'

'இப்போது இங்கு வந்த பல்லவனை மந்திரவாதி சந்திக்க விரும்ப வில்லை. ஈழத்தில் அவனைப் பார்த்தாராம். தங்கள் கணவரைப் பார்க்கவும் விரும்பவில்லை.'

'மந்திரவாதியை நீ பார்த்தாயா?'

'சற்றுமுன் ஆந்தைக் குரல் கேட்டுப் போயிருந்தேன். தங்களை அழைத்து வரும்படிச் சொன்னார். குழகர் கோயிலுக்கருகில் ஓடைக் கரையில் ஒளிந்திருப்பதாகச் சொன்னார். வருகிறீர்களா ராணி?'

'அது எப்படி நான் போக முடியும்?'

'குழகர் கோவிலுக்குப் போவதாகச் சொல்லிவிட்டுப் போகலாம்.'

'நல்ல யோசனைதான்; வேறு துணை வேண்டாமா?'

'அவசியமில்லை! வேண்டுமானால் சேந்தன் அமுதனைத் துணைக்கு அழைத்துப் போகலாம்.'

'அவன் யார்?'

'தஞ்சாவூர் ஊமையின் மகன்!'

'சிவ சிவா! எத்தனை ஊமைகள்?'

'இந்தக் குடும்பம் சாபக்கேடு அடைந்த குடும்பம். சிலர் பிறவி ஊமைகள். சிலர் வாயிருந்தும் ஊமைகள். என் புருஷன் அப்படி. அருமையாகத்தான் பேசுவார். நான்தான் பேசவேண்டாம் என்று திட்டம் செய்திருக்கிறேன்.'

'இலங்கை ஊமைக்கு மக்கள் உண்டா? உனக்குத் தெரியுமா?'

'ஒரு தடவை இரட்டைக் குழந்தைகள் பெற்றாளாம். குழந்தைகள் என்ன ஆயின என்று ஒருவருக்கும் தெரியவில்லை. நானும் அந்த இரகசியத்தைத் தெரிந்துகொள்ள எத்தனையோ நாளாக முயன்று வருகிறேன் இதுவரை பலிக்கவில்லை.'

'தஞ்சாவூர்க்காரன் இங்கே எதற்காக வந்திருக்கிறான்?'

'அவனுடைய மாமன் மகள் பூங்குழலியைத் தேடிக்கொண்டு வந்தான். அவள் இல்லை. அதனால் காத்திருக்கிறான்.'

'அவள் எங்கே போய் விட்டாள்?'

'நானே சொல்ல வேண்டும் என்றிருந்தேன். மந்திரவாதியை என் புருஷன் படகில் ஏற்றிக்கொண்டு போனதற்கு மறுநாள் இன்னும் இரண்டு பேர் வந்தார்கள். அவர்களைப் பிடிப்பதற்காகப் பழூவூர் ஆட்களும் தொடர்ந்து வந்தார்கள். அவர்களில் ஒருவனை என் நாத்தி படகில் ஏற்றிக்கொண்டு இரவுக்கிரவே இலங்கைக்குப் போனாள்.'

'அவளுக்குப் படகுவிடத் தெரியுமா?'

'படகு விடுவதே அவளுக்கு வேலை. படகு விடாத நேரங்களில் கோடிக்கரைக் காடுகளில் சுற்றி அலைவாள். இந்தக் காட்டில் அவளுக்குத் தெரியாத மூலைமுடுக்கு ஒன்றும் கிடையாது.'

'அவள் இன்னும் திரும்பி வரவில்லையென்றால், அதைக் கொண்டு நீ என்ன ஊகிக்கிறாய்?'

'யாரோ கடலில் முழுகிப் போய் விட்டதாக இவர்கள் அலறி அடித்துக் கொள்கிறார்களே, அது நிச்சயமல்லவென்று சொல்கிறேன். பூங்குழலி வந்து பிறகு அது நிச்சயமாகும்.'

‘அந்தப் பெண்ணும் முழுகியிருக்கலாம் அல்லவா?’

‘அவள் முழுகமாட்டாள். கடல் அவளுக்குத் தொட்டில். மேலும்...’

‘மேலும், என்ன?’

‘சற்று முன்னால் கலங்கரை விளக்கின் உச்சியில் ஏறிப் பார்த்துக் கொண்டிருந்தேன். வெகு தூரத்தில் ஒரு படகு வருவதுபோல் தோன்றியது...’

‘அப்புறம்?’

‘அப்புறம் அது கரைக்கு வரவில்லை.’

‘என்ன ஆகியிருக்கும்?’

‘இங்கே கடற்கரை ஓரத்தில் கூட்டமாயிருப்பதைப் பார்த்துவிட்டு வேறு சதுப்பு நிலக் கால்வாயில் படகு விட்டுக்கொண்டு போயிருக்கக் கூடும்.’

‘அது கூடச் சாத்தியமா?’

‘பூங்குழலிக்குச் சாத்தியமில்லாதது ஒன்றுமில்லை. தஞ்சாவூர்க் காரனும் என்னுடன் உச்சிக்கு வந்து பார்த்துக் கொண்டிருந்தான். அவனுக்கும் அப்படியே தோன்றியதாம்.’

‘சரி; எப்படியாவது இருக்கட்டும்; நாம் இப்போது குழகர் கோவிலுக்குப் போகலாம், வா!’

‘துணைக்குச் சேந்தன் அமுதனைக் கூப்பிடட்டுமா?’

‘வேண்டாம்! அவன் அவனுடைய மாமன் மகளைத் தேடட்டும். நாம் அதற்குக் குறுக்கே நிற்க வேண்டாம்.

இருவரும் குழகர் கோவிலை நோக்கிப் புறப்பட்டார்கள். பூங்குழலியைப்போலவே ராக்கம்மாளுக்கும் கோடிக்கரையின் புதைசேற்றுக் குழிகளைப் பற்றி நன்கு தெரிந்திருந்தது. நந்தினிக்கு ஜாக்கிரதையாக வழிகாட்டி அழைத்துக்கொண்டு போனாள்.

இருவரும் குழகர் ஆலயத்தை அடைந்தார்கள். கோவில் பட்டர் அவர்களைக் கண்டு வியப்படைந்தார். ‘ராணி! இது என்ன, இந்த நேரத்தில் தனியாக வந்தீர்கள்? பரிவாரங்கள் இல்லாமல்? முன்னா லேயே எனக்குச் சொல்லியனுப்பி இருக்கக்கூடாதா? தங்களை வரவேற்க ஆயத்தமாக இருந்திருப்பேன்?’ என்றார்.

‘அதற்கெல்லாம் இதுதானா சமயம்? பட்டரே! சோழ நாட்டுக்குப் பெரும் விபத்து நேர்ந்திருக்கிறதே! சோழ நாட்டு மக்களின் கண்ணின்

மணியான இளவரசரைக் கடல் கொண்டுவிட்டதாகச் சொல்கிறார்களே? இளவரசரைக் காப்பாற்றி அருளும்படி குழகரிடம் முறையிட்டுக்கொள்வதற்காக வந்தேன்.' என்றாள் நந்தினி.

'அப்படியெல்லாம் ஒன்றும் நேராது. தாயே! தாங்கள் கவலைப்பட வேண்டாம். நம் பொன்னியின் செல்வருக்குச் சமுத்திர ராஜனால் ஆபத்து ஒன்றும் நேராது!' என்றார் குருக்கள்.

'எதனால் அவ்வளவு உறுதியாகச் சொல்லுகிறீர்கள், பட்டரே?'

'இளவரசர் பிறந்த நட்சத்திரமும், லக்கினமும் அப்படி, அம்மா! உலகமாளப் பிறந்தவரைக் கடல் கொண்டுவிடுமா? தாங்கள் வருத்தப் படாதீர்கள்! குழகரைப் பிரார்த்தித்துக் கொள்ளுங்கள். அவசியம் இளவரசரைக் காப்பாற்றுவார்' என்றார் பட்டர்.

இவ்வாறு கூறிவிட்டு சுவாமிக்குத் தீபாராதனை செய்து, திருநீறும் கொடுத்தார். 'அம்மணி! தாங்கள் இவ்வளவு மேலான நிலைமையில் இருப்பது குறித்து மிக்க சந்தோஷம்!' என்றார்.

'என்னை உங்களுக்கு முன்னமே தெரியுமா, பட்டரே?'

'தெரியும் ராணி! பழையாறையில் பார்த்திருக்கிறேன். வைகைக் கரைக் கோவிலிலும் பார்த்திருக்கிறேன். தங்கள் தமையன், திருமலை, இப்போது என்ன செய்துகொண்டிருக்கிறான்?'

'ஆழ்வார்களின் பிரபந்தங்களைப் பாடிக்கொண்டு ஊர் ஊராகத் திரிந்து கொண்டிருக்கிறான். அவனை நான் பார்த்து வெகு காலமாயிற்று.'

'அவனுக்குக்கூட அதைப்பற்றிக் குறைதான், அம்மா! தாங்கள் பழுவூர் ராணியான பிறகு அவனைப் பார்க்கவேயில்லையென்று வருத்தப் பட்டான்.'

'அதற்கென்ன செய்யலாம், ஐயா! நான் புகுந்த இடத்தில் எல்லாம் பரம சைவர்கள். அவனோ வீர வைஷ்ணவன். 'ஆழ்வார்க் கடியான்' என்று பட்டப் பெயர் வைத்துக்கொண்டு, சைவர் களோடு சண்டை போட்டுக் கொண்டு திரிகிறான். அவனை எப்படி நான் சேர்ப்பது? புகுந்த வீட்டாரின் மனங்கோணாமல் நான் நடந்து கொள்ள வேண்டாமா?'

'உண்மை தாயே, உண்மை! தங்கள் பதியின் மனங் கோணாமல் நடப்பதுதான் முக்கியமானது. ஆழ்வார்க்கடியான் எப்படியாவது போகட்டும்!'

பட்டரிடம் விடைபெற்றுக்கொண்டு இருவரும் கிளம்பினார்கள்.

'தனியாகப் போகிறீர்களே? சற்றுப் பொறுத்தால் நானும் வந்துவிடுவேன்.'

‘வேண்டாம் ஐயா! எங்களுக்காக அவசரப்பட வேண்டாம். இந்தப் பெண்ணுக்கு இந்தப் பக்கமெல்லாம் நன்றாகத் தெரிகிறது. அதோடு இன்றைக்குத்தான் கோடிக்கரை முழுதும் அமளிதுமளிப்படுகிறதே! பயம் ஒன்றுமில்லை. நாங்கள் போகிறோம்’ என்றாள் நந்தினி.

இரு பெண்களும் ஆலயத்துக்கு வெளியில் வந்தார்கள். பட்டர் கண்பார்வையிலிருந்து மறைந்ததும், ராக்கம்மாள் நந்தினியின் கையைப் பிடித்து ஆலயத்துக்குப் பின்புறமாக அழைத்துச் சென்றாள். சிறிது நேரத்துக்கெல்லாம் தாழைப் புதர்கள் செறிந்த ஓடைக்கரையை அடைந்தார்கள். நட்சத்திர ஒளியின் உதவியைக் கொண்டு ஓடைக் கரையோடு நடந்தார்கள்.

பூங்குழலியின் திகில்

தாழைப் புதரின் மறைவில் பூங்குழலி மூச்சைப் பிடித்துக் கொண்டு நின்றாள். மந்திரவாதியும், நந்தினியும் மெல்லிய குரலில் பேசிய போதிலும், அவர்களுடைய பேச்சு பெரும்பாலும் அவள் காதில் விழுந்தது.

இளவரசரைக் கடல் கொண்டது என்பதில் தனக்கு நம்பிக்கை யில்லை என்று நந்தினி கூறியதற்கு மந்திரவாதி 'ராணி! என் பேச்சில் உங்களுக்கு எப்போதுமே நம்பிக்கையிருப்பதில்லை. எதனால் இப்போது அவநம்பிக்கைப் படுகிறீர்கள்?' என்று கேட்டான்.

'இளவரசரின் ஜாதக பலத்தைப் பற்றி நீ கேட்டதில்லையா? சற்று முன்னால்கூடக் குழகர் கோவில் பட்டர் அதைப் பற்றிச் சொன்னார்.'

'பைத்தியக்காரத்தனம். கிரகங்கள், நட்சத்திரங்களின் சக்தியைக் காட்டிலும் என்னுடைய மந்திரசக்தி வலியது. அமைதி குடி கொண்டிருந்த கடலில் நான் மந்திரம் ஜபித்துச் சுழற்காற்றை வருவித்தேன் என்பது தங்களுக்குத் தெரியுமா? முதலில் அந்தக் காஞ்சிநகர் ஒற்றனும் அதை நம்பவில்லை. பிற்பாடு கடலில் முழுகி உயிரை விடும்போது, கட்டாயம் நம்பியிருப்பான்!'

'அவன் கடலில் மூழ்கி இறந்ததை நீ பார்த்தாயா?'

'நான் பார்க்காவிட்டால் என்ன? அவன் இருந்த கப்பல் தீப்பிடித்து எரிந்ததைப் பார்த்தேன்.'

'தீப்பிடித்த கப்பலிலிருந்து அவனைத் தப்புவிக்க இளவரசர் கடலில் குதித்துப் போனாராமே?'

'போனவர் திரும்பி வந்தாரா?'

'திரும்பிப் பல்லவனுடைய கப்பலுக்கு வரவில்லை...'

‘பின்னே என்ன? இரண்டு பகைவர்களும் ஒரே நாளில் பலியா வதற்காகவே வந்தியத்தேவனை உயிரோடு விட்டுவிட்டு வந்தேன்.’

‘நீ என்னதான் சொன்னாலும், என் மனம் நம்பவில்லை. அவர்கள் இருவரும் இன்னும் உயிரோடிருப்பதாக என் மனத்திற்குள் ஏதோ சொல்லுகிறது. பூங்குழலியை உனக்குத் தெரியுமா?’

‘நன்றாகத் தெரியும். இலங்கையில் அவள் எங்களுக்குத் தொல்லையா யிருந்தாள். அவளும் சுழற்காற்றில் போயிருக்கலாம்.’

‘அதுதான் இல்லை. சிறிது நேரத்துக்கு முன்பு ஒரு படகு தூரத்தில் வந்தது. கலங்கரை விளக்கின் உச்சியிலிருந்து ராக்கம்மாள் பார்த் தாளாம். திடீரென்று அது மறைந்தது விட்டதாம். படகில் இரண்டு மூன்று பேர் இருந்ததாகத் தோன்றியதாம்.’

‘அப்படியானால் தாங்கள் கிழவரை அழைத்துக்கொண்டு உடனே நடையைக் கட்டுங்கள். நான் இருந்து பார்த்துக்கொண்டு வருகிறேன்.’

‘நாங்கள் இருந்தால் என்ன?’

‘கிழவர் இருந்தால் இளவரசருக்கு இராஜ மரியாதைகள் செய்து அழைத்துக்கொண்டு போகப் பார்ப்பார். காரியமெல்லாம் கெட்டுப் போகும்.’

‘மந்திரவாதி! நானும்தான் கேட்கிறேன். அவர்கள் இறக்க வேண்டிய அவசியம் என்ன? மதுராந்தகனுக்குப் பட்டம் கட்டிவிட எல்லாரும் சம்மதித்து விட்டால்...’

‘அம்மணி! பெண்புத்தியைக் காட்டிவிட வேண்டாம். காஞ்சி ஒற்றனுக்கு நம் இரகசியம் எல்லாம் தெரியும். அவன் இளவரசரிடமும், சொல்லியிருப்பான். பொழுது விடிவதற்குள் நீங்கள் புறப்பட்டுச் சொல்லுங்கள். ராக்கம்மா! பூங்குழலி அவர்களை அழைத்து வந்தால் காட்டில் எங்கே வைத்திருப்பாள்?’

‘மறைந்த மண்டபம் ஒன்று இருக்கிறது. அதுதான் அவளுடைய அந்தரங்க வாசஸ்தலம். காஞ்சி ஒற்றனை அதிலேதான் ஒரு பகல் முழுவதும் மறைத்து வைத்திருந்தாள். பிறகு அதை நான் கண்டு பிடித்தேன்.’

‘நல்லது; அந்த மறைந்த மண்டபம் இருக்குமிடம் எனக்கும் தெரியும். அங்கே போய்க் காத்திருக்கிறேன். ராணி! சக்கரவர்த்தி எப்படி யிருக்கிறார்? ஏதாவது செய்தி உண்டா?’

‘எந்தச் சக்கரவர்த்தியைப் பற்றிக் கேட்கிறாய்?’

'நோயாளி சுந்தர சோழனைச் 'சக்கரவர்த்தி' என்று இந்த வாய் ஒரு நாளும் சொல்லாது. நமது சக்கரவர்த்தியைப் பற்றித்தான் கேட்கிறேன்.'

'சௌக்கியமாயிருப்பதாகப் பத்து நாளைக்கு முன்பு செய்தி கிடைத்தது. ஆகா! எத்தனை நாள் ஆயிற்று பார்த்து...?'

'சரி,சரி! சீக்கிரம் புறப்படுங்கள். அந்த முட்டாள் பல்லவன் என்ன செய்யப் போகிறானாம்.'

'அவனையும் தஞ்சைக்கு அழைத்துப் போகிறோம்.'

'அவனிடம் ஜாக்கிரதையாயிருங்கள்.'

'அவனைப் பற்றிக் கவலையில்லை. நான் காலால் இட்டதை அவன் தலையால் செய்யக் காத்திருக்கிறான்!'

'இருந்தாலும், ஜாக்கிரதையாயிருப்பது நல்லது. காஞ்சி ஒற்றன் வந்தியத்தேவனிடம் தாங்கள் கொஞ்சம் ஏமாந்து போனீர்கள் அல்லவா?'

'அது உண்மைதான்; அதனாலேயே அவனை உயிரோடு மறுபடியும் பார்க்க விரும்புகிறேன்.'

'அந்த ஆசையை அடியோடு விட்டுவிடுங்கள், ராணி!'

இவ்வாறு பேசிக்கொண்டே, அவர்கள் அங்கிருந்து நகரத் தொடங்கினார்கள் என்று தெரிந்தது. பூங்குழலி தன்னை அவர்கள் பார்க்காத வண்ணம் இன்னும் நன்றாகப் புதரில் மறைந்து கொண்டாள். நல்ல வேளையாக, அவள் இருந்த பக்கம் அவர்கள் வரவில்லை. வேறு திசையாகச் சென்று விட்டார்கள்.

பூங்குழலி தற்செயலாக ஒட்டுக்கேட்ட விஷயங்கள் அவளுக்குப் பெரும் திகிலை உண்டு பண்ணிவிட்டன. பொன்னியின் செல்வரை எத்தனைவித அபாயங்கள் சூழ்ந்திருக்கின்றன என்பதை எண்ணிய போது அவளுடைய கைகால்கள் நடுங்கின; கண்கள் இருண்டன; தொண்டை வறண்டது; உள்ளம் குழம்பியது. தான் விட்டுவிட்டு வந்த படகை உடனே போய்ச் சேர வேண்டும் என்ற எண்ணம் மட்டும் வலியதாக முன் நின்றது; படகை விட்டுவந்த திசையை நோக்கி விரைந்து சென்றாள்.

இளவரசர் கொடிய விஷ சுரத்தினால் பீடிக்கப்பட்டிருந்தார். அவரைச் சிறைப்படுத்திப் போவதற்குப் பழுவேட்டரையர் காத்திருந்தார். அவரைக் கொன்று விடுவதற்குக் கொலையாளி கள் காத்திருந்தனர். அவர்களுக்குத் துணையாக இந்தப் பெண்ணுருக் கொண்ட மோகினிப்

பிசாசு இருந்தது. பார்த்திபேந்திரனும் அவளுடைய மாய வலையில் விழுந்து விட்டான். இளவரசரைத் தான் அழைத்துச் சென்று பத்திரமாக வைத்திருக்கலாம் என்று எண்ணிய மறைந்த மண்டபம்கூட இவர்களுக்குத் தெரிந்திருக்கிறது.

இவ்வளவு அபாயங்களிலிருந்தும் இளவரசரைப் பாதுகாக்கும் பொறுப்புத் தன் தலையில் சுமந்திருப்பதாகப் பூங்குழலி உணர்ந்தாள். ஆகையினாலேயே அவளுடைய மூளை குழம்பிற்று. இதுகாறும் அவளுடைய வாழ்நாளில் என்றுமில்லாத ஓர் அநுபவம் நேர்ந்தது. அதாவது காட்டில் வழி தவறி விட்டோமோ என்ற பீதி உண்டாயிற்று.

'சுற்றிச் சுற்றிப் புறப்பட்ட இடத்துக்கே வந்து கொண்டிருக் கிறோமோ' என்ற எண்ணம் தோன்றியது. அப்படிச் சுற்றிவரும் போது இளவரசரின் எதிரிகள் யாரேனும் எதிர்ப்பட்டு விட்டால் என்ன செய்வது? அவர்களுக்கு என்ன சமாதானம் சொல்வது? எப்படி அவர்களிடமிருந்து தப்பித்துச் செல்வது?...'

'இல்லை, இல்லை! சரியான வழியிலேதான் வந்திருக்கிறோம். இதோ கால்வாய் தெரிகிறது. படகை விட்டு வந்த இடம் அதோ அந்த மூலையில் இருக்கிறது.' பூங்குழலி அவ்விடத்தை நோக்கிப் பாய்ந்து ஓடினாள்.அவளுடைய நெஞ்சு அடித்துக் கொள்ளாமல் நின்று விட்டது. ஏனெனில், அவள் விட்டிருந்த இடத்தில் படகைக் காணவில்லை! 'ஐயோ! படகு எங்கே போயிருக்கும்?'

'ஒருவேளை தான் இல்லாத சமயத்தில் பழுவேட்டரையரின் ஆட்கள் இங்கேயே வந்திருப்பார்களோ! வந்து இளவரசரையும் வந்தியத் தேவனையும் சிறைப்படுத்திக் கொண்டு போயிருப்பார்களோ? அப்படி நடந்திருந்தால் கூடப் பாதகமில்லை. அதை விடப் பயங்கர மான சம்பவம் நிகழ்ந்திருக்குமோ? வந்தியத்தேவன் இளவரசரைத் தூக்கிக் கொண்டு மறைந்த மண்டபத்தைத் தேடிப் போயிருப்பானோ? அப்படியானால் அங்கே கொலைஞர்கள் காத்திருப்பார்களே? அடடா! என்ன தவறு செய்து விட்டோம்?...'

அந்த மறைந்த மண்டபத்துக்கு உடனே போய்ப் பார்க்க வேண்டு மென்ற பரபரப்பு பூங்குழலியின் மனத்தில் குடி கொண்டது. காட்டு வழியில் ஓட்டம் பிடித்து ஓடினாள். மறுபடியும் அந்தப் பழைய சந்தேகம்: 'வழி தவறி விட்டோமோ என்ற சந்தேகம். சுற்றிச் சுற்றி வருகிறோமோ' என்ற மயக்கம்.'

'அது என்ன? ஐயோ! அது என்ன? ஏதோ காலடிச் சத்தம் போலிருக் கிறதே? யாரோ நம்மைத் தொடர்ந்து வருவது போலிருக்கிறதே? யாராயிருக்கும்? எதற்காக இருக்கும்? ஒரு வேளை அந்தப் பயங்கர

மந்திரவாதிதானா? அப்படியானால் ஏன் பயப்படவேண்டும்? இடுப்பில் செருகியுள்ள கத்தியை எடுத்துக் கொண்டால் போயிற்று! யாராயிருந்தால்தான் என்ன? எதற்காக ஓட வேண்டும்?...

'இல்லை, இல்லை! ஓட வேண்டியதுதான். இச்சமயம் யாருடனும் சண்டை பிடிக்கும் சமயம் அன்று. கையில் வலிவு இல்லை. கத்தியும் குறி தவறிப் போகும். உயிரை எப்பாடு பட்டாவது காப்பாற்றிக் கொள்ளவேண்டும். நமக்கு இத்தருணம் ஏதேனும் நேர்ந்தால் இளவரசருடைய கதி யாதாகும்? முன்னமே அந்த வந்தியத்தேவன் எச்சரித்தானே? உயிரைப் பத்திரமாகக் காப்பாற்றிக்கொண்டு வருவதாகச் சொன்னோமே? அதை நிறைவேற்ற வேண்டியதுதான்?'

பூங்குழலி மேலும் மேலும் நெருக்கமான காட்டில் புகுந்து ஓடினாள். ஆனால் துரத்தி வந்தவன் மேலும் பின் தொடர்ந்து வந்து கொண்டிருந்தான். பூங்குழலி போன வழியில் மரங்களிலிருந்த பட்சிகள் அலறிப் புடைத்துக்கொண்டு ஓடின. வளைகளிலிருந்து நரிகள் கிளம்பி ஓடின. தூங்கிய காட்டுப் பன்றிகள் விழித்தெழுந்து விழுந்தடித்து ஓடின. மான் ஒன்று விர்ரென்று பாய்ந்துவந்து அவள் மேலேயே இடித்துப் புடைத்துக்கொண்டு ஓடியது. இவ்வளவுக்கும் மத்தியில் பின்னால் தொடர்ந்து வந்தவன் விட்டபாடாக இல்லை. அவனுடைய காலடிச் சத்தமும் அவன் ஓடியதால் பெருமூச்சு விடும் சத்தம் கேட்டுக் கொண்டேயிருந்தன.

பூங்குழலி ஓடிஓடிச் சலித்துப் போனாள். அந்தச் சலிப்பு அளவில்லாத கோபமாக மாறியது. வருகிறவன் யாராயிருந்தாலும் அவனை ஒருகை பார்த்துவிடுவது என்று முடிவு செய்தாள்.

ஏழாம் அத்தியாயம்

காட்டில் எழுந்த கீதம்

பூங்குழலி கோபத்துடன் ஓடுவதை நிறுத்தித் திரும்பி நின்ற அதே சமயத்தில், இருள் சூழ்ந்த அக்காட்டகத்தே, ஓர் இனிய கீதம் எழுந்தது.

'பொன்னார் மேனியனே
புலித்தோலை அரைக்கசைத்து
மின்னார் செஞ்சடைமேல்
மிளிர்கொன்றை அணிந்தவனே!'

அந்தக் குரல் சேந்தன் அமுதனுடைய குரல் என்பதைப் பூங்குழலி உடனே அறிந்துகொண்டாள். கலகலவென்று சிரித்தாள். சத்தம் வந்த திசை வேறு என்பதைக்கூட அச்சமயம் அவள் மறந்து போனாள்.

'அத்தான்! நீதானா?'

'ஆமாம்! பூங்குழலி!'

'எங்கே இருக்கிறாய்? இப்படி வா!'

'இதோ வந்துவிட்டேன்!' என்று சொல்லிக்கொண்டே சேந்தன் அமுதன் அவள் முன்னால் வந்தான்.

'நன்றாக என்னைப் பயமுறுத்தி விட்டாய்! எதற்காக இப்படி என்னைத் தொடர்ந்து வந்தாய்?'

'பூங்குழலி! உன்னைப் பார்ப்பதற்காகவும், உன் இனிய கானத்தைக் கேட்பதற்காகவும் தஞ்சையிலிருந்து பலநாள் பிரயாணம் செய்து வந்தேன். இங்கே வந்த பிறகும் உன்னைக் காணாமல் இத்தனை நாள் காத்துக்கொண்டிருந்தேன்! தற்செயலாக உன்னைப் பார்த்துவிட்டுத் தொடர்ந்து ஓடிவந்தேன். ஏன் அப்படி ஓடினாய்? எங்கே, ஒரு கீதம் பாடு கேட்கலாம்!!'

'பாடுவதற்கு நல்ல இடம்; அதைவிட நல்ல சந்தர்ப்பம்!'

'நீ பாடாவிட்டால் நானே இன்னொரு பாட்டுப் பாடுகிறேன். இந்தக் காட்டில் தூங்கிக் கொண்டிருக்கும் மிருகங்களை யெல்லாம் விழித்தெழுந்து ஓடச் செய்கிறேன், பார்!

'பித்தா! பிறைசூடி
பெருமானே அருளாளா!'

'போதும், அத்தான்! கொஞ்சம் பாட்டை நிறுத்து!'

'அப்படியானால் நீ பாடுகிறாயா?' - இவ்விதம் இரைந்து கேட்டு விட்டுச் சேந்தன் அமுதன் உடனே மெல்லிய குரலில், 'பூங்குழலி! உன்னைத் தொடர்ந்து இன்னொருவன் வந்து கொண்டிருந்தான். உனக்கு எச்சரிக்கை செய்வதற்காகவே சத்தம் போட்டுப் பாடினேன். அவனுக்கும் உன் அண்ணன் மனைவிக்கும் இன்று சாயங்காலம் ஏதோ இரகசிய சம்பாஷணை நடந்தது. அவன் யார் என்று உனக்குத் தெரியுமா?' என்றான்.

பிறகு மீண்டும், உரத்த குரலில், 'என்ன சொல்லுகிறாய்! நீ பாடுகிறாயா? நான் பாடட்டுமா? சிவபெருமான் சுடுகாட்டில் ஆடினார்; நீ வெறுங் காட்டில் பாடக்கூடாதா?' என்று இரைந்தான்.

'இதோ பாடுகிறேன்; கோபித்துக் கொள்ளாதே!' என்று சொல்லி விட்டுப் பூங்குழலி பின்வருமாறு பாடினாள்:

'பறக்கும் எம் கிள்ளைகாள்! பாடும் எம் பூவைகாள்!
அறக்கண் எனத்தகும் அடிகள் ஆரூரரை
மறக்க கில்லாமையும் வளைகள் நில்லாமையும்
உறக்க மில்லாமையும் உணர்த்த வல்லீர்களே!'

இவ்விதம் பாடிவிட்டு மெல்லிய குரலில், 'அமுதா! நான் வந்தது உனக்கு எப்படித் தெரியும்?' என்று கேட்டாள்.

'பூங்குழலி! கலங்கரை விளக்கின் உச்சியிலிருந்து படகு வருவதைப் பார்த்தேன். நீயாக இருக்கலாம் என்று உத்தேசமாக எண்ணி இங்கே உன்னைத் தேடி வந்தேன். அதே சமயத்தில் பழுவூர் ஆட்கள் சிலரும் இந்தப் பக்கம் வந்தார்கள். படகில் உன்னைக் காணவில்லை. ஆனால் என் நண்பன் வல்லவரை யனையும் இளவரசரையும் பார்த்தேன். வல்லவரையனிடம் பழுவூர் ஆட்கள் வருவது பற்றிக் கூறினேன். பிறகு இளவரசரை நாங்கள் இருவருமாகத் தூக்கிக் கொண்டுபோய் மறைந்த மண்டபத்தில் சேர்த்தோம்.'

‘ஐயோ! என்ன தவறு செய்துவிட்டீர்கள்! படகு என்ன ஆயிற்று!’

‘படகை யாராவது பார்த்தால் சந்தேகம் ஏற்படும் என்று ஓடை நீரில் கவிழ்த்து விட்டோம்! - ஏன் பூங்குழலி! பாட்டை ஏன் நிறுத்திவிட்டாய்! மிச்சத்தையும் பாடு!’ என்று பிற்பகுதியை உரத்த குரலில் கூறினான் சேந்தன் அமுதன்.

‘மறந்துவிட்டது அமுதா இந்தக் கோடிக்கரைக் குழகரைப் பற்றி ஒரு பாடல் உண்டே! உனக்கு அது நினைவிருக்கிறதா?- நினைவிருந்தால் பாடு!’

‘ஓ! நினைவிருக்கிறது!’ என்று சேந்தன் அமுதன் இரைந்து சொல்லி விட்டுப் பாடினான்:

‘கடிதாய்க் காற்று வந்தெற்றக் கரைமேல்
குடிதானயலே இருந்தால் குற்றமாமோ?
கொடியேன் கண்கள் கண்டன கோடிக்குழகீர்
அடிகேள் உமக்கார் துணையாக இருந்தீரே!’

பாட்டு முடிந்தவுடனே பூங்குழலி, ‘அத்தான்! என்னைத் தொடர்ந்து வந்தவன் போய்விட்டானா? பக்கத்தில் மறைந்து நின்று கொண்டிருக் கிறானா?’ என்று மெல்லிய குரலில் கேட்டாள்.

‘நாம் இங்கே நின்ற பிறகு காலடி சத்தம் கேட்கவில்லை. அவன் இங்கேதான் பக்கத்தில் எங்கேயோ மறைந்து நிற்க வேண்டும். அவன் யார் என்று உனக்குத் தெரியுமா?’

பூங்குழலி இரைந்து, ‘தெரியாமல் என்ன? நன்றாய்த் தெரியும். கோடிக்கரை ஆந்தைகளைப் பற்றிச் சுந்தரர் பாடியிருப்பது தானே? இதோ கேள்!

காடேன் மிகவால் இது காரிகை யஞ்சக்
கூடிப் பொந்தில் ஆந்தைகள் கூகை குழற
வேடித் தொண்டர் சாலவுந் தீயர் சழக்கர்
கோடிக் குழகா விடங்கோயில் கொண்டாயே!

பார்த்தாயா! அமுதா! சுந்தரமூர்த்தியின் காலத்தில் ஆந்தைகளும் கூகைகளும் இன்று போலவே இக்காட்டில் கத்தியிருக்கின்றன. ஆனால் இப்போது இக்காட்டில் மனிதர்கள்கூட ஆந்தைபோலச் சத்த மிடுகிறார்கள். சற்றுமுன் அத்தகைய குரல் ஒன்று கேட்டேன். அந்தத் தீய சழக்கர் யாராயிருக்கும் என்று உனக்கு ஏதாவது தெரியுமா?’ இப்படி உரத்த குரலிலேயே பூங்குழலி கேட்டாள். கேட்டுவிட்டு,

'எனக்கு அம்மாதிரி கத்த வருகிறதா என்று பார்க்கிறேன். ஆந்தைக் குரல் மாதிரி இருக்கிறதா, கேட்டுச் சொல்லு!' என்றாள்.

பின்னர், ஆந்தை மாதிரியே மூன்று தடவை குரல் கொடுத்தாள்.

'அப்படியே ஆந்தைக் குரல் மாதிரியே இருக்கிறது! தேனினும் இனிய குரலில் தெய்வீகக் கீதங்களைப் பாடுவாயே? இதை எங்கே கற்றுக்கொண்டாய்?' என்று அமுதன் கேட்டான்.

'மந்திரவாதி ஒருவனிடம் கற்றுக்கொண்டேன். மந்திரம் பலிப்பதற்கு இப்படி ஆந்தை போலக் கத்தத் தெரிந்திருக்க வேண்டுமா!'

'உனக்கு மந்திரவித்தைகூடத் தெரியுமா, என்ன?'

'ஏதோ கொஞ்சம் தெரியும். என்னுடைய மந்திரசக்தியைப் பரீட்சித்துப் பார்க்கிறாயா?'

'எப்படிப் பரீட்சிக்கிறது?'

'இப்பொழுது நாம் பேசுவதையெல்லாம் நமக்குப் பக்கத்தில் ஒருவன் மறைந்திருந்து கேட்டுக்கொண்டிருக்கிறான். நீ வேண்டுமானால் தேடிப் பார்!'

இவ்விதம் பூங்குழலி கூறி வாய் மூடுவதற்குள்ளே காட்டில் சலசலப்புச் சத்தம் கேட்டது. மந்திரவாதி ரவிதாஸன் மறைவிலிருந்து வெளியே வந்தான். 'ஹா ஹா ஹா!' என்று சிரித்துக்கொண்டே வந்தான்.

'பெண்ணே! அப்படியா சமாசாரம்? உனக்குத் தந்திரம்தான் தெரியும் என்று நினைத்தேன்; மந்திரம்கூடத் தெரியுமா?' என்று கேட்டான்.

'அட பாதகா! நீதானா?'

'பெண்ணே! நான் யார், என்று உனக்குத் தெரியுமா?'

'இலங்கையில் இளவரசரைக் கொல்லப் பார்த்தவன் நீ! அது உன்னால் முடியவில்லை. ஆகையால் நடுக்கடலில் மந்திரம் போட்டுச் சுழற்காற்றை வரவழைத்து இளவரசரையும் அவருடைய சிநேகிதனையும் மூழ்க அடித்து விட்டாய்!'

'அவர்கள் மூழ்கியது உனக்கு எப்படி நிச்சயமாகத் தெரியும்? நீ பார்த்தாயா?'

'இரண்டு பேருடைய உடல்களும் கரையில் வந்து ஒதுங்கின. பூதத் தீவிலே குழி தோண்டி அவர்களைப் புதைத்து விட்டு வந்தேன். துரோகி! உன் மந்திரத்தில் இடி விழ!'

‘பெண்ணே! என்னை ஏமாற்றப் பார்க்காதே! என்னுடைய மந்திரத்திற்குப் பதில் மந்திரம் போட்டு நீ அவர்களை உயிர் பிழைக்கச் செய்யவில்லையா?’

‘ஐயோ! அது எப்படி உனக்குத் தெரிந்தது?’

‘இந்த ரவிதாஸனுக்குப் புறக் கண்ணைத் தவிர அகக் கண்ணும் உண்டு. நூறு காத தூரத்தில் நடப்பதையும் என்னுடைய மந்திரசக்தியினால் தெரிந்துகொள்வேன்.’

‘அப்படியானால் என்னை எதற்காகக் கேட்கிறாய்?’

‘உன்னைப் பரிசோதிப்பதற்காகக் கேட்கிறேன்! அவர்களை எங்கே ஒளித்து வைத்திருக்கிறாய் என்பதைச் சொல்லிவிடு! இல்லாவிட்டால் உங்கள் இருவரையும் இங்கேயே எரித்துச் சாம்பலாக்கி விடுவேன்!’ என்றான் ரவிதாஸன்.

அவனுடைய புறக்கண்கள் அச்சமயம் நெருப்புத் தணல்களைப் போல் அனல்வீசி ஜொலித்தன.

‘என்ன? உண்மையைச் சொல்கிறாயா, மாட்டாயா! ஓம் ஹ்ரீம் ஹ்ராம் வஷட்! - இதோ என் மந்திரத்தின் சக்தியைக் காட்டப் போகிறேன்.’

பூங்குழலி பயத்தினால் நடுநடுங்கிச் சேந்தன் அமுதனைக் கெட்டியாகப் பிடித்துக்கொண்டாள். அவனிடம் மெல்லிய குரலில், ‘நான் இப்போது ஓடப் போகிறேன். நீ அவனைத் தடுத்து நிறுத்தப்பார்!’ என்றாள்.

மந்திரவாதியைப் பார்த்து உரத்த குரலில், ‘என்னை ஒன்றும் செய்ய வேண்டாம். அவர்கள் இருக்குமிடத்தைக் காட்டி விடுகிறேன்!’ என்று கூறினாள்.

‘என்னுடன் வா! காட்டுகிறேன்!’ என்று சொல்லி விட்டுப் பாழடைந்த மண்டபத்துக்கு நேர்மாறான திசையை நோக்கி நடந்தாள்.

மந்திரவாதி அவளைப் பின் தொடரப் பார்த்தான். சேந்தன் அமுதன் பின்னாலிருந்து அவனைப் பிடித்து நிறுத்த முயன்றான். பூங்குழலி ஓடத் தொடங்கினாள். மந்திரவாதி சேந்தன் அமுதனை ஒரே தள்ளாகத் தலைகுப்புறத் தள்ளிவிட்டுப் பூங்குழலியைத் தொடர்ந்து ஓடினான்.

பூங்குழலி மானைப்போல் விரைந்து பாய்ந்து ஓடினாள். மந்திரவாதி மானைத் துரத்தும் வேடனைப்போல் அவளைப் பிடிக்க ஓடினான். ஆனால் அவளைப் பிடிப்பது எளிதில் முடிகிற காரியமாயில்லை.

மந்திரவாதி அவளைத் துரத்துவதை விட்டு நின்று விடலாமா என்று எண்ணியபோது பூங்குழலியும் களைத்துப் போனவளைப் போல் நின்றாள். மந்திரவாதி மறுபடியும் அவளைத் துரத்தினான்.

இருவருக்கும் பின்னால் சேந்தன் அமுதனும் தட்டுத் தடுமாறி விழுந்தடித்து ஓடிவந்து கொண்டிருந்தான். ஓடும்போது மறைந்த மண்டபத்துக்குப் போய் அங்குள்ளவர்களுக்கு எச்சரிக்கை செய்யலாமா என்று அவன் அடிக்கடி நினைத்தான். அதே சமயத்தில் பூங்குழலியை மந்திரவாதியிடம் தனியாக விட்டு விட்டுப் போகவும் அவனுக்கு மனம் வரவில்லை.

பூங்குழலி ஒரு மேட்டின்மீது ஏறி நின்றாள்.அங்கே சற்றுக் காத்திருந்ததோடு அல்லாமல், திரும்பிப் பார்த்து மந்திரவாதியைக் கைதட்டி அழைத்தாள். மந்திரவாதி மேல்மூச்சு கீழ்மூச்சு வாங்க அவள் அருகில் போய் நின்றான். அவளைக் கெட்டியாகப் பிடித்துக்கொண்டு அவள் கன்னத்தில் நாலு அறை கொடுக்க வேண்டும் என்று அவன் எண்ணிய சமயத்தில் பூங்குழலி, 'அதோ பார் என் காதலர்களை!' என்றாள்.

அவள் சுட்டிக்காட்டிய திசையை மந்திரவாதி பார்த்தான். முன்னொரு தடவை வந்தியத்தேவன் கண்ட காட்சியை அவனும் கண்டான். சதுப்பு நிலத்தில் ஆங்காங்கு தீப் பிழம்புகள் குப் குப் என்று தோன்றுவதும் கப் கப் என்று மறைவதுமாயிருந்தன. ரவிதாஸனுக்கு அந்தப் பயங்கரத் தோற்றத்தின் காரணம் என்னவென்று தெரியுமென்றாலும் அச்சமயம் அவனுக்கு ரோமம் சிலிர்த்தது.

'மந்திரவாதி! உனக்கு மந்திரம் தெரியுமென்றால், இந்தக் கொள்ளி வாய்ப் பிசாசுகளை ஓட்டுவதற்கு ஒரு மந்திரம் போடு பார்க்கலாம்! இவை என்னைப் பாடாய்ப் படுத்தி வைக்கின்றன!' என்றாள்.

ரவிதாஸனுக்கு அளவில்லாத கோபம் பொங்கிக் கொண்டு வந்தது.

'பெண்ணே! என்னை ஏமாற்றலாம் என்று பார்க்கிறாயா!' என்று கர்ஜித்தான்.

'உன்னை எதற்காக நான் ஏமாற்ற வேண்டும்?'

'இளவரசரும் வல்லவரையனும் இருக்குமிடத்தைக் காட்டுகிறேன் என்று சொல்லி நீ என்னை இழுத்து அடிக்க வில்லையா?'

'அவர்கள் இறந்து விட்டார்கள் என்று நான் சொன்னதை நீ நம்பவில்லை. வேறு என்ன செய்யட்டும்?'

'இளவரசர் இறந்தது உண்மைதானா? ஆணையிட்டுச் சொல்வாயா?'

‘ஆணை எதற்கு! அதோ ஆகாசத்தைப் பார்!’ ரவிதாஸன் வானத்தை நோக்கினான். வால் நட்சத்திரம் தெரிந்தது.

‘வால் நட்சத்திரம் தோன்றினால் அரச குலத்தில் மரணம் என்று உனக்குத் தெரியாதா? அப்படியே நடந்துவிட்டது!’ என்றாள் பூங்குழலி.

‘பெண்ணே! அப்படியானால் உன் கையில் உள்ள கெண்டியை இப்படிக் கொடு; அதில் ஏதாவது மிச்சம் இருக்கிறதா? உன்னோடு ஓடி வந்ததில் எனக்குத் தாகம் எடுத்து விட்டது!...’

பூங்குழலி திடீரென்று மறுபடி ஓட்டம் பிடித்தாள். மேட்டிலிருந்து தாவிக் குதித்து இறங்கிக் கொள்ளிவாய்ப் பிசாசுகள் தோன்றி மறைந்த சதுப்பு நிலப்பரப்பை நோக்கி ஓடினாள். ரவிதாஸன் ஆத்திரத்தினால் அறிவை இழந்தான். பூங்குழலியைப் பிடித்து அவளுடைய கழுத்தை நெறித்துக் கொன்று விடவேண்டும் என்று வெறியை அடைந்தான். தலைகால் தெரியாமல் அவளைப் பின்தொடர்ந்து ஓடினான்.

சிறிது தூரம் ஓடிய பிறகு பூங்குழலி சட்டென்று கொஞ்சம் குனிந்து நாலைந்தடி ஒரு புறமாக நகர்ந்து கொண்டாள்.

அதிவேகமாக அவளைத் துரத்தி வந்த ரவிதாஸனால் அவள் நின்ற இடத்தில் நிற்க முடியவில்லை. அவளுக்கு அப்பால் சில அடிதூரம் வரையில் சென்று நின்றான். திரும்பி அவளைப் பிடிப்பதற்காகப் பாயப் பார்த்தான்; ஆனால் முடியவில்லை. கால்களுக்குத் திடீரென்று என்ன நேர்ந்து விட்டது? அவை ஏன் இப்பொழுது நகரவில்லை? அவை ஏன் சில்லிட்டிருக்கின்றன?

இது என்ன? உள்ளங்காலிலிருந்து சில்லிப்பு மேலே மேலே வந்து கொண்டிருக்கிறதே? இல்லை, இல்லை! கால்கள் அல்லவா கீழே கீழே போய்க் கொண்டிருக்கின்றன!

ரவிதாஸன் குனிந்து பார்த்தான். ஆம், அவனுடைய கால்கள் கீழே புதை சேற்றில் அமிழ்ந்து கொண்டிருப்பதைக் கண்டான். ஒவ்வொரு அணுவாக, ஒவ்வொரு அங்குலமாக, அவன் கால்கள் கீழே சேற்றில் மெதுவாகப் புதைந்து கொண்டிருந்தன.

ரவிதாஸன் தன்னுடைய அபாய நிலையை உணர்ந்தான் சேற்றிலிருந்து வெளிவர முயன்றான். கால்களை உதறி எடுக்கப் பிரயத்தனம் செய்தான். அவனுடைய பிரயத்தனம் பலன் தரவில்லை.

கீழே சேற்றுக்கடியில் ஏதோ ஒரு பூதம் இருந்து அவனைப் பற்றி இழுப்பது போலத் தோன்றியது.

பூங்குழலி கலகலவென்று சிரித்தாள்.

'மந்திரவாதி! என்ன விழிக்கிறாய்? பூதத்தின் வாயில் அகப்பட்டுக் கொண்டாயா? மந்திரம் போட்டுப் பார்ப்பது தானே?' என்றாள்.

மந்திரவாதி ஒரு பக்கம் பீதியானாலும் மறுபக்கம் கோபத்தினாலும் நடு நடுங்கினான்.

'அடிப் பாவி! உன் வேலையா இது?' என்று கையை நெறித்தான்.

'என் கழுத்தைப் பிடித்து நெறிக்க வேண்டுமென்று நீ ஆசைப் பட்டாயல்லவா? அதற்குப் பதிலாக கையை நெறித்துக் கொள்!' என்றாள்.

ரவிதாஸன் கோபத்தை அடக்கிக்கொண்டு, 'பெண்ணே! சத்தியமாகச் சொல்கிறேன். உன்னை நான் ஒன்றும் செய்யவில்லை, சற்றுக் கைகொடுத்து என்னைக் கரையிலே தூக்கிவிடு!' என்றான்.

பூங்குழலி 'ஹா ஹா ஹா' என்று சிரித்தாள். 'உன்னைக் கரையேற்றி விட என்னால் ஆகாது! உன் மந்திரத்துக்குக் கட்டுப்பட்ட பேய் பிசாசுகளையெல்லாம் கூப்பிடு!' என்றாள்.

ரவிதாஸன் இதற்குள் தொடை வரையில் சேற்றில் புதைந்து போயிருந் தான். அவன் முகத்தைப் பார்க்கப் பயங்கரமாயி ருந்தது. அவனுடைய கண்கள் கொள்ளிக் கட்டைகள் போலச் சிவப்புத் தணல் ஒளியை வீசின.

கைகளை நீட்டிப் புதை சேற்றுக்கு அப்பால் இருந்த கரையைப் பற்றினான். அங்கே நீண்டு வளர்ந்திருந்த கோரைப் புற்களின் அடிப் பகுதியைப் பிடித்துக்கொண்டான். மறுபடியும் சேற்றில் இருந்து வெளிவரப் பிரயத்தனம் செய்தான். ஆனால் புதைந்திருந்த கால்களை அசைக்கவும் முடியவில்லை.

'பெண்ணே, உனக்குப் புண்ணியம் உண்டு! என்னைக் காப்பாற்று!' என்று ஓலமிட்டான்.

இதற்குள் அங்கே சேந்தன் அமுதன் வந்து சேர்ந்தான். ரவி தாஸனுடைய நிலைமை இன்னதென்பதை அவன் ஒரு நொடியில் அறிந்துகொண்டான். அவனுடைய கண்களில் இரக்கத்தின் அறிகுறி புலப்பட்டது.

பூங்குழலி அவனைப் பார்த்து, 'வா, போகலாம்!' என்றாள்.

'ஐயோ! இவனை இப்படியே விட்டுவிட்டா போகிறது!'

'ஏன் சேற்றில் இவன் முழுவதும் புதைகிற வரையில் இருந்து பார்க்க வேண்டுமென்கிறாயா!'

'இல்லை, இல்லை! இவனை இப்படியே விட்டுவிட்டுப் போனால் வாழ்நாளெல்லாம் கனவு காணுவேன். இவனைக் கரையேற்றி விட்டுப் போகலாம்.'

'அத்தான்! இவன் என்னைக் கழுத்தை நெறித்துக் கொல்ல நினைத்தான்.'

'அவனுடைய பாவத்துக்குக் கடவுள் அவனைத் தண்டிப்பார். நாம் காப்பாற்றிவிட்டுப் போகலாம்.'

'அப்படியானால் உனது மேல் துண்டைக் கொடு' என்றாள் பூங்குழலி.

அமுதன் தன் மேல் துண்டைக் கொடுத்தான். அதன் ஒரு முனையைப் புதைசேற்றுக் குழிக்கு அருகில் இருந்த ஒரு புதரின் அடிப்பகுதியில் பூங்குழலி கட்டினாள். இன்னொரு முனையை ரவிதாஸனிடம் கொடுத்தாள்.

'மந்திரவாதி! இதோ பார்! இந்தத் துண்டின் முனையைப் பிடித்துக் கொண்டிரு! அதிகம் பலங் கொண்டு இழுத்தால் புதர் வேரோடு வந்துவிடும். ஆகையால் மெல்ல பிடித்துக் கொண்டிரு. நீயாகக் கரையேற முயலாதே! பொழுது விடிந்ததும் யாராவது இந்தப் பக்கம் வருவார்கள். அவர்கள் உன்னைக் கரையேற்றுவார்கள்!' என்றாள்.

'ஐயோ! இரவெல்லாம் இப்படியே கழிக்க வேண்டுமா? என்னால் முடியாது. அதைக்காட்டிலும் என்னைக் கொன்று விட்டுப் போய் விடு!'

பூங்குழலி அவன் கூக்குரலைப் பொருட்படுத்தவில்லை. சேந்தன் அமுதனைக் கையைப்பிடித்து இழுத்துக்கொண்டு வந்த வழியே திரும்ப ஓடத் தொடங்கினாள். அவர்கள் மேட்டின் மேல் ஏறி அப்பால் காட்டில் இறங்கும்வரையில் மந்திரவாதியின் ஓலக் குரல் கேட்டுக் கொண்டிருந்தது.

அந்தக் குரல் மறைந்த பிறகு, 'அத்தான்; நல்ல சமயத்தில் வந்து சேர்ந்தாய்! நீ எப்படி இங்கு வந்தாய்? எதற்காக?' என்று பூங்குழலி கேட்டாள்.

'பாதாளச் சிறை அனுபவத்துக்குப் பிறகு தஞ்சாவூரில் இருக்க எனக்குப் பிடிக்கவில்லை. அடிக்கடி பழுவூர் வீரர்களும், ஒற்றர்களும் வந்து தொல்லை கொடுத்துக்கொண்டிருந்தார்கள். ஆகையால் பழையாறைக்குப் போனேன். குந்தவை தேவி என்னை இவ்விடம் அனுப்பினார்.

இளவரசருக்கு அபாயம் அதிகமாயிருப்பதாகவும், ஆகையால் அவரை நாகைப்பட்டினம் சூடாமணி விஹாரத்தில் கொண்டுசேர்த்து விட்டு வரும்படியும் வந்தியத்தேவனிடம் சொல்லும்படிக் கூறினார். எனக்கும் உன்னைப் பார்த்து உன்பாட்டைக் கேட்க வேண்டும் என்று ஆசையாயிருந்தது...'

'பாட்டுக் கேட்பதற்கு நல்ல சமயம் பார்த்தாய்! இளையபிராட்டி கூறியது உண்மைதான். இளவரசருக்கு ஏற்பட்டிருக்கும் கண்டங்கள் இப்படி அப்படியல்ல. பகைவர்களின் சூழ்ச்சிகளோடு குளிர் காய்ச்சல் வந்து விட்டது.'

'ஆமாம், நானுந்தான் பார்த்தேன். நாங்கள் இரண்டு பேருமாக அவரைத் தூக்கிக் கொண்டுபோய் மறைந்த மண்டபத்தில் சேர்த்தோம். அதற்கு ரொம்பக் கஷ்டப்பட்டுப் போனோம். பூங்குழலி! நாகைப் பட்டினம் சூடாமணி விஹாரத்துப் புத்த பிக்ஷுக்கள் வைத்திய சாஸ்திரம் நன்கு அறிந்தவர்கள். இளவரசரைக் குணப்படுத்தி விடுவார்கள்.'

'நாகைப்பட்டினத்துக்கு எப்படிக் கொண்டுபோய்ச் சேர்ப்பது?'

'கால்வாய் வழியாகத்தான்!'

'கால்வாய் வழியாக எப்படிப் போவது? படகைத் தொலைத்து விட்டீர்களே?'

'படகு தண்ணீரில் முழுகித்தானே இருக்கிறது? திரும்ப எடுத்து விட்டால் போகிறது!'

'அப்படியானால் இன்று இராத்திரியே கிளம்பிவிட வேண்டியதுதான். அந்தச் சிறிய படகில் நாம் எல்லோரும் போக முடியாதே!'

'வேண்டியதில்லை, பூங்குழலி! அதெல்லாம் நாங்கள் பேசி முடிவு செய்துவிட்டோம். வல்லவரையன் இங்கிருந்து நேரே பழை யாறைக்குப் போவான். நானும் நீயும் இளவரசரைப் படகில் ஏற்றி நாகைப்பட்டினம் கொண்டுபோய்ச் சேர்க்க வேண்டியது.'

பூங்குழலிக்குப் புல்லரித்தது. மீண்டும் இளவரசருடன் பிரயாணம்! கால்வாயில், படகில் நாகைப்பட்டினம் வரையில்! வழியில் அபாயம் ஒன்றும் ஏற்படாமல் இருக்கவேண்டும்.

இருவரும் மறைந்த மண்டபத்தை அடைந்தார்கள். மண்டபத்தை நெருங்கியதும் சேந்தன் அமுதன் பலமாகக் கையைத் தட்டினான்.

'யார் அங்கே?' என்று வந்தியத்தேவனுடைய கடுமையான குரல் கேட்டது.

'நான்தான் சேந்தன்!'

'இன்னும் யார்?'

'என் மாமன் மகள்!' வந்தியத்தேவன் மண்டபத்தின் வாசலில் வந்து எட்டிப் பார்த்தான்.

'வேறு யாரும் இல்லையே?'

'இல்லை, ஏன் சந்தேகம்?'

'மெல்லப் பேசுங்கள்; இளவரசர் தூங்குகிறார். கொஞ்ச நேரத்துக்கு முன்னால் இங்கே யாரோ ஒருவன் வந்தான். நீதானாக்கும் என்று நினைத்து வெளியில் வந்தேன். நீ இல்லை. மந்திரவாதியைப் போல் தோன்றியது.'

'அப்புறம்?'

'அச்சமயம் உன் பாட்டின் குரல் கிளம்பியது. பாடுவதற்கு நல்ல நேரம் பார்த்தாய் என்று எண்ணிக்கொண்டேன். நல்ல வேளையாக அதை மந்திரவாதியும் கேட்டுவிட்டுத் திரும்பிப் போனான். அவனை நீங்கள் பார்த்தீர்கள்?'

'பார்த்தோம்.'

'அவனை என்ன செய்தீர்கள்?'

'நான் ஒன்றும் செய்யவில்லை. இவள்தான் அவனைப் புதைசேற்றுக் குழியில் இடுப்புவரையில் இறக்கி நிறுத்திவிட்டு வந்திருக்கிறாள்!'

'இவளுடைய குரல் கூடக் கொஞ்சம் கேட்டதே!'

'ஆம், பூங்குழலியும் ஒரு பாட்டுப் பாடினாள்.'

'அதைக் கேட்டதும் இளவசருக்கு சுய உணர்வு வந்ததுபோலத் தோன்றியது. 'யார் பாடுகிறது?' என்று கேட்டார். 'ஓடக்காரப் பெண்' என்றேன். பாட்டைக் கேட்டுக்கொண்டே தூங்கிவிட்டார்.'

பூங்குழலிக்கு மீண்டும் மெய்சிலிர்த்தது.

'இவள் பாட்டு மட்டுந்தானா பாடினாள்? ஆந்தை போலவும் கத்தினாளே!'

'அதுவும் என் காதில் விழுந்தது.காட்டில் ஏதோ அதிசயம் நடைபெறுகிறதென்று நினைத்துக் கொண்டேன். நீங்கள் - அத்தானும், மாமன் மகளும் - வசந்தோத்ஸவம் கொண்டாடுகிறீர்களோ என்று நினைத்தேன்...'

‘இது என்ன வீண் பேச்சு?’ என்றாள் பூங்குழலி.

‘வேறு என்ன செய்வது? இரவை எப்படியேனும் கழித்தாக வேண்டும்!’ என்றான் வந்தியத்தேவன்.

‘இல்லை; பொழுது விடிந்து இங்கே இருந்தால் தப்பிப் பிழைக்க முடியாது. இராத்திரியே புறப்பட்டாக வேண்டும்.’

அச்சமயம் எங்கேயோ வெகு தூரத்தில் நரிகள் ஊளையிடத் தொடங்கின. அந்த ஊளைச் சப்தத்துக்கு இடையில் ஆந்தைக் குரல் ஒன்றும் கேட்டது. சேந்தன் அமுதன் நடுங்கினான். அவன் மனக் கண்ணின் முன்னால் மந்திரவாதி சேற்றில் புதைந்திருப்பதும், அவனைச் சுற்றி நரிகள் ஊளையிட்டுக் கொண்டு நெருங்கி நெருங்கி வருவதும், மந்திரவாதி ஆந்தையைப்போல் கத்தி நரிகளை விரட்டப் பார்ப்பதும் தென்பட்டன.

வந்தியத்தேவனும் சேந்தன் அமுதனும் இளவரசரின் தூக்கம் கலையாமல் தூக்கிக்கொண்டார்கள். பூங்குழலி பின் தொடர்ந்து சென்றாள்.

கால்வாயின் கரையை அவர்கள் அடைந்தபோது சந்திரன் உதயமாகி யிருந்தது.

கரையில் இளவரசரை ஒரு மரத்தின் பேரில் சாய்த்துப் படுக்க வைத்தார்கள். பூங்குழலியை அவர் பக்கத்தில் இருக்கச்செய்து விட்டு வந்தியத்தேவனும், சேந்தன் அமுதனும் தண்ணீரில் இறங்கினார்கள். முழுகிப் போயிருந்த படகை மிகப் பிரயாசையுடன் மேலே எடுத்துக் கரையோரமாகக் கொண்டு வந்தார்கள்.

இளவரசர் கண் விழித்தார். மிக மெல்லிய குரலில் ‘தாகமாயிருக்கிறது!’ என்றார்.

பக்கத்தில் இருந்து அவரைப் பார்த்துக் கொண்டிருந்த பூங்குழலி கெண்டியிலிருந்த பாலை அவருடைய வாயில் ஊற்றினாள்.

சிறிதளவு பால் அருந்திய பிறகு இளவரசர், ‘பூங்குழலி, நீ தானா? சொர்க்க லோகத்தில் யாரோ ஒரு தேவ கன்னிகை என் வாயில் அமுதத்தை ஊற்றுவதுபோலத் தோன்றியது’ என்றார்.

'ஐயோ! பிசாசு!'

கற்பக விருட்சம் பூங்குழலியின் மீது வர்ண மலர்களைச் சொரிந்தது. தேவலோகத்துக் கின்னரி வாத்தியங்கள் இன்ப கீதங்களைப் பொழிந்தன. ஏன்? பூங்குழலியின் மேனி நரம்புகளே யாழின் நரம்புகளாகித் தெய்வ கானம் இசைத்தன. இளவரசரின் கனிவு செறிந்த மொழிகள் அவளுக்கு அத்தகைய போதையை அளித்தன.

'இளவரசே! நான் தேவலோக கன்னிகை அல்ல; ஏழை ஓடக்காரப் பெண். தாங்கள் அருந்தியதும் தேவலோகத்து அமுதம் அல்ல. குழகர் கோயிலில் கிடைத்த பாலமுதம்!' என்றாள்.

'நீ தேவலோகக் கன்னிகை இல்லையென்றால், நான் நம்பி விடுவேனா? வருணனின் திருப்புதல்வி அல்லவா நீ? சமுத்திரகுமாரி! எத்தனை தடவை எனக்கு நீ உயிர் அளித்திருக்கிறாய்? உனக்கு நான் என்ன கைம்மாறு செய்யப் போகிறேன்?' என்றார் இளவரசர்.

'ஐயா! இன்னும் ஒரு பகலும், ஒரு இரவும் தங்களுடன் இருக்க இந்த ஏழையை அனுமதிக்க வேண்டும்' என்றாள் பூங்குழலி.

'அது எப்படி முடியும்? உடனே நான் பழையாறைக்குப் புறப்பட வேண்டுமே' என்றார் இளவரசர்.

'இல்லை, தங்களை நாகைப்பட்டினத்துக்கு அழைத்துச் செல்லும்படி செய்தி வந்திருக்கிறது.'

'யாரிடமிருந்து?'

'இளைய பிராட்டியிடமிருந்துதான்!'

'அது யார் அங்கே, இன்னொருவன்? வந்தியத்தேவனுடன் படகை இழுத்து வருகிறவன்?'

'என் அத்தான் சேந்தன் அமுதன். இளையபிராட்டி அவனிடந்தான் செய்தி அனுப்பியிருக்கிறார். தங்களை நாகைப்பட்டினத்தில் உள்ள சூடாமணி விஹாரத்திற்கு அழைத்துச் செல்லும்படி.'

'ஆஹா! என் தமக்கையின் மனம் மாறி விட்டதா? எனக்கு முடிசூட்டும் ஆசை அகன்று விட்டதா? வெகு காலமாக எனக்குப் புத்த சங்கத்தில் சேரவேண்டும் என்ற ஆசை உண்டு. புத்த சங்கத்தில் சேர்ந்து பிக்ஷு ஆவேன். தூர தூர தேசங்களுக்கு யாத்திரை செய்வேன். சாவகம், கடாரம், மாயிருடிங்கம், மாபப்பாளம், சீனம்! ஆஹா என்னுடைய பாக்கியமே பாக்கியம்; பூங்குழலி! வா, போகலாம்!' என்று கூறி இளவரசர் எழுந்து நின்றார்.

அவருக்கு இன்னும் முழுநினைவு வரவில்லை, சுரவேகத் திலேயே பேசுகிறார் என்று பூங்குழலி சந்தேகித்தாள். அதே சமயத்தில் தூரத்தில் ஓலமிடும் குரல் ஒன்று கேட்டது.

இளவரசர் திடுக்கிட்டு நின்று, 'பூங்குழலி! அது என்ன?' என்றார்.

'ஆந்தை கத்துகிறது ஐயா!' என்றாள்.

'இல்லை! அது மனிதக் குரல்! ஏதோ பெரும் அபாயத்தில் சிக்கியவனின் அபயக்குரல்! அவனைக் காப்பாற்றிவிட்டுப் போகலாம். புத்த சங்கத்தில் சேருவதற்கு முன்னால் ஒரு புண்ணிய காரியம் செய்யலாம்!' என்று கூறிவிட்டு இளவரசர் பாய்ந்து ஓட முயன்றார். அந்த முயற்சியில் திடீரென்று கீழே விழுந்தார். பூங்குழலி அவரைத் தாங்கிக்கொண்டாள்.

படகைக் கரை சேர்ந்தவர்கள் இருவரும் ஓடி வந்தார்கள். மீண்டும் உணர்ச்சியை இழந்துவிட்ட இளவரசரை அவர்கள் மெதுவாகத் தூக்கிக் கொண்டுபோய்ப் படகில் பத்திரமாகச் சேர்த்துப் படுக்க வைத்தார்கள்.

கால்வாயில் படகு போக ஆரம்பித்தது. இளவரசரைத் தவிர்த்து, மற்ற மூவரும் இட நெருக்கடியுடன் அதில் உட்கார்ந்திருந்தார் கள். வந்தியத் தேவன், 'பூங்குழலி! நாலுபேரை இந்தப் படகு தாங்குவது கடினம். எப்படியும் நான் உங்களிடம் விடை பெற்றுக் கொள்ள வேண்டியவன். இங்கேயே இறங்கிக் கொள்கிறேன். இளவரசரைப் பத்திரமாகக் கொண்டுபோய்ச் சேர்ப்பது உங்கள் பொறுப்பு. உங்களுக்கு அதிகம் நான் சொல்ல வேண்டிய தில்லை!' என்று சொன்னான்.

அவனுடைய குரல் தழுதழுத்தது. நிலாக் கிரணம் அவன் முகத்தில் விழுந்தபோது கண்களில் முத்துத் துளிகள் ஒளிவீசித் திகழ்ந்தன.

‘கோடிக்கரைக் காடு தாண்டிய பிறகு இறங்கிச் செல்லலாமே? என் குதிரையையும் அங்கேதான் நிறுத்தி வைத்திருக்கிறேன். அடையாளம் நினைவிருக்கிறதல்லவா?’ என்றான் சேந்தன் அமுதன்.

‘வேண்டாம். நான் இங்கேயே இறங்கிக் கொள்கிறேன். குழகர் கோயில் பிராகாரத்தில் சற்று நேரம் படுத்துத் தூங்கிவிட்டுப் பொழுது விடிவதற்குள் எழுந்து புறப்படுகிறேன். இல்லாவிடில் நாளைக்குப் பிரயாணம் செய்ய முடியாது! வழியில் எவ்வளவு தடங்கல்களோ!’ என்றான் வந்தியத்தேவன்.

பூங்குழலி அத்தனை நேரமும் தன் மடியில் பத்திரப்படுத்தி வைத்திருந்த பொட்டணத்தை எடுத்து அவனிடம் கொடுத்தாள். ‘இந்தா! குழகர் கோயில் பிரசாதம். இதை சாப்பிட்டு விட்டுத் தூங்கு!’ என்றாள்.

‘நீங்களும் ஒன்றும் சாப்பிடவில்லையே, உங்களுக்கு வேண்டாமா?’

‘கோடிக்கரையிலிருந்து காத தூரம் கால்வாயில் போய் விட்டால் எத்தனையோ கிராமங்கள். நானாவது சேந்தனாவது போய் உணவு சம்பாதித்துக்கொண்டு வருவோம். உன் விஷயம் அப்படியல்ல. நீ ஒருவர் கண்ணிலும் படாமல் பழையாறை போய்ச் சேர வேண்டும் அல்லவா?’

‘படகில் இளவரசர் இருக்கிறார் என்பதை நீங்களும் மறந்து விடக்கூடாது.’

‘இந்தப் படகில் இருப்பவர் இளவரசர் என்று யார் நம்புவார்கள்? அதைப்பற்றிக் கவலைப்படாதே! எங்கள் பொறுப்பு. இந்த ஓட்டைப் படகை யாரும் கவனிக்க மாட்டார்கள்.’

‘சரி, அப்படியானால் இங்கேயே நான் இறங்கிக் கொள்கிறேன்.’

அச்சமயம் மறுபடியும் அந்த ஓலக்குரல் கேட்டது. ‘ஆ! அது என்ன?’ என்று இளவரசர் கேட்டுவிட்டு மறுபடியும் உணர்வை இழந்தார்.

பூங்குழலி எழுந்து நின்றாள்.

‘முடியாது; என்னால் முடியாது, இளவரசருக்குத் தெரிந்தால் என்னை மன்னிக்க மாட்டார். இன்னும் கொஞ்ச நேரம் படகில் இரு. அந்த மந்திரவாதியைச் சேற்றிலிருந்து எடுத்து விட்டுவிட்டு வருகிறேன். இங்கிருந்து அந்த இடம் கிட்டத்தான் இருக்கிறது!’ என்று சொல்லிக்கொண்டே படகிலிருந்து கால்வாயின் கரையில் குதித்தாள்.

‘அப்படியானால் நானும் உன்னோடு வருகிறேன். அந்தப் பாதகனிடம் உன்னைத் தனியாக விடமாட்டேன்’ என்றான் சேந்தன் அமுதன்.

'இல்லை, அமுதா! நீ படகில் இரு! இளவரசரை ஜாக்கிரதை யாகப் பார்த்துக்கொள். நான் பூங்குழலியுடன் போய் வருகிறேன். எனக்கும் அந்த மந்திரவாதியைப் பார்க்க வேண்டிய காரியம் இருக்கிறது!' என்று சொல்லிவிட்டுப் பூங்குழலியைப் பின் தொடர்ந்து வேகமாக ஓடினான் வந்தியத்தேவன்.

பூங்குழலியின் மனக்கண் முன்னால் மந்திரவாதி மார்பளவு சேற்றில் புதைந்திருக்க, அவனைச் சுற்றி நரிகள் நின்று அவனைப் பிடுங்கித் தின்னப் பார்க்கும் பயங்கரக் காட்சி தோன்றிக் கொண்டிருந்தது. அதற்கிடையே இளவரசர் அவளைப் பார்த்து 'பெண்ணே நீ கொலை பாதகி!' என்று குற்றம் சாட்டும் காட்சியும் தோன்றியது! இந்தக் காட்சிகள் அவளுடைய கால்களுக்கு மிக்க விரைவைக் கொடுத்தன. மந்திரவாதியை அமிழ்த்திய சேற்றுப் பள்ளத்தை அதி விரைவில் நெருங்கினாள். அங்கே மந்திரவாதியைக் காணாமல் பெரும் ஏமாற்றம் அடைந்தாள்.

பின் தொடர்ந்து வந்த வந்தியத்தேவன், அவள் பக்கம் நெருங்கியதும் அவள் தயங்கி நிற்பதன் காரணத்தைக் கேட்டுத் தெரிந்து கொண்டான்.

'வேறு ஒரு சேற்றுப் பள்ளமாயிருக்கலாம். கோடிக்கரையில் எத்தனையோ பள்ளங்கள் உண்டு அல்லவா? நீ மறந்து போயிருப்பாய்!' என்றான்.

புதரில் ஒரு முனை கட்டியிருந்த சேந்தன் அமுதனின் மேல் துண்டைப் பூங்குழலி சுட்டிக் காட்டினாள். பாவம்! அவளால் பேச முடியவில்லை.

'சேற்றில் அமிழ்ந்திருப்பான் என்று நினைக்கிறாயா? இல்லை, இல்லை! ரவிதாஸனை அப்படியெல்லாம் கொன்று விட முடியுமா? அவனுக்கு நூறு உயிர் ஆயிற்றே? தப்பிப் போயிருப்பான்!' என்று சொல்லிக் கொண்டே வந்தியத்தேவன் புதரில் கட்டப்பட்டிருந்த துண்டை அவிழ்த்து எடுத்துக் கொண்டான். பூங்குழலிக்கு ஆறுதலாக அவ்விதம் சொன்னானே தவிர, அவன் மனத்திற்குள், ரவிதாஸன் மாண்டுதான் போயிருப்பான்; அவனுக்கு இந்தக் கோர மரணம் வேண்டியதுதான்!' என்ற எண்ணமும் தோன்றியது.

இருவரும் அங்கே மேலும் நிற்பதில் பயனில்லை என்பதை ஒருங்கே உணர்ந்தார்கள். மீண்டும் கால்வாயை நோக்கி நடந்தார்கள். கால்வாயின் கரைகளை அங்கே இருபுறமும் மரங்கள் மறைத்துக் கொண்டிருந்தன. ஒரு மரக்கிளையைப் பிடித்துக்கொண்டு நின்று இரு உருவங்கள் எட்டிப் பார்த்தது தெரிந்தது.

அவற்றில் ஒன்று ஆண் உருவம்; இன்னொன்று பெண் உருவம்.

'அதோ!' என்று பூங்குழலி சுட்டிக் காட்டினாள்.'

'ஆமாம்; அவர்கள் யார் என்று தெரிகிறதா?'

'மந்திரவாதி ஒருவன்! இன்னொருத்தி என் அண்ணன் மனைவி எனக்கு முன்னால் அவள் வந்து மந்திரவாதியை விடுவித்திருக்கிறாள்.'

'நல்லதாகப் போயிற்று.'

'நல்லது ஒன்றுமில்லை. கால்வாயில் படகு வருவதை அவர்கள் உற்றுப் பார்க்கிறார்களே?'

அச்சமயம் இரண்டு உருவங்களில் ஒன்று திரும்பி இவர்கள் வரும் திசையைப் பார்த்தது. உடனே இரண்டு உருவங்களும் புதர்களும் அடியில் மறைந்து விட்டன. 'ஐயோ! அவர்கள் நம்மையும் பார்த்து விட்டார்கள்!'

'பேசாமல் என்னுடன் வா! நான் ஒரு யுக்தி செய்கிறேன். நான் என்ன சொன்னாலும் ஆச்சரியப் படாதே! என்னை ஒட்டியே பேசு!' என்றான் வந்தியத்தேவன்.

இருவரும் மேற்கூறிய உருவங்கள் நின்ற இடத்துக்குச் சமீபமாகப் போனார்கள். அந்த இடத்தைக் கடந்து சிறிது அப்பால் சென்று கால்வாயின் ஓரமாக உட்கார்ந்து கொண்டார்கள். பின்னால் புதரில் மறைந்திருந்தவர்களுக்குத் தங்கள் பேச்சு நன்றாகக் கேட்கும் என்று வந்தியத்தேவன் நிச்சயப்படுத்திக்கொண்டான்.

'பூங்குழலி! இதோ பார்! ஏன் கவலைப்படுகிறாய்? மந்திரவாதி செத்து ஒழிந்து போனான். போனதே க்ஷேமம்' என்றான் வந்தியத்தேவன்.

'ஐயோ! என்ன பயங்கரமான சாவு!' என்றாள் பூங்குழலி.

'கொலை செய்தது செய்துவிட்டு, இது என்ன பரிதாபம்?'

'ஐயோ! நானா கொலை செய்தேன்?'

'பின்னே அவன் சேற்றில் விழச் செய்தது யார்? நீதானே? திடீரென்று அப்புறம் உனக்குப் பச்சாதாபம் வந்துவிட்டது. தப்புவிக்கலாம் என்று வந்தாய்! அதற்குள் அவனை சேறு விழுங்கிவிட்டது. தப்புவிக்கத்தான் வந்தாயோ, அல்லது செத்துப் போய் விட்டானா என்று பார்ப்பதற்குத்தான் வந்தாயோ. யார் கண்டது?'

'உன்னை யார் என்னைத் தொடர்ந்து வரச் சொன்னது?'

'வந்ததினால்தானே நீ செய்த கொலையைப் பற்றித் தெரிந்து கொள்ள முடிந்தது? அடி கொலை பாதகி!'

‘நானா கொலை பாதகி!’

‘ஆம், நீ கொலை பாதகிதான்! நான் மட்டும் யோக்கியன் என்று சொல்கிறேனா? அதுவும் இல்லை. நான் இளவரசரைக் கடலில் முழுக அடித்துக் கொன்றேன். நீ மந்திரவாதியைச் சேற்றில் அமுக்கிக் கொன்றாய். அதற்கும் இதற்கும் சரியாகப் போய் விட்டது. நான் செய்த கொலையைப்பற்றி நீ வெளியில் சொல்லாமலிருந்தால், நீ செய்த கொலையைப்பற்றி நானும் யாரிடத்திலும் சொல்லவில்லை!’

‘இளவரசரைக் கொன்றவன் நீதானா? சற்றுமுன் அவரைப் பார்க்கவேயில்லை என்று சொன்னாயே?’

‘வேண்டுமென்றுதான் அப்படிச் சொன்னேன். இனிமேல் அப்படி உன்னிடம் சொல்லவேண்டிய அவசியம் இல்லை. நான் கூறியதை ஒப்புக்கொள்வாயா, மாட்டாயா?’

‘மாட்டேன் என்று மறுத்தால்?’

‘உடனே நந்தினி தேவியிடம் போய் நீ மந்திரவாதியைச் சேற்றில் அமுக்கிக் கொன்றதைக் கூறுவேன். நான் செய்த கொலைக்குச் சாட்சியம் இல்லை; உன் கொலைக்குச் சாட்சியம் உண்டு...’

‘நந்தினி என்னை என்ன செய்துவிடுவாள்?’

‘வேறொன்றும் செய்யமாட்டாள். உன்னைப் பூமியில் கழுத்து வரையில் புதைத்து யானையின் காலினால் இடறும்படிச் செய்வாள்!’

‘ஐயோ! என்ன பயங்கரம்!’

‘வேண்டாம் என்றால், நான் கூறுகிறபடிச் செய்வதாக ஒப்புக்கொள்.’

‘என்ன செய்ய வேண்டும்?’

‘அதோ உன் அத்தான் கொண்டு வருகிறானே, அந்தப் படகில் ஏறிக் கொள். இரண்டு பேரும் நேரே இலங்கைக்குப் போய்விட வேண்டும். அங்கே போய் உன் இளவரசரை நினைத்து அழுதுகொண்டிரு!’

‘எதற்காக நான் இலங்கை போகவேண்டும்? இங்கேயே இருந்தால் உனக்கு என்ன?’

‘ஆ! நீ போய் பழுவேட்டரையரிடம் என்னைப் பற்றிச் சொல்லிவிட்டால்! அவருக்கு என்ன இருந்தாலும் இளவரசர் பேரில் அபிமானம் உண்டு. என்னைப் பழி வாங்கப் பார்ப்பார்; எனக்கு இந்த உலகில் இன்னும் கொஞ்சம் வேலை இருக்கிறது.’

‘அடப் பாவி! இளவரசரை நீ ஏன் கொன்றாய்! அதையாவது சொல்லிவிடு!’

‘சொன்னால் என்ன? நன்றாகச் சொல்லுகிறேன். இளவரசரும் அவருடைய தமக்கையும் சேர்ந்து, ஆதித்த கரிகாலரின் இராஜ்யத்தைப் பறிப்பதற்குச் சதி செய்தார்கள். ஆதித்த கரிகாலர் என்னுடைய எஜமானர். அவருடைய விரோதி என்னுடைய விரோதி. அதனால்தான் இளவரசரைக் கொன்றேன். தெரிந்ததா?’

‘இந்த மகாபாவத்துக்கு நீ தண்டனை அநுபவிப்பாய்.’

‘அதைப்பற்றி நீ கவலைப்படாதே! நான் சொன்னபடி நீ செய்யப் போகிறாயா, இல்லையா?’

‘செய்யாவிட்டால் வேறு வழி என்ன? அதோ படகு வருகிறது, போய் ஏறிக்கொள்கிறேன்.’

‘இதோ பார்! நன்றாகக் கேட்டுக்கொள். படகில் ஏறியதும் நேரே கடலை நோக்கிச் செல்ல வேண்டும்.கோடிக்கரைப் பக்கம் திரும்பினாயோ, உன் கதி அதோ கதிதான்! இங்கேயே இருந்து நான் உங்கள் படகைப் பார்த்துக் கொண்டிருப்பேன். படகு கடலை அடைந்த பிறகுதான் இங்கிருந்து நகருவேன்.’

‘சரி சரி! இங்கேயே இரு! உன்னை நூறு நரிகள் பிடுங்கித் தின்னட்டும்!’

வந்தியத்தேவன் செய்த சமிக்ஞையைப் பார்த்து விட்டுப் பூங்குழலி அங்கிருந்து விரைந்து போய்ப் படகில் ஏறிக் கொண்டாள். படகு மேலே சென்றது. வந்தியத்தேவன் அவளிடம் கூறியபடி அங்கேயே உட்கார்ந்திருந்தான். அரை நாழிகை சென்றது. படகு கால்வாயில் வெகு தூரம் வரை சென்று மறைந்தது.

திடீரென்று வந்தியத்தேவனுக்குப் பின்னால் ‘ஹா ஹா ஹா’ என்று ஒரு பயங்கரச் சிரிப்பு கேட்டது.

வந்தியத்தேவன் திடுக்கிட்டவன் போலப் பாசாங்கு செய்து, சட்டென்று எழுந்து நின்று பார்த்தான்.

மந்திரவாதி புதர்களுக்கு மத்தியில் எழுந்து நின்று பேய் சிரிப்பது போலப் பயங்கரமாகச் சிரித்தான்.

‘ஐயோ! பிசாசு’ என்று அலறிக்கொண்டு வந்தியத்தேவன் அங்கிருந்து ஓட்டம் பிடித்தான்.

ஓடத்தில் மூவர்

பொழுது புலர்ந்தது, கருநிற அழகியான இரவெனும் தேவி உலக நாயகனை விட்டுப் பிரிய மனமின்றிப் பிரிந்து செல்ல நேர்ந்தது. நாயகனைத் தழுவியிருந்த அவளுடைய கரங்கள் இலேசாகக் கழன்று விழுந்தன. வாழ்க்கையிலே கடைசி முத்தம் கொடுப்பவளைப் போல் கொடுத்து விட்டு இரவெனும் தேவி இன்னும் தயங்கி நின்றாள். 'மாலையில் மறுபடியும் சந்திப்போம். நாலு ஜாம நேரந்தானே இந்தப் பிரிவு? சந்தோஷமாகப் போய்வா!' என்றது உலகம். இரவு தயங்கித் தயங்கி உலகத்தைத் திரும்பித் திரும்பிப் பார்த்துக்கொண்டு சென்றது.

உள்ளத்திலே அன்பில்லாத கள்ளக் காதலனைப் போல் இரவு பிரிந்து சென்றதும் உலகம் மகிழ்ச்சியினால் சிலிர்த்தது. 'ஆகா; விடுதலை!' என்று ஆயிரமாயிரம் பறவை இனங்கள் பாடிக் களித்தன. மரங்களிலும், செடிகளிலும் மொட்டுக்கள் வெடித்து மலர்ந்தன. எங்கிருந்தோ வண்டுகள் மந்தை மந்தையாக வந்து இதழ் விரிந்த மலர்களைச் சூழ்ந்துகொண்டு இன்னிசை பாடிக் களித்தன. விதவிதமான வர்ணச் சிறகுகள் உள்ள தட்டாரப் பூச்சிகள் நாலா பக்கங்களிலும் ஆனந்தக் கூத்தாடின.

கீழ்வானத்தில் பொன்னிறம் கண்டது. வானச் சுடர்கள் ஒவ்வொன்றாக ஒளி மங்கி மறைந்தன. இதுவரையில் வானவீதியில் பவனி வந்துகொண்டிருந்த பிறைச் சந்திரன் 'நிற்கட்டுமா? போகட்டுமா?' என்று கேட்டுக் கொண்டிருந்தான்.

ஓடையில் படகு மெள்ள மெள்ளச் சென்று கொண்டிருந்தது. பட்சிகளின் கோஷ்டி கானத்தோடு துடுப்பு தண்ணீரைத் தள்ளும் சலசல சப்தமும் பூங்குழலியின் செவிகளில் விழுந்தது. திடுக்கிட்டுக் கண் விழித்தாள். ஒரு கிளையில் வெடித்த இரண்டு அழகிய நீலநிற மொட்டுக்கள் ஒருங்கே மலர்ந்தது போல் அவளுடைய கண்ணிமைகள் திறந்தன. எதிரே இளவரசரின் பொன்முகம்

தோன்றியது. இன்னும் அவர் தூங்கிக் கொண்டிருந்தார். தூக்கந்தானா? அல்லது சுரவேகத்தில் இன்னமும் உணர்ச்சியற்றிருக்கிறாரா? தெரியவில்லை. எனினும் அவருடைய திருமுகம் எவ்வளவு பிரகாசமாயிருக்கிறது!

அப்பால் சேந்தன் அமுதன் துடுப்புத் தள்ளிக் கொண்டிருந்தான்.

'பூங்குழலி! ஏன் அதற்குள் விழித்துக் கொண்டாய்? இன்னும் சற்று நேரம் தூங்குவதுதானே?' என்றான்.

பூங்குழலி புன்னகை பூத்தாள். முகத்திலிருந்த இதழ்களிலே மட்டும் அவள் புன்னகை செய்யவில்லை. அவளுடைய திருமேனி முழுதும் குறுநகை பூத்தது.

காட்டிலே பிறந்து வளர்ந்து வாழ்ந்தவள் பூங்குழலி. ஆயினும் பட்சிகளின் கானமும், வண்டுகளின் கீதமும் இவ்வளவு இனிமையாக அவளுடைய செவிகளில் என்றைக்கும் தொனித்ததில்லை.

'அத்தான்! உதய ராகத்தில் ஒரு பாட்டுப் பாடு!' என்றாள் பூங்குழலி.

'நீ இருக்குமிடத்தில் நான் வாயைத் திறப்பேனா? நீ தான் பாடு!' என்றான் சேந்தன் அமுதன்.

'இராத்திரி இருளடர்ந்த காட்டில் பாடினாயே?'

'காரிய நிமித்தமாகப் பாடினேன். இப்போது நீ பாடு!'

'எனக்கும் பாட வேண்டுமென்று ஆசையாயிருக்கிறது. ஆனால் இளவரசருக்குத் தொந்தரவாயிருக்குமல்லவா?'

'எனக்குத் தொந்தரவு ஒன்றுமில்லை. இரண்டு பேரும் சேர்ந்து பாடுங்கள்!' என்றார் அருள்மொழிவர்மர்.

பூங்குழலி வெட்கத்தினால் தலை குனிந்துகொண்டாள்.

'படகு எங்கே போகிறது?' என்று இளவரசர் கேட்டார்.

'நாகைப்பட்டினம் சூடாமணி விஹாரத்திற்கு' என்றாள் பூங்குழலி.

'அப்படியானால் இராத்திரி நான் கண்டது கேட்டதெல்லாம் கனவல்லவா? உண்மைதானா?'

'ஆம், ஐயா! இதோ இவர்தான் தங்கள் தமக்கையாரிடமிருந்து செய்தி கொண்டு வந்தவர்.'

'இளையபிராட்டி கூறியதையெல்லாம் விவரமாகச் சொல்லு, அமுதா! என்னைப் புத்த சங்கத்தில் சேர்ந்து விடும்படிதானே என் தமக்கை சொல்லி அனுப்பினார்?'

இதற்கு என்ன விடை சொல்வதென்று அமுதன் தயங்கியபோது, குதிரையின் காலடிச் சத்தம் கேட்டது. பூங்குழலியும் சேந்தன் அமுதனும் திடுக்கிட்டார்கள்.

இளவரசரின் முகத்தில் ஒரு மாறுதலும் இல்லை.

'என் நண்பன் எங்கே? வாணர் குலத்து வீரன்?'என்று இளவரசர் கேட்டார். கேட்டுவிட்டுக் கண்கள் மூடிக்கொண்டார்.

சிறிது நேரத்துக்குள் குதிரைமீது வந்தியத்தேவன் தோன்றினான்.

படகு நின்றது.

வந்தியத்தேவன் குதிரை மீதிருந்து இறங்கி வந்தான்.

'ஒன்றும் விசேஷமில்லை. நீங்கள் பத்திரமாயிருக்கிறீர்களா என்று பார்த்துவிட்டுப் போக வந்தேன். இனி அபாயம் ஒன்றுமில்லை' என்றான் வந்தியத்தேவன்.

'மந்திரவாதி?' என்று பூங்குழலி கேட்டாள்.

'இந்தப் படகில் இளவரசர் இருக்கிறார் என்ற சந்தேகமே அவனுக்கில்லை. நான் கூறியதை அவன் அப்படியே நம்பி விட்டான்!'

'அவனைப் பார்த்தாயா?'

'பார்த்தேன். ஆனால் அவனுடைய பிசாசைப் பார்த்ததாக பயந்து பாசாங்கு செய்தேன்.'

'உன்னைப்போல பொய் சொல்லக் கூடியவனை நான் பார்த்ததே யில்லை.'

'பொய் என்று சொல்லாதே! கற்பனா சக்தி என்று சொல்லு. இளவரசர் எப்படியிருக்கிறார்?'

'நடுநடுவே விழித்துக்கொண்டு இரண்டு வார்த்தை சொல்கிறார்; அப்புறம் நினைவு இழந்து விடுகிறார்.'

'இந்தச் சுரமே அப்படித்தான்.'

'எத்தனை நாளைக்கு இருக்கும்?'

'சில சமயம் ஒரு மாதம்கூட இருக்கும். சூடாமணி விஹாரத்தில் பத்திரமாகக் கொண்டுபோய்ச் சேர்த்துவிடுங்கள். பிக்ஷுக்கள் வைத்தியம் செய்தால், இரண்டு வாரத்தில் குணப்படுத்தி விடுவார்கள். ஜாக்கிரதை, பூங்குழலி! உன்னை நம்பித்தான் இளவரசரை ஒப்படைத்து விட்டுப் போகிறேன். உன் அத்தான் எங்கேயாவது

கோவில் கோபுரத்தைக் கண்டால், தேவாரம் பாடிக்கொண்டு சுவாமி தரிசனத்துக்குப் போய் விடுவான்!'

சேந்தன் அமுதன், 'உன்னோடு பழகிய பிறகு அப்படியெல்லாம் செய்ய மாட்டேன். சிவ கைங்கரியம் செய்யும் ஆசைகூட எனக்குக் குறைந்துவிட்டது!' என்றான்.

'என்னால் குறைந்துவிட்டதா? அல்லது இந்தப் பெண்ணினாலா? உண்மையைச் சொல்!'

சேந்தன் அமுதன் அதைக் காதில் போட்டுக் கொள்ளாமல் 'குதிரையை நான் சொன்ன இடத்தில் கண்டு பிடித்தாயா?' என்று கேட்டான்.

'குதிரை என்னைக் கண்டுபிடித்தது. இது நான் உன்னிடம் தஞ்சையில் விட்டு வந்த குதிரை அல்லவா?'

'ஆமாம்.'

'இருட்டில் இது அடர்ந்த காட்டுக்குள்ளே என்னைப் பார்த்துவிட்டுக் கனைத்தது. அராபியர்களிடம் நான் அகப்பட்டுக் கொண்டதில் ஒரு விஷயம் தெரிந்து கொண்டேன், அமுதா! குதிரைகளை வெறுங்காலோடு ஓடச்செய்வது பாவம். குளம்புக்கு அடியில் இரும்புக் கவசம் அடித்து ஓட்டவேண்டும். முதன் முதலில் நான் பார்க்கும் கொல்லுப் பட்டறையில் இதன் குளம்புக்குக் கவசம் அடிக்கச் சொல்லப் போகிறேன். சரி, சரி! அதையெல்லாம் பற்றிப் பேச நேரமில்லை. மறுபடியும் உங்களையும் இளவரசரையும் பார்ப்பேனோ என்னமோ, தெரியாது. இளவரசர் மறுபடி விழித்தால் நான் பழையாறைக்குப் போகிறேன் என்று சொல்லுங்கள். அங்கிருந்து விரைவில் செய்தி அனுப்புவதாகவும் சொல்லுங்கள். அப்போதுதான் நிம்மதியாக இருப்பார்.'

வந்தியத்தேவன் குதிரையைத் திருப்பிவிட்டுக் கொண்டு போனான். விரைவில் இவர்களுடைய பார்வையிலிருந்து அவன் மறைந்தான்.

இருபுறமும் தாழம் புதர்கள் அடர்ந்திருந்த ஓடைக் காலின் வழியாகப் படகு போய்க்கொண்டிருந்தது. பொன்னிறத் தாழம்பூக்களும், தந்த வர்ண வெண் தாழம்பூக்களும் இருபக்கமும் செறிந்து கிடந்தன. அவற்றின் நறுமணம் போதையை உண்டாக்கிற்று. சில இடங்களில் ஓடைக் கரையில் புன்னை மரங்கள் வளர்ந்திருந்தன. சில இடங்களில் கடம்ப மரங்களும் இருந்தன. முத்துநிறப் புன்னை மலர்களும், குங்கும வர்ணக் கடம்ப மலர்களும் ஓடைக் கரைகளில் சொரிந்து கிடந்தன.

பூலோகத்திலிருந்து புண்ணியசாலிகள் சொர்க்கத்திற்குப் போகும் பாதை ஒன்று இருந்தால், அது இப்படித்தான் இருக்கும் என்று பூங்குழலிக்குத் தோன்றியது.

இடையிடையே கிராமம் தென்பட்ட இடத்தில் சேந்தன் அமுதன் சென்று இளவரசருக்குப் பாலும், பூங்குழலிக்கு உணவும் வாங்கிக் கொண்டு வந்தான்.

இளவரசர் கண்விழித்த போதெல்லாம் பூங்குழலி சற்று விலகி நின்றாள். நேருக்கு நேர் அவரைப் பார்க்க முடியாமல் அங்குமிங்கும் பார்த்தாள். அவர் உணர்விழந்திருந்த நேரங்களில் அவர் முகத்தையே பார்த்துக்கொண்டிருந்தாள். சேந்தனுடன் பல விஷயங்களைப் பற்றிப் பேசிக்கொண்டுமிருந்தாள். சிலசமயம் இரண்டு பேரும் சேர்ந்து பாடிக் களித்தார்கள்.

சேந்தன் அமுதன் உணவு தேடிக் கிராமங்களுக்குச் சென்ற சமயங்களில் பூங்குழலி இளவரசரின் நெற்றியைத் தடவிக் கொடுத்தும், தலையைக் கோதிவிட்டும் பணிவிடை செய்தாள். அப்போதெல்லாம் அவள் உள்ளம் பொங்கி, உடல் சிலிர்த்து, பரவச நிலையிலிருந்தாள். இம்மாதிரி அவள் எத்தனை எத்தனையோ பூர்வ ஜன்மங்களில் அவருக்குப் பணிவிடை செய்தது போன்ற உணர்வு தோன்றியது. உருவமில்லாத ஆயிரமாயிரம் நினைவுகள் இறகுகளைச் சடசடவென்று அடித்துக்கொண்டு அவளுடைய உள்ளத்தில் கும்பல் கும்பலாகப் புகுந்து வெளியேறிக் கொண்டிருந்தன.

ஒரு பகலும் ஓர் இரவும் அவர்கள் அந்த ஓடைக்கால் வழியாகப் படகில் சென்றார்கள். பூங்குழலியும், சேந்தனும் முறை போட்டுக் கொண்டு அவ்வப்போது சிறிது நேரம் கண்ணயர்ந்தார்கள். கண்ணயர்ந்த நேரத்தில் உருவந் தெரியாத இன்பக் கனவுகள் பலவற்றைப் பூங்குழலி கண்டாள்.

மறுநாள் சூரியோதய நேரத்தில் உலகமே பொன்னிறமாக ஜொலித்த வேளையில், படகு நாகைப் பட்டினத்தை அடைந்தது. நாகைப் பட்டினத்தின் அருகில் அந்த ஓடையிலிருந்து ஒரு கிளை பிரிந்து சூடாமணி விஹாரத்துக்கே நேராகச் சென்றது. அந்தக் கிளை வழியில் படகைக் கொண்டு போனார்கள். புத்த விஹாரத்தின் பின்புறத்தில் கொண்டுபோய் நிறுத்தினார்கள்.

அச்சமயம் அந்தப் புகழ்பெற்ற சூடாமணி விஹாரத்தில் ஏதோ குழப்பம் நேர்ந்து கொண்டிருந்ததாகத் தோன்றியது. விஹாரத்தின் வாசலில் ஜனக்கூட்டத்தின் இரைச்சல் கேட்டுக் கொண்டிருந்தது. பிக்ஷுக்கள் அங்குமிங்கும் ஓடிக் கொண்டிருந்தார்கள்.

படகிலிருந்து மூவரும் கரையில் இறங்கினார்கள். சேந்தன் அமுதன் தான் விஹாரத்துக்குச் சென்று, குழப்பத்தின் காரணம் என்னவென்று தெரிந்து வருவதாகச் சொல்லிவிட்டுப் போனான்.

சூடாமணி விஹாரம்

பூம்புகார் என்னும் காவிரிப் பட்டினத்தைக் கடல் கொள்ளை கொண்டு போய்விட்டது அல்லவா? அதற்குப் பிறகு சோழ வளநாட்டின் முக்கியத் துறைமுகப்பட்டினம் என்ற அந்தஸ்தை நாகைப்பட்டினம் நாளடைவில் அடைந்தது. பொன்னி நதி பாய்ந்த இயற்கை வளம் செறிந்திருந்த சோழ நாட்டுடன் வர்த்தகத் தொடர்பு கொள்ள எத்தனையோ அயல்நாட்டார் ஆவல் கொண்டிருந்தனர். பெரிய பெரிய மரக்கலங்களிலே வர்த்தகப் பண்டங்கள் வந்து இறங்கியபடி இருந்தன. முத்தும், மணியும், வைரமும், வாசனைத் திரவியங்களும் கப்பல்களில் வந்து இறங்கியதோடு அரபு நாட்டுக் குதிரைகளும் விற்பனைக்காக வந்து இறங்கின.

ஸ்ரீ சுந்தர மூர்த்தி நாயனாரின் காலத்தில் நாகைப்பட்டினம் சிறந்த மணிமாட நகரமாயிருந்தது. அந்த நகரத்தைக் கண்ட நம்பி ஆரூரர்,

'காண்பினிய மணிமாடம் நிறைந்த நெடு வீதிக்
கடல் நாகைக் காரோணம் மேவியிருந்தீரே!'

என்று வர்ணித்தார். கடல் நாகைக் காரோணத்தில் மேவியிருந்த காயாரோகணப் பெருமானிடம் ஸ்ரீ சுந்தர மூர்த்தி நாயனார் என்னென்ன பொருள்கள் வேண்டுமென்று கேட்டார் தெரியுமா? மற்ற ஊர்களிலே போலப் பொன்னும், மணியும், ஆடை ஆபரணங்களும் கேட்டதோடு, நாகைப்பட்டினத்திலே ஓர் உயர்ந்த சாதிக் குதிரையும் கேட்டுப் பெற்றுக்கொண்டார்.

'நம்பிதாமும் அந்நாட் போய்நாகைக் காரோணம் பாடி
அம்பொன்மணிப்பூண் நவமணிகள் ஆடைசாந்தம்
அடற்பரிமா'

ஆகியவை பெற்றுக்கொண்டு திருவாரூர் திரும்பிச் சென்றதாகப் பெரியபுராணம் கூறுகிறது.

நாகைப் பட்டினத் துறைமுகத்தில் வந்து இறங்கிய அரபு நாட்டுக் குதிரைகளைப் பார்த்ததும் நாயனாருக்கும் குதிரை ஏறிச் சவாரி செய்யவேண்டும் என்று தோன்றி விட்டது போலும்!

நாகைப் பட்டினத்தைப் பற்றிப் புராணம் வர்ணிப்பது ஒருபுறமிருக்க, சரித்திர பூர்வமான கல்வெட்டுக்களும் செப்பேடுகளும் அந்நகரைப் பற்றிச் சொல்லியிருக்கின்றன.

'பல கோவில்களும், சத்திரங்களும், நீர் நிலைகளும், சோலைகளும், மாட மாளிகைகளும் நிறைந்த வீதிகளையுடைய நாகைப்பட்டினம்' என்று ஆனைமங்கலச் செப்பேடுகள் அந்நகரை வர்ணிக்கின்றன.

அதே ஆனைமங்கலச் செப்பேடுகள், அந்நாளில் நாகைப் பட்டினத்தில் புகழ்பெற்று விளங்கிய சூடாமணி விஹாரம் என்னும் பௌத்த ஆலயத்தைப் பற்றியும், அதன் வரலாற்றையும் கூறுகின்றன.

மலாய் நாடு என்று இந்நாளில் நாம் குறிப்பிடும் தீபகற்பம் அக்காலத்தில் ஸ்ரீ விஜய நாடு என்னும் பெயரால் பிரசித்தி பெற்றிருந்தது. அந்த நாட்டில் ஒரு முக்கிய நகரம் கடாரம். அந்த மாநகரைத் தலைநகராக வைத்துக்கொண்டு நாலா திசையிலும் பரவியிருந்த மாபெரும் ஸ்ரீ விஜய சாம்ராஜ்யத்தை நெடுங்காலம் ஆண்டு வந்தவர்கள் சைலேந்திர வம்சத்தார். அந்த வம்சத்தில் மகரத்துவஜன் சூடாமணி வர்மன் என்னும் மன்னன் மிகவும் கீர்த்தி பெற்று விளங்கினான். அவ்வரசன் 'இராஜ தந்திரங்களில் நிபுணன்; ஞானத்தில் சூர குருவான பிரகஸ்பதியை ஒத்தவன்; அறிவாளிகளான தாமரை மலர்களுக்குச் சூரியன் போன்றவன்; இரவலருக்குக் கற்பகத் தருவாய் விளங்கினான்' என்று ஆணை மங்கலச் செப்பேடுகள் வியந்து புகழ்ந்து கூறுகின்றன.

அத்தகைய பேரரசனின் மகன் மாற விஜயோத்துங்க வர்மன் என்பவன் தன் தந்தையின் திருநாமம் நின்று நிலவும்படியாக 'மேரு மலையை யொத்த சூடாமணி விஹாரத்தை நாகைப்பட்டினத்தில் கட்டினான்' என்றும் அச்செப்பேடுகள் கூறுகின்றன.

கடாரத்து அரசனாகிய மாற விஜயோத்துங்கன் நாகைப் பட்டினத்துக்கு வந்து புத்த விஹாரத்தைக் கட்டுவானேன் என்று வாசகர்கள் கேட்கலாம். சோழ வளநாட்டுடன் நீடித்த வர்த்தகத் தொடர்பு கொண்டிருந்த அயல் நாடுகளில் ஒன்று ஸ்ரீ விஜய நாடு. அந்நாட்டுப் பிரஜைகள் பலர் நாகைப்பட்டினத்துக்கு வந்து நிரந்தரமாகவே குடியேறி இருந்தனர். வேறு பலர் அடிக்கடி வந்து திரும்பினர். கடாரத்து அரசனும், அவனுடைய குடிகளும் புத்த மதத்தைச் சார்ந்தவர்கள். அவர்கள் புத்தரை வழிபடுவதற்கு

வசதியாயிருக்கட்டும் என்றுதான் அம்மன்னன் நாகைப்பட்டினத் தில் சூடாமணி விஹாரத்தைக் கட்டினான். புத்த மதத்தின் தாயகம் பாரத தேசமாயிற்றே என்ற காரணமும் அவன் மனத்தில் இருந்திருக்கலாம்.

தமிழகத்து மன்னர்கள் எக்காலத்திலும் சமய சமரசத்தில் நம்பிக்கை கொண்டவர்கள், ஆகையால் அவர்கள் நாகைப்பட்டினத்தில் சூடாமணி விஹாரம் கட்டுவதற்கு அநுமதி கொடுத்தார்கள். அநுமதி கொடுத்தது மட்டுமா? அவ்வப்போது அந்தப் புத்தர் கோயிலுக்கு நிவந்தங்களும், இறையிலி நிலங்களும் அளித்து உதவினார்கள். ★(இந்தக் கதை நடந்த காலத்திற்குப் பிற்காலத்தில் இராஜ ராஜ சோழன் நாகைப்பட்டினம் சூடாமணி விஹாரத்துக்கு ஆனைமங்கலம் கிராமத்தையும் அதைச் சார்ந்த பல ஊர்களையும் முற்றூட்டாக அதாவது எந்தவிதமான வரியும் விதிக்கப்படாத இறையிலி நிலமாகத் தானம் அளித்தான்; இந்த நில தானத்தை இராஜராஜனுடைய குமாரன், சரித்திரப் புகழ் பெற்ற இராஜேந்திர சோழன் - செப்பேடுகளில் எழுதுவித்து உறுதிப்படுத்தினான். இவைதாம் ஆனைமங்கலச் செப்பேடுகள் என்று கூறப்படுகின்றன. மொத்தம் இருபத்தொரு செப்பேட்டு இதழ்கள். ஒவ்வொன்றும் 14 அங்குல நீளமும் 5 அங்குல அகலமும் உள்ளனவாக ஒரு பெரிய செப்பு வளையத்தில் சேர்க்கப் பட்டிருக்கின்றன. இச்செப்பேடுகள் சமீப காலத்தில் கப்பல் ஏறிக் கடல் கடந்து ஐரோப்பாவில் ஹாலந்து தேசத்தில் உள்ள லெயிடன் என்னும் நகரத்தின் காட்சி சாலையில் வைக்கப்பட்டிருக்கின்றன. ஆகையினால் இச்செப்பேடுகளை 'லெயிடன் சாஸனம்' என்றும் சில சரித்திர ஆராய்ச்சியாளர் குறிப்பிடுவதுண்டு.)

விஜயாலய சோழரின் காலத்திலிருந்து சோழ மன்னர்கள் சிவபக்தியில் திளைத்தவர்களாயிருந்தனர். ஆதித்த சோழரும், பராந்தக சோழரும், கண்டராதித்தரும் சைவப் பற்று மிக்கவர்கள். பற்பல சிவலாயத் திருப்பணிகள் செய்வித்தார்கள். எனினும் அவர்கள் பிற மதங்களைத் துவேஷிக்கவில்லை, தங்கள் இராஜ்யத்தில் வாழும் பிரஜைகள் எந்தெந்த மத்தைச் சேர்ந்தவர்களாயினும் அவர்களையும் அவர் களுடைய மதங்களையும் நடுநிலைமை தவறாமல் பராமரித்தார்கள். சுந்தர சோழ சக்கரவர்த்தி தமது முன்னோர்களைக் காட்டிலும் சில படிகள் முன் சென்றார். புத்தப் பள்ளிகளுக்கு விசேஷச் சலுகைகள் அளித்தார். இதனால் சோழ சாம்ராஜ்யத்தில் அச்சமயம் வாழ்ந்திருந்த பௌத்தர்கள் அனைவரும் மிக்க உற்சாகம் கொண்டிருந்தார்கள். இலங்கையில் அருள்மொழி வர்மர் இடிந்து போன புத்த விஹாரங் களைப் புதுப்பிக்கும்படி ஏற்பாடு செய்தது அவர்களுடைய உற்சாகத்தை மேலும் அதிகமாக்கியிருந்தது.

அப்படியெல்லாமிருக்க, இன்று அந்தப் பெயர் பெற்ற சூடாமணி விஹாரத்தில் நேர்ந்த குழப்பத்துக்குக் காரணம் என்ன? பிக்ஷுக்கள் நிலை கொள்ளாமல் அங்குமிங்கும் பரபரப்பாக ஏன் ஓடிக் கொண்டிருக்கிறார்கள்? சூடாமணி விஹாரத்தின் வாசற்புரத்தில் என்ன அவ்வளவு இரைச்சலும் கூச்சலும்? - நல்லது நாமும் சேந்தன் அமுதனைப் பின்பற்றிச் சென்று பார்ப்போம்.

சேந்தன் அமுதனும், மற்ற இருவரும் கால்வாயின் வழியாகப் படகைச் செலுத்திக்கொண்டு சூடாமணி விஹாரத்தின் உட்பகுதிக்கே வந்து விட்டதாகச் சொன்னோம். அங்கே ஒருவரையும் காணாமை யால் சேந்தன் அமுதன் தட்டுத்தடுமாறி வழி தேடிக்கொண்டு, விஹாரத்தின் வாசற்பக்கம் போய்ச் சேர்ந்தான். அங்கேதான் பொது மக்கள் வந்து வழிபடுவதற்குரிய புத்தர் பெருமானின் சைத்யம் என்னும் கோயில் இருந்தது. பக்தர்கள் பலர் அந்தக் காலை நேரத்தில் தாமரை மலர்களும் செண்பகப் பூக்களும், மற்ற பூஜைத் திரவியங் களும் நிறைந்த தட்டுக்களை ஏந்திக்கொண்டு வந்திருந்தார்கள். ஆனால் வந்த காரியத்தை அவர்கள் மறந்து விட்டதாகத் தோன்றியது. சைத்யத்தில் ஏறுவதற்குரிய படிகளில் புத்த பிக்ஷுக்கள் நின்று கொண்டிருந்தார்கள். அவர்களை நோக்கிக் கீழே நின்றவன் ஒருவன் ஏதோ சொல்லிக் கொண்டிருப்பதைச் சேந்தன் அமுதன் கண்டான். பிக்ஷுக்கள் சிலருடைய கண்களில் கண்ணீர் ததும்பி நிற்பதையும் பார்த்தான். கீழே நின்ற பக்தர்களில் பலர் வழக்கப் படி 'சாது! சாது!' என்று கோஷிப்பதற்குப் பதிலாக, 'ஆஹா!', 'அடாடா!' 'ஐயோ!' என்று அங்கலாய்த்துக் கொண்டிருப்பதை யும் கவனித்தான்.

அருகில் நெருங்கிச் சென்று சிறிது நேரம் கேட்ட பின்னர் விஷயம் இன்னதென்று தெரிந்தது. பிக்ஷுக்களிடம் பேசிக் கொண்டிருந்த வன் பார்த்திபேந்திரனுடைய கப்பலிலே இருந்த மாலுமிகளில் ஒருவன். கப்பல் முதலாவது நாள் இரவு நாகைப்பட்டினத்துக்கு வந்துவிட்டது. மாலுமிகள் கரையில் இறங்கியதுமே இளவரசரைக் கடல் கொண்டு விட்டது என்ற செய்தியைச் சிலரிடம் சொல்ல, அது நகரமெல்லாம் பரவி விட்டது. அச்செய்தி உண்மைதானா என்று அறிய அதிகாலையில் அம்மாலுமிகளில் ஒருவனைச் சூடாமணி விஹாரத்தின் பிரதம பிக்ஷு அழைத்து வரச் செய்தார். அவன் தான் அறிந்ததை அறிந்தபடி கூறினான்: 'சுழற்காற்று அடித்தபோது இளவரசர் கடலிலே குதித்தவர் திரும்பி வரவேயில்லை' என்று துயரக் குரலிலே சொன்னான்.

அப்போது அக்கூட்டத்திலே விம்மி அழும் குரல்கள் பல எழுந்தன.

பிரதம பிக்ஷுவின் கண்களிலிருந்து கண்ணீர் அருவியாகப் பெருகித் தாரை தாரையாக வழிந்தது.

அவர் குனிந்த தலை நிமிராமல் படிகளில் ஏறிச் சென்று சைத்தியத்தைத் தாண்டி விஹாரத்துக்குள் பிரவேசித்தார். மற்ற பிக்ஷுக்களும் அவரைத் தொடர்ந்து சென்றார்கள். சேந்தன் அமுதனும் அவர்களோடு வந்ததை ஒருவரும் கவனிக்கவில்லை.

பிரதம பிக்ஷு மற்றவர்களைப் பார்த்துச் சொன்னார்:- 'புத்த பகவானின் கருணை இப்படியா இருந்தது? பற்பல மனக் கோட்டைகள் கட்டிக் கொண்டிருந்தேனே? சக்கரவர்த்தியைப் பார்க்கச் சமீபத்திலே தஞ்சாவூருக்குப் போயிருந்தேன் பாருங்கள்! அச்சமயம் இலங்கையில் அருள்மொழிவர்மரின் அற்புதச் செயல்களைப்பற்றிக் கூறினேன். அதையெல்லாம் இளைய பிராட்டி குந்தவை தேவியும் கேட்டுக் கொண்டிருந்தார். பிறகு என்னைத் தனியாக வரவழைத்து இந்த விஹாரத்தையொட்டி ஆதுரசாலை ஒன்று ஏற்படுத்த வேண்டும் என்று அதற்குத் தேவையான நிபந்தங்கள் அளிப்பதாகவும் கூறினார். அது மட்டுமா? ஆச்சாரியாரே! நாட்டில் பலவாறு பேச்சுக்கள் நடந்து கொண்டிருப்பதைக் கேட்டிருப்பீர்கள். ஒருவேளை இளவரசர் சூடாமணி விஹாரத்தில் சில நாள் விருந்தாளியாக இருக்கும்படி நேரும். அவரை வைத்துப் பாதுகாக்க முடியுமா?' என்று குந்தவை பிராட்டி கேட்டார். 'தேவி! அத்தகைய பேறு எங்களுக்குக் கிடைத்தால் கண்ணை இமை காப்பதுபோல் வைத்துப் பாதுகாப்போம்' என்று கூறினேன். என்ன பயன்! இளவரசரா கடலில் முழுகினார்? இந்த நாட்டிலுள்ள நல்லவர்களின் மனோரதமெல்லாம் முழுகிவிட்டது! சோழ சாம்ராஜ்யமே முழுகிவிட்டது. சமுத்திர ராஜன் இவ்வளவு பெருங்கொடுமையைச் செய்ய எப்படித் துணிந்தான்? அக்கொடியவனைக் கேட்பார் இல்லையா?'

மற்ற பிக்ஷுக்கள் அனைவரும் மௌனமாகக் கண்ணீர் பெருக்கினார்கள்.

தலைமைப் பிக்ஷு பேசி நிறுத்தியதும் சிறிது நேரம் அங்கே மௌனம் குடி கொண்டிருந்தது.

சேந்தன் அமுதன் அதுதான் சமயம் என்று புத்த பிக்ஷுக்களிடையே புகுந்து ஆச்சாரியரை அணுக யத்தனித்தான். உடனே அவனைப் பலர் தடுத்தார்கள். 'இவன் யார்? இங்கே எப்படி வந்தான்?' என்று ஒருவரையொருவர் கேட்டுக் கொண்டார்கள்.

'ஐயா அடியேன் பெயர் சேந்தன் அமுதன்! தஞ்சையைச் சேர்ந்தவன். உங்கள் தலைவரிடம் ஒரு விஷயம் சொல்ல வேண்டும்!' என்றான்.

'சொல், சொல்!' என்றார்கள் பலர்.

அவனுடைய தயக்கத்தைப் பார்த்துவிட்டு ஆச்சாரியர், 'இவர்களுக்குத் தெரியக்கூடாத ரகசியம் ஒன்றுமில்லை; சொல்' என்றார்.

'ஐயா! நோயாளி ஒருவரை அழைத்து வந்திருக்கிறேன்!'

'அது யார் நோயாளி? என்ன நோய்? எங்கே விட்டிருக்கிறாய்?'

'விஹாரத்தில் நடுமுற்றத்தில் விட்டிருக்கிறேன்....'

'எப்படி அங்கே வந்தாய்?'

'கால்வாய் வழியாக, நோயாளியைப் படகில் கொண்டு வந்தேன். நடுக்கும் குளிர்க்காய்ச்சல். தாங்கள் உடனே....'

'பகவானே! நடுக்கும் சுரம் தொற்றும் நோய் ஆயிற்றே! இங்கே ஏன் அந்த நோயாளியை அழைத்து வந்தாய்? அதிலும் நல்ல சமயம் பார்த்து...'

'ஆச்சாரிய! அசோக சக்கரவர்த்தி புத்த மதத்தினர் என்று இதுகாறும் நினைத்திருந்தேன். இப்போது இல்லை என்று தெரிகிறது...'

'அது ஏன் அப்படிக் கூறுகிறாய்?'

'அசோக ஸ்தம்பம் ஒன்றை நான் காஞ்சிக்கு அருகில் பார்த்தேன். அதில் நோயாளிக்குச் சிகிச்சை செய்வதை முதன்மையான தர்மமாகச் சொல்லியிருக்கிறது. நீங்களோ இப்படி விரட்டி அடிக்கிறீர்கள்!' என்றான் அமுதன்.

ஆச்சாரிய பிக்ஷு மற்றவர்களைப் பார்த்து 'கொஞ்சம் பொறுங்கள்; நான் போய்ப் பார்த்து விட்டு வந்து சொல்லுகிறேன்' என்று கூறிவிட்டு, 'வா! அப்பனே' என்று அமுதனை அழைத்துக்கொண்டு சென்றார்.

விஹாரத்தின் நடு முற்றத்தில் கால்வாய்க்கு அருகில் ஒரு யுவனும், யுவதியும் இருப்பதைப் பார்த்துப் பிக்ஷு திடுக்கிட்டார். 'இது என்ன காரியம் செய்யத் துணிந்தீர்கள்? இந்த விஹாரத்துக்குள் ஸ்திரீகளே வரக்கூடாதே! பிக்ஷுணிகளுக்குக் கூட வேறு தனி மடம் அல்லவா கட்டியிருக்கிறது?'

அருகில் போய் அந்த இளைஞர் யார் என்பதை உற்றுப் பார்த்ததும், பிக்ஷு திகைத்துப் போனார் என்று சொன்னால் போதாது! வியப்பினாலும் களிப்பினாலும் அவரால் சிறிது நேரம் பேச முடியவில்லை.

சந்தேக நிவர்த்திக்காக, 'இளவரசர் அருள்மொழிவர்மர் தானா?' என்று சேந்தன் அமுதனைக் கேட்டார்.

இது இளவரசர் காதில் விழுந்தது. 'இல்லை, ஆச்சாரியரே இல்லை. நான் இளவரசனுமில்லை ஒன்றுமில்லை. இந்தப் பெண்ணும் இந்தப்

பிள்ளையுமாகச் சேர்ந்து என்னைப் பைத்தியமாக அடிக்கப் பார்க்கிறார்கள். நான் ஒரு ஓடக்காரன். சற்றுமுன் இந்தப் பெண்ணைப் பார்த்து, 'பெண்ணே! என்னை மணம் புரிந்து கொள்வாயா? இருவரும் படகில் ஏறித் தூரதேசங்களுக்குப் போகலாம்' என்றேன். 'இவள் ஏதேதோ பிதற்றினாள். நான் உலகத்தை ஒரு குடை நிழலில் ஆளப்பிறந்தவனாம்! ஏழை வலைஞர் குலப் பெண்ணாகிய இவள் என்னை மணந்துகொள்ள மாட்டாளாம். நான் சுகமாயிருந்தால் இவளுக்குப் போதுமாம். வருங்காலத்தில் என்னுடைய மகத்தான வெற்றிகளைக் கேட்டு இவள் மகிழப் போகிறாளாம். எப்படி யிருக்கிறது கதை? உண்மையில் எனக்குச் சித்தப்பிரமையா? இவளுக்கா?'

சேந்தன் அமுதன் ஆச்சாரிய பிக்ஷுவின் காதோடு ஏதோ கூறினான். அதற்கு முன்னாலேயே இளவரசர், சுரவேகத்தினால் நினைவிழந்த நிலையில் பேசுகிறார் என்பதை பிக்ஷு உணர்ந்திருந்தார். குந்தவை தேவி தம்மிடம் இளவரசருக்கு அடைக்கலம் தரும்படிக் கேட்டிருந்ததும், அவருக்கு நினைவு வந்தது.

மற்ற பிக்ஷுக்களைப் பார்த்து அவர், 'இந்தப் பிள்ளைக்கு விஷ சுரம்தான் வந்திருக்கிறது. இவனை வெளியில் அனுப்பினால் இன்னும் ஆயிரக்கணக்கானவர்களுக்கு வந்துவிடும். இலங்கையில் எத்தனையோ ஆயிரம் பேர் சுரத்தினால் இறந்து போனார்கள். ஆகையால் இந்த இளைஞனை என் அறைக்கு அழைத்துப்போய், நானே பணிவிடையும் செய்யப்போகிறேன், இடையில் சுர வேகத்தினால் இவன் ஏதாவது பிதற்றினால் அதை நீங்கள் பொருட்படுத்த வேண்டாம்!' என்றார்.

உடனே தலைமைப் பிக்ஷு இளவரசர் அருகிலே நெருங்கி ஒரு கையினால் அவரை அணைத்துத் தூக்கினார். சேந்தன் அமுதன் இன்னொரு பக்கத்தில் இளவரசரைப் பிடித்துக்கொண்டு உதவினான். எல்லாரும் படிகளில் ஏறிச் சென்றார்கள்.

'இதோ, இன்னும் சில விநாடி நேரத்தில் படிக்கட்டு முழுவதும் ஏறிவிடுவார்கள். கதவைத் திறந்துகொண்டு உள்ளே பிரவேசிப் பார்கள். பிறகு கதவு சாத்தியாகிவிடும், சாத்தினால் சாத்தியதுதான். அப்புறம் அவரைப் பார்க்க முடியாது.'

பூங்குழலி எதிர்பார்த்தபடியே நடந்தது. மாடிப்படி ஏறியதும் கதவு திறந்தது. சேந்தன் அமுதனை மட்டும் வெளியில் நிறுத்தித் தலைமைப் பிக்ஷு ஏதோ கூறினார். பிறகு திறந்த கதவு வழியாக எல்லாரும் பிரவேசித்தார்கள்.

கதவு படார் என்று சாத்திக்கொண்டது. அது பூங்குழலியின் இதயமாகிய கதவையே அடைப்பது போலிருந்தது.

இனி இந்தப் பிறவியில் இளவரசரைப் பார்க்கலாம் என்ற நிச்சய மில்லை. அடுத்த ஜனமத்திலாவது அத்தகைய பாக்கியம் தனக்குக் கிடைக்குமா? - இவ்வாறு எண்ணமிட்டுக் கொண்டே இளவரசர் மறைவதைப் பார்த்துக்கொண்டு நின்றாள் பூங்குழலி

கொல்லுப்பட்டறை

வந்தியத்தேவன் குதிரையைத் தட்டி விட்டான். பழையாறையைக் குறியாக வைத்துக்கொண்டு போய்க்கொண்டிருந்தான். பழை யாறையிலிருந்து வந்த பாதை ஒருவாறு ஞாபகம் இருந்தபடியால் யாரையும் வழிகூடக் கேளாமல் உத்தேசமாகத் திசை பார்த்துக் கொண்டு சென்றான். முதலில் கொஞ்ச தூரம் காட்டுப் பாதை வழியே சென்றான். குதிரை இதனால் மிகவும் கஷ்டப்பட்டுப் போனதை அறிந்தான். வல்லவரையனுக்கும் களைப்பு அதிகமாகவே இருந்தது. அவன் சிறிது நேரமாவது அயர்ந்து தூங்கிப் பல தினங்கள் ஆகி விட்டன. அவ்வப்போது கண்ணை மூடிக்கொண்டு ஆடி விழுந்ததைத் தவிர நிம்மதியாக ஓரிடத்தில் படுத்துத் தூங்கினோம் என்பது கிடையாது. பழையாறைக்குப் போய் இளவரசியிடம் செய்தியைச் சொல்லிவிட்டால், அப்புறம் அவனுடைய பொறுப்புத் தீர்ந்தது; நிம்மதியாகத் தூங்கலாம். வெகு நேரம் தூங்கலாம்; ஏன், சென்று போன தினங்களுக்கும் சேர்த்து நாள் கணக்கில் தூங்க வேண்டும் என்று திட்டமிட்டான். சொல்லியிருக்கிறான்

இளவரசி குந்தவையிடம், 'தாங்கள் கூறிய பணியை நிறைவேற்றி விட்டேன்' என்று சொல்லும்போது தனக்கு ஏற்படக் கூடிய மகிழ்ச்சியை அவன் எண்ணிப் பார்த்தான். தேவியின் முகம் அதைக் கேட்டு எவ்வண்ணம் மலர்ந்து பொலியும் என்பதையும் நினைத்தான். அந்த நினைவு அவனுக்கு ரோமாஞ்சனம் உண்டு பண்ணியது.

இன்னொரு விஷயமும் அவனுக்கு நினைவு வந்தது. காஞ்சியிலிருந்து புறப்பட்டதிலிருந்து எத்தனை பொய்யும் புனை சுருட்டும் அவன் சொல்லியிருக்கிறான்? அவசியம் நேரிட்டதனால்தான் கூறினான். ஆயினும் அதையெல்லாம் நினைக்கும்போது அவனுக்கு உள்ளமும் உடலும் குன்றிப் போயின. இளவரசர் அருள்மொழிவர்மரோடு சிறிது காலம் பழகியதனால் அவனுடைய மனப்போக்கே மாறிப் போயிருந்தது. இராஜரீக காரியங்களில் ஈடுபடுகிறவர்களுக்குச்

சாணக்கியத் தந்திரங்கள் தெரிந்திருக்க வேண்டும் என்று அவன் கருதியிருந்தான். அத்தகைய இராஜரீக தந்திரங்களின் மூலமாக அவனுடைய முன்னோர்கள் இழந்துவிட்ட ராஜ்யத்தைத் திரும்பிப் பெறலாம் என்ற ஆசையும் அவனுக்கு இருந்தது. அந்த எண்ண மெல்லாம் இப்போது மாறிவிட்டது. இளவரசர் அருள்மொழிவர்மரின் நேர்மையையும், சத்திய தீரத்தையும் பார்த்த பிறகு அவனுக்குப் பொய் புனை சுருட்டுகளில் வெறுப்பே உண்டாகிவிட்டது. அவரைக் காப்பாற்றுவதாக எண்ணிக்கொண்டு மந்திரவாதியின் காது கேட்க நேற்றிரவு அவன் கூறிய பொய்யையும் எண்ணிக்கொண்டான். அதனால் ஏதாவது விபரீதம் நேராமல் இருக்க வேண்டுமே என்று நினைத்தபோது அவன் நெஞ்சு துணுக்கமுற்றது. அதை வேறு யாராவது கேட்டிருந் தால்? ஒருவேளை குந்தவை தேவியிடமே யாரேனும் சொல்லி வைத்தால்? இளைய பிராட்டி நம்பிவிட மாட்டாள்! ஆயினும் எவ்வளவு பெரிய ஆபத்து?

இனி, இவ்வாறெல்லாம் இல்லாததைப் புனைந்து கூறுவதையே விட்டுவிடவேண்டும். உண்மையைச் சொல்ல வேண்டும்; அதனால் கஷ்டம் வந்தால் சமாளிக்க வேண்டும். அந்த வீர வைஷ்ணவனைப் போன்றவர்களும், ரவிதாசனைப் போன்றவர்களும் ஒற்றர் வேலை செய்யட்டும். நமக்கு என்னத்துக்கு அந்தத் தொல்லை? வாளின் துணை கொண்டு நமக்குக் கிடைக்கும் வெற்றி கிடைக்கட்டும். அதுவே போதும், அதனால் உயிரை இழந்தாலும் சரிதான். தந்திர மந்திரங்களை யெல்லாம் இனி விட்டுவிட வேண்டியதுதான்.

இவ்வாறு எண்ணமிட்டுக்கொண்டே சென்றதில் குதிரையின் வேகம் தடைப்பட்டதை அவன் சிறிது நேரம் கவனிக்கவில்லை. ஏன், குதிரை மீதிலிருந்து சிந்தனை செய்துகொண்டே போனதில் கொஞ்சம் கண்ணயர்ந்தும் விட்டான். குதிரை ஓரிடத்தில் தடுமாறிக் குனிந்த போது அவன் திடுக்கிட்டு விழித்துக் கொண்டான். குதிரை தனது முன்னங்கால் ஒன்றைத் தரையில் ஊன்றி வைக்க முடியாமல் தத்தளித்தது தெரிந்தது. உடனே கீழே இறங்கினான், குதிரையைத் தட்டிக் கொடுத்து விட்டு ஊனமடைந்ததாகத் தோன்றிய முன்னங் காலை எடுத்துப் பார்த்தான். அதன் அடிப்புறத்தில் ஒரு சிறிய கூரிய கல் பொத்துக்கொண்டிருந்தது. அதை லாகவமாக எடுத்து எறிந்தான். நல்லவளை; பெரிய காயம் ஒன்றும் படவில்லை. மறுபடியும் குதிரையைத் தட்டிக் கொடுத்து உற்சாகப்படுத்தி விட்டு அதன் முதுகின்மீது ஏறிக் கொண்டான். கப்பலில் அரபு நாட்டார் பேசிக் கொண்டது நினைவு வந்தது:

'தமிழ் நாட்டார் கொடூரமானவர்கள்; அறிவும் இல்லாதவர்கள்! குதிரைகளின் குளம்புக்குக் கவசம் அடிக்காமல் வெறுங்காலினால் ஓடச்

செய்கிறார்கள். அப்படி ஓடும் குதிரைகள் எத்தனை நாள் உயிரோடிருக்கும்?'

இதை நினைத்துக்கொண்டே வந்தியத்தேவன் குதிரையை ஓட்டி னான். வீரர்கள் போர்க்களத்துக்குப் போகும்போது மார்பிலே கவசம் தரிப்பார்கள். குதிரைக் குளம்புக்கு இரும்புக் கவசம் போடுவது அதிசயமான காரியந்தான். ஆயினும் அம்மாதிரி வேறு தேசங்களில் செய்வதுண்டு என்று முன்னமே கேள்விப்பட் டிருந்தான். முதன் முதலாக எதிர்ப்படும் கொல்லுப்பட்டறையில் இதைப்பற்றிக் கேட்க வேண்டியதுதான். முடியுமானால் இந்தக் குதிரையின் குளம்புக்கே கவசம் அடித்துப் பார்க்கலாம். இல்லாவிடில், இது பழையாறைவரை போய்ச் சேர்வதே கடினம். நடுவில் இது விழுந்துவிட்டால் வேறு குதிரை சம்பாதிக்க வேண்டும். எப்படிச் சம்பாதிப்பது? யாரிடமாவது திருடத்தான் வேண்டும்! சீச்சீ! அந்த நினைவே வந்தியத் தேவனுக்கு வெட்கத்தை உண்டாக்கியது.

காட்டுப் பாதையிலிருந்து உத்தேசமாகக் குதிரையைத் திசை மாற்றி விட்டுக் கொண்டுபோய் வந்தியத்தேவன் இராஜபாட்டையை அடைந்தான். வந்தது வரட்டும்; இனிமேல் இராஜபாட்டை வழியா கத்தான் போகவேண்டும். தன்னைத் தெரிந்தவர்கள் யாரும் இந்தப் பக்கத்தில் இருக்க முடியாது. பழுவேட்டரையர் பரிவாரங்கள் பின்னாலேதான் வரும். மந்திரவாதியும் அப்படித்தான். ஆகையால் அபாயம் ஒன்றுமில்லை. மேலும், இராஜபாட்டையோடு போனால் கொல்லுப்பட்டறை எங்கேயாவது இருக்கும். அதில் குதிரைக் குளம்புக்கு இரும்புக்கவசம் போட முடியுமா என்று பார்க்கலாம்.

வந்தியத்தேவன் எதிர்பார்த்து வீண் போகவில்லை. சிறிது தூரம் சென்றதும், ஒரு கிராமம் தென்பட்டது. கிராமத்தில் ஏதோ ஒருவிதக் கிளர்ச்சி ஏற்பட்டிருந்ததாகத் தோன்றியது. ஒரு பக்கத்தில் வீதிகளிலும், வீடுகளிலும் தோரணங்கள் கட்டி அலங்கரித்திருந் தார்கள். ஒருவேளை பெரிய பழுவேட்டரையர் இந்தப் பக்கமாய் வரப்போகிறார் என்று அறிந்து இப்படி ஊரை அலங்காரம் செய்திருக் கலாம். பழுவேட்டரையரும், அவர் பரிவாரமும் வருவதற்குள் தான் வெகுதூரம் போய்விடலாம் என்பது நிச்சயம்.

மற்றொரு பக்கத்தில் கிராமத்து ஜனங்கள் - ஸ்திரீகள், புருஷர்கள், வயோதிகர்கள், சிறுவர் சிறுமிகள் அனைவரும் அங்கங்கே கும்பல் கும்பலாக நின்று கவலையுடன் பேசிக் கொண்டிருந் தார்கள். விஷயம் என்னவாயிருக்குமென்று அவனால் ஊகிக்க முடியவில்லை. அவர்களில் சிலர் குதிரையில் வருகிறவனைக் கண்டதும் அவனை நிறுத்தும் எண்ணத்தோடு அருகில் வந்தார்கள். வந்தியத்தேவன்

அதற்கு இடங்கொடாமல் குதிரையைத் தட்டி விட்டுக்கொண்டு மேலே போனான். வீண் வம்புகளில் அகப்பட்டுக்கொள்ள அவன் இஷ்டப்படவில்லை.

கிராமத்தைத் தாண்டியதும் சாலை ஓரத்தில் கொல்லுப்பட்டறை ஒன்று இருக்கக் கண்டான். அதைக் கடந்து மேலே செல்ல அவனுக்கு மனம் வரவில்லை. குதிரையை நிறுத்திவிட்டுப் பட்டறைக்குள் சென்றான்.

பட்டறைக்குள் கொல்லன் ஒருவன் வேலை செய்து கொண்டிருக்கக் கண்டான். ஒரு சிறுவன் துருத்து ஊதிக் கொண்டிருந்தான். வந்தியத் தேவன் உள்ளே பிரவேசித்த அதே சமயத்தில் இன்னொரு மனிதன் பின்பக்கமாக மறைந்ததாகவும் அவனுக்குத் தோன்றியது. ஆனால் இதிலெல்லாம் அவன் கவனம் செல்லவில்லை. கொல்லன் கையில் வைத்துக் கொண்டிருந்த வாள் அவனுடைய கண்ணையும் கருத்தையும் ஒருங்கே கவர்ந்தது. அது ஓர் அபூர்வமான வாள். பட்டறையில் வைத்துக் கொல்லன் அதைச் செப்பனிட்டுக் கொண்டிருந்ததாகத் தோன்றியது. அதன் ஒரு பகுதி பளபளவென்று வெள்ளியைப் போலப் பிரகாசித்தது. இன்னொரு பகுதி நெருப்பிலிருந்து அப்போதுதான் எடுக்கப் பட்டிருந்தபடியால் தங்க நிறச் செந்தழல் பிழம்பைப்போல் ஜொலித்தது. 'வாள் என்றால் இதுவல்லவா வாள்!' என்று வந்தியத் தேவன் தன் மனத்திற்குள் எண்ணி வியந்தான்.

பன்னிரண்டாம் அத்தியாயம்

‘தீயிலே தள்ளு!’

கொல்லன் சிறிது நேரம் தன் வேலையிலேயே கவனமாயிருந் தான். வந்தியத்தேவன் இரண்டு மூன்று தடவை கனைத்த பிறகு நிமிர்ந்து பார்த்தான்.

‘யார், அப்பனே, நீ! உனக்கு என்ன செய்ய வேண்டும்? வாள், வேல் ஏதாவது வேண்டுமா? வாளுக்கும் வேலுக்குந்தான் இப்போதெல்லாம் தேவையில்லாமல் போய்விட்டதே? நீ வாளுக்கு எங்கே வந்திருக்கப் போகிறாய்?’ என்றான் கொல்லன்.

‘என்ன ஐயா, இவ்வாறு சொல்கிறீர்? உம்முடைய கையில் வாளை வைத்து வேலை செய்துகொண்டே வாளுக்குத் தேவையில்லை என்கிறீரே?’ என்றான் வந்தியத்தேவன்.

‘இது ஏதோ அபூர்வமாக வந்த வேலை; பழைய வாளைச் செப்பனிடுவதற்காகக் கொண்டு வந்தார்கள். சில வருஷங்களுக்கு முன்னால் பாண்டிய நாட்டுப் போரும், வட பெண்ணைப் போரும் நடந்து கொண்டிருந்தபோது இந்தப் பட்டறையில் மலை மலையாக வேலும் வாளும் குவிந்திருக்கும். இலங்கை யுத்தம் ஆரம்பமான புதிதில் கூட ஆயுதங்களுக்குக் கிராக்கியிருந்தது. இப்போது வாளையும் வேலையும் கேட்பாரில்லை. பழைய வாள்களையும் வேல்களையும், என்னிடம் கொண்டு வந்து விற்பதற்காக வருகிறார்கள். நீ கூட அதற்காகத்தான் ஒரு வேளை வந்தாயா என்ன?’

‘இல்லை, இல்லை! இன்னும் சில காலத்துக்கு எனக்கு வாள் தேவையாயிருக்கிறது. ஒப்புக் கொண்ட வேலையை முடித்து விட்டால், அப்புறம் கையில் தாளத்தை எடுத்துக்கொண்டு தேவாரம் பாடிக்கொண்டு சிவ ஸ்தலயாத்திரை புறப்படுவேன். அப்போது வேணுமானால் என் ஆயுதங்களை உம்மிடமே கொண்டுவந்து கொடுத்து விடுகிறேன்.’

‘பின்னே, இப்போது எதற்காக என்னைத் தேடி வந்தாய்?’

‘என்னுடைய குதிரையைக் காட்டிலும் மேட்டிலும் விட்டுக் கொண்டு வந்தேன். இன்னும் வெகுதூரம் போயாக வேண்டும். குதிரைகளின் கால் குளம்புக்கு இரும்புக் கவசம் போடுவதாமே! அது உம்மால் முடியுமா?’

‘ஆம், அரேபியா தேசத்தில் அப்படித்தான் வழக்கம். இங்கேயும் சிலர் இப்போது குதிரைக் குளம்புக்கு இரும்பு லாடம் அடிக்கத் தொடங்கியிருக்கிறார்கள். எனக்கும் கொஞ்சம் அந்த வேலையில் பழக்கம் உண்டு.’

‘என் குதிரைக்கு லாடம் போட்டுத் தருவீரா?’

‘அதற்கு நேரம் அதிகம் பிடிக்கும். கையில் உள்ள வேலையை முடித்துவிட்டுத்தான் உன் வேலையை எடுத்துக்கொள்ள முடியும்.’

வந்தியத்தேவன் யோசித்தான், அவனுக்கும் களைப்பாயிருந் தது. குதிரையும் கஷ்டப்பட்டுப் போயிருந்தது. சிறிது நேரம் காத்திருந்து, அதன் குளம்புகளுக்குக் கவசம் போட்டுக் கொண்டே போவது என்று முடிவு செய்தான்.

‘கைவேலை முடியும் வரையில் காத்திருக்கிறேன், அப்புறமாவது உடனே செய்து தருவீர் அல்லவா?’

‘அதற்கென்ன, ஆகட்டும்!’

வந்தியத்தேவன் சற்றுநேரம் கொல்லன் காய்ச்சிச் செப்பனிட்ட வாளையே பார்த்துக் கொண்டிருந்தான்.

‘இந்த வாள் அபூர்வமான வேலைப்பாடு அமைந்ததாயிருக் கிறதே? இராஜகுலத்து வாள் மாதிரி அல்லவா இருக்கிறது? இது யாருடைய வாள்?’ என்றான்.

‘அப்பனே! இங்கிருந்து கொஞ்ச தூரத்தில் அரிச்சந்திர நதி என்று ஓர் ஆறு ஓடுகிறது.’

‘நானும் கேள்விப்பட்டிருந்தேன். அதனால் என்ன?’

‘நான் அரிச்சந்திர நதிக்குச் சென்று அடிக்கடி தலை முழுகி வருவது வழக்கம்.’

‘மிக்க நல்ல காரியம். போகும் இடத்துக்குப் புண்ணியம்.’

‘ஆகையால் கூடிய வரையில் மெய்யே சொல்லுவதென்றும், பொய் சொல்லுவதில்லையென்றும் வைத்துக் கொண்டிருக் கிறேன்.’

'அதற்கு என்ன ஆட்சேபம்? உம்மை யார் பொய் சொல்லச் சொன்னது? நான் சொல்லவில்லையே?'

'நீ என்னை இந்த வாளைப்பற்றி ஒன்றும் கேள்வி கேட்காமலிருந்தால், நானும் பொய் சொல்லாமலிருக்கலாம்!'

'ஓஹோ! அப்படியா சமாசாரம்?' என்று வந்தியத்தேவன் மனத்திற்குள் எண்ணிக்கொண்டான்.

'நான் கேள்வியும் கேட்கவில்லை. நீர் விரத பங்கமும் செய்ய வேண்டாம். கைவேலையைச் சீக்கிரம் முடித்துவிட்டு, என் வேலையை எடுத்துக்கொண்டு செய்து கொடுத்தால் போதும்!'

கொல்லன் மௌனமாகத் தன் வேலையில் கவனம் செலுத்தினான்.

வந்தியத்தேவன் வாளைச் சிறிது நேரம் உற்றுப் பார்த்துக் கொண்டிருந்தான். அதன் அடிப்பகுதியில், பிடியின் பக்கத்தில் மீன் உருவம் பொறிக்கப்பட்டிருப்பதைப் பார்த்து வியந்தான். மீன் உருவம் எதற்காக? அதற்கு ஏதேனும் பொருள் உண்டா? வெறும் அலங்காரத்துக்குத்தானா?

கொல்லன் அந்த மீன் உருவம் உள்ள இடத்தை மறுபடியும் தீயில் காட்டிக் காய்ச்சி அதன் பேரில் சுத்தியால் அடித்தான். மீன் உருவம் தெரியாமல் மறைப்பதுதான் அவனுடைய நோக்கம் என்று தோன்றியது. எதற்காக இக்காரியம் என்று வல்லவரையன் யோசனை செய்தான். யோசனை செய்து கொண்டிருக்கும் போதே, அவன் கண்கள் சுழலத் தொடங்கின. பல நாளாக அவனால் விரட்டியடிக் கப்பட்டு வந்த நித்திராதேவி இப்போது தன் மோக மாயவலையை அவன் பேரில் பலமாக வீச ஆரம்பித்தாள். வந்தியத்தேவன் அதிலிருந்து தப்ப முடியவில்லை. சிறிது நேரம் உட்கார்ந்தபடியே ஆடி விழுந்தான். பிறகு அப்படியே கொல்லன் உலைக்குப் பக்கத்தில், படுத்துத் தூங்கிப் போனான்.

தூக்கத்தில் வல்லவரையன் பல பயங்கரக் கனவுகள் கண்டான். கத்தியைப் பற்றியே ஒரு கனவு. ஒருவன் வந்து கொல்லனிடம் கத்தியைத் திரும்பக் கேட்டான், கொல்லன் கொடுத்தான். 'என்ன கூலி வேண்டும்?' என்று அவன் கேட்டான். 'கூலி ஒன்றும் வேண்டாம். பழுவூர் இளையராணிக்கு நான் அளிக்கும் காணிக்கையாயிருக்கட்டும்' என்றான் கொல்லன்.

'ஜாக்கிரதை! இந்த விஷயம் யாருக்கும் தெரியக்கூடாது. முக்கியமாக, பழுவூர் இளைய ராணியின் பெயரைச் சொல்லவே சொல்லாதே! சொன்னால் என்ன செய்வோம் தெரியுமா?...'

‘நான் எதற்காக ஐயா, பழூவூர் ராணியின் பெயரைச் சொல்லப் போகிறேன்? ஒருவரிடமும் சொல்ல மாட்டேன்.’

‘இதோ இங்கே யாரோ ஒரு வாலிபன் படுத்திருக்கிறானே! சப்தம் போட்டுப் பேசுகிறாயே?’

‘அவன் ஆழ்ந்த நித்திரையில் இருக்கிறான். இடிஇடித்தாலும் அவனுக்குக் காது கேட்காது.’

‘ஒருவேளை அவனுக்குத் தெரிந்து விட்டது என்று தோன்றினால் இந்த உலைக் களத்தின் நெருப்பில் அவனைத் தூக்கிப் போட்டு வேலை தீர்த்துவிடு!’

இந்தச் சம்பாஷணையின் முடிவில் கொல்லனும், கத்திக்கு உடையவனும் வந்தியத்தேவனை இழுத்துப்போய் உலைக் களத்தில் போடப் போவதாக வந்தியத்தேவன் கனவு கண்டான். பிறகு அந்தக் கனவு மாறியது.

வந்தியத்தேவனை யம தூதர்கள் நரகத்துக்கு அழைத்துச் சென்றார்கள். யம தர்மராஜன் பூலோகத்தில் வந்தியத்தேவனுடைய நடவடிக்கைகளைப் பற்றி விசாரித்தான். ‘பொய் சொல்வதில் இவன் நிபுணன். எத்தனை பொய்தான் சொல்லியிருக்கிறான் என்பதற்கு அளவே கிடையாது’ என்றான் சித்திரகுப்தன் கையிலிருந்த ஓலையைப் பார்த்துவிட்டு.

‘இல்லை, இல்லை! எல்லாம் சக்கரவர்த்தி குடும்பத்தாரின் சேவையிலேதான் சொன்னேன். எடுத்த காரியத்தைச் செய்து முடிப்பதற்காகச் சில பொய்களைச் சொன்னேன்.’

‘எதற்காகச் சொல்லியிருந்தாலும் பொய் பொய்தான். தள்ளுங்கள் இவனை நரகத்தின் பெரிய நெருப்புக் குழியில்!’ என்றான் யமன். உடனே நரகத்தின் உட்புறத்திலிருந்து நூறாயிரம் குரல்கள் பயங்கரமாக ஊளையிட்டன.

யம தூதர்கள் அவனை அழைத்துப் போனார்கள். பயங்கரமாகக் கொழுந்து விட்டெரிந்த பெரு நெருப்பில் அவனைத் தள்ளுவதற்கு ஆயத்தம் செய்தார்கள். அந்த யம தூதர்கள் இருவரையும் பார்த்தால், முகங்கள் பழுவேட்டரையர்களின் முகங்களைப் போலிருந்தன. அதைப் பற்றி அவன் திடுக்கிட்டு நிற்கையில் குந்தவைதேவி அங்கே வந்தாள். ‘என்னுடைய கட்டளையை நிறைவேற்றுவதற்காகவே அவர் பொய் சொன்னார். ஆகையால், அவருக்குப் பதிலாக என்னை நெருப்பில் போடுங்கள்!’ என்று கூறினாள்.

இந்தச் சமயத்தில் நந்தினி தேவியும் அங்கு எப்படியோ வந்து சேர்ந்தாள். ‘இரண்டு பேரையுமே சேர்த்து நெருப்பிலே போட்டு விடுங்கள்!’ என்றாள் அந்தப் புண்ணியவதி.

யம தூதர்கள் அவர்கள் இருவரையும் பிடித்து நெருப்பில் தள்ளப் போனார்கள். 'ஐயோ வேண்டாம்' என்று வந்தியத்தேவன் அலறிக் கொண்டு திமிறினான்; கண் விழித்து எழுந்து உட்கார்ந்தான். கண்டது கனவு என்ற எண்ணம் ஆறுதல் கொடுத்தது. ஆனால் எல்லாம் உண்மையாக நடந்தது போலவே தோன்றியபடியால் அவன் உடம்பு இன்னும் நடுங்கிக் கொண்டிருந்தது.

சேச்சே! இனிமேல் எக்காரணத்திற்காகவும் பொய் சொல்லக் கூடாது என்று தீர்மானித்துக் கொண்டான்.

'ரொம்பநேரம் தூங்கிப்போய் விட்டேனா!' என்று கொல்லனைப் பார்த்துக் கேட்டான்.

'அப்படி ரொம்ப நேரம் ஆகிவிடவில்லை, இரண்டு ஜாமந்தான். அப்பனே! நீ கும்பகர்ணன் வம்சத்தில் வந்தவனோ? பட்டப் பகலில் இப்படித் தூங்குகிறாயே? இரவிலே எப்படித் தூங்க மாட்டாய்?' என்றான் கொல்லன்.

'கடவுளே! இரண்டு ஜாம நேரமா தூங்கி விட்டேன்? குதிரைக் குளம்புக்குக் கவசம் செய்தாகி விட்டதா?'

'இனிமேல்தான் செய்யவேண்டும். ஆனால் உன்னைப் போன்ற தூங்கு மூஞ்சிக்கு அதனால் என்ன பயன்? நீ குதிரையையே பறிகொடுத்து விடுவாய்! இன்னும் உன்னையே கூடப் பறிகொடுத்து விடுவாய்!'

வந்தியத்தேவனுக்குத் தூக்கி வாரிப் போட்டது. அவன் மனத்தில் ஒரு சந்தேகம் உதித்தது. எழுந்து ஓடிப்போய் வாசற் பக்கம் பார்த்தான். குதிரையை நிறுத்திய இடத்தில் அதைக் காணோம்!

'ஐயோ! குதிரை எங்கே?' என்று இரைச்சல் போட்டுக்கொண்டே உடைவாளின் பிடியில் கை வைத்தான்.

'பயப்படாதே! உன் குதிரை பத்திரமாயிருக்கிறது. கொல்லைப் புறத்தில் போய்ப் பார்!'

வந்தியத்தேவன் கொல்லைப்புறம் சென்று பார்த்தான். அங்கே மூன்று பக்கம் அடைக்கப்பட்ட கீத்துக் கொட்டகையில் அவனுடைய குதிரை நின்று கொண்டிருந்தது. கொல்லன் உலைக்களம் ஊதிய சிறுபிள்ளை அதன் வாயில் புல் கொடுத்துக் கொண்டிருந்தான். வந்தியத்தேவனைப் பார்த்ததும் குதிரை உடலைச் சிலிர்த்துக்கொண்டு கனைத்தது.

'ஐயா! இங்கே வந்து கொஞ்சம் உங்கள் குதிரையைப் பார்த்துக் கொள்ளுங்கள். இதன் குளம்புகளுக்கு அளவு எடுக்க வேண்டும்!' என்றான் பையன்.

வந்தியத்தேவன் குதிரை அருகில் சென்று அதைத் தடவிக் கொடுத்துக் கொண்டு நின்றான். பையன் குதிரையின் குளம்புக்கு அளவு எடுத்தான்.

'இதை யார் இங்கே கொண்டுவந்து கட்டினார்கள்?' என்று வந்தியத் தேவன் கேட்டான்.

'நான்தான் கட்டினேன்.'

'எதற்காக?'

'அப்பா கட்டச் சொன்னார்.'

'அது எதற்காக?'

இந்த ஊர் வழியாகச் சற்று முன்னால் பெரிய பழுவேட்டரை யரும், அவர் பரிவாரங்களும் போனார்கள். குதிரையை வாசலில் பார்த்திருந் தால் கட்டாயம் கொண்டுபோயிருப்பார்கள்.

வந்தியத்தேவனுக்குப் பழைய ஞாபகம் - திரு நாராயணபுரத்து ஞாபகம் - வந்தது. தான் செய்த தவறை எண்ணி வெட்கம் அடைந் தான். கொல்லனிடமும், அவன் மகனிடமும் மனத்திற்குள் நன்றி உணர்ச்சி கொண்டான். குதிரையின் குளம்புக்கு அளவு எடுத்துக் கொண்டதும் இருவரும் உலைக் களத்துக்குள் வந்தார்கள்.

கொல்லன் இரும்புத்துண்டை எடுத்துக் குளம்பைப் போல் வளைத்து வேலை செய்யத் தொடங்கினான்.

'என் குதிரையைக் காப்பாற்றிக் கொடுத்தீரே? அதற்காக மிக்க வந்தனம்' என்றான் வல்லவரையன்.

'என்னைத் தேடி வருகிறவர்களுடைய உடைமையை நான் காப்பாற்றிக் கொடுக்க வேண்டுமல்லவா? அது என் கடமை.'

'பழுவேட்டரையர் பரிவாரம் இந்தப் பக்கம் போய் எத்தனை நேரம் இருக்கும்?'

'இரண்டு நாழிகைக்கு மேலேயிருக்கும். அவ்வளவு ஆர்ப்பாட்டத் துக்கும் நீ தூங்கிக் கொண்டிருந்தாயே, அதை நினைத்தால்தான் எனக்கு வியப்பாக இருக்கிறது.'

'நான்தான் தூங்கிப் போய் விட்டேன். இத்தனை நேரம் நீர் வீணாக்கி விட்டீரே? அவர்கள் போன பிற்பாடாவது வேலையை உடனே ஆரம்பித்திருக்கலாமே?'

'எப்படி ஆரம்பிப்பது? அவர்கள் கொண்டு வந்த செய்தியைக் கேட்ட பிறகு, யாருக்கு வேலை செய்ய மனம் வரும்? உனக்காக மனத்தைத்

திடப்படுத்திக்கொண்டு இதை நான் செய்கிறேன். எங்கிருந்து அப்பனே நீ வருகிறாய்?'

அவர்கள் கொண்டுவந்த செய்தி என்னவாயிருக்கும் என்று யோசித்துக் கொண்டே வந்தியத்தேவன், 'இலங்கையிலிருந்து வருகிறேன்' என்றான்.

கொல்லன் அவனுடைய முகத்தை ஏற இறங்கப் பார்த்தான். பிறகு குரலைத் தாழ்த்திக்கொண்டு, 'இலங்கையில் இருந்த போது இளவரசர் அருள்மொழிவர்மரைப் பார்த்தாயா?' என்றான்.

உண்மையே சொல்லுவதென்று சற்றுமுன் சங்கல்பம் செய்து கொண்டிருந்த வந்தியத்தேவன், 'பார்த்தேன்' என்றான்.

'கடைசியாக அவரை நீ எப்போது பார்த்தாய்?'

'இன்று காலையில் பார்த்தேன்.'

கொல்லன் வந்தியத்தேவனைக் கோபமாய் நோக்கினான்.

'விளையாடுகிறாயா தம்பி?'

'இல்லை ஐயா! உண்மையைத்தான் சொன்னேன்.'

'இளவரசர் இப்போது எங்கேயிருக்கிறார் என்றுகூடச் சொல்வாய் போலிருக்கிறதே?'

'ஓ! கேட்டால் சொல்லுவேன்!'

'இளவரசர் எங்கே இருக்கிறார், சொல் பார்க்கலாம்.'

'நாகைப்பட்டினம், சூடாமணி விஹாரத்தில் இருக்கிறார்!'

'அப்பனே நானும் எத்தனையோ பொய்யர்களைப் பார்த்திருக் கிறேன். உன்னைப் போல் கட்டுக்கதை புனைந்துரைக்கக் கூடியவர்களைப் பார்த்ததேயில்லை.'

வந்தியத்தேவன் தன் மனத்திற்குள் சிரித்துக் கொண்டான். புனைந்து கூறும் பொய்யை நம்புவதற்கு எல்லாரும் ஆயத்தமாயி ருக்கிறார்கள். உண்மையைச் சொன்னால் நம்ப மறுக்கிறார்கள். இது நமது ஜாதக விசேஷம் போலும்!

'தம்பி! நீ இலங்கையிலிருந்து எப்போது புறப்பட்டாய்?'

'நாலு நாளைக்கு முன்னால்!'

'அதனாலேதான் உனக்குச் செய்தி தெரியவில்லை.'

'என்ன செய்தி ஐயா?'

'பொன்னியின் செல்வரைக் கடல் கொண்டுவிட்டது என்ற செய்திதான்!'

வந்தியத்தேவன் கஷ்டப்பட்டுத் திடுக்கிடுவது போல் பாசாங்கு செய்தான்.

'ஐயோ, அப்படியா! யார் சொன்னார்கள்?'

'நேற்று முதலாவது இங்கெல்லாம் அப்படிப் பேச்சாயிருந்தது. இன்றைக்குப் பழுவேட்டரையர் இவ்வழியாகப் போனபோது ஊர்த்தலைவர்கள் அவரைக் கேட்டார்கள். அந்தச் செய்தி உண்மை தான் என்று பழுவேட்டரையர் கூறினார். அந்தச் சண்டாளப் பாவியின் தலையில் இடி விழவில்லையே!'

'ஏன் அந்தக் கிழவரை வைகிறாய்?'

'அவராலேதான் இது நடந்திருக்கிறது. ஏதோ சூழ்ச்சி செய்து இளவரசரை அவரே கடலில் மூழ்க அடித்து விட்டார் என்று ஊரார் சொல்கிறார்கள். அதனால் அவருக்காக ஏற்பாடு செய்திருந்த உபசாரங் களையும் நிறுத்திவிட்டார்கள்.'

'இளவரசர் மீது இந்த ஊராருக்கு அவ்வளவு பிரியமா?'

'கேட்க வேண்டுமா? ஊர் மக்கள் அவ்வளவு பேரும் இப்போது கண்ணீரும் கம்பலையுமாயிருக்கிறார்கள். இந்த ஊரார் மட்டும் என்ன? சோழநாடு முழுவதும் ஓலமிட்டு அழப் போகிறது. பழுவேட்டரையர் களைச் சபிக்கப் போகிறது. ஏற்கெனவே, சக்கரவர்த்தி நோய்வாய்ப் பட்டிருக்கிறார். இந்தச் செய்தி கேட்டு என்ன பாடுபடுவாரோ, தெரியாது. இன்னும் என்னவெல்லாம் விபரீதங்கள் நடக்குமோ? சில நாளாக வானத்தில் தூம கேது தோன்றி வருகிறதே? அதற்கு ஏதேனும் நடந்துதானே தீரவேண்டும்?'

நடக்கக்கூடிய விபரீதங்கள் என்னவாயிருக்கக் கூடும் என்று வந்தியத் தேவன் எண்ணிப் பார்த்தான். தான் கூறியதை இந்தக் கொல்லன் நம்பாமலிருந்ததே நல்லதாகப் போயிற்று. தான் இனிமேல் பொய் சொல்லாவிட்டாலும், இளவரசரைப் பற்றிய உண்மையைச் சொல்ல வேண்டிய அவசியமும் இல்லை. இளையபிராட்டி ஏதோ முக்கிய காரணத்திற்காகத்தானே அவரைச் சூடாமணி விஹாரத்தில் இருக்கச் சொல்லியிருக் கிறார்! இளவரசியைக் கண்டு பேசிய பிறகு, அவர் சொல்லும் யோசனைப்படி நடந்துகொள்ள வேண்டும்.

'தம்பி! என்ன யோசிக்கிறாய்?' என்றான் கொல்லன்.

'நடுக்கடலில் சுழற்காற்றில் நானும் அகப்பட்டுக் கொண்டேன். கடவுள் அருளால் நான் தப்பிப் பிழைத்ததை நினைத்துப் பார்த்துக் கடவுளுக்கு நன்றி செலுத்துகிறேன்.'

'கடவுள் அருள் என்பது ஒன்று இருக்கிறதா, என்ன?'

'பெரியவரே! அது என்ன அப்படிச் சொல்கிறீர்?'

'கடவுள் அருள் என்பதாக ஒன்று இருந்தால் பழுவேட்டரையர் களின் அக்கிரமங்கள் இன்னும் நடந்து கொண்டிருக்குமா! பொன்னியின் செல்வர் கடலில் மூழ்கியிருப்பாரா?'

'பெரியவரே! பழுவேட்டரையர் அதிகாரத்தில் உள்ளவர்கள். அவர் களைப்பற்றி இப்படியெல்லாம் பேசலாமா? யார் காதிலாவது விழுந்தால்? கொஞ்சம் ஜாக்கிரதையாயிருங்கள்.'

'என்னைவிட நீதான் ஜாக்கிரதையாக இருக்க வேண்டும். நானாவது விழித்துக் கொண்டிருக்கும்போது பேசுகிறேன். நீ தூக்கத்தில் உளறுகிறாய்!'

'ஐயையோ? என்ன உளறினேன்?'

'பழுவேட்டரையர்களை யம தூதர்கள் என்று சொன்னாய். பழுவூர் இளைய ராணியைப் பெண் பேய் என்று சொன்னாய். நீ சொன்னது என்னமோ உண்மைதான். ஆனால் என்னைத் தவிர வேறு யார் காதிலாவது விழுந்தால் உன்கதி என்ன? நீ அப்படிப் பிதற்றிக் கொண்டிருக்கிற சமயத்திலேதான் அந்தச் சாலை வழியாகப் பழுவேட்டரையர்களின் பரிவாரங்கள் போயின. எனக்கு ரொம்பத் திகிலாகப் போய்விட்டது.'

'நீர் என்ன செய்தீர்?'

'வாசற் பக்கம் போய் நின்று இந்த உலைக் களத்தின் கதவையும் சாத்திக் கொண்டேன். அதற்கு முன்னால் உன் குதிரையைக் கொல்லைப்புறம் கொண்டுபோய்க் கட்டியாயிற்று.'

'தூக்கத்தில் நான் இன்னும் ஏதாவது உளறினேனா?'

'உளறலுக்குக் குறைவேயில்லை.'

'ஐயோ! என்ன உளறினேன்?'

'நீ இளவரசரைப் பழையாறைக்கு வரும்படி வற்புறுத்தினாய். அவர் பழுவேட்டரையர் கட்டளைப்படி சிறைப்படுவேன் என்றார். இன்னும் என்னவெல்லாமோ சொன்னாய். தம்பி! பழையாறை

இளைய பிராட்டியைக் குறித்துக்கூட ஏதேதோ சொன்னாய். ஜாக்கிரதை, அப்பனே! ஜாக்கிரதை!'

வந்தியத்தேவன் வெட்கித் தலை குனிந்தான். இளைய பிராட்டியைக் குறித்து அனுசிதமாக எதாவது பேசி விட்டோமோ என்று பீதி அடைந்தான் இனிமேல் தூங்குவதாயிருந்தால் தனி அறையில் கதவைத் தாளிட்டுக்கொண்டு தூங்க வேண்டும். அல்லது மனித சஞ்சாரம் இல்லாத காட்டிலோ, பாலைவனத்திலோ, மலைக் குகையிலோ தூங்க வேண்டும்.

'தம்பி! சுழற் காற்றில் நீ எப்படி அகப்பட்டுக் கொண்டாய்? எப்படித் தப்பிப் பிழைத்தாய்?'

'நான் ஏறி வந்த கப்பல் இடி விழுந்து கடலில் முழுகி விட்டது. முறிந்த பாய்மரத்தைப் பிடித்துக்கொண்டு வெகு நேரம் மிதந்தேன். பிறகு ஓடக்காரப் பெண் ஒருத்தியின் உதவியால் தப்பிக் கரையேறினேன்.'

'இளவரசரும் ஒருவேளை அவ்விதம் தப்பிப் பிழைத்திருக்கலாம் அல்லவா?'

'கடவுள் சித்தமிருந்தால் தப்பிப் பிழைத்திருக்கலாம்.'

'நேற்றிரவு நீ எங்கே தங்கினாய்?'

'கோடிக்கரையிலேதான். கடற்கரையோரத்தில் பழுவேட்டரையர் பரிவாரங்கள் ஒரே கூட்டமாயிருந்தன. ஆகையால் குழகர் கோவிலில் சிறிது நேரம் படுத்துத் தூங்கினேன். பொழுது விடிவதற்குள் புறப்பட்டு விட்டேன்.'

'அதனால்தான் உனக்கு இளவரசர் பற்றிய செய்தி தெரியவில்லை போலிருக்கிறது.'

'நீர் தெரியப்படுத்தியதற்காக வந்தனம், ஐயா! நான் பழையாறைக்குக் கூடிய சீக்கிரம் போக வேண்டும் பழுவேட்டரையரின் பரிவாரத்திடம் சிக்காமல் போக வேண்டும். எந்த வழியாகப் போவது நல்லது?'

'பழுவேட்டரையர் தஞ்சாவூர் இராஜபாட்டையில் போகிறார். நீ முல்லையாற்றங் கரையோடு போனால் பழையாறையை அடையலாம்.'

'நீங்கள் கொஞ்சம் சீக்கிரமாகவே குதிரைக் குளம்புக்குக் கவசம் அடித்துக் கொடுத்தால் நல்லது.'

'இதோ!' என்றான் கொல்லன். வளைத்துக் காய்ச்சியிருந்த இரும்பைச் சுத்தியினால் அடிக்கத் தொடங்கினான்.

'இது பெரிய பழுவேட்டரையருக்கு! இது சின்னப் பழுவேட்ட ரையருக்கு! இந்த அடி சம்புவரையருக்கு! இது மழவரையருக்கு!' என்று சொல்லிக்கொண்டே அடித்தான். இதிலிருந்து அந்தச் சிற்றரசர்கள் பேரில் நாட்டு மக்கள் எவ்வளவு கோபம் கொண்டிருக் கிறார்கள் என்பதை ஒருவாறு வந்தியத்தேவன் தெரிந்து கொண்டான்.

குதிரைக் குளம்புக்கு லாடம் அடித்து முடிந்தது. செய்து கொடுத்த வேலைக்காகக் கொல்லனுக்குக் காசு தர வந்தியத்தேவன் யத்தனித் தான். கொல்லன் அதைப் பெற்றுக்கொள்வதற்கு மறுத்துவிட்டான்.

'நீ நல்ல பிள்ளை என்பதற்காகச் செய்து கொடுத்தேன். காசுக்காகச் செய்து தரவில்லை' என்றான்.

வந்தியத்தேவன் மறுபடியும் கொல்லனுக்கு நன்றி கூறி விட்டு விடை பெற்றுக் கொண்டு புறப்பட்டான். புறப்படும் சமயத்தில் கொல்லன், 'தம்பி! பழையாறைக்கு நீ எதற்காகப் போகிறாய்?' என்று கேட்டான்.

'ஐயா! நீங்கள் என்னை அதைப் பற்றி ஒன்றும் கேட்காமலிருந் தால், நான் பொய் சொல்லவேண்டிய அவசியம் ஏற்படாது' என்றான் வல்லவரையன். கொல்லன் சிரித்துவிட்டு, 'அப்பனே! நீ துரிதமாகக் கெட்டிக்காரன் ஆகி வருகிறாய்! தூங்குகிறபோதும் இவ்வளவு ஜாக்கிரதையாயிரு!' என்று சொல்லி, விடை கொடுத்து அனுப்பினான்.

வந்தியத்தேவன் மறுபடியும் பிரயாணம் தொடங்கியபோது சூரியன் அஸ்தமிக்கும் நேரமாகி விட்டது. சிறிது நேரத்துக்கெல் லாம் அந்தி மயங்கி இருள் சூழ்ந்து வந்தது. இதற்குள் முல்லை யாற்றங்கரையை வல்லவரையன் பிடித்து விட்டான். அதற்கு மேல் ஆற்றங்கரையோடு போக வேண்டியதுதான். வழி விசாரிக்க வேண்டிய அவசியம்கூடக் கிடையாது.

முன்னிருட்டு வேளைதான். ஆனால் வானத்தில் ஆயிரங்கோடி நட்சத்திரங்கள் ஒளிச்சுடர்களாக விளங்கின. முல்லை நதியின் கரைகளில் மரங்கள் அதிகம் இல்லை. சிறிய சிறிய புதர்கள்தான் இருந்தன. ஆகையால் வழி கண்டு பிடித்துப் போவதற்கு வேண்டிய வெளிச்சம் விண்மீன்கள் தந்தன.

வானத்தில் ஜொலித்த நட்சத்திரங்களோடு போட்டியிடுவது போல ஆயிரக்கணக்கான மின்மினிப் பூச்சிகள் நதிக் கரைப்புதர்களைச் சுற்றி வட்டமிட்டு விளையாடிக் கொண்டிருந்தன.

வந்தியத்தேவனுடைய உள்ளத்தில் உற்சாகம் ததும்பியது. அதற்குப் பல காரணங்கள் இருந்தன. நாடெல்லாம் இளவரசரைப் பற்றிய கவலையில் ஆழ்ந்திருக்கும்போது அவனுக்கு மட்டும் அவர்

பத்திரமாயிருக்கிறார் என்ற செய்தி தெரிந்திருந்தது. இளவரசரிடம் சோழ நாட்டு மக்கள் எவ்வளவு பிரியம் வைத்திருக்கிறார்கள் என்பதை ஓரளவு தெரிந்துகொள்ள முடிந்தது. மந்திரவாதி ரவிதாஸனை அவன் மறுபடியும் ஏமாற்ற முடிந்ததை நினைக்கக் குதூகலமாயிருந்தது. இதையெல்லாம் விடக் குந்தவை தேவியைச் சீக்கிரத்தில் பார்க்கப் போகிறோம் என்ற எண்ணம் அவனுக்கு எல்லையில்லாத மனக் கிளர்ச்சியை அளித்தது.

வெறுமனேயா பார்க்கப் போகிறான்? இளைய பிராட்டி கூறிய காரியத்தைச் செய்து முடித்து விட்டுப் பார்க்கப் போகிறான்! அந்தக் காரியத்துக்கு ஏற்பட்ட தடங்கல்களையெல்லாம் நினைத்து, அவற்றையெல்லாம் தான் எதிர்த்து வெற்றி கொண்டதையும் எண்ணி அவன் பெருமிதம் அடைந்தான். நாளை மாலை இந்த நேரத்துக்குள் இளையபிராட்டியைச் சந்தித்து விடுவோம் என்பதில் சந்தேகமில்லை. ஆகா! அந்தச் சந்திப்பைக் குறித்து எண்ணும்போதே அவனுக்கு மெய்சிலிர்த்தது.

நட்சத்திரச் சுடர்களால் விளங்கிய வானமும், மின்மினி பறந்த பூமியும், சலசலவென்ற சப்தத்துடன் ஓடிய முல்லையாற்று வெள்ளமும், மந்த மாருதமாக வந்த குளிர்ப் பூங்காற்றும் வந்தியத்தேவனைப் பரவசமடையச் செய்தன. வானமும் பூமியும் ஒரே ஆனந்த மயமாக அவனுக்கு அச்சமயம் தோன்றின. பழைய காதல் பாட்டு ஒன்று அவனுக்கு நினைவு வந்தது. தான் வாய்விட்டு உற்சாகமாகப் பாடுவதற்குத் தகுந்த இடந்தான் இது. சுற்றுப்புறமெங்கும் மனித சஞ்சாரமே கிடையாது. ஏன் பட்சிகள் கூடக் கூடுகளிலே சென்று அடங்கிவிட்டன. அவன் பாடுவதற்குத் தடை என்ன இருக்கிறது? இதோ அவன் பாடிய பாட்டு. யாரை மனத்தில் நினைத்துக்கொண்டு பாடினான் என்று சொல்ல வேண்டியதில்லை அல்லவா?

'வானச் சுடர்க ளெல்லாம்
மானே உந்தனைக் கண்டு
மேனி சிலிர்க்குதடி-அங்கே
மெய்மறந்து நிற்குதடி!
தேனோ உந்தன் குரல்தான்
தென்ற லோஉன் வாய் மொழிகள்
மீனொத்த விழி மலர்கள்-கண்டால்
வெறி மயக்கம் தருவதேனோ?'

வந்தியத்தேவன் இப்படிப் பாடி முடித்தானோ இல்லையோ, அவனுடன் போட்டி போடுவது போலத் தூரத்தில் நரிகள் ஊளையிடத் தொடங்கின.

அதே சமயத்தில் மனிதக் குரலில் கலகலவென்று சிரிக்கும் சத்தம் கேட்டது. வந்தியத்தேவன் சிறிது மிரண்டு சுற்றும் முற்றும் பார்த்தான். அவனுடைய கை உடைவாளில் சென்றது.

புன்னைமரம் ஒன்றின் கரிய நிழலிலிருந்து ஓர் உருவம் வெளிப் பட்டது.

'தம்பி உன் பாட்டு பிரமாதம்! நரிகளின் போட்டி கானம் அதைவிடப் பிரமாதம்!' என்று கூறிவிட்டுத் தேவராளன் மீண்டும் சிரித்தான்.

விஷ பாணம்

அந்த இடத்தில், அந்த நேரத்தில், தேவராளனைப் பார்த்ததும், வந்தியத்தேவனுடைய உள்ளம் சிறிது துணுக்குற்றது. கடம்பூர் அரண்மனையில் தேவராளன் வெறியாட்டம் ஆடியதும், அப்போது அவன் கூறிய மொழிகளும் நினைவுக்கு வந்தன. நடுக்கடலில் சுழற்காற்றுக் குமுறிக் கொண்டிருந்த வேளையில் ரவிதாஸனும், தேவராளனும் சொன்ன செய்திகளும் ஞாபகத்துக்கு வந்தன. அவற்றில் எவ்வளவு உண்மை, எவ்வளவு கற்பனை என்று கண்டுபிடிப்பது கடினம். ஆனாலும் அவர்கள் ஏதோ ஒரு மர்மமான பயங்கரமான சதிச் செயலில் ஈடுபட்டவர்கள் என்பது நிச்சயம். அவர்களில் ஒருவனிடம் இச்சமயம், அதுவும் இந்த நிர்மானுஷ்யமான இடத்தில் அகப்பட்டுக் கொண்டோமே என்று நினைத்தான். அவனிடமிருந்து தப்பி, குதிரையை வேகமாகத் தட்டி விட்டுக் கொண்டு போய்விடலாமா என்று ஒரு கணம் எண்ணினான். அந்த எண்ணத்துடன் சுற்றும் முற்றும் பார்த்தான்! தூரத்தில் தீயின் வெளிச்சம் தெரிந்தது. அது சுடுகாடாகத்தான் இருக்கவேண்டும். ஏதோ ஒரு மண்ணுடல் தீக்கிரையாகிக் கொண்டிருக்கிறது. அந்த மண்ணுடலில் உயிர் இருந்த காலத்தில் எத்தனை எத்தனை ஆசாபாசங்களால் அலைப்புண்டிருக்கும்? எத்தனை இன்ப துன்பங்களை அது அநுபவித்திருக்கும்! அரை நாழிகை நேரத்தில் மிச்சம் இருக்கப் போவது ஒரு பிடி சாம்பல்தான்! உலகில் பிறந்தவர்கள் எல்லாரும் ஒருநாள் அடைய வேண்டிய கதி அதுவேதான்; மன்னாதி மன்னர்களும் சரி, ஏழைப் பிச்சைக்காரனும் சரி, ஒரு நாள் அக்கினிக்கு இரையாகிப் பிடி சாம்பலாகப் போக வேண்டியவர்களே!

திகில் வந்தது போலவே திடீரென்று விட்டுப் போய் விட்டது. இந்த வேஷ வஞ்சகக்காரனுக்குப் பயந்து எதற்கு ஓட வேண்டும்? ஏதோ இவன் சொல்லுவதற்குத்தான் வந்திருக்கிறான். அதைக் கேட்டு வைக்கலாமே? ஒருவேளை கொல்லன் உலைக்களத்தில் தான்

நுழைந்தபோது அங்கிருந்து பின்பக்கம் சென்று மறைந்து கொண்டவன் இவன்தான் போலும்! அந்த அதிசயமான வாள் கூட இவனுடையதாக இருக்கலாம். அதன் கைப்பிடியின் அருகில் மீனின் சித்திரம் இருந்ததல்லவா? இவனுடன் கொஞ்சம் பேச்சுக் கொடுத்தால் புதிய செய்தி ஏதேனும் தெரிய வரக்கூடும்.

ஆகையால் குதிரையை மெதுவாகவே செலுத்தினான் வல்லவரையன். முதன் முதலில் புத்தம் புதிதாக லாடம் அடிக்கப் பெற்ற அந்தக் குதிரையும் நடப்பதற்குக் கொஞ்சம் கஷ்டப்பட்டதாகத் தோன்றியது. அதை விரட்டியடிக்க மனம் வரவில்லை.

'இங்கே எப்படி அப்பா, திடு திப்பென்று வந்து முளைத்தாய்!' என்று கேட்டான் வல்லவரையன்.

'நான் அல்லவா அந்தக் கேள்வியைக் கேட்க வேண்டும்? உன்னை நடுக்கடலில் கப்பல் பாய்மரத்தோடு கட்டிவிட்டு வந்தோமே. எப்படி நீ தப்பி வந்தாய்?' என்றான் தேவராளன்.

'உனக்கு மட்டும்தான் மந்திரம் தெரியும் என்று நினைத்தாயோ? எனக்கும் கொஞ்சம் தெரியும்!'

'மந்திரத்தில் உனக்கு நம்பிக்கை ஏற்பட்டதுபற்றி எனக்கு மகிழ்ச்சி. என்னுடைய மந்திர சக்தியினால் நீ இங்கே தனியாகப் போய்க் கொண்டிருப்பாய் என்று நானும் அறிந்து கொண்டேன். அதனால்தான் நான் முன்னால் வந்து காத்திருந்தேன்.'

'ஏன் காத்திருந்தாய்? என்னிடம் உனக்கு என்ன காரியம்?'

'நீயே யோசித்துப் பார்! அல்லது மந்திர சக்தியினால் கண்டுபிடி!'

'உங்களுடைய இரகசியங்களை நடுக்கடலில் என்னிடம் நீங்கள் சொல்லியிருக்கிறீர்கள். அவற்றில் எவ்வளவு உண்மை, எவ்வளவு கற்பனை என்பது எனக்குத் தெரியாது. ஆனாலும் அந்த இரகசியங்களை நான் மறந்துவிடத் தீர்மானித்து விட்டேன். யாரிடமும் சொல்லப் போவதில்லை...'

'அதைப்பற்றி நானும் கவலைப்படவில்லை. எப்போது நீ அந்த இரகசியங்களை யாரிடமாவது சொல்லலாம் என்று நினைக்கிறாயோ அப்போது உன் நாக்கு துண்டிக்கப்படும். நீ ஊமையாவாய்!'

வந்தியத்தேவனுக்கு உடல் சிலிர்த்தது. தஞ்சையிலும் இலங்கையிலும் அவன் சந்தித்த ஊமைப் பெண்களைப் பற்றிய நினைவு வந்தது. சற்றுத் தூரம் சும்மா நடந்தான். இந்தப் பாவி எதற்காக நம்மைத் தொடர்ந்து வருகிறான்? இவனிடமிருந்து தப்பிச் செல்வதற்கு என்ன

வழி? கோடிக்கரையிலிருந்தது போல் இங்கேயும் சேற்றுப் பள்ளம் இருந்தால் எவ்வளவு உபயோகமாயி ருக்கும்? அல்லது ஆற்றில் பிடித்துத் தள்ளி விட்டுப் போகலாமா? அதில் பயனில்லை. ஆற்றில் தண்ணீர் அதிகம் கிடையாது. வேறு வழி ஒன்றும் இல்லாவிட்டால் இருக்கவே இருக்கிறது உடைவாள். அதை எடுக்க வேண்டியதுதான்.

'தம்பி, நீ என்ன நினைக்கிறாய் என்பது எனக்குத் தெரியும். ஆனால் அது கைகூடாது. வீண் முயற்சியில் இறங்காதே!'

வந்தியத்தேவன் பேச்சை மாற்ற விரும்பினான். அவனிட மிருந்து தப்புவதற்குச் சிறிது சாவகாசம் வேண்டும். அதுவரை ஏதேனும் பேச்சுக் கொடுத்து வரவேண்டும்.

'உன் கூட்டாளி ரவிதாஸன் எங்கே?'

தேவராஜன் ஒரு பேய்ச் சிரிப்புச் சிரித்துவிட்டு, 'அது உனக்கல்லவா தெரியவேண்டும்? ரவிதாஸன் எங்கே?' என்று கேட்டான்.

வந்தியத்தேவன் திடுக்கிட்டான். ரவிதாஸனைப் பற்றிய பேச்சைத் தான் எடுத்திருக்கக்கூடாது; எடுத்தது தவறு. ரவிதாஸனை இவன் பார்த்துப் பேசிவிட்டு நம்மை ஆழம் பார்க்கிறானா? அல்லது...

'என்ன, தம்பி சும்மா இருக்கிறாய்? ரவிதாஸன் எங்கேயென்று சொல்லமாட்டாயா? போனால் போகட்டும்! அந்த ஓடக்காரப் பெண் பூங்குழலி எங்கே? அதையாவது சொல்!'

வந்தியத்தேவன் பாம்பை மிதித்தவன்போல் பதறினான். மேலே பேசுவதற்கே அவனுக்குத் தயக்கமாயிருந்தது.

'அவளைப்பற்றியும் நீ ஒன்றும் சொல்லமாட்டாயாக்கும். போனால் போகட்டும். அவளை நீ காப்பாற்ற நினைப்பதற்குத் தக்க காரணம் இருக்கலாம். தம்பி! சற்று முன்னால் ஒரு காதல் பாட்டுப் பாடினாயே? அவளை நினைத்துப் பாடினாயா?'

'இல்லை, சத்தியமாய் இல்லை!' என்று வல்லவரையன் பரபரப்போடு கூறினான்.

'ஏன் உனக்கு இவ்வளவு பரபரப்பு? ஏன் இவ்வளவு ஆத்திரம்?'

'சரி, சரி! அதைப்பற்றியெல்லாம் பேசிக் கொண்டிருக்க இப்போது அவகாசம் இல்லை. ஏன் என் குதிரையின் முகக் கயிற்றைப் பிடித்துக் கொண்டிருக்கிறாய்? விட்டுவிடு! நான் போகிறேன், அவசர காரியம் இருக்கிறது.'

'நான் வந்த காரியத்தை நீ இன்னும் கேட்கவில்லையே?'

'சொன்னால்தானே கேட்கலாம்?'

'இந்த முல்லையாற்றங்கரைக்கு ஓர் அதிசய சக்தி உண்டு. இங்கே யார் எதை விரும்புகிறார்களோ, அது உடனே அவர்களுக்குச் சித்திக்கும்.'

'நான் ஒன்றும் விரும்பவில்லையே.'

'அது பொய்! நீ யாரை நினைத்துக்கொண்டு உன் காதல் பாட்டைப் பாடினாயோ அவள் உன்னைப் பார்க்க விரும்புகிறாள்! நீ இஷ்டப் பட்டால் பார்க்கலாம்.'

'எப்போது?'

'இன்றிரவே பார்க்கலாம்.'

'இது என்ன கதை?'

'கதையல்ல தம்பி! அதோ பார்!' என்று தேவராளன் சுட்டிக் காட்டினான். அவர்கள் சென்ற வழியில் சற்றுத் தூரத்தில் ஏதோ ஒரு பொருள் மங்கலாகத் தெரிந்தது. வந்தியத்தேவன் உற்றுப் பார்த்தான். அது ஒரு பல்லக்கு - மூடு பல்லக்கு என்று அறிந்தான்.

ஆகா! அந்தப் பல்லக்கு! எங்கே பார்த்திருக்கிறோம்? ஏன், பழுவூர் இளையராணியின் பல்லக்கு அல்லவா அது? ஒரு வேளை அதற்குள்ளே நந்தினி இருக்கிறாளா, என்ன? அதைத் தெரிந்து கொள்ளும் ஆவலை அவனால் கட்டுப்படுத்திக் கொள்ள முடியவில்லை.

குதிரையை அந்தப் பல்லக்கின் அருகில் கொண்டுபோய் நிறுத்தினான். பனைச் சித்திரம் போட்ட பல்லக்கில் மூடுதிரை தெரிந்தது. திரை அசைவது போலவும் இருந்தது.

உடனே வந்தியத்தேவன் குதிரை மீதிருந்து கீழே குதித்தான்.

அதே கணத்தில் தேவராளன் தொண்டையிலிருந்து ஒரு விசித்திரமான சப்தம் வெளிவந்தது. அக்கம் பக்கத்திலிருந்து புதர்களின் மறைவி லிருந்து ஏழெட்டுப் பேர் திடும் திடும் என்று எழுந்து பாய்ந்து வந்தார்கள் வந்தியத்தேவன் மீது விழுந்தார்கள் அவனால் மீறி அசையவும் முடியாதபடி பிடித்துக் கொண்டார் கள். கால்களையும், கைகளையும் துணியினால் கட்டினார்கள். கண்ணையும் ஒருவன் கட்டினான். உடைவாளை ஒருவன் பலவந்தமாக எடுத்துக் கொண்டான். பிறகு வந்தியத்தேவனை அந்தப் பல்லக்கினுள்ளே தூக்கிப்போட்டார்கள். சிலர் உடனே பல்லக்கைத் தூக்கிக்கொண்டு விரைந்து நடந்தார்கள். மற்றவர்கள் முன்னும் பின்னும் சென்றார்கள். தேவராளன் முன்னால் வழிகாட்டிக்கொண்டு சென்றான். ஒருவன் குதிரையைப் பிடித்துக்கொண்டு நடந்தான்.

இவ்வளவும் அதிவிரைவில் நடந்து விட்டன. 'கண் மூடித் திறக்கும் நேரத்தில்' என்று சொல்வதும் மிகையாகாது. வந்தியத்தேவன் தன்னைப் பலர் வந்து ஏககாலத்தில் தாக்கியதும் திகைத்துப் போய் விட்டான். அத்தகைய தாக்குதலை அவன் எதிர்பார்க்கவேயில்லை. பல்லக்கில் அவனைத் தூக்கிப் போட்டுப் பல்லக்கு நகர ஆரம்பித்த வரையில் அவனால் எதுவும் சிந்திக்கவும் முடியவில்லை. என்ன நடக்கிறதென்று தெரிந்து கொள்ளவும் முடியவில்லை.

ஆனால் பல்லக்கு நகர ஆரம்பித்ததும் சிறிது சிறிதாக மனம் தெளிவடைந்தது. கண்ணின் கட்டுச் சுலபமாக நழுவிவிட்டது. கட்டியிருந்த கைகளினால் பல்லக்கின் திரையை விலக்கிக் கொண்டு பார்த்தான். நதிக்கரையிலிருந்து குறுக்கே இறங்கிப் பல்லக்கு எங்கேயோ போகிறது என்பதை அறிந்து கொண்டான்.

அவனுடைய கையின் கட்டுக்களையும், காலின் கட்டுக்களையும் அவிழ்த்துக்கொண்டு விடுதலை பெறுவது அவ்வளவு கஷ்டமான காரியம் அன்று. பல்லக்கிலிருந்து குதிப்பதும் எளிதாகத்தான் இருக்கும். குதிரையோ பின்னால் வந்து கொண்டிருந்தது. அந்த ஏழெட்டுப் பேரையும் உதறித் தள்ளி விட்டுக் குதிரையின்மீது பாய்ந்தேறிச் செல்வதும் அவனுக்கு முடியாத காரியமாகாது. அவ்விதம் செய்யலாமா என்று யோசித்தான். ஆனால் ஏதோ ஒன்று குறுக்கே நின்று தடை செய்தது.

அந்தப் பல்லக்கினுள்ளே ஓர் அபூர்வமான மணம் சூழ்ந்திருந்தது. அது முதலில் அவனுக்கே உற்சாகத்தை அளித்தது. அதன் கவர்ச்சியிலிருந்து விடுவித்துக்கொண்டு போக எளிதில் மனம் வரவில்லை. இந்தப் பல்லக்குத் தன்னை எங்கே கொண்டு போய்ச் சேர்க்கப் போகிறது? நந்தினியிடந்தான் சேர்க்கும் என்று ஊகிப்பதற்குக் காரணங்கள் இருந்தன. அவளைப் பார்க்க வேண்டும் என்ற ஆசை அவன் உள்ளத்தின் அடிவாரத்தில் இலேசாகத் தலைகாட்டியது. வரவர அது பெரும் ஆர்வமாக வளர்ந்தது. அதற்கு எவ்வளவோ ஆட்சேபங்கள் தோன்றின. ஆட்சேபங்களையெல்லாம் மீறி ஆசை விசுவரூபம் கொண்டது. என்னதான் செய்து விடுவாள் நம்மை? என்னத்துக்காகத்தான் அழைக்கிறாள் என்று பார்த்து விடலாமே? ஏதாவது தெரிந்து கொள்ள முடிந்தால் தெரிந்து கொள்ளலாமே? சூழ்ச்சிக்குச் சூழ்ச்சி செய்யத் தன்னால் முடியாமலா போய்விடும்? மறுபடியும் அவளைப் பார்க்கும்படியான சந்தர்ப்பம் கிடைக்குமா என்பது சந்தேகந்தான். தஞ்சாவூருக்குப் போக வேண்டிய அவசியம் இனி ஏற்படப் போவதில்லை. அங்கே போவது அபாயகரம். அதைக் காட்டிலும் வழியிலேயே பார்த்து விடுவது எளிதான காரியம். இன்னும் ஒரு தடவை அவளையும் பார்த்துத்தான் வைக்கலாமே?...

ஆம்; ஆம்! நந்தினியைப் பார்க்க வேண்டும் என்பதற்கு இன்னொரு அவசியமான காரணமும் இருந்தது.

இலங்கையில் அவன் பார்த்த அந்த ஊமை அரசி! அவள் நந்தினி போலிருப்பதாகத் தான் எண்ணியது சரியா? அதைத் தெரிந்து கொள்ள வேண்டாமா?

இவ்விதம் வந்தியத்தேவன் யோசித்துக் கொண்டிருக்கும் போதே அவன் தலை சுழன்றது. தூக்கம் வருவது போலத் தோன்றியது. இல்லை, இல்லை! இது தூக்கம் இல்லை! பகலிலே தான் அவ்வளவு நேரம் தூங்கியாகி விட்டதே! இது ஏதோ மயக்கம். இந்தப் பல்லக்கில் சூழ்ந்துள்ள மணந்தான் நம்மை இப்படி மயக்குகிறது. ஐயோ! இது என்ன பயங்கர அபாயம்! பல்லக்கிலிருந்து குதித்து விட வேண்டியதுதான்.

வந்தியத்தேவன் கைக்கட்டை அவிழ்த்துக்கொள்ள முயன்றான்; முடியவில்லை, கைகள் அசையவேயில்லை. எழுந்து உட்கார முயன்றான்; அதுவும் முடியவில்லை. கால்களை அடித்துக் கொள்ளப் பார்த்தான்; கால்களும் அசைய மறுத்தன. அவ்வளவுதான்! கண்ணிமைகள் மூடிக்கொண்டன; அறிவு விரைவாக மங்கியது, மயக்கம் அவனை முழுவதும் ஆட்கொண்டது.

வந்தியத்தேவன் மயக்கம் தெளிந்து கண் விழித்தபோது பழைய நினைவுகள் வந்து பல்லக்கிலிருந்து குதிக்க முயன்றான். ஆனால் விந்தை! விந்தை! அவன் இப்போது பல்லக்கில் இல்லை! விசாலமான ஓர் அறையில் இருந்தான். அந்த அறை தீபங்களினால் பிரகாசமாக விளங்கிற்று. இங்கேயும் ஏதோ மணம் சூழ்ந்திருந்தது! ஆனால் பழைய மாதிரி மணம் இல்லை, அகிற் புகையின் மணம்போலத் தோன்றியது; முன்னே அவன் அநுபவித்தது அறிவை மயக்கிய மணம், இது அறிவைத் தெளிவு செய்த மணம். படுத்திருந்த ஆசனத்திலேயே எழுந்து உட்கார்ந்தான்! சுற்று முற்றும் பார்த்தான். கதவு ஒன்று திறந்திருந்தது. வந்தியத்தேவன் ஆவலுடன் பார்த்தான்.

திறந்த கதவின் வழியாக நந்தினி வந்தாள். வந்தவளைக் கண் கொட்டாமல் அவன் பார்த்துக் கொண்டிருந்தான். அவனுடைய வியப்புக்கும், திகைப்புக்கும் பல காரணங்கள் இருந்தன. வர்ணனைக் கெட்டாத அவளுடைய சௌந்தரியம் ஒரு காரணம். எதிர்பாராத முறையில் அவளைச் சந்திக்கும்படி நேர்ந்தது இன்னொரு காரணம். இலங்கையில் அவன் பார்த்திருந்த மூதாட்டியின் உருவத்தோடு இந்த யுவதியின் உருவம் எவ்வளவு ஒத்திருக்கிறது என்ற எண்ணம் மற்றொரு காரணம். உருவங்கள் ஒத்திருக்கின்றவா? அல்லது அந்த மூதாட்டிதான் உயரிய ஆடை ஆபரணங்களை அணிந்தபடி யினால் இப்படித் தோற்றமளிக்கிறாளா?

இனிய கிண்கிணி நாதக்குரலில், 'ஐயா! நீர் மிகவும் நல்லவர்!' என்று கூறினாள் நந்தினி.

வந்தியத்தேவன் 'வந்தனம்!' என்றான்.

'நல்லவருக்கு அடையாளம் சொல்லாமற் போவதுதானே? தஞ்சை அரண்மனையிலிருந்து என்னிடம் சொல்லிக் கொள்ளாமலே போய் விட்டீர்கள் அல்லவா!' என்றாள் நந்தினி.

வந்தியத்தேவன் நகைத்தான்.

'தஞ்சைக் கோட்டைக்குள் வருவதற்கு உமக்கு நான் உதவி செய்தேன். என் கைவிரலிலிருந்து பனை முத்திரை மோதிரத்தை எடுத்துக் கொடுத்தேன். அதை என்னிடம் திருப்பிக் கொடுத்து விட்டாவது போயிருக்க வேண்டாமா?'

வந்தியத்தேவன் வெட்கித்து மௌனமாக நின்றான்.

'எங்கே? இப்போதாவது அதைத் திருப்பிக் கொடுக்கலாம் அல்லவா! அதன் உபயோகம் தீர்ந்து போயிருக்குமே? மறுபடியும் தஞ்சைக் கோட்டைக்கு வரும் எண்ணம் உமக்கு இல்லைதானே?' என்று கூறி, நந்தினி தன் அழகிய மலர்க் கரத்தை நீட்டினாள்.

'தேவி! அந்த முத்திரை மோதிரத்தை இலங்கைத் தளபதி பூதி விக்கிரம கேசரி கைப்பற்றிக்கொண்டு விட்டார். ஆகையால் அதைத் திருப்பிக் கொடுக்க இயலவில்லை, மன்னிக்க வேண்டும்' என்றான் வந்தியத் தேவன்.

'என்னுடைய ஜன்ம சத்துருவிடம் நான் உமக்குக் கொடுத்த மோதிரத்தைக் கொடுத்து விட்டீர் அல்லவா? மிக்க நன்றியுள்ள மனிதர் நீர்.'

'நானாகக் கொடுத்து விடவில்லை. பலவந்தமாக எடுத்துக் கொண்டார்கள்.'

'வாணாதி ராயர் குலத்தில் உதித்த வீராதிவீரர் பலவந்தத்துக்கு உட்பட்டு ஒரு காரியம் செய்தீரா? என்னால் நம்பமுடியவில்லை!'

'அம்மணி! இங்கே இச்சமயம் நான் வந்திருப்பதும் பலவந்தம் காரண மாகத்தானே? தங்களுடைய ஆட்கள்...'

'உண்மையாகச் சொல்லும், ஐயா! நன்றாக நினைத்துப் பார்த்துச் சொல்லும்! பலவந்தத்தினால் மட்டும் நீர் இங்கே வந்தீரா? இஷ்டப் பட்டு வரவில்லையா? பல்லக்கில் ஏற்றப்பட்ட பிறகு கீழே குதித்து ஓடுவதற்கு உமக்குச் சந்தர்ப்பம் இல்லையா?' என்று நந்தினி கேட்ட

கேள்விகள் கூரிய அம்புகளைப் போல் வந்தியத்தேவன் நெஞ்சைத் துளைத்தன.

'ஆம்? இஷ்டப்பட்டுத்தான் வந்தேன்' என்றான்.

'எதற்காக வந்தீர்?'

'தாங்கள் எதற்காக என்னை அழைத்துவரச் செய்தீர்கள்?'

'என் முத்திரை மோதிரத்தைத் திருப்பிக்கேட்பதற்காக'

'அது மட்டும்தானா?'

'இன்னும் ஒரு காரணம் இருக்கிறது. என் கணவரின் பாதுகாப்புக்கு உட்பட்ட பொக்கிஷ நிலவறையில் நீர் அன்றிரவு இருந்தீர் அல்லவா?' வந்தியத்தேவன் திடுக்கிட்டான்.

'எனக்குத் தெரியாது என்றா எண்ணினீர்? அழகுதான்! எனக்குத் தெரிந்திராவிட்டால் அன்றிரவு நீர் தப்பிச் சென்றிருக்க முடியுமா?'

'தேவி...'

'ஆம்! எனக்குத் தெரியும். பெரிய பழுவேட்டரையருக்கும் தெரியும். உம்மை அங்கேயே கொன்று போட்டுவிடும்படி பழுவேட்டரையர் சுரங்கவழிக் காவலனுக்குக் கட்டளையிட்டார். அவர் அப்பால் சென்றதும் நான் அந்தக் கட்டளையை மாற்றிவிட்டேன் அதனால் நீர் பிழைத்தீர். உம்முடைய அழகான நண்பன் ஆபத்துக்கு உள்ளானான். இல்லாவிடில், அந்தப் பொக்கிஷ நிலவறையில் முத்துக் குவியல் களுக்குப் பக்கத்தில் உம்முடைய எலும்புகள் இப்போது கிடைக்கும்!'

வந்தியத்தேவன் வியப்புக்கடலில் மூழ்கினான். அவள் கூறியவை யெல்லாம் உண்மையென்று அவனால் நம்ப முடியவில்லை. உண்மை யில்லாவிட்டால் தான் அன்று அங்கு ஒளிந்திருந்தது எப்படி தெரிந்தது? சம்பிரதாயத்துக்காகவாவது நன்றி கூறவேண்டியது அவசியம் என்று கருதி, 'அம்மணி...!' என்று ஏதோ சொல்ல ஆரம்பித்தான்.

'வேண்டாம்! மனத்தில் இல்லாததை வெளியில் எதற்காகச் சொல்லப் பார்க்கிறீர்? எனக்கு நன்றி செலுத்த முயல வேண்டாம்!'

'இல்லை தேவி...'

'உம்முடைய உயிரை அன்று காப்பாற்றியதைப் பற்றி எதற்காகச் சொன்னேன் தெரியுமா? உம்முடைய நன்றியை எதிர்பார்த்தல்ல. மறுபடியும் அந்தச் சுரங்க வழியை உபயோகிக்கப் பார்க்க வேண்டாம் என்று எச்சரிப்பதற்காகத்தான். அங்கே இப்போது மிகவும் வலுவான காவல் போடப்பட்டிருக்கிறது. தெரிகிறதா?'

‘மறுபடியும் அந்தப் பக்கம் போகும் உத்தேசமே எனக்கு இல்லை.’

‘அது ஏன் இருக்கப் போகிறது? உதவி செய்தவர்களை நினைக்கும் வழக்கமேதான் உமக்கு இல்லையே? உம்மால் உம்முடைய சிநேகிதன் ஆபத்துக்கு உள்ளானான். அவனை என்னுடைய அரண்மனைக்கே எடுத்துவரச் செய்து அவனுக்கு வைத்தியம் பண்ணுவித்துக் குணப்படுத்தி, அனுப்பினேன். அதில் உமக்குத் திருப்திதானே? அல்லது நம்பிக்கைத் துரோகத்தைப் போல் சிநேகத் துரோகமும் உம்முடன் பிறந்ததா?’

நந்தினியின் வார்த்தை ஒவ்வொன்றும் விஷ பாணத்தைப் போல் வந்தியத்தேவனுடைய உள்ளத்தில் ஊடுருவிச் சென்றது. அவன் துடிதுடித்து மௌனமாயிருந்தான்.

‘உம்முடன் கோடிக்கரைக்கு வந்த வைத்தியர் மகனைத்தான் உமக்குப் பதிலாகப் பிடித்துக் கொடுத்து அனுப்பினீர்; அவன் என்ன ஆனான் என்று விசாரித்தீரா?’

‘தங்களைக் கேட்க எண்ணினேன்.’

‘சொல்கிறேன்; ஆனால் உம்முடன் இலங்கையிலிருந்து புறப்பட்ட இளவரசர் அருள்மொழிவர்மர் என்ன ஆனார்? அதைச் சொன்னால் நான் வைத்தியர் மகனைப் பற்றிச் சொல்லுவேன்.’

வந்தியத்தேவனுக்கு உடம்பை ஒரு உலுக்கி உலுக்கிப் போட்டது. இளவரசரைப் பற்றி அறிவதற்காகத்தான் தன்னை இவள் இப்படிப் பாடாய்ப் படுத்தினாளோ என்று தோன்றியது. ஏமாந்துபோகக்கூடாது என்று தீர்மானித்துக் கொண்டான்.

‘அரசி! அதைப்பற்றி மட்டும் என்னைக் கேட்கவேண்டாம்’ என்றான்.

‘ஆம்! அதைப்பற்றி மட்டும் கேட்கக் கூடாதுதான்! கேட்டாலும் உம்மிடமிருந்து மறுமொழி வராது என்று எனக்குத் தெரியும். உம்முடைய காதலி எப்படியிருக்கிறாள்? அதைப்பற்றியாவது எனக்குச் சொல்லலாமா?’

வந்தியத்தேவனுடைய கண்களில் தீப்பொறி பறந்தது. ‘யாரைச் சொல்லுகிறீர்கள்? ஜாக்கிரதை!’ என்றான்.

‘ஆகா! நான் ஜாக்கிரதையாகத்தான் இருக்கிறேன். அந்தப் பழையாறை மகாராணியைச் சொல்வதாக எண்ண வேண்டாம். அவள் உம்மைக் கண்ணெடுத்தும் பார்க்க மாட்டாள். தன் காலில் ஒட்டிய தூசிக்குச் சமானமாக உம்மை மதிப்பாள். உம்மை இலங்கையில் கொண்டு சேர்த்துத் திரும்பியும் அழைத்து வந்தாளே, அந்த ஓடக்காரப் பெண்ணைப்பற்றிக் கேட்கிறேன். பூங்குழலி உமது காதலி அல்லவா?’

'இல்லை, இல்லவே இல்லை! அவளுடைய காதலர்களை அவளே எனக்குக் காட்டினாள். நள்ளிரவில் கோடிக்கரைச் சதுப்பு நிலத்தில் கிளம்பும் கொள்ளிவாய்ப் பிசாசுகளை எனக்குக் காட்டினாள். அவர்கள்தான் தன்னுடைய காதலர்கள் என்று சொன்னாள்.'

'அவள் பாக்கியசாலி! ஏனெனில் அவளுடைய காதலர்கள் ஒளிவடிவம் பெற்றிருக்கிறார்கள். பிரகாசமாகக் கண்முன் தோன்றுகிறார்கள். என்னுடைய காதலர்களோ இருள் வடிவமானவர்கள்! உருவம் அறிய முடியாதவர்கள். இருள் அடைந்த பாழும் மண்டபத்தில் நீர் எப்போதாவது நள்ளிரவு நேரத்தில் படுத்திருந்ததுண்டா? வௌவால் களும், ஆந்தைகளும் இறகுகளைச் சடபடவென்று அடித்துக்கொண்டு அந்த இருண்ட மண்டபங்களில் உருத்தெரியாத வடிவங்களாகப் பறந்து திரிவதைப் பார்த்ததுண்டா? அம்மாதிரி வடிவங்கள் என் உள்ளமாகிய மண்டபத்தில் ஓயாமல் பறந்து அலைகின்றன. இறகுகளை அடித்துக் கொள்கின்றன. என் நெஞ்சைத் தாக்குகின்றன. என் கன்னத்தை இறகுகளால் தேய்த்துக் கொண்டு செல்கின்றன! அந்த இருள் வடிவங்கள் எங்கிருந்து வருகின்றன? எங்கே போகின்றன? ஏன் என்னைச் சுற்றிச் சுற்றி வட்டமிடுகின்றன? ஐயோ! உமக்குத் தெரியுமா?' - இவ்விதம் கூறிவிட்டு நந்தினி வெறிகொண்ட கண்களால் அங்குமிங்கும் பார்த்தாள்.

வந்தியத்தேவனுடைய வயிர நெஞ்சமும் கலங்கிப் போயிற்று. ஒரு பக்கம் இரக்கமும், இன்னொருபக்கம் இன்னதென்று தெரியாத பயமும் அவன் மனத்தில் குடிகொண்டன.

'தேவி! வேண்டாம்! கொஞ்சம் சாந்தி அடையுங்கள்!' என்றான்.

'என்னைச் சாந்தி அடையும்படிச் சொல்வதற்கு நீர் யார்?' என்று கேட்டாள் நந்தினி.

'நான் வாணர் குலத்தில் வந்த ஏழை வாலிபன். தாங்கள் யார் தேவி!'

'நான் யார் என்றா கேட்கிறீர்? அதுதான் எனக்கும் தெரியவில்லை. அதைக் கண்டுபிடிக்கத்தான் முயன்று கொண்டிருக்கிறேன். நான் யார்; மானிடப் பெண்ணா? அல்லது பேயா, பிசாசா என்று கேட்கிறீரா?'

'இல்லை, இல்லை! தெய்வ லோகத்திலிருந்து தவறி விழுந்த தேவப் பெண்ணாகவும் இருக்கலாம் அல்லவா? தெய்வ சாபத்தினால்...'

'ஆம்! தெய்வ சாபம் என் பேரில் ஏதோ இருக்கிறது. அது என்னவென்று மட்டும் தெரியவில்லை. நான் யார், எதற்காகப் பிறந்தேன் என்பதை அறிவேன். இதுவரையில் ஒரே ஒரு சூசகத்தை மட்டும் தெய்வம் எனக்கு அளித்திருக்கிறது. இதோ பாரும்!' என்று கூறி நந்தினி அவள்

அருகில் இருந்த வாளை எடுத்துக் காட்டினாள், புதிதாகச் செப்பனிடப் பட்ட அந்தக் கூரிய வாள் தீப வெளிச்சத்தில் பளபளவென்று ஜொலித்துக் கண்ணைப் பறித்தது.

வந்தியத்தேவன் அந்த வாளைப் பார்த்தான். பார்த்த உடனே அது கொல்லன் பட்டறையில் தான் பார்த்த வாள் என்பதைத் தெரிந்து கொண்டான். இதுவரையில் நந்தினியின் வார்த்தைகளாகிற விஷ பாணங்களினால் அவன் துடிதுடித்துக் கொண்டிருந்தான். இப்போது இரும்பினால் செய்த வாளாயுதத்தைப் பார்த்ததும் அவனுடைய மனம் திடப்பட்டது. ஏனெனில் வாள், வேல் முதலிய ஆயுதங்கள் அவனுக்குப் பழக்கப்பட்டவை. பிறந்தது முதலாவது அவனுடன் உறவு பூண்டவை, ஆகையால் பயமில்லை. நந்தினி அந்த வாளைத் தன் பேரில் பிரயோகிப்பதா யிருந்தாலும் பயம் கிடையாது!

'தேவி! பார்த்தேன்! வாளைப் பார்த்தேன். வேலைப்பாடு அமைந்த வாள்! அரச குலத்துக்கு உரிய வாள். வீராதி வீரர்களின் கைக்கு உகந்த வாள். அது மெல்லியல் கொண்ட தங்கள் அழகிய கையில் எப்படி வந்தது? அதன் மூலம் தெய்வம் தங்களுக்கு அளித்திருக்கும் சூசகந்தான் என்ன?' என்று கேட்டான்.

பதினான்காம் அத்தியாயம்

பறக்கும் குதிரை

நந்தினி ஒளிவீசிய அந்த வாளை எடுத்து ஆசையுடன் தன் மார்போடு அணைத்துக் கொண்டாள். பிறகு முகத்துடன் சேர்த்து வைத்துக் கொண்டு தன் செவ்விதழ்களினால் முத்தமிட்டாள். ஒரு கணம் அக்கினிக் கொழுந்தைச் செந்தாமரை மலர் முத்தமிடுவது போலிருந்தது. அடுத்த கணத்தில் இரத்த வர்ண மேகம் பூரண சந்திரனைக் குறுக்கே நின்று தடுக்கப் பார்ப்பது போலிருந்தது. நந்தினியின் முகம் அப்போது காபாலிகர்கள் பூசித்த இரத்த பலி கேட்கும் காளியின் கோர செளந்தரிய முகம் போலாயிற்று. கத்தியை எடுத்து முன்போல் பக்கத்தில் வைத்ததும் அவளுடைய முகம் பழைய வசீகரத்தை அடைந்தது.

'ஆம், தெய்வம் எனக்கு அளித்திருக்கும் சூசகம் இந்த வாள். ஆனால், அந்தச் சூசகத்தின் பொருள் இன்னதென்பதை நான் இன்னும் அறியவில்லை. இந்த வாளை நான் அடிக்கடி கொல்லன் உலைக்கு அனுப்பித் துருநீக்கிப் பதப்படுத்திக் கூராக்கி வைத்துக்கொண்டு வருகிறேன். தாய்ப்புலி தான் பெற்ற குட்டிப் புலியைப் பாதுகாப்பது போல் இதை நான் பாதுகாத்து வருகிறேன். உரிய பிராயம் வருவதற்குள் புலிக்குட்டி நீண்ட கொம்புகள் படைத்த காட்டு மாடுகளிடம் அகப்பட்டுக் கொள்ளக் கூடாது அல்லவா? அராபிய நாட்டார் தங்கள் குதிரையை எவ்வளவு அன்புடன் பேணுகிறார்களோ அப்படி இதை நான் பாதுகாத்து வருகிறேன். நோய்ப்பட்ட சுந்தரசோழ சக்கரவர்த்திக்கு வானமாதேவி பணிவிடை செய்வதுபோல் நானும் இந்த வாளுக்குச் செய்து வருகிறேன். இதைக் கொண்டு நான் என்ன செய்யவேண்டும் என்பதைத் தெய்வம் இன்னும் எனக்கு அறிவிக்க வில்லை. மலர்மாலை தொடுத்துப் பழகிய இந்தக் கைகளினால் இந்த வாளை எந்தக் கொடியவனுடைய விஷ நெஞ்சத்திலாவது செலுத்த வேண்டுமென்பது தெய்வத்தின் ஆக்ஞையோ அல்லது என்னுடைய மார்பில் என்னுடைய கையினாலேயே இதைச் செலுத்திக் குபுகுபுவென்று பெருகும் இரத்தத்தை ஆடை ஆபரணங்களால்

அலங்கரித்த இந்த உடம்பில் பூசிக்கொண்டு நான் சாகவேண்டும் என்பது தெய்வத்தின் சித்தமோ, இன்னும் அது எனக்குத் தெரியவில்லை. இந்த வாளை எனக்கு அளித்திருக்கும் தெய்வம், சமயம் வரும்போது அதையும் எனக்குத் தெரியப்படுத்தும். அந்தச் சமயம் எப்போது வரும் என்று தெரியாத படியால் இரவும், பகலும் எந்த நேரத்திலும் ஆயத்த மாயிருக்கிறேன். ஆம்; அழகிற்குப் பெயர்போன பழுவூர் இளைய ராணிக்கு ஆடை ஆபரண, அலங்காரங்களில் மிக்க பிரியம் என்பது நாடறிந்த செய்தி. இரவு பகல் அறுபது நாழிகையும் நான் இந்த என் மேனியை அலங்கரித்து அழகு படுத்தி வைத்துக் கொண்டிருக்கிறேன். பாவம்! பெரிய பழுவேட்டரையர் அவருக்காகவும், அவருடைய கௌரவத்தை முன்னிட்டும் நான் இப்படி சதா சர்வகாலமும், சர்வாலங் காரத்துடன் விளங்குவதாக நினைத்துச் சந்தோஷப்பட்டுக் கொண்டிருக் கிறார்! என் நெஞ்சத்தில் கொழுந்துவிட்டெரியும் தீயை அவர் அறியார்!'

இதையெல்லாம் பிரமை பிடித்தவன் போலக்கேட்டுக் கொண்டிருந்த வல்லவரையன் சுய உணர்ச்சியை வருவித்துக் கொண்டு, 'அம்மணி! பெரிய பழுவேட்டரையர் எங்கே!' என்று கேட்டான்.

'ஏன்? அந்தக் கிழவரைப் பார்ப்பதற்கு உமக்குப் பயமாயிருக்கிறதா?' என்றாள் நந்தினி.

'இல்லை, அம்மணி! தங்களைப் பார்க்கவே நான் பயப்பட வில்லையே, பழுவேட்டரையரிடம் எனக்கு என்ன பயம்?' என்றான் வந்தியத்தேவன்.

'ஆகா! உம்மை எனக்குப் பிடித்திருப்பதின் காரணம் அதுதான். எதனாலோ, என்னைக்கண்டு எல்லோரும் பயப்படுகிறார்கள். வீராதி வீரரும் எத்தனையோ போர்க்களங்களில் போரிட்டு உடம்பில் அறுபத்துநாலு புண் சுமந்தவருமான பெரிய பழுவேட்டரையர் என்னைக் கண்டு பயப்படுகிறார். சின்னப் பழுவேட்டரையர் - காலனையும் கதிகலங்க அடிக்கக்கூடிய காலாந்தக கண்டர், - என்னிடம் வரும்போது பயந்து நடுங்குகிறார். இந்தச் சோழ ராஜ்யத்தை ஏகசக்கராதிபதியாக ஆள விரும்பும் மதுராந்தகத் தேவர் என்னிடம் வரும்போது பயபக்தியுடன் வருகிறார். யம லோகத்தை எட்டிப் பார்த்துக் கொண்டிருக்கும் சுந்தர சோழச் சக்கரவர்த்திகூட நான் அருகில் சென்றால் நடுங்குகிறார். ஒவ்வொரு தடவை அவர் என்னைக் கண்டு மூர்ச்சையே அடைந்து விடுகிறார்.

இன்றைக்கு வந்தானே பார்த்திபேந்திர பல்லவன்! அவனுடைய அஞ்சா நெஞ்சத்தையும், வீரத்தைப் பற்றியும் வெகுவாகக் கேள்விப் பட்டிருக்கிறேன், ஆதித்த கரிகாலரின் உயிர்த்தோழன் என்றும்

அறிந்திருக்கிறேன். ஆனால் என் அருகில் வந்த அரை நாழிகைக் கெல்லாம் அவன் எப்படி அடங்கி ஒடுங்கிப் போய்விட்டான்! ஆதித்த கரிகாலரிடம் உடனே போக வேண்டிய கடமையையும் மறந்து, என்னைத் தொடர்ந்து வருகிறான். நான் காலால் இட்ட பணியைத் தலையால் நிறைவேற்றிவைக்க ஆயத்தமாயிருக்கிறான். அதே சமயத்தில் என்னருகில் நெருங்கும்போது அவன் நடுங்குகிறான். அதைப் பார்க்கும் போது எனக்கு ஒன்று நினைவுக்கு வருகிறது. சிறு குழந்தை யாயிருந்தபோது எரியும் நெருப்பைக் காண எனக்கு ஆசையா யிருக்கும். நெருப்பின் அருகில் செல்வேன். தீயின் கொழுந்தைத் தொடுவதற்கு ஆசையுடன் கை விரலை நீட்டுவேன். ஆனால் அதற்குத் தைரியம் வராது. சட்டென்று விரலை எடுத்துக்கொண்டு விடுவேன். இம்மாதிரி எத்தனையோ தடவை செய்திருக்கிறேன். பார்த்தி பேந்திரன் என் பக்கத்தில் நெருங்கி வருவதையும், பயந்து விலகு வதையும் பார்க்கும்போது அந்தப் பழைய ஞாபகம் எனக்கு வந்தது.

பல்லவன் மட்டும் என்ன? நீ யாருடைய தூதராக ஓலை எடுத்துக் கொண்டு காஞ்சியை விட்டுக் கிளம்பினீரோ, அந்த ஆதித்த கரிகாலரும் அப்படித்தான். நாங்கள் குழந்தைகளாயிருந்த நாளிலிருந்து அவருக்கு என்பேரில் அளவில்லாத வாஞ்சை; கூடவே ஒரு பயம். அதனால் என் வாழ்க்கை எப்படியெல்லாம் மாறிவிட்டது! ஐயா! உமது எஜமானரை நீர் மறுபடியும் சந்திக்கும்போது எனக்காக ஒரு செய்தி சொல்வீரா? 'சென்றதையெல்லாம் நான் மறந்து விட்டேன். நான் இப்போது அவருக்குப் பாட்டி உறவு பூண்ட பழுவூர் ராணி. என்னைப் பார்ப்பதற்குச் சிறிதும் பயப்பட வேண்டாம். அவரை நான் கடித்துத் தின்று விழுங்கி விட மாட்டேன்!' என்று சொல்லுவீரா?'

'தேவி! நான் உயிரோடு திரும்பிப்போய் ஆதித்த கரிகாலரைப் பார்ப்பேன் என்பது நிச்சயமில்லை, அப்படிப் பார்த்தால் அவரிடம் நான் சொல்லுவதற்கு எத்தனையோ செய்திகள் இருக்கின்றன. தங்களுடைய செய்தியைச் சொல்லுவதாக என்னால் உறுதி கூற முடியாது. தயவு செய்து மன்னிக்க வேணும்!'

'ஆம்! நான் பார்த்திருப்பவர்களுக்குள்ளே நீர் ஒருவர்தான் தைரியசாலி. மனத்தில் உள்ளதை ஒளியாமல் பேசுகிறீர். ஆகையால்தான் உம்மை எனக்குப் பிடித்திருக்கிறது. வாணர்குல வீரரே! நான் அதிகம் பேரைப் பார்ப்பது கிடையாது. பழையாறை இளைய பிராட்டியைப் போல் ரதத்தில் ஏறிப் பிரயாணம் செய்வதில்லை. எங்கேயாவது போக வேண்டி நேர்ந்தால் மூடு பல்லக்கில் போகிறேன். எனக்கு யார் மூலமாகவாவது ஏதேனும் காரியம் ஆகவேண்டியிருந்தால் அவர் களை மட்டுந்தான் பார்க்கிறேன். அவர்கள் பெரும்பாலும் கோழை களாயிருக் கிறார்கள். மனத்தில் உள்ளதைச் சொல்வதற்குத்

துணிவதில்லை. நீர் மனத்தில் தோன்றுவதை ஒளிக்காமல் சொல்கிறீர்...'

'ஒளிப்பதில் பயனில்லை என்று நான் அறிந்திருக்கிறேன், ராணி! தங்களுடைய கண்கள் ஊடுருவிச் சென்று அறிய முடியாத இரகசியம் எந்த மனிதனுடைய நெஞ்சிலும் இருக்க முடியாது!'

'அது உண்மையாக இருக்கலாம். ஆனால் உம்முடைய நெஞ்சில் உள்ளதைத்தான் நான் இன்னும் அறிந்துகொள்ள முடியவில்லை. போனால் போகட்டும், பழுவேட்டரையரைப் பற்றிக் கேட்டீர். என் கணவரும், பார்த்திபேந்திரனும் பரிவாரங்களுடன் பக்கத்துக் கிராமத்துக்குச் சென்றிருக்கிறார்கள். அங்கே கண்ணகிக் கூத்தும், வேலனாட்டமும் நடைபெறுகின்றன. சின்ன இளவரசரைப் பற்றி வெறியாட்டக்காரனிடம் ஏதாவது தெரிந்துகொள்ள முடியுமா என்று பார்ப்பதற்காகப் போயிருக்கிறார்கள், பைத்தியக்காரர்கள்! யாரைக் கேட்க வேண்டுமோ அவரைப் பிடித்துக் கேட்காமல் ஜோசியக் காரனிடம் சென்றிருக்கிறார்கள். திரும்பி வருவதற்கு வெகுநேரம் ஆகும். ஆகையால் உம்மை நான் அழைத்துவரச் செய்தேன். ஐயா! மறுபடியும் கேட்கிறேன். இளவரசரைப் பற்றிய உண்மை உமக்குத் தெரியும் அல்லவா? அதை நீர் எனக்குச் சொல்லமாட்டீர் அல்லவா?'

'இல்லை தேவி! சொல்வதற்கில்லை! இனிமேல் எந்தக் காரியத் திற்கும் புனைந்துரைப்பதில்லையென்றும், உண்மையே சொல்வ தென்றும் இன்றைக்குத்தான் தீர்மானம் செய்து கொண்டேன். ஆகையால் இளவரசரைப் பற்றிச் சொல்ல முடியாது. சற்று முன்னால் கூட என் தீர்மானத்தை மறந்து விட்டேன். மன்னிக்க வேணும்!' என்று சொல்லிக்கொண்டே வந்தியத்தேவன் தன்னுடைய இடைக் கச்சின் சுருளை அவிழ்த்து அதற்குள்ளேயிருந்த பனை இலச்சினை மோதிரத்தை எடுத்தான்.

'அம்மணி! இதோ தாங்கள் அளித்த பனை முத்திரை மோதிரம். இலங்கையில் பூதிவிக்கிரம கேசரியின் ஆட்கள் இதை என்னிடமிருந்து பலவந்தமாகக் கவர்ந்து கொண்டது உண்மைதான். ஆனால் சேனாதிபதி திருப்பிக் கொடுத்து விட்டார். இதோ தங்களிடம் சேர்ப்பித்துவிடுகிறேன்; பெற்றுக் கொண்டு அருள் புரியவேணும்!' என்று கூறி முத்திரை மோதிரத்தை நீட்டினான்.

நந்தினி அதை உற்றுப்பார்த்துத் தான் கொடுத்த முத்திரை மோதிரம் அதுதான் என்று தெரிந்து கொண்டாள்.

'ஐயா! நான் கொடுத்ததைத் திரும்பி வாங்கிக்கொள்ளும் வழக்க மில்லை. உம்முடைய நேர்மையைச் சோதித்து அறிவதற்காகவே

கேட்டேன். சோதனையில் நீர் தேறி விட்டீர். என்னுடைய ஆட்களைக் கொண்டு உம்மைச் சோதனை போடும் படியான அவசியத்தை எனக்கு ஏற்படுத்தவில்லை. மோதிரத்தை என்னுடைய ஞாபகத்துக்காக நீரே வைத்துக் கொள்ளலாம்!' என்றாள்.

'அம்மணி! யோசித்துச் சொல்லுங்கள். இது என்னிடமிருந்தால் மீண்டும் அவசியம் நேரும்போது உபயோகப்படுத்த வேண்டியிருக்கும்...'

'அதைப்பற்றிக் கவலை இல்லை. எப்படி வேணுமானாலும் உபயோகப்படுத்திக் கொள்ளலாம். உம்மை இப்போது மறுபடியும் கண்ணைக் கட்டிப் பல்லக்கிலே ஏற்றிக்கொண்டு போகச் சொல்லப் போகிறேன். உம்மைப்பிடித்த இடத்திலேயே திரும்பவிட்டு விடுவார்கள்....'

'நான் அதற்கு மறுத்தால்?'

'இந்தப் பாழடைந்த அரண்மனையிலிருந்தும் கோட்டையிலிருந் தும் உம்மால் திரும்பிப் போக முடியாது. திரும்பத் திரும்பப் புறப்பட இடத்துக்குத்தான் வந்து கொண்டிருப்பீர்.

'தேவி! இந்தக் கோட்டை? இந்தப் பாழடைந்த அரண்மனை?...'

'ஆம்; ஒரு காலத்தில் இந்தச் சோழநாடு பல்லவர் ஆட்சியில் வெகுகாலம் இருந்தது. அப்போது பல்லவ சக்கரவர்த்திகள் இங்கே கோட்டையும், அரண்மனையும் கட்டியிருந்தார்கள். பிறகு சோழநாடு பாண்டியர்கள் வசப்பட்டது. பாண்டிய மன்னர்கள் சில சமயம் இந்த அரண்மனையில் வசித்தார்கள். விஜயாலய சோழர் காலத்தில் இங்கே ஒரு பெரிய யுத்தம் நடந்தது. கோட்டை இடிந்து தகர்ந்தது. அரண்மனையிலும் பாதி அழிந்தது. மிச்சம் அழியாமலிருந்த பகுதியில் இப்போது நாம் இருக்கிறோம். இந்தக் கோட்டையைச் சிலர் பல்லவராயன் கோட்டை என்றும், இன்னும் சிலர் பாண்டியராயன் கோட்டை என்றும் சொல்வார் கள். இரண்டிலும் உண்மை உண்டு. ஆனால் நன்றாக வழி தெரிந்தவர் களாலேதான் இதற்குள்ளே வந்துவிட்டு வெளியேற முடியும்! என்ன சொல்கிறீர்? என் ஆட்களை அழைத்துக்கொண்டுபோய் விடச் சொல்லட்டுமா? அல்லது நீரே வழி கண்டுபிடித்து...'

'இல்லை, தேவி! வழி கண்டுபிடித்துச் செல்ல எனக்கு நேரம் இல்லை. என்னை அழைத்து வந்தவர்களே திரும்ப அழைத்துச் செல்லட்டும். ஆனால்... நான் போவதற்கு முன்னால்... என்னைத் தாங்கள் அழைத்து வரும்படி சொன்ன காரணம் வேறொன்றும் இல்லையா? நான் தங்களுக்குச் செய்யக்கூடிய உதவி வேறொன்றும் இல்லையா? அப்படி ஏதாவது இருந்தால், சொல்லுங்கள்!'

‘நல்லது; நீர் கேட்கிறபடியால் சொல்கிறேன். பறக்கும் குதிரை ஒன்று எனக்கு வேண்டும். உம்மால் முடிந்தால் சம்பாதித்து வந்து கொடுக்கலாம்.’

‘என்ன? பறக்கும் குதிரை என்றா சொன்னீர்கள்?’

‘ஆம்; பறக்கும் குதிரைதான்!’

‘பறப்பதுபோல் அதிகவேகமாக ஓடக்கூடிய அரபு நாட்டுக் குதிரையைச் சொல்கிறீர்களா?’

‘இல்லை; இல்லை! என்னால் அத்தகைய குதிரைமேல் ஏறவே முடியாது. பூமியில் கால் வைத்து ஓடும் குதிரையை நான் சொல்ல வில்லை. பறவைகளைப்போல் இறகுகளை விரித்து வானத்தில் பறந்து செல்லும் குதிரையைச் சொல்கிறேன். அம்மாதிரி அதிசயக் குதிரைகள் இந்தப் பூவுலகில் எங்கேயோ இருப்பதாகக் கதைகளில் கேட்டிருக்கிறேன். அத்தகைய இறகுள்ள பறக்கும் குதிரைதான் எனக்கு வேண்டும்!’

‘எதற்காக? சொர்க்க லோகத்துக்குப் பறந்து போவதற்காகவா?’

‘என்னைப் பார்த்தால் சொர்க்கத்துக்குப் போகக் கூடியவளாகத் தோன்றுகிறதா? அத்தகைய புண்ணியம் செய்தவள் அல்ல நான். கொடிய பாவங்கள் பல செய்தவள்.’

‘சொர்க்கத்தில் உள்ளவர்கள் புண்ணியம் மட்டுந்தானா செய்கிறார்கள்? அங்கேயும் பாவங்கள் செய்கிறார்கள். அதற்குப் பரிகாரம் தேடப் பூவுலகத்துக்கு வருகிறார்கள். வந்த காரியம் ஆனதும் சொர்க் கத்துக்குப் போகிறார்கள்.’

‘இல்லை எனக்குச் சொர்க்கத்துக்குப் போக விருப்பம் இல்லை. பாண்டிய நாட்டில் ஒரு பாலைவனம் இருக்கிறது. அதன் நடுவில் சில மொட்டைப் பாறைகள் இருக்கின்றன. புல், பூண்டு முளைக்காத பாறைகள். அவற்றில் சில முழைகள் இருக்கின்றன. ஒரு காலத்தில் அந்த முழைகளில் திகம்பர ஜைனர்கள் இருந்து தவம் செய்தார்கள். இப்போது பாம்புகளும் நரிகளும் அவற்றில் வசிக்கின்றன. தேவலோகத்து அமராவதி நகரைக் காட்டிலும் அந்தப் பாண்டிய நாட்டுப் பாலைவனப் பாறைகளே எனக்கு அதிகம் பிடித்தமானவை.’

‘தேவி! தங்களுடைய ஆசை அதிசயமானதுதான்.’

‘பறக்கும் குதிரை கிடைத்தால் நான் அந்தப் பாலைவனத்துக்குப் போவேன். பிறகு அங்கிருந்து இலங்கைத் தீவுக்குப் பறந்து செல்வேன். இலங்கையில் வானை முட்டும் மலைகளும், அம்மலைகளை

மறைக்கும்படி உயர்ந்த மரங்கள் அடர்ந்த காடுகளும் இருக்கின்றனவாம். இந்தச் சோழ நாட்டில் காணப்படும் எருமை மந்தைகளைப் போல் இலங்கைக் காடுகளில் யானை மந்தைகள் திரியுமாம்; அவற்றையெல்லாம் பார்ப்பேன். இன்னும் இந்தப் பூவுலகத்தின் மத்தியில் உலகம் தோன்றின நாள் தொட்டுப் பனிக் கட்டியால் மூடப்பட்ட சிகரங்களையுடைய மலைகள் இருக்கின்றன வாம். சூரியன் உதயமாகும் சமயத்தில் அவை வெள்ளி மலைகளைப் போல் ஜொலிக்கும். பறக்கும் குதிரை மேல் ஏறிச் சென்று அம்மலைச் சிகரங்களைப் பார்க்க விரும்புகிறேன். இன்னும் அப்பால் பாண்டிய நாட்டுப் பாலைவனத்தைப்போல பதினாயிரம் மடங்கு விஸ்தாரமான பாலைவனங்கள் ஒரே வெண்மணல் காடாக இருக்குமாம். பகல் வேளையில் அங்கே எரியும் தீயின் மத்தியில் இருப்பது போலவே தோன்றுமாம். அங்கேயெல்லாம் போக விரும்புகிறேன். இன்னும் அப்பால் போனால் கடுங்குளிர் காரணமாகக் கடல்நீர் உறைந்து கெட்டிப்பட்டு மனிதர்களும் மிருகங்களும் நடந்து போகும் படியிருக்குமாம். பறக்கும் குதிரைமேல் ஏறிச்சென்று அந்த இடங்களைப் பார்க்க விரும்புகிறேன்...'

'தேவி! என்னால் அத்தகைய பறக்கும் குதிரையைத் தங்களுக்குக் கொண்டு வந்து தர முடியாது. ஆனால் தாங்கள் கூறிய சில இடங் களுக்குப் போகச் சுலபமான வழி இருக்கிறது. ஒரு நல்ல படகிலே ஏறினால் அரை நாளில் இலங்கைக்குப் போகலாம். கப்பல் ஏறிச் சென்றால்...'

'ஐயா! அந்த வழி எனக்குத் தெரியாத வழி அல்ல. ஆனால் எனக்குக் கடலைக் கண்டால் பயம். கப்பலிலே ஏறுவதென்றால் பயம். நதியைப் படகில் ஏறிக் கடக்கும்போது படகு அசைந்தால் கூடப் பயம். ஆகையால் உம்முடைய யோசனை எனக்குச் சிறிதும் பயன்படாது. நீர் போய் வரலாம்!' என்று கூறி நந்தினி எழுந்தாள்.

'தேவி! வேறொன்றும் தாங்கள் என்னிடம் சொல்வதற்கு இல்லையா?'

'இல்லை! நீர் ஏதோ சொல்ல விரும்புவது போல் காண்கிறது.'

'ஒரு கேள்வி கேட்க விரும்புகிறேன். அதற்கு மட்டும் விடை சொல்ல வேண்டும். சில நாளைக்கு முன்பு தாங்கள் இலங்கைக்கு வந்திருக்க வில்லையா? அநுராதபுரத்தின் வீதிகளில் இருண்ட நிழலில் தனியாக நின்றிருக்கவில்லையா?'

'இல்லவே இல்லை. பழுவேட்டரையரின் அரண்மனையையும் காவலையும் தாண்டி நான் ஒரு பொழுதும் அப்பால் சென்றதே இல்லை. உமக்கு ஏன் அத்தகைய சந்தேகம் உதித்தது?'

‘அம்மணி! இலங்கையில் சில தினங்களுக்கு முன்பு தங்களைப் பார்த்தேன். ‘பறக்கும் குதிரை’ என்றெல்லாம் சொல்லுகிறீர் களே? ஒருவேளை உண்மையில் அத்தகைய குதிரை தங்களிடம் இருக்கிறதோ, அதில் ஏறி அங்கு வந்தீர்களோ என்று நினைத்தேன். ஆனால் இப்போதுபோல் ஆடை ஆபரணங்கள் புனைந்து அலங் காரமாக இருக்கவில்லை. சாதாரண சேலை ஒன்று மட்டும் உடுத்தி ஒருவித ஆபரணமும் புனையாமல் கூந்தலை விரித்துப் போட்டுக் கொண்டு நின்றீர்கள். அந்த ஸ்திரீ தாங்கள் அல்லவா?’

‘இல்லை; நான் இல்லை ஐயா! நீர் கூறும் அந்த ஸ்திரீ வாய்திறந்து ஏதாவது பேசினாளா?’

‘இல்லை; ஜாடையினாலேதான் பேசினாள். ஆனால் தங்களுக்கு மந்திரவாதிகளுடன் பழக்கம் இருக்கிறது. ஒருவேளை அத்தகைய மந்திர சக்தியினால் தங்களுடைய சூட்சும வடிவம் அங்கே வந்திருக்கலாம் அல்லவா?’

‘நானோ, என்னுடைய சூட்சும சரீரமோ இல்லை என்றால்?...’

‘தங்களை வடிவத்தில் மிகவும் ஒத்தவளாக, பேச முடியாத ஸ்திரீயாக அவள் இருக்க வேண்டும்.’

நந்தினியின் பார்வை எங்கேயோ வெகு தூரத்தில் சென்றிருந்தது. ஒரு நெடிய பெருமூச்சு விட்டாள்.

‘ஐயா! சற்று முன்னால் எனக்கு ஏதேனும் உதவி செய்யவிரும்பு வதாகச் சொன்னீர் அல்லவா?’

‘ஆம்!’

‘அது தாங்கள் உண்மையாகச் சொன்ன வார்த்தைதானே?’

‘சந்தேகமில்லை.’

‘அப்படியானால் இதைக் கேளும். எப்போதாவது ஒரு சமயம் மறுபடியும் அந்த ஸ்திரீயைப் பார்க்க நேர்ந்தால் அவளை எப்படியாவது பிடித்துக் கொண்டுவந்து என்னிடம் சேர்ப்பியும். அது முடியாவிட்டால் என்னையாவது அவளிடம் அழைத்துக் கொண்டு செல்லும்!’ என்றாள் நந்தினி.

அரை நாழிகைக்கெல்லாம் வந்தியத்தேவன் மறுபடியும் முல்லை யாற்றங்கரையில் நின்றான். அவனுடைய குதிரையும் பக்கத்தில் நின்றது. அவனை அங்கே அழைத்து வந்தவர்கள் ஒரு நொடியில் மறைந்து விட்டார்கள். தேவராளனைக்கூடக் காணவே இல்லை.

முல்லையாற்றங்கரையோரமாகக் குதிரையை மெதுவாகவே செலுத்திக்கொண்டு வந்தியத்தேவன் இரவெல்லாம் பிரயாணம் செய்தான். மூன்றாம் ஜாமத்தில் வால்நட்சத்திரம் அதன் பூரண வளர்ச்சியை அடைந்து வானத்தில் ஒரு நெடிய பகுதியை அடைத்துக் கொண்டு காணப்பட்டது. மக்கள் உள்ளத்தில் பீதியை விளைவித்த அந்தத் தூமகேதுவின் காரணமாக உண்மையிலேயே ஏதேனும் விபரீதம் ஏற்படப் போகிறதா அல்லது இதெல்லாம் வெறும் குருட்டு நம்பிக்கைதானா என்று அடிக்கடி அவன் சிந்தனை செய்தான். நந்தினியின் நினைவும் இடையிடையே வந்து கொண்டிருந்தது. அவள் கூறிய வார்த்தைகள் எல்லாம் அவன் மனத்தில் நன்கு பதிந்திருந்தன. முதலாவது தடவை தஞ்சை அரண்மனையில் அவளைப் பார்த்தபோது ஏற்பட்ட அருவருப்பு உணர்ச்சி இப்போது மறைந்துவிட்டது. ஏதோ பயங்கரமான துன்பங்களில் அடிபட்டவள் இவள் என்ற எண்ணத்தினால் ஒருவித அநுதாபமே உண்டாகி யிருந்தது. ஆயினும் அவளுடைய நோக்கம் என்ன, அவள் செய்ய விரும்பும் காரியம் என்ன, அவளுடைய உண்மையான வாழ்க்கை வரலாறு என்ன என்பவை மர்மமாக இருந்தபடியால் ஒரு பக்கத்தில் கோபமும் இருந்தது. ஒப்பில்லாத சௌந்தரியத்தோடு, ஏதோ ஒருவித மாயாசக்தி உடையவள் அவள் என்றும் தோன்றியது. ஆதலின் அவளுடன் இனி எவ்வித சம்பந்தமும் வைத்துக் கொள்ளாம லிருப்பதே நல்லது. பனை இலச்சினை உள்ள மோதிரத்தை அவள் திருப்பி வாங்கிக் கொண்டிருந்தால் எவ்வளவோ நன்றாயிருக்கும். அதை வாங்கிக்கொள்ள மறுத்துவிட்டாளே? நதியிலே எறிந்து விடலாம்; அதற்கும் மனம் வரவில்லை. இந்த அபாயகரமான காலத்தில் அது மீண்டும் சமயத்துக்கு உபயோகப்படலாம்; எதற்காக எறிய வேண்டும்?

பழையாறைக்குச் சென்று இளைய பிராட்டியைப் பார்த்துச் சொல்ல வேண்டிய செய்தியையும் சொல்லிவிட்டால், அப்புறம் அதை எறிந்தே விடலாம். இம்மாதிரி தொல்லையான காரியங்களில் பின்னர் பிரவேசிக்கவே கூடாது.

இரவு நாலாம் ஜாமத்தில் கிழக்குத் திசையில் வெள்ளி முளைத்தது. சுக்கிரனை எதிரிட்டுக் கொண்டு போகக்கூடாது என்று வந்தியத் தேவன் கேள்விப்பட்டிருந்தான். குதிரையை நிறுத்தி ஒரு மரத்தில் கட்டிவிட்டுத் தானும் தரையில் படுத்துச் சிறிது உறங்கினான்.

காலாமுகர்கள்

உதய சூரியனுடைய செங்கதிர்கள் வந்தியத்தேவனுடைய முகத்தில் சுளீர் என்று பட்டு அவனைத் துயிலெழுப்பி விட்டன. உறக்கம் தெளிந்ததும் எழுந்திருக்க அவனுக்கு மனம் வரவில்லை. கண்ணை விரித்துப் பார்த்தான். சற்றுத் தூரத்தில் பயங்கர ரூபமுள்ள இரண்டு சாமியார்கள் வந்து கொண்டிருந்தார்கள். அவர்களுடைய திரித்து விட்ட சடை, ஒரு கையில் திரிசூலம், இன்னொரு கையில் அக்கினி குண்டம் இவற்றிலிருந்து அவ்விருவரும் காலாமுக வீர சைவர்கள் என்பதை வந்தியத்தேவன் அறிந்து கொண்டான். இவர்களுடன் வாதப் போர் செய்வதற்கு ஆழ்வார்க்கடியான் இங்கு இல்லையே என்று எண்ணம் உண்டாயிற்று. அந்தக் காலாமுகச் சாமியார்கள் போகும் வரையில் கண்ணை மூடிக்கொண்டு தூங்குவதுபோல் பாசாங்கு செய்வதென்று தீர்மானித்தான்.

அவர்கள் அவன் பக்கத்தில் வந்து நிற்பதாக அவன் உணர்ந்தபோதும் கண்களைத் திறக்கவில்லை. அவர்களில் ஒருவர் அருகில் வந்து கனைத்தபோது, அவன் கண்ணை விழித்துப் பார்க்கவில்லை.

'சிவோஹம்! பையன் நல்ல கும்பகர்ணனாயிருக்கிறான்' என்றார் ஒருவர்.

'சிவோஹம்! இவனைப்போல் ஒரு வாலிபப் பிள்ளை நமக்குக் கிடைத்தால், எவ்வளவு நன்றாயிருக்கும்?' என்று சொன்னார்.

இன்னொரு சாமியார். 'சிவோஹம்! ஆளைப்பார்த்து, முகம் களையாயிருக்கிறதே என்று சொல்லுகிறாய்! இவனால் நமக்குப் பயன் ஒன்றுமில்லை. வெகுசீக்கிரத்தில் இவனுக்கு ஒரு பெரிய ஆபத்து வரப் போகிறது!' என்றார் முதலாவது வீர சைவர்.

மேலும் தூங்குவதுபோல் பாசாங்கு செய்வது மூச்சுவிட முடியாமல் திணறும் உணர்ச்சியை வந்தியத்தேவனுக்கு உண்டாக்கிற்று. எனினும்

அச்சமயம் விழித்தெழுந்தால் தன் பாசாங்கு வெளியாகிவிடும். மேலே அவர்கள் ஏதாவது பேசுவதைக் கேட்கமுடியாமலும் போய்விடும். தனக்கு என்ன பெரிய ஆபத்து வரப்போகிறது என்பதையும் இவர்கள் ஒரு வேளை சொல்லலாம் அல்லவா?...

ஆனால் அவன் எண்ணிய எண்ணம் நிறைவேறவில்லை.

'சிவோஹம்! அவனவனுடைய தலையெழுத்து! நீ வா போகலாம்!' என்று ஒரு வீரசைவர் கூற, இருவரும் அங்கிருந்து நகர்ந்து சென்றார்கள்.

அவர்கள் சற்றுத் தூரம் போவதற்கு அவகாசம் கொடுத்து விட்டு வந்தியத்தேவன் எழுந்தான். 'சீக்கிரத்தில் இவனுக்கு பெரிய ஆபத்து வரப்போகிறது!' என்ற வார்த்தைகள் அவன் காதில் ஒலித்துக் கொண்டிருந்தன.

பழைய காபாலிகர்களின் பரம்பரையில் வந்தவர்கள் காலாமுகர்கள். காபாலிகர்களைப் போல் அவர்கள் நரபலி கொடுப்பதில்லை. மற்றபடி காபாலிகர்களின் பழக்க வழக்கங்களை அவர்கள் பின்பற்றி வந்தார்கள். அவர்கள் மயானத்தில் அமர்ந்து கோரமான தவங்களைச் செய்து வருங்கால நிகழ்ச்சிகளை அறியும் சக்தி பெற்றிருந்ததாகப் பலர் நம்பினார்கள். சாபங்கொடுக்கும் சக்தி அவர்களுக்கு உண்டு என்றும் பாமர ஜனங்கள் எண்ணினார்கள். ஆகையால் காலாமுக சைவர்களின் கோபத்துக்கு ஆளாகாத வண்ணம் அவர்களுக்கு வேண்டிய உபசாரங் களைச் செய்ய, பலர் ஆயத்தமாயிருந்தனர். சிற்றரசர்கள் பலர் ஆலயங்களில் காலாமுகர்களுக்கு வழக்கமாக அன்னமளிப்பதற்கு நிவந்தங்கள் விட்டிருந்தனர். இதுவரையில் சோழ மன்னர் பரம்பரையைச் சேர்ந்த அரசர்கள் மட்டும் காலாமுகர்களுக்கு எவ்வித ஆதரவும் காட்டவில்லை.

இந்த விவரங்களையெல்லாம் அறிந்திருந்த வந்தியத்தேவன், 'அவர்கள் ஏதாவது உளறிவிட்டுப் போகட்டும்; இதுவரையில் நேராத ஆபத்து நமக்குப் புதிதாக என்ன வந்துவிடப் போகிறது?' என்று எண்ணித் தன்னைத்தானே தைரியப்படுத்திக் கொண்டான். ஆயினும் வருங்காலத்தைப்பற்றி அறிந்து கொள்ளும் ஆசை அவன் மனத்தை விட்டு அடியோடு அகன்று விடவில்லை.

வந்தியத்தேவன் எழுந்து நின்று பார்த்தபோது அந்தக் காலா முகர்கள் சற்றுத் தூரத்தில் ஒரு பழைய மண்டபத்தின் அருகில் போய்க் கொண்டிருப்பதைக் கண்டான். மண்டபத்துக்கு அருகில் செயற்கைக் குன்றம் ஒன்று காணப்பட்டது. அதில் ஒரு குகை, சிங்க முகத்துடன் வாயைப் பிளந்துகொண்டிருந்தது. பழைய நாள்களில் திகம்பர

ஜைனர்கள் கட்டிக் கொண்டிருந்த அந்தக் குகைகளைக் காலாமுகர்கள் பிடித்துக் கொண்டிருந்தார்கள்.

அங்கே சென்று அவர்களுடன் சிறிது பேச்சுக் கொடுத்துப் பார்க்க வேண்டும் என்ற ஆவல் வந்தியத்தேவனுக்கு உண்டாயிற்று. குதிரையைக் கட்டியிருந்த இடத்திலேயே விட்டுவிட்டுச் செய்குன்றை நோக்கிப் போனான். மண்டபத்தை நெருங்கிய போது காலாமுகர்கள் குகையின் மறுபக்கத்தில் நின்று பேசியது அவன் காதில் இலேசாக விழுந்தது.

'அந்தப் பையன் பொய்த் தூக்கம் தூங்கவில்லை. உண்மை யாகவேதான் தூங்கியிருக்க வேண்டும்' என்று சொன்னார் ஒருவர்.'

'அது எப்படி நிச்சயமாகச் சொல்கிறாய்?' என்றார் இன்னொருவர்.

'அபாயம் வரப்போகிறது' என்ற வார்த்தைகளைக் கேட்ட பிறகு, அதைப்பற்றித் தெரிந்து கொள்ளவேண்டும் என்று விரும்பாத மனிதர் யாரையும் நான் இதுவரையில் கண்டதில்லை.'

'பையன் நல்ல தீரனாகத் தோன்றுகிறான். அவனை நம்மோடு சேர்த்துக்கொண்டால் நன்றாகத்தான் இருக்கும் நீ என்ன சொல்லு கிறாய்?'

'இவனைப் போன்ற வாலிபர்கள் எதற்காக? இன்னும் கொஞ்ச நாளில் இந்தச் சோழ நாட்டின் சிம்மாதனம் ஏறப்போகிறவனே காலா முகத்தைச் சேரப் போகிறான்...'

'யாரைச் சொல்கிறாய்?'

'வேறு யாரை? மதுராந்தகத் தேவனைத்தான் சொல்கிறேன்! இது கூட உனக்குத் தெரியவில்லையா?'

'அது எப்படி? மற்ற இரண்டுபேர்?'

'ஒருவன்தான் கடலில் முழுகி இறந்துவிட்டானாம். இன்னொரு வனுடைய காலம் குறுகிக்கொண்டிருக்கிறது...'

வந்தியத்தேவன் அதற்கு மேல் அந்தக் காலாமுகச் சாமியார்களின் பேச்சைக் கேட்கச் சிறிதும் விரும்பவில்லை. அவர்களுடன் பேச்சுக் கொடுக்கவும் எண்ணவில்லை.

விரைவிலே பழையாறை அடைந்து இளவரசியிடம் செய்தியைச் சொல்லிவிட்டுக் காஞ்சிக்குப் போக விரும்பினான். எல்லாருக்கும் மேலாகத் தான் அதிகம் கடமைப்பட்டிருப்பது ஆதித்த கரிகாலருக்கு

அல்லவா? அவரை எத்தனையோ வித அபாயங்கள் சூழ்ந்திருப்பது உண்மை. பார்த்திபேந்திரன் கூடப் பழுவூர் ராணியின் மாய வலையில் விழுந்து விட்டான். எந்தக் காரியத்திலும் படபடப்புடன் இறங்கக் கூடியவரான ஆதித்த கரிகாலர் எப்போது எந்தவித அபாயத்துக்கு உள்ளாவாரோ தெரியாது. அவரிடம் சென்று அவரைக் காத்து நிற்பது தன் முதன்மையான கடமை. வழியில் வீண்பொழுது போக்குவது பெருங்குற்றம். இந்தக் கணமே சென்றுவிட வேண்டும்.

வந்தியத்தேவன் சப்தமில்லாமல் திரும்பிச் சென்று குதிரை மீது ஏறிக்கொண்டான். குதிரையை வேகமாகத் தட்டிவிட்டான். காலாமுகர்களின் குகையோரமாகச் சென்றபோது அவர்கள் தன்னை வெறித்து நோக்குவதைக் கண்டான். ஒரு முகம் அவன் எப்போதோ பார்த்த முகம் போலத் தோன்றியது. ஆனால் நின்று பார்க்க விருப்பமின்றி மேலே சென்றான்.

வழியில் ஜன நெருக்கமான பல கிராமங்களை அவன் பார்த்தான். அங்கேயெல்லாம் இளவரசர் கடலில் மூழ்கியது பற்றிய செய்தி இன்னும் பரவவில்லையென்று தெரிந்தது. ஏனெனில் ஜனங்கள் சாவதானமாக அவரவர்கள் வேலையில் ஈடுபட்டிருந்தார்கள். அதுவரையில் நல்லதுதான். இளவரசரைப் பற்றிய செய்தி பழையாறையை அடைவதற்குள் தான் அங்கே போய்ச் சேர்த்துவிட வேண்டும். இளைய பிராட்டியிடம் உண்மையை அறிவித்து விடவேண்டும். குந்தவை தேவியின் காதில் வேறுவிதமான செய்தி விழுந்தால் ஏதாவது விபரீதம் நேரிட்டு விடலாம் அல்லவா? இளைய பிராட்டியாவது நம்புவதற்குத் தயங்கலாம். அந்தக் கொடும்பாளூர் இளவரசி உயிரையே விட்டாலும் விட்டுவிடுவாள்!...

இந்த எண்ணம் வந்தியத்தேவனுக்கு மிக்க பரபரப்பை உண்டாக்கிற்று. ஆனால் அவனுடைய அவசரம் குதிரைக்குத் தெரியவில்லை. கால்களில் புதிதாக லாடம் அடிக்கப்பட்டிருந்த அக்குதிரை வழக்கமான வேகத்துடன் கூட ஓட முடியாமல் தத்தளித்தது. கடைசியாகப் பிற்பகலில் சூரியன் அஸ்தமிப்பதற்கு இரண்டு நாழிகை இருந்தபோதுதான் பழையாறைக் கோட்டையின் பெரிய சுவர் அவனுக்குப் புலப்பட்டது.

அதோ, கோட்டை வாசலில் துர்க்கையின் கோவில் தெரிகிறது. கோட்டைக்குள் எப்படிப் பிரவேசிக்கிறது என்பதைப் பற்றி எத்தனையோ யோசனைகள் அவன் உள்ளத்தில் மின்னல் வேகத்தில் படையெடுத்து வந்தன. ஆனால் ஒன்றும் காரிய சாத்தியமாகத் தோன்றவில்லை. பனைமுத்திரை மோதிரமோ இங்கே பயன்படாது. ஏனெனில் அந்த மோதிரத்துடன் வருவான் என்பது முன்னமே கோட்டைக் காவலர்களுக்கு எச்சரிக்கை செய்யப்பட்டிருக்கும்.

இப்போது மோதிரத்தைப் பார்த்ததும் வேறு விசாரணையின்றிச் சிறைப்படுத்தி விடுவார்கள். சின்ன பழுவேட்டரையரிடம் அவனை அனுப்பி விடுவார்கள். இளைய பிராட்டி குந்தவை தேவியைப் பார்ப்பதற்கு முன்னால் அவ்விதம் அகப்பட்டுக்கொள்ள அவன் சிறிதும் விரும்பவில்லை.

யோசனை செய்த வண்ணம் குதிரையின் வேகத்தை அவன் குறைத்துக் கொண்டு கோட்டை வாசலை நெருங்கியபோது மற்றொரு திசையி லிருந்து ஒரு கூட்டம் வருவதைக் கண்டான். வேல் பிடித்த வீரர்கள், விருதுகளைச் சுமந்தவர்கள், குதிரைகள் ஏறி வந்தவர்கள் - இவ்வளவு பேருக்கும் நடுவில் தாமரைப் பூ வடிவமாக அமைந்த ஒரு தங்க ரதம். ஆஹா! அந்த ரதத்தில் வீற்றிருப்பது யார்? இளவரசர் மதுராந்தகத் தேவர் அல்லவா? கடம்பூர் அரண்மனையிலும் தஞ்சாவூர் பொக்கிஷ நிலவறை யிலும் பார்த்த அதே இளவரசர்தான்! - கோட்டைக்குள் பிரவேசிப்பதற்கு யுக்தி என்னவென்பது உடனே வந்தியத்தேவன் மனத்தில் தோன்றி அவனுக்கு உணர்ச்சியூட்டிவிட்டது.

‘ஆபத்து வரப்போகிறது என்ற வார்த்தை காதில் விழுந்தால் அதைப் பற்றி அறிந்துகொள்ள விரும்பாதவனை இதுவரை நான் பார்த்த தில்லை.’ - இவ்விதம் காலாமுகர்களில் ஒருவர் கூறிய வார்த்தைகள் அவன் மனத்தில் பதிந்திருந்தன. அவனே அந்த ஆவலுக்கு இடங்கொடுத்து விட்டான் அல்லவா? அந்தக் காலாமுகரின் யுக்தியை இங்கே கையாண்டு பார்க்க வேண்டியதுதான்.

தாமரை மலரின் வடிவமான தங்க ரதத்தை நோக்கி வந்தியத்தேவன் களைப்படைத்திருந்த தன் குதிரையை வேகமாகச் செலுத்தினான். மதுராந்தகத்தேவருடைய பரிவாரங்களில் யாரும் அவ்விதம் ஒருவன் செய்யக்கூடும் என்று எதிர்பார்க்கவில்லை. ஆகையால் அவனை யாரும் தடுக்க முன் வருவதற்குள் குதிரை ரதத்தின் சமீபத்தை அடைந்து விட்டது. அந்தச் சமயத்தில் வந்தியத்தேவன் குதிரைமீது எழுந்து நின்றான். ரதத்தில் வீற்றிருந்த மதுராந்தகரை உற்றுப் பார்த்தான். பார்த்துவிட்டு, ‘ஓ! அபாயம்!’ என்று ஒரு குரலைக் கிளப்பினான். உடனே தடால் என்று குதிரை மீதிருந்து தரையில் விழுந்து உருண்டான். குதிரை சில அடிதூரம் அப்பால் சென்று நின்றது.

இவ்வளவும் சில வினாடி நேரத்தில் நடந்துவிட்டது. மதுராந்தகத் தேவரின் பரிவாரத்தைச் சேர்ந்த சிலர் அவனுடைய குதிரை ரதத்தை நோக்கிப் போவதைக் கண்டு அவசரமாகக் கத்தியை உறையிலிருந்து எடுத்தார்கள். சிலர் வேலை எறிவதற்குக் குறிபார்த்தார்கள். அதற்குள் அவன் குதிரைமேல் நிற்க முயன்று கீழேயும் விழுந்து விட்டபடியால் அவர்களுடைய கவலை நீங்கியது.

பிறகு கீழே விழுந்தவனைப் பார்த்து எல்லாரும் சிரித்தார்கள். மதுராந்தகரும் சிரித்தார். அதற்குள் ரதம் நிறுத்தப்பட்டிருந்தது. அவர் கையைக் காட்டி சமிக்ஞை செய்யவே, வீரர்கள் இருவர் வந்தியத் தேவன் அருகில் சென்று அவனைத் தூக்குவதற்கு முயன்றார்கள். அதற்குள் அவனே எழுந்து உட்கார்ந்திருந்தான். வீரர்களுடைய உதவியில்லாமல் குதித்து எழுந்து நின்றான். தான் விழுந்தது பற்றிச் சிறிதும் கவனியாததுபோல் இளவரசர் மதுராந்தகரையே உற்றுப் பார்த்துக் கொண்டிருந்தான்.

'அவனை இப்படி அருகில் கொண்டு வாருங்கள்!' என்றார் இளவரசர்.

வீரர் இருவரும் வந்தியத்தேவனை கையைப் பிடித்து அழைத்துச்சென்று ரதத்தின் பக்கத்தில் நிறுத்தினார்கள். இன்னமும் அவனுடைய கண்கள் மதுராந்தகர் முகத்தின் பேரிலேயே இருந்தன.

'அப்பனே! நீ யார்?' என்று இளவரசர் கேட்டார்.

'நான்... நான்தான்! சக்கரவர்த்திப் பெருமானே! என்னைத் தெரிய வில்லையா?' என்றான் வந்தியத்தேவன்.

'என்ன உளறுகிறாய்?... அடே! நீங்கள் சற்று விலகி நில்லுங்கள்' என்றார் மதுராந்தகர், மற்ற வீரர்களைப் பார்த்து. வீரர்கள் விலகினார்கள்.

'என்னை யார் என்று எண்ணிக் கொண்டாய்?' என்று மறுபடியும் மதுராந்தகர் கேட்டார்.

'மன்னிக்க வேண்டும் இளவரசே! தவறாகச் சொல்லி விட்டேன். தாங்கள் இன்னும்...இன்னும்' என்று தட்டுத் தடுமாறிப் பேசினான்.

'இதற்கு முன் எப்பொழுதாவது என்னை நீ பார்த்திருக்கிறாயா?'

'பார்த்திருக்கிறேன்... இல்லை; பார்த்ததில்லை...'

'என்னைப் பார்த்திருக்கிறாயா? இல்லையா? உண்மையைச் சொல்!'

'நேற்றிலிருந்து நான் உண்மையைச் சொல்வதென்று வைத்திருக் கிறேன். அதனால்தான் நிச்சயமாக சொல்ல முடியவில்லை!'

'ஓகோ! நேற்று முதலாவது நீ உண்மை பேசுகிறவனா? நல்ல வேடிக்கை!' என்று மதுராந்தகர் சிரித்தார்.

'அதனால் நிச்சயமாய்ச் சொல்ல முடியாமற் போவானேன்?' என்று மறுபடியும் கேட்டார் மதுராந்தகர்.

'இந்தக் காலத்தில் எதைத்தான் நிச்சயமாகச் சொல்ல முடிகிறது? ஒருவரைப் போல் இன்னொருவர் இருக்கிறார். ஒரு நாள் மூடு பல்லக்கில் இருந்தவர், இன்னொரு நாள் ரதத்தில் இருக்கிறார்...'

'என்ன சொன்னாய்?' என்று மதுராந்தகர் சிறிது திடுக்கிட்ட குரலில் வினவினார்.'

'ஒருவரைப்போல் இன்னொருவர் இருப்பதால் நிச்சயமாகச் சொல்ல முடியவில்லை என்றேன்!'

'நான் யாரைப் போல இருக்கிறேன்?'

'இரண்டு தடவை தங்களை நான் பார்த்திருக்கிறேன். அல்லது தங்களைப் போன்றவரைப் பார்த்திருக்கிறேன். தாங்கள் தானா அதாவது நான் பார்த்தவர்தானா, என்று சந்தேகமாயிருந்தது. அதைத் தெரிந்து கொள்வதற்காகத்தான்... சற்று முன்...'

'குதிரைமேல் ஏறி நின்று அப்படி உற்றுப் பார்த்தாயா?'

'ஆம், ஐயா!'

'என்ன தெரிந்து கொண்டாய்?'

'தாங்கள் நான் பார்த்தவராகவும் இருக்கலாம், இல்லாமலுமிருக் கலாம் என்று தெரிந்து கொண்டேன்.'

மதுராந்தகருக்குக் கோபம் உண்டாகத் தொடங்கியதென்பது அவருடைய முகத்திலிருந்தும், குரலின் தொனியிலிருந்தும் தெரிந்தது.

'நீ சுத்தப் போக்கிரி. உன்னை...'

'இளவரசே கோபிக்க வேண்டாம். நான் தாங்களையோ, தங்களைப் போன்றவரையோ பார்த்தது எங்கே என்று சொல்கிறேன். பிறகு தாங்களே தீர்மானித்துக் கொள்ளலாம்.'

'அப்படியானால் சொல், சீக்கிரம்!'

'ஒரு பெரிய கோட்டை, நாலாபுறமும் நெடிய மதில்சுவர். வீராதி வீரர்கள் பலர் அங்கே கூடியிருந்தார்கள். நடுராத்திரி, சுவரில் மாட்டிய பெரிய அகல் விளக்கிலிருந்து புகையினால் மங்கிய வெளிச்சத்தில் அவர்கள் ஆத்திரமாகப் பேசிக்கொண்டிருந்தார் கள். சுவர் ஓரமாக ஒரு பல்லக்கு இருந்தது. அந்த வீரர்களின் தலைவரை மற்றவர்கள் ஏதோ கேள்விமேல் கேள்வியாகக் கேட்டார்கள். அவருக்குக் கோபம் வந்துவிட்டது. வேகமாக எழுந்துபோய் பல்லக்கின் அருகில் நின்றார். பல்லக்கை மூடியிருந்த பட்டுத்திரையை விலக்கினார். பல்லக்கின் உள்ளேயிருந்து ஒரு சுந்தர புருஷர் வெளியே வந்தார். அவரைப் பார்த்ததும் அங்கே கூடியிருந்த வீரர்கள் அனைவரும் 'வாழ்க! வாழ்க!' என்று கோஷித்தார்கள். 'பட்டத்து இளவரசர் வாழ்க!' என்றும் சிலர் கூவினார்கள். 'சக்கரவர்த்திக்கு ஜே!' என்று கோஷித்ததாகவும் ஞாபகம்! ஐயா, அப்போது பல்லக்கிலிருந்து வெளி வந்தவருடைய

முகம் தங்கள் முகம் போலத்தான் இருந்தது. ஏதாவது நான் தவறாகச் சொல்லியிருந்தால் தயவு செய்து மன்னிக்கவேண்டும்.'

நடுவில் குறுக்கிடாமல் இத்தனை நேரம் கேட்டுக் கொண்டிருந்த மதுராந்தகத் தேவருடைய நெற்றியில் வியர்வை துளிர்க்க லாயிற்று. அவருடைய முகத்தில் பயத்தின் சாயை படர்ந்தது.

'நேற்று முதலாவது உண்மையைச் சொல்லுகிறவனே! அந்த வீரர்களின் கூட்டத்தில் நீ இருந்தாயா?' என்று கேட்டார்.

'இல்லை, ஐயா! சத்தியமாக இல்லை!'

'பின் எப்படிக் கூடயிருந்து பார்த்தது போலச் சொல்கிறாய்?'

'நான் கண்ட காட்சி உண்மையாக நடந்ததா அல்லது கனவிலே கண்டதா என்று எனக்கே நிச்சயமாகத் தெரியவில்லை. இன்னொரு காட்சியையும் கேளுங்கள். இருளடர்ந்த ஒரு நிலவறை, அதில் ஒரு சுரங்கப் பாதை. வளைந்து வளைந்து கீழே இறங்கி மேலே ஏறிப் போகவேண்டிய பாதை. அதன் வழியாக மூன்று பேர் வந்துகொண் டிருந்தார்கள். முன்னால் ஒருவன் தீவர்த்திப் பிடித்துக்கொண்டு போனான். பின்னால் ஒருவன் காவல் புரிந்துகொண்டு வந்தான். நடுவில் ஒரு சுந்தர புருஷர் - வடிவத்தில் மன்மதனையொத்த ராஜகு மாரர் வந்து கொண்டிருந்தார். தீவர்த்தியின் வெளிச்சம் அந்த நிலவறையின் மூலை முடுக்குகளில் பரவியபோது அங்கேயெல்லாம் பொன்னும், மணியும், வைடூரியங்களும் ஜொலிப்பதுபோலத் தோன்றியது. அது மன்னாதி மன்னர்களின் இரகசியப் பொக்கிஷங் களை வைக்கும் நிலவறையாக இருக்கலாம் என்று தோன்றியது. தூண் களில் கோரமான பூத வடிவங்கள் செதுக்கப் பட்டிருந்தன. அத்தகைய சுரங்க வழியில் வந்துகொண்டிருந்த மூன்று பேரில் நடுவில் வந்த சுந்தர புருஷரின் முகம் தங்கள் திருமுகம் போலிருந்தது. அது உண்மையா, இல்லையா என்பதைத் தாங்கள்தான் சொல்ல வேண்டும்....'

இளவரசர் மதுராந்தகர், 'போதும் நிறுத்து!' என்றார்.அவருடைய குரலில் பீதி தொனித்தது.

வந்தியத்தேவன் சும்மா இருந்தான்.

'நீ நிமித்தக்காரனா?'

'இல்லை ஐயா! அது என் தொழில் இல்லை. ஆனால் நடந்ததையும் சொல்லுவேன்; இனிமேல் நடக்கப் போவதையும் சொல்லுவேன்.'

மதுராந்தகர் சிறிது யோசித்துவிட்டு, 'குதிரைமேல் நின்றபோது ஏதோ கத்தினாயே, அது என்ன?' என்று கேட்டார்.

‘அபாயம் என்று கத்தினேன்.’

‘யாருக்கு அபாயம்?’

‘தங்களுக்குத்தான்!’

‘என்ன அபாயம்?’

‘பல அபாயங்கள் தங்களைச் சூழ்ந்திருக்கின்றன. அது போலவே பெரும் பதவிகளும் காத்திருக்கின்றன. அவற்றைக் குறித்துச் சாவகாச மாகச் சொல்லவேண்டும். என்னுடைய கத்தியைக் கூடத்தான் தங்கள் வீரர்கள் பிடுங்கிக்கொண்டு விட்டார்களே? தங்களுடன் என்னைக் கோட்டைக்குள் அழைத்துக்கொண்டு போனால்...’

‘ஆகட்டும்; என்னுடன் வா! சாவகாசமாகப் பேசிக் கொள்ளலாம்!’ மதுராந்தகத் தேவர் தம்முடன் வந்த வீரர்களின் தலைவனைக் கைகாட்டி அருகில் அழைத்தார்.

வந்தியத்தேவனை சுட்டிக்காட்டி அவனை அவர்களுடன் கோட்டைக்குள் அழைத்து வரும்படிக் கட்டளையிட்டார். அந்தக் கட்டளை அவ்வீரர் தலைவனுக்கு அவ்வளவு உற்சாகம் அளிக்க வில்லை. ஆயினும் கட்டளைக்குக் கீழ்ப்படிந்து வந்தியத்தேவனையும் தன்னுடன் அழைத்துச் சென்றான். சற்று நேரத்துக்கெல்லாம் பழையாறைக் கோட்டைக் கதவு திறந்தது. மதுராந்தகத்தேவரும் அவருடைய பரிவாரங்களும் வந்தியத் தேவனும் கோட்டைக்குள் பிரவேசித்தார்கள்.

பதினாறாம் அத்தியாயம்

மதுராந்தகத் தேவர்

இந்தக் கதையில் ஒரு முக்கிய பாத்திரமாகிய மதுராந்தகத் தேவரைக் கதை ஆரம்பத்தில் கடம்பூர் மாளிகையிலேயே நாம் சந்தித்தோம். இன்னொரு முறை பழுவேட்டரையரின் பாதாள நிலவறைப் பாதை வழியாக நள்ளிரவில் அவர் அரண்மனைக்குச் சென்றபோது பார்த்தோம். அப்பொழுதெல்லாம் அந்தப் பிரசித்திபெற்ற இளவரசரை, - பின்னால் பரகேசரி உத்தம சோழர் என்னும் பட்டப் பெயருடன் தஞ்சைச் சிம்மாசனத்தில் வீற்றிருக்கப் போகிறவரை - நல்லமுறையில் வாசகர்களுக்கு அறிமுகம் செய்து வைக்கவில்லை. அந்தக் குறையை இப்போது நிவர்த்தி செய்து வைக்க விரும்புகிறோம்.

மதுராந்தகரைப்பற்றிச் சொல்லுவதற்கு முன்னால் அவருடைய பரம்பரையைக் குறித்தும் வாசகர்களுக்குச் சிறிது ஞாபகப்படுத்த வேண்டும்.

சுந்தரசோழ சக்கரவர்த்திக்கு முன்னால் சோழ நாட்டில் நீண்டகாலம் அரசு செலுத்தியவர் அவருடைய பெரிய தந்தை கண்டராதித்த சோழர். அவரும், அவருடைய தர்மபத்தினியான மழவரையர் மகள் செம்பியன் மாதேவியும் சிவபக்த சிகாமணிகள். சிவாலயத் திருப்பணிகளிலேயே தங்கள் வாழ்க்கையை அவர்கள் முழுவதும் ஈடுபடுத்தியவர்கள்.

தமிழ்நாடெங்கும் சிதறிக்கிடந்த தேவாரத் திருப்பதிகங்களைத் தொகுத்துச் சேர்க்கக் கண்டராதித்தர் ஆசை கொண்டிருந்தார். அந்த ஆசை அவர் ஆயுள் காலத்தில் நிறைவேறவில்லை. ஆயினும் சில பாடல்களைச் சேகரித்தார். தேவாரப் பதிகங்களின் முறையில் தாமும் சில பாடல்களைப் பாடினார். அவற்றில் சிதம்பரத்தைப் பற்றி அவர் பாடிய பதிகம் திருவிசைப்பா என்ற தொகுதியில் இன்றும் வழங்கி வருகிறது.

கண்டராதித்தர் தமது அரும் பெரும் தந்தையாகிய பராந்தக சக்கரவர்த்தி தில்லையம்பலத்துக்குப் பொன் வேய்ந்தது பற்றித் தாம் பாடிய பதிகத்தில் குறிப்பிட்டிருக்கிறார்:-

'வெங்கோல் வேந்தன் தென்னன்நாடும்
ஈழமும் கொண்ட திறல்
செங்கோற்சோழன் கோழிவேந்தன்
செம்பியன் பொன்னணிந்த
அங்கோல்வளையார் பாடியாடும்
மணி தில்லையம்பலத்துள்
எங்கோல் ஈசன் எம்பிறையை என்றுகொல்
எய்துவதே!'

என்ற பாடலில் தம் தந்தை பாண்டிய நாடும், ஈழமும் வென்றவர் என்பதைக் குறிப்பிட்டிருக்கிறார். பதிகத்தின் கடைசிப் பாடலில் தமது பெயரை அவர் குறித்திருப்பதுடன், தம்முடைய காலத்தில் சோழரின் தலைநகரம் தஞ்சையானதையும் குறிப்பிட்டிருக் கிறார்.

'சீரான்மல்கு தில்லைச் செம்பொன்னம்பலத்தாடி தன்னைக்
காரார் சோலைக் கோழிவேந்தன் தஞ்சையர்கோன் கலந்த
ஆராவின் சொல் கண்டராதித்தன் அருந்தமிழ் மாலைவல்லார்
பேராவுலகிற் பெருமையோடும் பேரின்பம் எய்துவரே!'

கண்டராதித்தருக்குப் போர் செய்து இராஜ்யத்தை விஸ்தரிப்பதில் நம்பிக்கை இருக்கவில்லை. போர்களினால் மனிதர்கள் அடையும் துன்பங்களைக் கண்டு வருந்தியவரானபடியால் கூடிய வரையில் சண்டைகளை விலக்க முயன்றார்; சமாதானத்தையே நாடினார். இதன் காரணமாக இவர் ஆட்சிக் காலத்தில் சோழ சாம்ராஜ்யம் மிகச் சுருங்கலாயிற்று. கண்டராதித்தர் தம் முதிர்ந்த வயதில் மழவரையர் மகளை மணந்து கொண்டார். அவளுடைய புதல்வன் மதுராந்தகன், கண்டராதித்தரின் அந்திம காலத்தில் சின்னஞ்சிறு குழந்தை. இராஜ்யத்தைச் சுற்றிலும் எதிரிகள் தலையெடுத்துக் கொண்டிருந்தனர். அதே சமயத்தில் கண்டராதித்தரின் தம்பி அரிஞ்சயன் போரில் காயம்பட்டு மரணத்தை எதிர்நோக்கிக் கொண்டிருந்தான். அரிஞ்ச யனுடைய குமாரன் சுந்தரசோழன் அதற்குள் காளைப் பருவத்தைக் கடந்து, பல போர்களிலே வெற்றிமுரசு கொட்டி, மகா வீரன் என்று பெயர் பெற்றிருந்தான். ஆதலின் கண்டராதித்தர் தமக்குப் பின்னர் சுந்தரசோழனே பட்டத்துக்கு உரியவன் என்று முடிவுகட்டிக் குடிமக்களுக்கும் அறிவித்து விட்டார். தன்னால் சிம்மாதனம்

சம்பந்தமான குடும்பச் சண்டைகள் உண்டாகாதிருக்கும் பொருட்டுச் சுந்தர சோழருடைய சந்ததிகளே பட்டத்துக்கு உரியவர்கள் என்றும் சொல்லி விட்டார்.

தமது குமாரன் மதுராந்தகனைச் சிவ பக்தனாக வளர்த்துச் சிவ கைங்கரியத்தில் ஈடுபடுத்த வேண்டும் என்று தம் மனைவி யிடமும் அவர் சொல்லியிருந்தார். இவையெல்லாம் அந்நாளில் நாடறிந்த விஷயங்களாயிருந்தன.

செம்பியன் மாதேவி தன் கணவருக்கு அளித்த வாக்கை நிறை வேற்றி வந்தாள். மதுராந்தகனுடைய சிறு பிராயத்திலேயே அவன் உள்ளத்தில் சிவபக்தியையும் உலக வாழ்வில் வைராக்கியத்தையும் உண்டாக்கி வளர்த்து வந்தாள்.

ஏறக்குறைய இருபது பிராயம் வரையில் மதுராந்தகன் அன்னையின் வாக்கையே வேத வாக்காகக்கொண்டு நடந்து வந்தான். இராஜ்ய விவகாரங்களில் அவனுக்குச் சிறிதும் பற்று ஏற்படவில்லை. சோழ சிங்காதனம் தனக்கு உரியது என்ற எண்ணமே அவன் உள்ளத்தில் உதயமாகாமல் இருந்தது. இரண்டு வருஷங்களுக்கு முன்னால் சின்னப் பழுவேட்டரையரின் மகளை மணந்ததிலிருந்து அவன் மனம் மாறத் தொடங்கியது. ஆரம்பத்தில் இலேசாகத் தலைகாட்டிய ஆசைக்குப் பழுவூர் இளைய ராணி நந்தினி தூபம் போட்டுப் பெரிதாக்கி வந்தாள். சிறிய தீப்பொறி அதிவிரைவில் பெரிய காட்டுத் தீ ஆகிவிட்டது. பல்வேறு காரணங்களினால் சோழநாட்டுச் சிற்றரசர்கள் பலரும் பெருந்தர அதிகாரிகளும் மதுராந்தகனை ஆதரித்துச் சதிசெய்ய முற்பட்டதையும் பார்த்தோம். மதுராந்தகனைச் சிம்மாசனத்தில் ஏற்று வதற்குச் சுந்தர சோழர் கண் மூடும் சந்தர்ப்பத்தை அவர்கள் எதிர்நோக்கியிருந்தார்கள். ஆனால் மதுராந்தகனோ அவ்வளவு காலம் காத்திருப்பதற்கே விரும்பவில்லை. சுந்தரசோழருக்குச் சிம்மா சனத்தில் பாத்தியதை இல்லையென்றும், தனக்கே சோழ சாம்ராஜ்யம் வந்திருக்க வேண்டும் என்றும் அவன் எண்ணத் தொடங்கினான். அதிலும் இப்போது சுந்தர சோழர் நோய்ப்பட்டுப் படுத்த படுக்கை யாகி இராஜ்யத்தைக் கவனிக்க முடியாத நிலைமையில் இருந்தார் அல்லவா? ஆதலின் ஏன் தான் உடனடியாகத் தஞ்சாவூர் சிங்கா தனமேறி இராஜ்ய பாரத்தை ஏற்றுக் கொள்ளக்கூடாது?

இவ்விதம் மதுராந்தகனுக்கு ஏற்பட்டிருந்த அரசுரிமை வெறியைக் கட்டுக்குள் அடக்கி வைப்பது இப்போது பழுவேட்டரையர்களின் பொறுப்பாயிருந்தது. அவசரப்பட்டுக் காரியத்தைக் கெடுத்துவிட அவர்கள் விரும்பவில்லை. சுந்தர சோழரின் இரு புதல்வர்களும் வீராதிவீரர்கள். அவர்களுடைய வீரச் செயல்களினாலும் பிற குணாதிசயங்களினாலும் குடி மக்களின் உள்ளங்களில் அவர்கள் இடம்

பெற்றிருந்தனர். கொடும்பாளூர் வேளார், திருக்கோவலூர் மலையமான் என்னும் இரு பெரும் தலைவர்கள் சுந்தர சோழரின் புதல்வர்களை ஆதரித்து நின்றார்கள். சைன்யத்திலேயும் ஒரு பெரும் பகுதி வீரர்கள் சுந்தர சோழரின் புத்திரர்களையே விரும்பினார்கள். ஆகையால் சக்கரவர்த்தி உயிரோடிருக்கும் வரையில் பழுவேட்டரையர்கள் பொறுமையுடனிருக்கத் தீர்மானித்தார்கள். இதற்கிடையில், சக்கரவர்த்தியின் மனமும் சிறிதளவு மாறியிருந்ததை அவர்கள் அறிந்து கொண்டார்கள். தமக்குப் பிறகு இளவரசர் மதுராந்தகருக்குத்தான் பட்டம் என்று சுந்தர சோழரே சொல்லிவிட்டால், ஒரு தொல்லையும் இல்லை. இதற்குக் குறுக்கே நின்று தடை செய்யக்கூடியவர்கள் இளைய பிராட்டியும், செம்பியன் மாதேவியுந்தான்.

இளைய பிராட்டியின் சூழ்ச்சிகளை மாற்றுச் சூழ்ச்சிகளினால் வென்றுவிடலாம். ஆனால் தமிழ் நாடெங்கும் தெய்வாம்சம் பெற்றவராகப் போற்றப்பட்டு வரும் செம்பியன் மாதேவி தடுத்து நின்றால், அந்தத் தடையைக் கடப்பது எளிதன்று. அந்தப் பெருமாட்டி தாம் பெற்ற புதல்வன் சிம்மாசனம் ஏறுவதை விரும்பவில்லை என்பது எங்கும் பரவியிருந்தது. அன்னையின் வார்த்தையை மீறி மகன் சிங்காதனம் ஏறுவதைக் குடிமக்கள் எப்படி ஏற்றுக்கொள்வார்கள்? ஒன்று, அந்த அம்மாளும் தமது கணவரைப் பின்பற்றிக் கைலாச பதவிக்குச் செல்லவேண்டும். அல்லது அவருடைய மனம் மாறச் செய்யவேண்டும். தாயின் மனத்தை மாற்றக்கூடிய சக்தி, பெற்ற பிள்ளையைத் தவிர வேறு யாருக்கு இருக்கக்கூடும்?

ஆதலின் அன்னையிடம் சொல்லி அவர் மனத்தை மாற்றும்படி மதுராந்தகத் தேவரை அடிக்கடி பழுவேட்டரையர்கள் தூண்டிக் கொண்டிருந்தார்கள். மதுராந்தகர் இந்தக் காரியத்தில் மட்டும் உற்சாகம் காட்டவில்லை. இராஜ்யம் ஆளும் ஆசை அவர் உள்ளத்தில் வெறியாக மூண்டிருந்தது. ஆனால், அன்னையிடம் அதைப் பற்றிப் பேசமட்டும் அவர் தயங்கினார். ஏன், அந்த மூதாட்டியைச் சந்தித்துப் பேசுவதற்கே அவர் அவ்வளவாக விரும்பவில்லை.

இப்போது, செம்பியன் மாதேவியே தஞ்சைக்குச் செய்தி சொல்லி அனுப்பியிருந்தார். தமது கணவருடைய விருப்பங்களில் முக்கியமானதொரு விருப்பத்தை நிறைவேற்றத் திட்டமிட்டிருப்பதாக வும், அந்தச் சந்தர்ப்பத்தில் தம் குமாரன் தம்முடன் இருக்க வேண்டும் என்றும் தெரியப்படுத்தியிருந்தார். அதன்படியே சின்னப் பழுவேட்டரையர் மதுராந்தகரைப் பழையாறைக்குப் போய் வரும்படிக் கூறினார். இச்சந்தர்ப்பத்தில் தஞ்சைச் சிங்காதனத்துக்குத் தமக்குள்ள உரிமைபற்றித் தாயிடம் வாதாடி அவருடைய மனத்தை மாற்ற முயலும்படியும் சொல்லி அனுப்பினார்.

பதினேழாம் அத்தியாயம்

திருநாரையூர் நம்பி

மதுராந்தகத் தேவர் தமது பரிவாரங்களுடனும் வந்தியத்தேவனுடனும் பழையாறை நகருக்குள் பிரவேசித்தார். ஆரியப் படை வீடு, பம்பைப்படை வீடு, புதுப்படை வீடு, மணப்படை வீடு முதலான வீரர்கள் வாழும் பகுதிகளின் வழியாக ஊர்வலம் சென்றது. பிறகு கடை வீதிகள், குடிமக்கள் வாழும் பகுதிகள், ஆலயங்கள், ஆலயங்களைச் சூழ்ந்திருந்த சந்நிதித்தெருக்கள் முதலியவற்றின் வழியாகச் சென்றது. ஆங்காங்கு ஒரு சிலர் வீட்டு வாசல்களில் நின்று பார்த்தார்கள். ஆனால் மக்களிடையே எவ்வித உற்சாகமும் இல்லையென்பதை வந்தியத்தேவன் கண்டான். முதன்முறை அவன் இந்நகருக்குள் வந்திருந்தபோது நகரம் கோலாகலத்தில் மூழ்கியிருந்தது. இப்போது வீதிகள் ஜன சூனியமாயிருந்தன. பழையாறை பாழடைந்த நகரமோ என்று சொல்லும்படி இருந்தது. மதுராந்தகத் தேவர்மீது பழையாறை மக்கள் அவ்வளவாக விசுவாசம் கொண்டிருக்கவில்லை என்பது வெட்ட வெளிச்சமாகத் தெரிந்தது. வந்தியத்தேவனுக்கு இது ஒரு விதத்தில் சௌகரியமாயிருந்தது. தன் முகம் தெரிந்தவர்கள் யாரேனும் தன்னைப் பார்க்கும்படி நேரவும் அதனால் தொல்லை ஏற்படவும் இடமில்லையல்லவா?

இவர்கள் சோழ மன்னர்களின் புராதன அரண்மனை வீதியை நெருங்கிக் கொண்டிருந்த சமயத்தில் இன்னொரு பக்கமிருந்து பெரியதோர் ஊர்வலம் வந்து கொண்டிருந்ததைக் கண்டார்கள். அந்த ஊர்வலத்தின் மத்தியில் திறந்த பல்லக்கு ஒன்று வந்து கொண்டிருந்தது. அதில் இருந்தவர் யாரென்பது நன்கு தெரிய வில்லையாயினும் யாரோ சிவனடியார் என்றும் இளம் பிராயத்தினர் என்றும் தோன்றியது. சிவிகைக்கு முன்னும் பின்னும் ஜனக்கூட்டம் அதிகமாயிருந்தது. கையில் தாளங்களை வைத்து இனிய ஜங்கார ஓசையை எழுப்பிக் கொண்டு சிலர் பல்லக்கின் முன்னாலும் பின்னாலும் பாடிக்கொண்டு வந்தார்கள்.

இடையிடையே 'திருச்சிற்றம்பலம்', 'ஹரஹர மகாதேவா!' என்ற கோஷங்களுடன் 'திருநாரையூர் நம்பி வாழ்க!' 'பொல்லாப் பிள்ளையாரின் அருட்செல்வர் வாழ்க!' என்ற கோஷங்களும் எழுந்து வானை அளாவின.

மதுராந்தகர் அந்த ஊர்வலத்தை அசூயை கொண்ட கண்களினாலேயே பார்த்தார். பக்கத்திலிருந்து வீரனைப் பார்த்து ஏதோ கேட்டார் 'ஆம்; பல்லக்கிலே வருகிறவர்தான் திருநாரையூர் நம்பி!' என்று அவன் மறுமொழி கூறினான்.

'இருந்தாலும் என்ன தடபுடல்! இந்த ஊரில் நம்மை யாரும் கேட்பாரைக் காணோம்! இந்த நம்பியைச் சூழ்ந்துகொண்டு ஜனங்கள் இவ்வளவு ஆர்ப்பாட்டம் செய்கிறார்களே?' என்றார் மதுராந்தகத் தேவர்.

அந்த ஊர்வலம் இவர்கள் இருந்த இடத்திலிருந்து சற்று தூரத்தி லேயே சென்றது. ஆயினும் பல்லக்கின் அருகில் வந்தவர்களில் ஒருவர், முன்னொரு சமயம் கொள்ளிட நதியைப் படகிலே தாண்டிய போது ஆழ்வார்க்கடியானோடு சண்டையிட்ட வீரசைவர் என்று வந்தியத்தேவனுக்குத் தோன்றியது.

மதுராந்தகத்தேவரும் அவருடைய பரிவாரங்களும் அரண்மனை வீதியை அடைந்து, செம்பியன் மாதேவியின் மாளிகையை அடைந் தார்கள். அரண்மனை வாசலிலேயே பெரிய பிராட்டி நின்று கொண்டிருந்தார். யாரையோ வரவேற்பதற்கு ஆயத்தமாக அவர் காத்திருந்ததாகத் தோன்றியது. மதுராந்தகர் ரதத்திலிருந்து இறங்கி அன்னையின் அருகில் சென்று வணங்கினார். வணங்கிய மதுராந்த கரை உச்சி முகந்து அன்னை ஆசி கூறினார். 'மகனே! நல்ல தருணத்தில் வந்து விட்டாய்! திருநாரையூர் நம்பி வந்து கொண்டிருக்கிறார். அவசியமானால் சற்றுச் சிரம பரிகாரம் செய்துகொண்டு விரைவில் சபாமண்டபத்துக்கு வந்து சேர்!' என்று கூறினார்.

மதுராந்தகரின் முகம் பொலிவு இழந்ததை வந்தியத்தேவன் கவனித்துக் கொண்டான். பாவம்! தம்மை வரவேற்பதற்காகவே பெரிய பிராட்டி அரண்மனை வாசலில் காத்திருந்ததாக மதுராந்தகர் எண்ணியிருந்தார் போலும். என்ன ஏமாற்றம்? பல்லக்கிலே பின்னால் ஊர்வலமாக வரும் சிவனடியாரை வரவேற்பதற்குத்தான் அவர் காத்திருந்தார் என்று தெரிந்ததும் மதுராந்தகருக்கு, நாளைக்குச் சோழ சிம்மாசனத்தில் ஏறலாம் என்று ஆசைப்பட்டுக் கொண்டிருப்ப வருக்கு, - மிக்க ஏமாற்றமாயிருப்பது இயல்புதானே?

அரண்மனையில் மதுராந்தகருக்கு என்று ஒதுக்கப்பட்டிருந்த பகுதிக்கு எல்லாம் சென்றார்கள். மதுராந்தகர் உடை மாற்றுதல் முதலிய

காரியங்களைச் சாவகாசமாகவே செய்து கொண்டிருந் தார். சபாமண்ட பத்துக்குப் போக அவ்வளவாக ஆர்வம் கொண்டிருந்ததாகத் தெரிய வில்லை. அன்னையிடமிருந்து ஆள் மேல் ஆள் வந்து கொண்டிருந்தனர். கடைசியாக மதுராந்தகர் புறப்பட்டார். புறப்பட்ட போது, 'அந்த நிமித்தக்காரன் எங்கே?' என்று வினவினார். அவருடன் சபாமண்டபத்துக்குப் போகத் துடிதுடித்துக் கொண்டிருந்த வந்தியத் தேவன், 'இதோ ஆயத்தமா யிருக்கிறேன்' என்றான். அவனையும் இன்னும் சிலரையும் அழைத்துக்கொண்டு மதுராந்தகர் சபாமண்டபம் போய்ச் சேர்ந்தார்.

மண்டபத்தில் ஏற்கெனவே சபை கூடியிருந்தது. ஒரு பக்கத்தில் செம்பியன் மாதேவியும், குந்தவைப் பிராட்டியும், மற்றும் சில அரண்மனைப் பெண்களும் வீற்றிருந்தார்கள். சபையில் நடுநாயக மாகப் போட்டிருந்த பீடத்தில் ஒரு வாலிபர் அமர்ந் திருந்தார். அவர் இளம் பிராயத்தவர். விபூதி ருத்ராட்சதாரி. அவருடைய திருமுகம் களையுடன் பொலிந்தது. அவர் எதிரில் ஓலைச் சுவடிகள் சில கிடந்தன. கையிலும் ஓர் ஓலைச் சுவடியை அவர் வைத்துக் கொண்டிருந்தார். அவர் அருகில் விபூதி ருத்ராட்சதாரியான பெரியவர் ஒருவர் பரவசமாக நின்றார். இன்னும் சபாமண்டபத்தில் ஜனங்கள் நிறைந்திருந்தார்கள். இளைஞர் பல்லக்கில் வந்தவர்தான் என்பதையும், பக்கத்திலே நின்றவர் முன்னொரு தடவை தான் கொள்ளிடத்துப் படகில் பார்த்தவர் என்பதையும் வந்தியத்தேவன் கண்டுகொண்டான். அவனுடைய கண்கள் சபா மண்டபத்தில் அங்குமிங்கும் சுற்றிச் சுழன்றாலும், கடைசியில் பெரிய பிராட்டிக்கு அருகில் வீற்றிருந்த குந்தவையின் திருமுகத்திலேயே வந்து நின்றன. குந்தவை தேவியின் கண்களோ முதலாவது முறை அவனைப் பார்த்ததும் வியப்புக்கு அறிகுறியைக் காட்டின. பிறகு அவன் பக்கம் இளவரசியின் கண்கள் திரும்பியதாகவே தெரியவில்லை. தன்னை ஒரு வேளை தெரிந்து கொள்ளவில்லையோ என்று கூட அவனுக்கு ஐயம் உண்டாயிற்று.

மதுராந்தகர் சபா மண்டபத்தில் பிரவேசித்ததும் பெண்மணி களைத் தவிர மற்றவர்கள் எழுந்து மரியாதை செய்தார்கள். மதுராந்தகர் தம் பீடத்தில் அமர்ந்ததும் மற்றவர்களும் அவரவர்களுடைய இடத்தில் உட்கார்ந்தார்கள்.

செம்பியன் மாதேவி மதுராந்தகரைப் பார்த்து, 'குமாரா! இந்த இளம்நம்பி திருநாரையூரைச் சேர்ந்தவர். அவ்வூரிலுள்ள பொல்லாப் பிள்ளையாரின் பூரண அருளைப் பெற்றவர். இதுவரையில் யாருக்கும் கிடைக்காத தேவாரப் பதிகங்கள் சில இவருக்குக் கிடைத்திருக் கின்றன. முன்னொரு காலத்தில் நமது சோழ குலத்தில் உதித்த

மங்கையர்க்கரசியார் பாண்டிமா நாட்டின் மகாராணியாக விளங்கினார். அவருடைய அழைப்புக்கிணங்கி ஆளுடைய பிள்ளையார் ஞானசம் பந்தர் மதுரைமா நகருக்குச் சென்றார். அங்கே சமணர்களை வாதப் போரில் வென்றார். அச்சமயம் மதுரை மாநகரில் சம்பந்த சுவாமி பாடிய பதிகங்கள் சில இவருக்குக் கிடைத்திருக்கின்றன. அந்தப் பதிகங்களில் நமது சோழகுலத்து மாதரசியைப் பற்றியும் சம்பந்தர் பாடியிருக்கிறார். அந்தப் பாடல்களைக் கேட்கும் போது எனக்கு உடல் பூரித்துப் பரவசமாகிறது. உன் தந்தை இருந்து கேட்டிருந்தால் எவ்வளவோ மகிழ்ச்சியடைந்திருப்பார். நீயாவது கேள்!' என்று சொன்னார்.

மதுராந்தகர், 'கேட்கிறேன், தாயே! பதிகத்தை ஆரம்பிக்கட்டும்' என்றார். ஆனால் அவருடைய முகம் அவ்வளவாக மலர்ந்திருக்க வில்லை. அவருடைய உள்ளம் வேறு எங்கேயோ இருந்தது. திருநீறு, ருத்ராட்சம் அணிந்த சாதாரணச் சிறுவன் ஒருவனைப் பெரியதொரு பீடத்தில் நடுநாயகமாக அமர்த்தித் தடபுடல் செய்வது அவருக்குப் பிடிக்கவில்லை. அன்னையைத் திருப்தி செய்வதற்காகப் பொறுமையுடன் உட்கார்ந்திருந்தார்.

பொல்லாப் பிள்ளையார் அருள் பெற்ற திருநாரையூர் நம்பியாண்டர் நம்பி தம் கையிலிருந்த ஓலைச் சுவடியிருந்து படிக்கத் தொடங்கினார். ஞானசம்பந்தர் மதுரை மாநகரைப் பார்த்ததும், 'சிவபக்திச் செல்வத்திற் சிறந்த மங்கையர்க்கரசியார் வாழும் பதி அல்லவா இது?' என்று வியந்து பாடிய பதிகங்களை முதலில் அவர் பாடினார்.

'மங்கையர்க்கரசி வளவர் கோன் பாவை
வரிவளைக் கைம் மடமானிப் பங்கயச்
செல்வி பாண்டிமா தேவி
பணிசெய்து நாடொரும் பரவப்
பொங்கழலுருவன் பூத நாயகனால்
வேதமும் பொருள்களும் அருளி
அங்கயர்க்கண்ணி தன்னொடும்
அமர்ந்த ஆலவாயாவதும் இதுவே!'
'மண்ணெலாம் நிகழ மன்னனால் மன்னும்
மணிமுடிச் சோழன்றன் மகளாம்
பண்ணினேர் மொழியாள் பாண்டிமா தேவி
பாங்கினாற் பணி செய்து பரவ
விண்ணுளோர் இருவர் கீழொடுமேலும்

அளப்பரிதாம் வகை நின்ற
அண்ணலார் உமையோடு இன்புறுகின்ற
ஆலவாயாவதும் இதுவே!'

என்னும் பாடல்களைக் கேட்டபோது செம்பியன் மாதேவியின் கண்களிலிருந்து முத்து முத்தாக ஆனந்தக் கண்ணீர் சொரிந்தது. அத்தகைய மங்கையர்க்கரசியைப் பெற்ற குலத்தில் தாமும் வாழ்க்கைப்பட்டு, மகாராணியாக வாழ்ந்திருக்கக் கொடுத்து வைத்திருந்த பூர்வ ஜன்ம பாக்கியத்தை எண்ணி எண்ணி மனம் பூரித்து மகிழ்ந்தார். மதுராந்தகருக்கோ மேற்கூறிய பாடல்களில் 'மண்ணெலாம் நிகழ மன்னனால் மன்னும் மணி முடிச் சோழன்' என்னும் வரி மட்டுமே மனத்தில் பதிந்தது. அத்தகைய புராதனப் பெருமை வாய்ந்த சோழர் குலத்து மணிமகுடம் தன் சிரசை அலங்கரிக்க வேண்டியதிருக்க, இன்னொருவர் அதை அபகரித்துக் கொண்டிருப்பதை நினைத்தபோது அவருக்கு ஆத்திரம் உண்டாயிற்று.

சம்பந்தர் மங்கையர்க்கரசியாரைப் போய்ப் பார்க்கிறார். பாண்டிமாதேவி அந்தப் பாலகரைப் பார்த்து, 'ஐயோ! இந்த இளம் பிள்ளை எங்கே? பிரம்ம ராட்சதர்கள் போன்ற சமணர்கள் எங்கே? இந்தப் பிள்ளை அவர்களுடன் எப்படி வாதப்போரிட்டு வெல்ல முடியும்?' என்று கவலையுறுகிறார். அதையறிந்த சம்பந்தர் பாண்டிமாதேவியைப் பார்த்துச் சொல்லுகிறார்.

'மானினேர் விழி மாதராய் வழுதிக்கு
மாபெருந் தேவி கேள்!
பானல்வாயொரு பாலன் ஈங்கிவன்
என்று நீ பரிவெய் திடேல்!
ஆனை மாமலை யாதியாய
இடங்களிற் பல அல்லல்சேர்
ஈனர்கட் கெளியேன் அலேன்திரு
ஆலவாயரன் நிற்கவே!'

என்ற பதிகத்தைத் திருநாரையூர் நம்பியாண்டார் நம்பி பாடிய போது செம்பியன் மாதேவி தம்மையே மங்கையர்க்கரசியாகவும், பதிகம் பாடிய நம்பியையே ஞான சம்பந்தராகவும் பாவனை செய்துகொண்டு இந்த உலக நினைவையே மறந்து மனம் பூரித்தார்.

மதுராந்தகத் தேவரோ, 'ஆம் நான் இளம் பிராயத்துச் சிறுபிள்ளைதான்! ஆனால் திருக்கோவலூர் மலையமானுக்கும், கொடும்பாளூர் பூதி விக்கிரம கேசரிக்கும், அவர்களுடைய ஆதரவைப் பெற்ற சுந்தர

சோழரின் புதல்வர்களுக்கும் அஞ்சி விட மாட்டேன். சம்பந்தருக்கு ஆலவாயரன் அருள் இருந்தது போல் எனக்கும் பழுவேட்டரையர் உதவி இருந்தது!' என்று எண்ணிக் கொண்டார்.

வந்தியத்தேவனுடைய செவிகளில் பாடல் ஒன்றும் புகவேயில்லை. அவனுடைய கண்களும் கருத்தும் குந்தவை தேவியிடமே முழுவதும் ஈடுபட்டிருந்தன. இளைய பிராட்டி ஒருகால் தன்னைத் தெரிந்து கொள்ளவேயில்லையா, தெரிந்து கொண்டும் பாராமுகமா, அல்லது தன்னிடம் ஒப்புவித்த காரியத்தை நிறைவேற்றி விட்டு வந்து உடனே சொல்லவில்லை என்ற கோபமா? என்று இப்படி அவன் மனம் சிந்தித்துக் கொண்டிருந்தது. அத்துடன் இளையபிராட்டியைத் தனிமையில் எப்படிச் சந்திப்பது, சந்தித்துச் செய்தியை எப்படிச் சொல்லுவது என்றும் அவன் யோசனை செய்து கொண்டிருந்தான்.

பாடல்கள் முடிவடைந்ததும் செம்பியன் மாதேவி நம்பியாண் டாருடன் வந்திருந்த பெரியவரைப் பார்த்து, 'ஐயா இந்த இளம் பிள்ளையைப் பார்த்தால் ஞானசம்பந்தரே மீண்டும் வந்து அவதரித்திருப்பது போலத் தோன்றுகிறது. இவரை அழைத்துக் கொண்டு தமிழகமெங்கும் ஊர் ஊராகச் செல்லுங்கள். அங்கங்கே கிடைக்கும் தெய்வீகமான தேவாரப் பதிகங்களைச் சேகரித்துக் கொண்டு வாருங்கள். அப்பர் பதிகங்களையும், சம்பந்தர் பதிகங் களையும், சுந்தர மூர்த்தியின் பாடல்களையும் தனித்தனியாகத் தொகுக்க வேண்டும். சிவாலயங்கள் எல்லாவற்றிலும் தினந்தோறும் பாடச் செய்ய வேண்டும். இது என் கணவருடைய விருப்பம். அதை என் வாழ்நாளில் நிறைவேற்றிப் பார்க்க ஆசைப்படுகிறேன். நீங்கள் ஊர் ஊராகப் போவதற்கு வேண்டிய சிவிகைகள், ஆட்கள், பரிவார சாதனங்கள், எல்லாம் அளிப்பதற்கு ஏற்பாடு செய்கிறேன். சக்கரவர்த்தியின் அநுமதியைக் கோரி என் குமாரனிடமே செய்தி சொல்லி அனுப்புகிறேன்!' என்றார். அச்சபையில் அப்போது எழுந்த கோலாகலமான கோஷங்கள் மதுராந்தகரின் செவிகளுக்கு நாராசமாயிருந்தன.

நிமித்தக்காரன்

நம்பியாண்டார் நம்பியை வரவேற்பதற்காகக் கூடியிருந்த சபை கலையும் சமயத்தில் பெரிய மகாராணி தம் செல்வக் குமாரனிடம், 'மகனே! நான் இவர்களை அரண்மனை வாசல் வரையில் சென்று வழியனுப்பி விட்டு வருகிறேன். அதற்குள் நீ உன் இருப்பிடம் சென்று சிரமபரிகாரம் செய்துகொண்டு திரும்பி வா! உன்னிடம் ஒரு முக்கியமான விஷயம் பேச வேண்டும்!' என்றார்.

'ஆகட்டும், தாயே' என்று சொல்லிவிட்டு மதுராந்தகர் புறப்பட்டார். அரண்மனையில் அவர் தங்கியிருந்த பகுதிக்குப் போனார். அவருடைய உள்ளத்தில் ஆத்திரமும், அசூயையும் கொழுந்து விட்டு எரிந்தன. யாரோ வழியோடு போகிற ஆண்டிப் பண்டாரத்துக்கு எவ்வளவு தடபுடலான மரியாதைகள்! இராஜ குலத்தின் கௌரவத்துக்கே தம் தாயினால் பங்கம் நேர்ந்துவிடும் போலல்லவா இருக்கிறது! பழுவேட்டரையர்கள் தம் அன்னையைப் பற்றி அடிக்கடி குறை சொல்லுவதில் வியப்பு ஒன்றுமில்லை. உடம்பில் சாம்பலைப் பூசிக்கொண்டு ருத்திராட்ச மாலைகளை அணிந்துகொண்டு யார் வந்தாலும் பெரிய மகாராணிக்குப் போதும்! பதிகம் ஒன்றும், அவன் பாடிக்கொண்டு வந்துவிடவேண்டும்; அல்லது கோயில், குளம், திருப்பணி என்று சொல்லிக்கொண்டு வந்துவிடவேண்டும். இப்படிப் பட்டவர்களுக்கு அள்ளிக் கொடுத்து இராஜாங்க பொக்கிஷத்தையே இவர் சூனியமாக்கி விடுவார் போலிருக் கிறது! போதாதற்கு இளவரசி குந்தவை ஒருத்தி எப்போதும் அருகில் இருக்கிறாள். கோவில் திருப்பணி செய்து மிச்சம் ஏதேனும் இருந்தால், அதை மருத்துவச் சாலை ஏற்படுத்து வதற்காகச் செலவிட்டு விடுகிறாள். இப்படி யெல்லாம் இவர்கள் செய்வதற்கு இடம் கொடுத்து வந்தால் நாளை நம்முடைய மனோரதம் எப்படி நிறைவேறும்? சோழ சிங்காதனத்தில் ஏறி நாலா திசைகளிலும் சோழ சைன்யங்களை அனுப்பி இந்த நில

உலகம் முழுவதையும் வென்று ஒரு குடை நிழலில் ஆளுவது எவ்விதம் நடைபெறும்?

மறுபடியும் பெரிய மகாராணிக்கு மகனிடம் ஏதோ அந்தரங்கம் பேச வேண்டுமாம்! என்ன அந்தரங்கத்தைச் சொல்லப் போகிறாரோ, தெரியவில்லை! அஷ்டாங்க யோகம், இயம, நியம நிதித்தியாசனம் ஆகியவற்றைக் குறித்து ஒருவேளை பேச ஆரம்பித்து விடுவார். கண்களின் பார்வையை மூக்கு நுனியில் செலுத்திக் குண்டலினியை மேல் நோக்கிக் கொண்டு வருவதினால் அறுபத்து நாலு கலைகளையும் கல்லாமல் கற்கும் முறையைப்பற்றி ஒருவேளை உபதேசிக்க ஆரம்பித்து விடுவார்! அல்லது நடராஜருடைய ஆனந்தக் கூத்தின் உட்பொருளைக் குறித்தும் அவருடைய சடா மகுடம் எதைக் குறிக்கிறது, அவர் அணிந்திருக்கும் பிறை எதைக் குறிக்கிறது என்பவை குறித்தும் சொல்ல ஆரம்பித்துவிடுவார் இப்படியெல்லாம் சொல்லிச் சொல்லித்தான் நம்மை உலகம் அரைப்பைத்தியம் என்று பரிகசிக்கும்படியான நிலைக்குக் கொண்டு வந்துவிட்டார். அம்மாதிரிப் பேச்சுகளுக்கு இனிமேல் இடம் கொடுக்கக்கூடாது. அவர் பேசித்தான் தீருவேன் என்றாலும், நம் காதிலே வாங்கிக் கொள்ளக்கூடாது...

இருக்கட்டும்! அன்னை மீண்டும் கூப்பிட்டு அனுப்புவதற்குள் அந்த நிமித்தக்காரனிடம் பேசியாக வேண்டும். யாருமே அறிந்திருக்க முடியாத இரண்டு மர்மமான செய்திகளை அவன் எப்படி அறிந்து கொண்டான்? அதை நினைத்துப் பார்த்தால் ஒரே வியப்பாக அல்லவா இருக்கிறது! அதிசயமான சக்தி அவனிடம் ஏதோ இருக்கவேண்டும். சென்றுபோன நிகழ்ச்சிகளை அறிந்து கூறியது போல் வருங்காலத்தில் நடக்கப் போவதைப் பற்றியும் அவனால் கூற முடியுமா? - அவனையே கேட்டுப் பார்த்து விடலாம்.

சபையிலிருந்து தாம் புறப்படும் சமயத்தில் நிமித்தக்காரன் அங்குமிங்கும் பார்த்துக்கொண்டு தயங்கித் தயங்கி நிற்பதை மதுராந்தகர் கவனித்தார். அவனைத் தம்முடன் வரும்படி சமிக்ஞையினால் கட்டளையிட்டார். வந்தியத்தேவனுடைய கண்கள் இளவரசியின் முகத்தைப் பார்க்கவும், நயன பாஷையினால் செய்தி உணர்த்தவும் ஆர்வம் கொண்டிருந்தன. ஆனால், இளவரசி மீண்டும் அவனைத் திரும்பிக்கூடப் பாராமல் பெரிய மகாராணியுடன் போய்விட்டாள்.

இது என்ன? தன்னை இளவரசி அடியோடு மறந்து விட்டாரா? அப்படித்தான் இருக்க வேண்டும். எத்தனையோ ஆயிரமாயிரம் பேரை அவர் தினம் தினம் பார்த்து வருகிறார். ஒரு தடவை - இரண்டு தடவை பார்த்த தன்னுடைய முகம் அவர் மனத்தில் எவ்விதம் நினைவிருக்கும்? நான் பைத்தியக்காரன்; இரவும் பகலும் எத்தனை

எத்தனையோ விபரீத சம்பவங்கள், அபாயங்களிடையிலும் இளவரசியின் திருமுகத்தையே நினைத்துக் கொண்டிருந்தேன். இளவரசி எதற்காக என்னை நினைத்திருக்க வேண்டும்? தேனீ தேனை விரும்பி மலரைச் சுற்றிச் சுற்றி வருகிறது. மலருக்குத் தேனீயைப் பற்றி என்ன கவலை? மலர் சூரியனைப் பார்த்துப் புன்னகை புரிந்து கொண்டிருக்கிறது. குந்தவையின் முகமலரை விரியச்செய்யும் சூரியதேவன் யாரோ?

ஆயினும் தன்னை எதற்காக அனுப்பினாரோ, அந்தச் செய்தியைத் தெரிந்து கொள்வதிலேகூட அவருக்கு ஆர்வம் இல்லாமலா போய் விடும்? தனக்கு முன்னாலே யாராவது வந்து சொல்லியிருப் பார்களோ? அது எப்படி முடியும்? இல்லை, இல்லை! அவர் ஏதோ கவலையில் ஆழ்ந்திருக்கிறார் என்பதையும் அவர் முகம் நன்றாகக் காட்டியது. தன்னை அடையாளம் கண்டுகொள்ளாததுதான் காரண மாயிருக்க வேண்டும். அந்தரங்க ஓலை எடுத்துக்கொண்டு இலங்கை சென்ற தூதன், மதுராந்தகத் தேவரின் பரிவாரங்களில் ஒருவனாகச் சபைக்கு வந்தால் எப்படி அடையாளம் கண்டுபிடித்துத் தெரிந்து கொள்ள முடியும்? ஆகா! இளவரசியைச் சந்தித்து அந்நகரில் நுழை வதற்குத் தான் கையாண்ட யுத்திகளைப்பற்றிச் சொல்லும் போது அவர் எவ்வளவு ஆச்சரியம் அடைவார்? ஆனால் சந்திப்பது எப்படி? செய்தி சொல்லி அனுப்புவது எப்படி?...

‘நிமித்தக்காரா! என்ன யோசனையில் ஆழ்ந்திருக்கிறாய்?’ என்ற மதுராந்தகரின் குரலைக் கேட்டு வந்தியத்தேவன் திடுக்கிட்டான். அதற்குள்ளே அவர்கள் அரண்மனையில் மதுராந்தகத் தேவருடைய தனி அறைக்கு வந்திருந்தார்கள்.

அந்த நாளில் சோதிடர்கள், ஆரூடக்காரர்கள், ரேகை பார்த்துக் குறி சொல்வோர், நிமித்தக்காரர் என்று வருங்காலத்தைப் பற்றிச் சொல் வோர், பலர் இருந்தனர். சோதிடர்கள் ஜாதகம் பார்த்ததும், கிரகங்கள் நட்சத்திரங்களின் சஞ்சாரத்தைக் கணித்தும், ஜோதிடம் சொல்வார்கள். ஆரூடக்காரர்கள் தங்களிடம் வருவோர் பேசும் சொற்களைக் கொண்டும், ஆரூடம் கேட்கும் வேளையைக் கொண்டும், நூற்றெட்டில் ஓர் இலக்கம் சொல்லும்படிக் கேட்டும் சுபா சுபங்களைப்பற்றிப் பொதுப்படையாகச் சொல்லுவார்கள். ரேகை சாஸ்திரமோ அன்றைக்கு இருந்தபடியே இன்றைக்கும் இருந்து வருகிறது.

நிமித்தக்காரர்கள் என்பவர்கள் ஞான திருஷ்டி படைத்த முனிபுங் கவர்களைப்போல் அகக் கண்ணினால் பார்க்கும் ஆற்றல் உடைய வர்கள். அவர்கள் மனத்தை ஒருமுகப்படுத்தி வைத்துக்கொண்டு, அகக் கண்ணின் உதவியினால் முக்கால நிகழ்ச்சிகளையும் நேரில் பார்ப்பது

போல் பார்த்து உரைப்பார்கள். சிலர் புறக் கண்களை மூடிக்கொண்டு தியானத்தில் அமர்ந்து சொல்வார்கள்; இன்னும் சிலர் தீப்பிழம்பை உற்று நோக்கிய வண்ணம் மனத்தை ஒருமுகப்படுத்திக்கொண்டு, நடந்துபோன, நடக்கப்போகிற நிகழ்ச்சிகளை அந்தத் தீபப்பிழம்பில் பார்த்துச் சொல்வார்கள். இன்னும் சிலருக்கு எதிர்ப் பட்டவர்களின் முகத்தைப் பார்க்கும்போதே அவர்களுடைய சென்றகால வரலாறும், வருங்கால வரலாறும் மனத்தில் தோன்றிவிடும். இத்தகைய அதிசய சக்திகள் படைத்தவர்களைத் தவிர காக்கை இடம் போயிற்றா வலம் போயிற்றா, என்பது முதலான வெளி நிகழ்ச்சிகளைக்கொண்டு சகுன பலன்களை உரைக்கும் சாதாரண நிமித்தக்காரர்களும் உண்டு.

வந்தியத்தேவன் தன்னை 'நிமித்தக்காரா!' என்று மதுராந்தகர் அழைத்ததும் திடுக்கிட்டான். இளவரசர் மேலும் தன்னை என்னென்ன கேள்விகள் கேட்பாரோ தெரியவில்லை. அவற்றுக்கெல்லாம் சாமர்த்தியமாகத் தக்க விடை கூறிச் சமாளித்துக் கொள்ளவேண்டும். கடவுளே! இங்கிருந்து, இவரிடமிருந்து தப்பித்துச் செல்வது எப்படி? இளவரசியைத் தனியாகச் சந்தித்துப் பேசுவது எப்படி?...

'வேறு யோசனை ஒன்றுமில்லை, ஐயா! நான் நிமித்தக்காரனா யிருப்பதைக் காட்டிலும் இப்போது சபையில் பார்த்த பிள்ளை யைப்போல் நாலு பதிகங்களைக் கற்றிருந்தால் எவ்வளவு நன்றாயிருக்கும்! எனக்கும் எவ்வளவு உபசார மரியாதை யெல்லாம் நடக்கும் என்றுதான் சிந்தித்துக் கொண்டிருந்தேன்!' என்றான்.

'யார் வேண்டாம் என்றார்கள்! நீயும் தேவாரத் திருப்பதிகம் கற்றுக் கொண்டு பாடுவதுதானே!'

'இன்னாருக்கு இன்னபடி என்று எழுதியிருப்பது போலத்தானே நடக்கும் இளவரசே! வீண் ஆசைப்பட்டு என்ன பயன்?'

'பதிகம் பாடிய அந்தப் பிள்ளையைப்பற்றி உனக்கு என்ன தோன்று கிறது? அவனுடைய யோகம்...'

'மிக உயர்ந்த யோகம். சிவ யோகமும், இராஜயோகமும் கலந்தது. மன்னர்களும், மகாராணிகளும் அந்தப் பிள்ளைக்கு மரியாதை செய்வார்கள் மகான்களுடைய பெயருடனே அவருடைய பெயரும் சேர்ந்து இப்பூவுலகத்தில் நெடுங்காலம் விளங்கும்'.

வல்லவரையன் ஏதோ குருட்டாம் போக்காக இவ்விதம் கூறினான். ஆனால் மதுராந்தகருடைய மனத்தில் அவனுடைய வார்த்தைகள் பெருங்கிளர்ச்சியை உண்டாக்கி விட்டன.

'என்னுடைய யோகம் எப்படி என்று சொல், பார்க்கலாம்!'

'அவனுடைய யோகத்தைப் போலவே தங்கள் யோகமும் சிவயோகமும் இராஜ யோகமும் கலந்தது.ஆனால் இன்னும் மேன்மையானது!'

'அப்பனே! கொஞ்சம் விவரமாகச் சொல், பார்க்கலாம்.'

வல்லவரையன் என்ன சொல்வது என்று யோசிக்க அவகாசம் வேண்டினான். ஆகையால், 'இப்படியெல்லாம் அவசரப் பட்டால் முடியுமா? விவரமாகச் சொல்ல வேண்டுமானால், தீபம் ஏற்றிவைத்து அகிற் புகை போடச் சொல்லவேணும். தாங்களும் தீபத்துக்குப் பின்னால் உட்கார்ந்து கொள்ளவேணும். அப்போது வருங்கால நிகழ்ச்சிகளை நடக்கப் போகிறபடியே பார்த்துச் சொல்வேன்.

மதுராந்தகர் பரபரப்பு அடைந்து தீபம் ஏற்றி வைக்கும்படியும் அகிற் புகை போடும்படியும் கட்டளையிட்டார். தீபத்துக்கு முன்னாலும் பின்னாலும் இரண்டு மணைகளும் போடப்பட்டன. மதுராந்தகர் ஒரு மணையில் உட்கார்ந்த பின்னர் அவருக்கெதிரே வந்தியத்தேவனும் உட்கார்ந்தான்.

கண்ணை மூடிக்கொண்டு சிறிது நேரம் தியானத்தில் ஆழ்ந்திருந்தான். அவனுடைய வாய் ஏதோ மந்திரங்களை முணுமுணுத்துக் கொண்டிருந்தது. பிறகு அவன் உடம்பை ஒரு குலுக்கு குலுக்கிக் கொண்டு ஆவேசம் வந்தவனைப் போல் நடித்தான். வெறியாட்டக் காரனைப் போல் அவன் உடல் நடுங்கிற்று.

பின்னர், கண்களை அகலத் திறந்தான். எதிரில் இருந்த தீபத்தின் பிழம்பை உற்றுப் பார்க்கலானான். சற்று நேரம் பார்த்துவிட்டு மதுராந்தகத் தேவரை நோக்கி, 'ஐயா! தங்களைப்பற்றி அலட்சியமாக நான் ஏதாவது சொல்லியிருந்தால் மன்னிக்க வேண்டும். தங்களுடைய யோகம் சாதாரண யோகம் அல்ல. அங்கே சபையில் உட்கார்ந்து பாட்டுப் படித்த பிள்ளையின் யோகத்துக்கும், தங்கள் யோகத்துக்கும் யாதொரு சம்பந்தம் இல்லை. அந்தப் பிள்ளையின் யோகம் அரசர்களின் ஆதரவினால் ஏற்படும் ராஜயோகம்; தங்களுடைய யோகத்தைப் பற்றி இந்தத் தீபத்திலே நான் காண்பது - ஆகா என்னையே பிரமிக்கச் செய்கிறது!' என்றான்.

'அப்படி என்ன காண்கிறாய்? சொல்! சொல்!' என்றார் மதுராந்தகர்.

'ஆகா! எப்படிச் சொல்வேன்? சொல்வதற்கு வார்த்தைகள் எனக்குக் கிடைக்கவில்லை! கண்ணுக்கெட்டிய தூரம் மணிமுடி தரித்த மன்னர்கள் அணி வகுத்து நிற்கிறார்கள். மந்திரிகளும், சாமந்தர்களும், அதிகாரிகளும் வரிசை வரிசையாக நிற்கிறார்கள். அவர்களுக்கு அப்பால், முடிவில்லாத கடலைப்போல், சேனா வீரர்கள்

அலைமோதிக்கொண்டு நிற்கிறார்கள். அவர்கள் கையில் பிடித்த வேல்களும், வாள்களும் மார்பில் தரித்த கவசங்களும் ஒளிவீசிக் கண்ணைப் பறிக்கின்றன. தூரத்திலுள்ள மாட மாளிகைகளின் மேல் ஜனங்கள் நின்று ஆர்ப்பரிக்கிறார்கள். கோட்டை கொத்தளங்கள் மீதெல்லாம் மக்கள் கூட்டம் கூட்டமாக நிற்கின்றனர். அவர்கள்... அவர்கள்...ஏதேதோ கோஷம் செய்கிறார்கள்!'

'சொல், சொல்! மக்கள் என்ன கோஷமிடுகிறார்கள்?'

'இளவரசே! பல்லாயிரம் மக்களின் கோஷமாகையால் நன்றாகக் கேட்கவில்லை. 'சோழ குலத் தோன்றல் வாழ்க! திரிபுவன சக்கர வர்த்தி வாழ்க! மன்னாதி மன்னர் வாழ்க!' என்றெல்லாம் கோஷிப்பது போலத் தோன்றுகிறது.'

'அப்புறம் என்ன?'

'மக்கள் திரண்டு கூட்டம் கூட்டமாக முன்னேறி வருகிறார்கள். வேலும் வாளும் பிடித்த வீரர்கள் அவர்களைத் தடுத்து நிறுத்துகிறார்கள். சிறிது நேரம் அங்கே ஒரே கூச்சலும் குழப்பமுமாக இருக்கிறது.'

'சரி, சரி! கூட்டம் எதற்காகக் கூடியிருக்கிறது? அதைச் சொல்!'

'அதைத்தான் நானும் இப்போது பார்க்கப் போகிறேன். கூட்டத்தின் மத்தியில் புலிக்கொடி வானளாவிப் பறக்கிறது. அதற்குக் கீழே மீனக்கொடி, விற்கொடி, பனைக்கொடி சிங்கக்கொடி, ரிஷபக்கொடி, பன்றிக்கொடி ஆகியவை தாழ்வாகப் பறக்கின்றன. மயன் மாளிகையைப் போன்ற சபாமண்டபத்தின் நடுவிலே நவரத்தின கசிதமான தங்கச் சிங்காதனம் போட்டிருக்கிறது. அருகில் ஒரு பீடத்தில் கோடி சூரியப் பிரகாசமான வைர வைடூரியங்கள் பதித்த மணிமகுடம் ஒன்று வைத்திருக்கிறது. சிங்காதனத்துக்கு மேலே தண் மதியின் வெண்ணிலாவையொத்த குளிர்ச்சி பொருந்திய வெண் கொற்றக் குடை விரிந்து கவிந்திருக்கின்றன. தேவ கன்னியரைப் போன்ற பெண்கள் கைகளில் வெண்சாமரங்களை வைத்துக்கொண்டு காத்திருக்கிறார்கள். பற்பல புண்ணிய தீர்த்தங்களிலிருந்து கொண்டுவந்த தண்ணீருடன் பொற்குடங்கள் வரிசையாக வைத்திருக்கின்றன. இளவரசே! பட்டாபி ஷேகத்திற்கு எல்லாம் ஆயத்தமாகி விட்டன!...'

'யாருக்குப் பட்டாபிஷேகம்? அதைச் சொல், அப்பனே' என்றார் மதுராந்தகர்.

'இதோ அதுவும் தெரிந்துவிடும். சபாமண்டபத்தின் பிரதான வாசற்கதவு திறக்கிறது. பலவகைக் கட்டியம் கூறிக்கொண்டு சிலர் உள்ளே வருகிறார்கள். வீர கம்பீரத் தோற்றமுடைய கிழவர் ஒருவர் வருகிறார்.

அவருடைய சகோதரர் போலக் காணப்படும் இன்னொருவர் வருகிறார். அவர்களுக்குப் பின்னால் மன்மதனை யொத்த சுந்தர ரூபமுடைய இராஜ குமாரர் ஒருவர் இதோ வருகிறார்.

'அது யார்? யார்?'

வந்தியத்தேவன் மதுராந்தகரை மறுமுறை உற்றுப் பார்த்துவிட்டு மீண்டும் தீபத்தை நோக்கினான்.

'ஐயா! தங்களைப் போலவே அவர் இருக்கிறார்! தங்களைப் போல என்ன? தாங்களேதான்! முன்னால் வந்த இருவரும் தங்களைச் சிம்மாசனத்தை நோக்கி அழைத்துச் செல்கிறார்கள். 'ஜய விஜயீபவா!' என்ற கோஷம் சமுத்திர கோஷத்தைப் போல் எழுகிறது. தங்கள் மீது நூறு நூறு கரங்கள் மலர்களையும், மணிகளையும், மஞ்சள் நிறத் தானியங்களையும் தூவுகின்றன. இதோ, தாங்கள் சிங்காதனத்தை நெருங்கி விட்டீர்கள்! அடாடா! இது என்ன? சகுனத் தடைபோல் யார் குறுக்கே வருகிறது? தலைவிரி கோலமாக ஒரு ஸ்திரீ குறுக்கே வந்து, தங்களுக்கும் சிம்மாசனத்துக்கும் நடுவில் நிற்கிறாள். 'வேண்டாம்! என்று தங்களைத் தடை செய்கிறாள். தாங்கள் அந்த ஸ்திரீயைத் தள்ளுகிறீர்கள்!... அடாடா! இது என்ன, நல்ல சமயத்தில் இப்படிப் புகை வந்து மூடிக்கொள்கிறது? ஒன்றும் தெரியவில்லையே?....'

'பார்! பார்! நன்றாக உற்றுப் பார்! அப்புறம் என்ன நடக்கிறது?'

'இளவரசே! மன்னிக்க வேண்டும்! பெரும் புகைப் படலம் வந்து எல்லாவற்றையும் மறைத்து விட்டது!...'

'பார், அப்பனே பார்! அந்த ஸ்திரீ யார் என்றாவது பார்! அவளை நீ முன்னம் பார்த்திருக்கிறாயா?'

'இளவரசே! அந்த மாதரசியும் மறைந்துவிட்டாள், தாங்களும் மறைந்து விட்டீர்கள். சபை, சிம்மாசனம், கிரீடம், எல்லாம் மறைந்து விட்டன. இந்த அரண்மனையில் மந்திர சக்தி உள்ளவர்கள் யாரோ இருக்கவேண்டும்! வேண்டுமென்றே மந்திரம் போட்டுத் தடுத்து விட்டதாகக் காண்கிறது. ஐயோ! என் முகமெல்லாம் பற்றி எரிவது போல் தகிக்கிறது!...'

இவ்விதம் கூறி வந்தியத்தேவன் தன் கரங்களினால் முகத்தை மூடிக் கொண்டான். அப்படியே சிறிது நேரம் இருந்துவிட்டு கண்களைத் திறந்து பார்த்தான். மதுராந்தகத் தேவருடைய உடம்பின் நரம்புகள் எல்லாம் புடைத்துக் கொண்டிருந்தன. அவருடைய முகத்தில் கோபம் கொதித்துக் கொண்டிருந்தது. கண்கள், எரியும் தணல்களைப் போலப் பிரகாசித்தன. வந்தியத்தேவனுக்குச் சிறிது பயமாகவே

போய்விட்டது. இளவரசருடைய ஆசை வெறியை அளவுக்கு அதிகமாகக் கிளப்பிவிட்டு விட்டோமோ என்று பயந்து போனான்.

'மறுபடியும் பார்! நன்றாகப் பார்த்துச் சொல்!' என்றார் மதுராந்தகர்.'

'இளவரசே! அதில் பயனில்லை! ஒரு தடவை மறைந்த காட்சி மறுபடியும் உடனே வராது. சில நாள் கழிந்த பிறகுதான் வரும். தீபத்தைப் பார்த்து, வேண்டுமானால் வேறு ஏதாவது காட்சி தெரிந்தால் சொல்லுகிறேன்.'

'சொல், சொல்! என்ன காட்சி புலப்பட்டாலும் சொல்!'

'ஜனங்கள் ஒரே குழப்பமாயிருக்கிறார்கள். துக்கமாகவும், கோப மாகவும் இருக்கிறார்கள். தூதன் ஒருவன் வந்து அவர்களிடம் ஏதோ செய்தி சொல்கிறான். இராஜ குடும்பத்தைச் சேர்ந்த யாரோ ஒருவர் கடலில் முழுகிவிட்டதாகச் செல்லுகிறான். ஐயோ! பாவம்! அந்தத் தூதனை ஜனங்கள் அடிக்கப் போகிறார்கள். இளவரசே! அம்மாதிரி ஏதாவது நேர்ந்தால் தாங்கள் அந்தச் சந்தர்ப்பத்தில் ஜனங்கள் மத்தியில் செல்ல வேண்டாம்! சென்றாலும் ஜாக்கிரதையாகச் செல்லுங்கள்!'

'கடலில் முழுகியது யார் என்று பெயர் சொல்லவில்லையா?'

'கூச்சலிலும் குழப்பத்திலும் பெயர் காதில் விழவில்லை. அந்தக் காட்சி மறைந்துவிட்டது. இப்போது, கழுத்தில் மண்டை ஓடு மாலைகளை அணிந்த ஒரு பயங்கரமான கூட்டம் என் கண்முன் தெரிகிறது. காபாலிகர்கள் காலாமுகர்கள் போல் தோன்றுகிறார்கள். அவர்களில் ஒருவன், கையில் ஒரு பயங்கரமான அரிவாளை வைத்துக் கொண்டிருக்கிறான். அவனுக்கு எதிரில் பலி பீடம் ஒன்று இருக்கிறது. இளவரசே! இங்கேயும் இராஜகுமாரர் ஒருவர் வருகிறார். காலாமுகர்கள் அவரைச் சூழ்ந்துகொண்டு கும்மாளம் அடிக்கிறார்கள். ஐயோ! தப்பித் தவறிக்கூடத் தாங்கள் அப்படிப்பட்ட கூட்டத்தின் மத்தியில் போகவேண்டாம்!...'

இதைக் கேட்டதும் மதுராந்தகருடைய முகத்தில் வியர்வை துளிர்த்தது; அவர் உடம்பு நடுங்கியது.

வந்தியத்தேவன் அதைக் கவனித்துக் கொண்டான். பின்னர், 'இளவரசே! மேலே ஒன்றும் எனக்குத் தெரியவில்லை, மன்னிக்க வேண்டும். என் தலை சுற்றுகிறது; கண் இருளுகிறது. யாரோ மந்திரம் போட்டுத் தடை செய்கிறார்கள். இன்னொரு சமயம் இன்னொரு இடத்தில் பார்த்துச் சொல்கிறேன்!' என்று கூறித் தன் தலையைக் கையால் பிடித்துக் கொண்டான்.

அச்சமயத்தில் அரண்மனைச் சேவகன் ஒருவன் வந்து, பெரிய மகாராணி செம்பியன் மாதேவி இளவரசரை அழைத்து வரச் சொன்னதாகக் கூறினான். மதுராந்தகர் தம் உள்ளத்தில் பொங்கிய ஆத்திரத்தையெல்லாம் அன்னையின்மீது கொட்டிவிடுவது என்று தீர்மானித்துக்கொண்டு புறப்பட்டார்.

'ஐயா! தலைவலி பொறுக்க முடியவில்லை. அரண்மனைக்கு வெளியே சென்று இந்த நகரைக் கொஞ்சம் சுற்றிப் பார்த்து விட்டு வருகிறேன்!' என்று வந்தியத்தேவன் அவரிடம் கூறி அனுமதி பெற்றுக் கொண்டான்.

பழையாறை மருத்துவர் மகன், பினாகபாணி பண்டிதனுக்கு வாழ்க்கையில் ஒரு புதிய ரஸம் ஏற்பட்டிருந்தது. சில நாளைக்கு முன் வரையில் அவன் தந்தையிடம் மருந்து சாஸ்திரம் கற்றுக் கொள்வதுடன் திருப்தியடைந்தான். கோடிக்கரைப் பிரயாணத் தின்போது, வந்தியத்தேவன் வெளி உலகத்தைப் பற்றிப் பல விஷயங் களை அவனுக்குக் கூறினான். அத்துடன் மட்டும் அவன் நிறுத்த வில்லை. புதிதாகக் காதல் வலையில் விழுந்தவர்களுக்கு அதைப் பற்றி யாரிடமாவது பேசத் தோன்றுவது இயல்பு. வைத்தியர் மகன் முதல்தர அசடு என்று தெரிந்துகொண்ட வந்தியத்தேவன் அவனிடம் பெண்களிடம் காதல் கொள்வதைப் பற்றிய அபாயங்களைப் பற்றிப் பேசலானான். தான், ஒரு பெண்ணிடம் காதல்கொண்டு, அதன் பயனாக அனுபவித்து வரும் இன்ப துன்பங்களைப் பற்றியும் கூறினான்.

வைத்தியர் மகன் பினாகபாணி இந்தப் பேச்சுக்களை முதலில் அவ்வளவாக ரஸிக்கவில்லை. சிறிது சிறிதாக அவன் மனம் மாறியது. வந்தியத்தேவனிடம் விவரமில்லாத அசூயையும், ஆத்திரமும் ஏற்பட்டன. அவனுடைய மனத்தைக் கவர்ந்த மங்கையின் ஊர், பெயர் என்ன என்று கேட்டான். வந்தியத் தேவன் சொல்ல மறுத்து விட்டான். அதனால் பினாகபாணியின் கோபம் அதிகமாயிற்று. கோடிக்கரை போய்ச் சேருவதற்குள் வந்தியத்தேவனை வைத்தியரின் மகன் தன்னுடைய சத்துரு வாகவே கருதத் தொடங்கிவிட்டான்.

அவன் மனத்திற்குள் புகைந்து கொண்டிருந்த தீ பூங்குழலியைப் பார்த்ததும் கொழுந்துவிடத் தொடங்கியது. பூங்குழலி அவனை மறுதளித்ததுடன் பரிகாசமும் செய்தாள். அவள் தன்னைக் காட்டிலும் வந்தியத்தேவனை அதிகம் மதிக்கிறாள் என்று தெரிய வந்ததும் பினாகபாணியின் பைத்தியம் முற்றி விட்டது. வந்தியத் தேவனைத் தொடர்ந்து வந்த வீரர்களிடம் அவனைக் காட்டிக் கொடுக்கவும் துணிந்தான்.

பழுவேட்டரையரின் ஆட்கள் வந்தியத்தேவனைப் பிடிக்க முடியாமல் பினாகபாணியைப் பிடித்துக்கொண்டு தஞ்சை சென்றார்கள். சிறிது நேரம் அவன் பாதாளச் சிறையில் வசிக்கும்படி நேர்ந்தது. இதனா லெல்லாம் அவனுக்கு முன்னமே வந்தியத்தேவனிடம் உண்டாகி யிருந்த கோபம் மேலும் வளர்ந்தது.

இளவரசி குந்தவை அவனைப் பார்த்துப் பேசி விடுதலை செய்வதற் காகப் பாதாளச் சிறைக்குப் போவதற்கு முன்னாலேயே அவன் விடுதலையாகியிருந்ததைக் கண்டோம். விடுதலை செய்தவள் பழுவூர் இளையராணி நந்தினிதான். தன்னிடம் சொல்லிக் கொள்ளாமல் வந்தியத்தேவன் தஞ்சை அரண்மனையி லிருந்து தப்பிச் சென்றதுபற்றி நந்தினி கோபமும், சந்தேகமும் கொண்டிருந்தாள். அவன் பழையாறை சென்று, பிறகு ஈழநாட்டுக்குத் தப்பிச் சென்றதை அறிந்த பிறகு அவளுடைய சந்தேகம் அதிகமாயிற்று. எப்படியும் ஒருநாள் பழையாறைக்குத் திரும்பி வந்து, இளவரசி குந்தவையைப் பார்க்க முயல்வான் என்று ஊகித்தாள். அப்போது அவனைக் கண்டு பிடித்துச் செய்தி அனுப்பப் பழையாறையில் தனக்கு நம்பகமான ஆள் ஒருவன் வேண்டும் என்று தீவிரமாக எண்ணினாள்.

வைத்தியர் மகன் பினாகபாணியைப் பார்த்துப் பேசிய பிறகு அவன் அந்த வேலைக்குச் சரியான ஆள் என்று முடிவு செய்தாள்; அவனிடம் அந்தப் பெரிய பொறுப்பை ஒப்புவித்தாள்.

'உனக்குத் துரோகம் செய்துவிட்டுத் தப்பிச் சென்றவன் சீக்கிரத்தில் ஒருநாள் பழையாறைக்குத் திரும்பி வருவான். நீ கண்ணும் கருத்து மாகப் பார்த்திருந்து, அவன் எங்கெங்கே போகிறான், என்னென்ன செய்கிறான், என்பதைக் கவனித்து எனக்கு உடனே சொல்லி அனுப்ப வேண்டும். அவ்விதம் செய்தால் உனக்கு வேண்டிய வெகுமதிகளை அளிப்பேன்' என்றாள்.

பின்னர் சின்னப் பழுவேட்டரையரும் அவனை அழைத்து வந்தியத் தேவனைப்பற்றிக் கட்டளை இட்டார். 'அந்த இராஜத் துரோகி திரும்பி வரும்போது, அவனைப் பிடித்துக் கொடுத்தால் உன்னை நமது ஒற்றர் படையில் சேர்த்துப் பெரிய அதிகாரியாக்கி விடுவேன்' என்று அவனுக்கு ஆசை காட்டியிருந்தார். அது முதல் பினாகபாணி மருத்துவத் தொழிலில் பற்றை இழந்துவிட்டான். ஏதேதோ ஆகாசக் கோட்டைகள் கட்டிக்கொண்டே பழையாறை நகரின் வீதிகளில் ஓயாமல் அலைந்து கொண்டிருந்தான். திடீர் திடீரென்று அவனுக்குச் சந்தேகம் உதித்துவிடும். வீதியில் போகிறவர்களின் அருகில் ஓடிச்சென்று முகத்தை உற்றுப் பார்ப்பான். 'இவன் இல்லை!' என்று

முணுமுணுத்துக் கொண்டே அப்பால் செல்வான். இதைப் பார்த்த பலரும் வைத்தியர் மகனுக்குச் சித்தப்பிரமை பிடித்து விட்டதென்று எண்ணத் தொடங்கினார்கள்.

ஆயினும், பினாகபாணி தன்னுடைய முயற்சியைக் கைவிட வில்லை. மதுராந்தகத்தேவரும், அவருடைய பரிவாரங்களும் பழை யாறைக்குள் பிரவேசித்தபோது பினாகபாணி அவர்களை அவ்வளவு நன்றாகக் கவனிக்கவில்லை.. அவர்களில் வந்தியத் தேவன் இருக்கக் கூடுமென்று அவன் எதிர்பார்க்கவில்லை. திருநாரையூர் நம்பியின் பல்லக்கைச் சூழ்ந்திருந்த பெருங்கூட்டத் திலே அவன் சுற்றிச் சுற்றி வந்து பார்த்துக் கொண்டிருந்தான். அப்போது, சற்றுத்தூரத்தில் மதுராந்தகருடைய பரிவாரம் போவது தெரிந்தது. மதுராந்தகருக்கு அருகில் குதிரை மேலிருந்தவன் ஒரு தடவை திருப்பிப் பார்த்தபோது பினாகபாணிக்கு ஐயம் உதித்தது. ஆனால் அவன் விரைவாகச் சென்று அரண்மனையில் புகுந்துவிட்டபடியால் சந்தேகத்தைத் தீர்த்துக் கொள்ள முடியவில்லை.

சமயசஞ்சீவி

நம்பியாண்டார் நம்பிக்கு நடந்த உபசாரத்தின்போது பினாக பாணி அந்தச் சபா மண்டபத்துக்குள் பிரவேசிக்க முடியவில்லை. வாசற் படிக்கு அப்பால் நின்ற கூட்டத்தில் நின்று உள்ளே பார்த்துக் கொண்டிருந்தான். வந்தியத்தேவனுடைய கவனம் வேறு இடத்தில் இருந்தது என்பதை முன்னமே பார்த்தோம். பினாகபாணியோ வந்தியத்தேவன் முகத்தையே உற்று நோக்கிக் கொண்டிருந்தான். இவ்வளவையும் பார்த்தும், பார்க்காதது போல் கவனித்துக் கொண்டிருந்தான் இன்னொருவன். அவன் தான் நம் பழைய தோழனாகிய ஆழ்வார்க்கடியான்.

இளவரசர் மதுராந்தகருக்கு நிமித்தம் பார்த்துச் சொல்லி அவர் மனத்தைக் கலக்கிவிட்டு வந்தியத்தேவன் அரண்மனைக்கு வெளியில் வந்தான். அங்கே சற்றுத் தூரத்தில் நின்று காத்துக் கொண்டிருந்த வைத்தியர் மகன் அவனை நெருங்கி வந்து, 'அப்பனே! நீ யார்?' என்று கேட்டான். வந்தியத்தேவன் பினாகபாணியைப் பார்த்துத் திடுக்கிட்டான். அதை வெளியில் காட்டிக் கொள்ளாமல், 'என்ன கேட்டாய்?'

'நீ யார் என்று கேட்டேன்' என்றான்.

'நான் யார் என்றா கேட்கிறாய்? எந்த நானைக் கேட்கிறாய்? மண், நீர், தேயு, வாயு, ஆகாசம் என்கிற பஞ்ச பூதங்களினாலான இந்த உடம்பைக் கேட்கிறாயா? உயிருக்கு ஆதாரமான ஆத்மாவைக் கேட்கிறாயா? ஆத்மாவுக்கும் அடிப்படையான பரமாத்மாவைக் கேட்கிறாயா? அப்பனே! இது என்ன கேள்வி? நீயும் இல்லை, நானும் இல்லை. எல்லாம் இறைவன் மயம்! உலகம் என்பது மாயை; பசு, பதி, பாசத்தின் உண்மையை திருநாரையூர் நம்பியைப் போன்ற பெரியோர் களைக் கேட்டுத் தெரிந்துகொள்!' என்று கூறிவிட்டு வந்தியத்தேவன் அரண்மனை வாசலில் நின்ற தன் குதிரைமேல் தாவி ஏறினான். குதிரையைச் சிறிது நேரம் வேகமாகச் செலுத்திய பிறகு வைத்தியர்

மகன் தன்னைப் பின் தொடரவில்லை என்று தெரிந்துகொண்டு மெள்ள மெள்ள விட்டுக்கொண்டு போனான்.

ஆனால் வைத்தியர் மகன் அவ்வளவு எளிதில் ஏமாந்து போகிறவனா? அவனது சந்தேகம் இப்போது நிச்சயமாகி விட்டது. நகர்க் காவல் அதிகாரியிடம் சென்று செய்தியைத் தெரிவித்தான். அதிகாரி அனுப்பிய இரண்டு காவல்வீரர்களை அழைத்துக்கொண்டு அவனும் ஊரைச் சுற்றி வந்தான். அவன் எதிர்பார்த்தது போலவே வந்தியத் தேவனை ஒரு நாற்சந்தியில் சந்தித்தான்.

'இவன்தான் ஒற்றன்! இவனைச் சிறைப்பிடியுங்கள்!' என்று கூவினான்.

'என்னடா, அப்பா! உனக்குப் பைத்தியமா?' என்றான் வல்லவரையன்.

'யாரைப் பைத்தியமா, என்று கேட்கிறாய்? இந்த உடம்பையா, இதற்குள் இருக்கும் உயிரையா, ஆத்மாவையா! பரமாத்மாவையா! அல்லது பசு, பதி, பாசத்தையா?' என்று கூறினான் வைத்தியர் மகன் பினாகபாணி.

'நீ இப்பொழுது உளறுவதிலிருந்தே நீ பைத்தியம் என்று தெரிகிறதே!'

'நான் பைத்தியம் இல்லை; உன்னோடு கோடிக்கரை வரையில் வந்த வைத்தியன்! காவலர்களே! தஞ்சாவூர்க் கோட்டையிலி ருந்து தப்பி, இலங்கைக்கு ஓடிய ஒற்றன் இவன்தான்! உடனே இவனைச் சிறைப் பிடியுங்கள்!'

காவலர்கள் வல்லவரையனை நோக்கி நெருங்கினார்கள். 'ஜாக்கிரதை! இவன் சொல்வதைக் கேட்டுத் தவறு செய்யாதீர் கள்! நான் இளவரசர் மதுராந்தகத் தேவரோடு வந்த நிமித்தக் காரன்!' என்று கூறினான் வந்தியத்தேவன்.

'இல்லை இல்லை! இவன் பெரும் பொய்யன். இவனை உடனே சிறைப்படுத்துங்கள்!' என்று வைத்தியர் மகன் வாய்விட்டுக் கூவினான்.

இதற்குள் அவர்களைச் சுற்றிலும் ஒரு பெருங்கூட்டம் கூடிவிட்டது. கூட்டத்தில் சிலர் வந்தியத்தேவனுடைய கட்சி பேசினார்கள்; சில வைத்தியர் மகனின் கட்சி பேசினார்கள்.

'இவனைப் பார்த்தால் நிமித்தக்காரனாகத் தோன்றவில்லை' என்றான் ஒருவன்.

'ஒற்றனாகவும் தோன்றவில்லையே' என்றான் இன்னொருவன்.

'நிமித்தக்காரன் இவ்வளவு சிறு பிராயத்தனாயிருக்க முடியுமா?

'ஏன் முடியாது? ஒற்றன் குதிரை மேலேறி வீதியில் பகிரங்கமாகப் போவானா?'

'நிமித்தக்காரன் எதற்காக உடைவாள் தரித்திருக்கிறான்?'

'ஒற்றன் என்றால் யாருடைய ஒற்றன். பழையாறையில் என்ன வேவு பார்ப்பதற்காக வருகிறான்?'

இதற்கிடையில் பினாகபாணி, 'அவனைச் சிறைப்பிடியுங்கள்! உடனே சிறைப்பிடியுங்கள்! பழுவேட்டரையருடைய கட்டளை!' என்று கத்தினான்.

பழுவேட்டரையர் என்ற பெயரைக் கேட்டதும், அங்கே கூடியிருந் தவர்கள் பலருக்கு வந்தியத்தேவன் மேல் அனுதாபம் உண்டாகி விட்டது. அவனை எப்படியாவது தப்புவிக்க வழி உண்டா என்று பார்த்தார்கள்.

இதற்கிடையில் ஆழ்வார்க்கடியான் அந்தக் கூட்டத்தின் ஓரத்தில் வந்து சேர்ந்தான். 'இளவரசரோடு வந்த நிமித்தக்காரன் இங்கே இருக்கிறானா?' என்று கூவினான்.

'இல்லை; இவன் ஒற்றன்' என்று பினாகபாணி கூச்சலிட்டான்.

'இதென்ன வம்பு? நீ மதுராந்தகத் தேவருடன் வந்து நிமித்தக் காரனா யிருந்தால் என்னுடன் வா! உன்னை இளவரசி அழைத்து வரச் சொன்னார்!' என்றான் ஆழ்வார்க்கடியான்.

வந்தியத்தேவனின் உள்ளம் துள்ளிக் குதித்தது. 'அந்த நிமித்தக்காரன் நான்தான்! இதோ வருகிறேன்' என்றான்.

'விடாதீர்கள்! ஒற்றனை விட்டு விடாதீர்கள்!' என்று வைத்தியர் மகன் பினாகபாணி கத்தினான்.

ஆழ்வார்க்கடியான், 'நீ நிமித்தக்காரன்தானா என்பதை நிரூபித்து விடு! அப்படியானால்தான் என்னுடன் வரலாம்!' என்று கூறிக்கொண்டே கண்ணால் சமிக்ஞை செய்தான்.

'என்னவிதமாக நிரூபிக்கச் சொல்கிறாய்?' என்று வந்தியத்தேவன் அவசரத்துடன் கேட்டான்.

'அதோ இரண்டு குதிரைகள் வேகமாக வருகின்றனவல்லவா? அவற்றின் மீது வருகிறவர்கள் ஏதோ அவசரச் செய்தி கொண்டு வருவதாகத் தோன்றுகிறது. அது உண்மையாயிருந்தால், அவர்கள் என்ன செய்தி கொண்டு வருகிறார்கள், சொல்!'

குதிரைகளின் பேரில் வந்தவர்களை வந்தியத்தேவன் உற்றுப் பார்த்து விட்டு, 'ஓ சொல்கிறேன், இராஜ குடும்பத்தைச் சேர்ந்த ஒருவருக்கு ஜலகண்ட விபத்து நேர்ந்திருக்கிறது! அந்த துக்கச் செய்தியைத்தான் அவர்கள் கொண்டு வருகிறார்கள்!' என்றான் வந்தியத்தேவன்.

இப்படிச் சொல்லி வாய் மூடுவதற்குள் குதிரைகள் ஜனக் கூட்டத்தை நெருங்கிவிட்டன. ஜனங்கள் மேலே போக வழிவிடாதபடியால் குதிரைகள் நின்றன.

'நீங்கள் தூதர்கள் போலிருக்கிறது, என்ன செய்தி கொண்டு வருகிறீர்கள்?' என்று ஆழ்வார்க்கடியான் கேட்டான்.

'ஆம் நாங்கள் தூதர்கள்தான்! துக்கச் செய்தி கொண்டு வருகிறோம். இளவரசர் அருள்மொழிவர்மர் ஏறி வந்த கப்பல் சுழற்காற்றில் அகப்பட்டுக் கொண்டதாம். இளவரசர் யாரையோ காப்பாற்று வதற்காகக் கடலில் குதித்து மூழ்கிப் போய்விட்டாராம்!'

குதிரை மீது வந்தவர்களில் ஒருவன் இவ்வாறு கூறியதும் அந்த ஜனக்கூட்டத்தில் 'ஐயோ! ஐயகோ!' என்ற பரிதாபக் குரல்கள் நெஞ்சைப் பிளக்கும்படியான சோகத் தொனியில் எழுந்தன. எங்கிருந்துதான் அவ்வளவு ஜனங்களும் வந்தார்களோ, தெரியாது. அவ்வளவு சீக்கிரத்தில் அவர்கள் எப்படி வந்து சேர்ந்தார்கள் என்றும் சொல்ல முடியாது. ஆண்களும், பெண்களும், வயோதிகளும், சிறுவர் சிறுமிகளும் அந்தத் தூதர்களைப் பெருங் கூட்டமாகச் சூழ்ந்து கொண்டார்கள். பலர், அவர்களைப் பல கேள்விகள் கேட்டார்கள்; பலர் அழுது புலம்பினார்கள்.

பழுவேட்டரையர்கள் அருள்மொழிவர்மரை விரும்பவில்லை யென்பது அந்நகர மக்களில் பலருக்கு ஏற்கெனவே தெரியும். இளவர சரைச் சிறைப்படுத்திக் கொண்டு வருவதற்காகப் பழுவேட்டரையர்கள் ஈழத்துக்குள் ஆள் அனுப்பியிருக்கிறார்கள் என்ற பிரஸ்தாபமும் அவர்கள் காதுக்கு எட்டியிருந்தது. எனவே, கூட்டத்தில் பலர் பழுவேட்டரையர்களைப் பற்றி முதலில் முணுமுணுக்கத் தொடங்கினார்கள். பிறகு உரத்த குரலில் சபிக்கவும் தொடங் கினார்கள். 'பழுவேட்டரையர்கள் வேண்டு மென்றே இளவரசரைக் கடலில் மூழ்கடித்துக் கொன்றிருக்க வேண்டும்!' என்றும் ஒருவருக் கொருவர் பேசிக் கொண்டார்கள். அந்த ஜனக் கூட்டத்தார் பேசிக் கொண்ட சத்தமும், அவர்கள் புலம்பிய சத்தமும், பழுவேட்டரையர் களைச் சபித்த சத்தமும் சேர்த்துச் சமுத்திரத்தின் பேரிரைச்சலைப் போல் எழுந்தது.

இந்தக் கூட்டத்துக்கு மத்தியில் அகப்பட்டுக் கொண்ட தஞ்சாவூர்த் தூதர்கள், மேலே அரண்மனைக்குப் போக முடியாமல் தவித்தார்

கள்.ஜனங்களை விலக்கிக் கொண்டு போக அவர்கள் முயன்றும் பலிக்கவில்லை. 'எப்படி?' 'எங்கே?' 'என்றைக்கு?' 'நிச்சயமாகவா?' என்றெல்லாம் ஜனங்கள் அத்தூதர்களைக் கேட்ட வண்ணம் மேலே போக முடியாதபடி தடை செய்தார்கள்.

வைத்தியர் மகனுடன் வந்திருந்த காவலர்களைப் பார்த்து ஆழ்வார்க்கடியான், 'நீங்கள் ஏன் சும்மா நிற்கிறீர்கள்? கூட்டத்தை விலக்கித் தூதர்களை அரண்மனைக்கு அழைத்துச் செல்லுங்கள்!' என்றான். காவலர்களும் மேற்படி செய்தி கேட்டுக் கதி கலங்கிப் போயிருந்தார்கள். அவர்கள் இப்போது முன்வந்து தூதர்களுக்கு வழி விலக்கிக் கொடுக்க முயன்றார்கள். தூதர்கள் சிறிது சிறிதாக அரண்மனையை நோக்கி முன்னேறினார்கள். ஜனக் கூட்டமும் அவர்களை விடாமல் தொடர்ந்து சென்றது. மேலும் மேலும் ஜனங்களின் கூட்டம் பெருகிக் கொண்டும் வந்தது.

அவ்வளவு பெரிய ஜனக்கூட்டத்தில், ஒரே மனதாக இளவரசர் அருள்மொழிவர்மரின் கதியை நினைத்துக் கலங்கிப் புலம்பிக் கொண்டிருந்த அக்கூட்டத்தில், ஒரே ஒரு பிராணி மட்டும், 'ஐயோ! இது ஏதோ சூழ்ச்சி! ஒற்றனைத் தப்பித்துவிடச் சூழ்ச்சி!' என்று அலறிக் கொண்டிருந்தது. அவ்வாறு அலறிய வைத்தியர் மகனை யாரும் பொருட்படுத்தவில்லை. அவனுடைய கூக்குரல் யாருடைய செவியிலும் ஏறவில்லை. மாநதியின் பெருவெள்ளம் அதில் விழுந்து விட்ட சிறு துரும்பை அடித்துக்கொண்டு போவதுபோல் அந்தப் பெரும் ஜனக் கூட்டம் வைத்தியர் மகனையும் தள்ளிக்கொண்டு முன்னே சென்றது.

ஜனக்கூட்டம் சேரத் தொடங்கியபோதே வந்தியத்தேவன் குதிரை மேலிருந்து இறங்கிவிட்டான். கூட்டம் நகரத் தொடங்கிய போது, ஆழ்வார்க்கடியான் அவன் அருகில் வந்து அவன் கையைப் பற்றிக்கொண்டான். 'குதிரையை விட்டுவிடு! பிறகு அதைத் தேடிப் பிடித்துக் கொள்ளலாம். உடனே என்னுடன் வா!' என்று அவன் காதோடு சொன்னான்.

'அப்பனே! சமய சஞ்சீவியாக வந்து சேர்ந்தாய்! இல்லாவிடில் என் நிலைமை என்ன ஆகியிருக்குமோ, தெரியாது!' என்றான் வல்லவரையன்.

'இதுதான் உன் தொழில் ஆயிற்றே? நீ சங்கடத்தில் அகப்பட்டுக் கொள்ள வேண்டியது; யாராவது வந்து உன்னை அந்த நெருக்கடியிலிருந்து விடுவிக்க வேண்டியது!' என்று எகத்தாளம் செய்தான் ஆழ்வார்க்கடியான்.

இருவரும் ஜனக்கூட்டம் அவர்களைத் தள்ளிக் கொண்டு போகாத வண்ணம் வீதி ஓரமாக ஒதுங்கி நின்றார்கள். கூட்டம் போனபிறகு வந்தியத்தேவனுடைய கையை ஆழ்வார்க்கடியான் பற்றிக் கொண்டு வேறு திசையாக அவனை அழைத்துச் சென்றான்.

அரண்மனைகள் இருந்த வீதியில் முன்னொரு தடவை நாம் பார்த்திருக்கும் பூட்டிக் கிடந்த கோடி வீட்டில் அவர்கள் புகுந்தார்கள். கொல்லைப்புறத்தில் இருந்த நந்தவனத்தில் பிரவேசித்துக் கொடி வழிகளில் நடந்தார்கள். சிறிது நேரத்துக்கெல்லாம் நீல நிற ஓடை தெரிந்தது? அதில் ஒரு ஓடம் மிதந்தது. ஓடத்தில் ஒரு மாதரசி இருந்தாள். அவளைக் கண்டதும் வந்தியத்தேவனுடைய உள்ளம் துள்ளிக் குதித்தது.

தாயும் மகனும்

அன்னை அழைத்துவரச் சொன்னதாகச் சேவகன் வந்து கூறியதன் பேரில் மதுராந்தகன் செம்பியன் மாதேவியைப் பார்க்கச் சென்றான். சிவபக்தியில் சிறந்த அந்த மூதாட்டியின் புகழ் நாடெங்கும் பரவியிருந்தது. ஒரு காலத்தில் மதுராந்தகனும் அன்னையிடம் அளவிலாத பக்தி கொண்டிருந்தான். இப்போது அந்தப் பக்தி, கோப வெறியாக மாறிப் போயிருந்தது. பெற்ற மகனுக்குத் துரோகம் செய்து, தாயாதிகளின் கட்சி பேசிய தாயைப்பற்றிக் கதைகளிலேகூடக் கேட்டதில்லையே! தனக்கு இப்படிப்பட்ட அன்னையா வந்து வாய்க்கவேண்டும்?... இதை நினைக்க நினைக்க அவன் உள்ளத்திலிருந்த அன்பு அத்தனையும் துவேஷமாகவே மாறி நாளடைவில் கொழுந்துவிட்டு வளர்ந்திருந்தது.

அபூர்வமான சாந்தம் குடிகொண்ட அன்னையின் முகத்தைப் பார்த்ததும் கொஞ்சம் அவனுடைய கோபம் தணிந்தது. பழைய வழக்கத்தை அனுசரித்து நமஸ்கரித்து எழுந்து நின்றான். ‘சிவபக்திச் செல்வம் பெருகி வளரட்டும்!’ என்று மகாராணி ஆசி கூறி, அவனை ஆசனத்தில் உட்காரச் செய்தார்.

அந்த ஆசீர்வாதம் மதுராந்தகனுடைய மனத்தில் அம்பைப் போல் தைத்தது.

‘மதுராந்தகா! என் மருமகள் சுகமா? உன் மாமனார் வீட்டிலும், தனாதிகாரியின் வீட்டிலும் எல்லோரும் சௌக்கியமா?’ என்று அன்னை கேட்டார்.

‘எல்லாரும் சௌக்கியமாகவே இருக்கிறார்கள். அதைப் பற்றித் தங்களுக்கு என்ன கவலை?’ என்று குமாரன் முணுமுணுத்தான்.

‘தஞ்சையிலிருந்து புறப்படுவதற்கு முன்னால் நீ சக்கரவர்த்தி யைப் பார்த்தாயா? அவருடைய உடல் நலம் தற்சமயம் எப்படி யிருக்கிறது?’ என்று மகாராணி கேட்டார்.

'பார்த்து விடை பெற்றுக்கொண்டுதான் புறப்பட்டேன். சக்கர வர்த்தியின் உடம்பு நாளுக்கு நாள் நலிந்துதான் வருகிறது. உடல் வேதனையைக் காட்டிலும் மனவேதனை அவருக்கு அதிகமா யிருக்கிறது' என்றான் மதுராந்தகன்.

'அது என்ன, குழந்தாய்? சக்கரவர்த்தி மன வேதனைப்படும்படி யாக என்ன நேர்ந்தது?'

'குற்றம் செய்தவர்கள், அநீதி செய்தவர்கள், பிறர் உடைமையைப் பறித்து அனுபவிக்கிறவர்கள் - மனவேதனை கொள்வது இயல்பு தானே?'

'இது என்ன சொல்கிறாய்? சக்கரவர்த்தி அவ்வாறு என்ன குற்றம் - அநீதி - செய்துவிட்டார்?'

'வேறு என்ன செய்யவேண்டும்? நான் இருக்க வேண்டிய சிம்மா சனத்தில் அவர் இத்தனை வருஷங்களாக அமர்ந்திருப்பது போதாதா? அது குற்றம் இல்லையா? அநீதி இல்லையா?'

'குழந்தாய்! பால்போலத் தூய்மையாக இருந்த உன் உள்ளத்தில் இந்த விஷம் எப்படி வந்தது? யார் உனக்குத் துர்ப்போதனை செய்து கெடுத்து விட்டார்கள்?' என்று இரக்கமான குரலில் அன்னை கேட்டார்.

'எனக்கு ஒருவரும் துர்ப்போதனை செய்து கெடுக்கவில்லை. தங்கள் மகனை அவ்வளவு நிர்மூடனாக ஏன் கருதுகிறீர்கள்? எனக்குச் சுய அறிவே கிடையாது என்பது தங்கள் எண்ணமா?'

'எத்தனை அறிவாளிகளாயிருந்தாலும், துர்ப்போதனையினால் மனம் கெடுவது உண்டு. கரைப்பவர்கள் கரைத்தால் கல்லுங்கரையும் அல்லவா? கூனியின் துர்ப்போதனையினால் கைகேயியின் மனம் கெட்டுப் போகவில்லையா?'

'பெண்களின் மனத்தை அப்படித் துர்ப்போதனையினால் கெடுத்து விடலாம் என்பதை நானும் தெரிந்து கொண்டுதானிருக்கிறேன்!'

'மதுராந்தகா! யாரைக் குறிப்பிட்டுச் சொல்கிறாய்?'

'தாயே! என்னை, எதற்காக அழைத்தீர்கள். அதைச் சொல்லுங்கள்!'

'சற்றுமுன் நடந்த வைபவத்தில் நீ பிரசன்னமாய் இருந்தாய் அல்லவா?'

'இருந்தேன், யாரோ வழியோடு போகிற சிறுவனைப் பல்லக்கி லேற்றி அழைத்து வரச்செய்தீர்கள். சிம்மாசனத்தில் ஏற்றி வைத்து உபசரித்தீர்கள். அவன் தலை கால் தெரியாத கர்வம் கொண்டிருப்பான்...'

'ஐயோ! அப்படி அபசாரமாகப் பேசாதே, குழந்தாய். வந்திருந்தவர் வயதில் வாலிபரானாலும், சிவஞான பரிபக்குவம் அடைந்த மகான்....'

'அவர் மகானாகவே இருக்கட்டும், நான் குறைத்துப் பேசினால் அவருடைய பெருமை குறைத்துவிடாதல்லவா? அந்த மகானுக்குத் தாங்கள் இராஜரீக மரியாதைகள் செய்ததையும் நான் ஆட்சேபிக்க வில்லை. என்னை எதற்காக அழைத்தீர்கள் என்று சொல்லுங்கள்!'

செம்பியன் மாதேவி ஒரு நெடிய பெருமூச்சு விட்டார். பிறகு கூறினார்:- 'உன்னுடைய குணத்தில் ஏற்பட்டிருக்கும் மாறுதல் எனக்குப் பிரமிப்பை உண்டாக்குகிறது. பழுவேட்டரையர் மாளிகையில் இரண்டு வருஷ வாசம் இப்படி உன்னை மாற்றிவிடும் என்று நான் கனவிலும் நினைக்கவில்லை. போனால் போகட்டும், என்னுடைய கடமையை நான் செய்ய வேண்டும். உன் தந்தைக்கு நான் அளித்த வாக்குறுதியை நிறைவேற்ற என்னால் இயன்ற வரையில் முயல வேண்டும் மகனே! உன்னை அழைத்த காரியத்தைச் சொல்வதற்கு முன்னால், என்னுடைய கதையை, நான் உன் தந்தையை மணந்த வரலாற்றைக் கூறவேண்டும். சற்றுப் பொறுமையாகக் கேட்டுக் கொண்டிரு!'

மதுராந்தகன் பொறுமையுடன் கேட்டுக் கொண்டிருக்கப் போவதற்கு அறிகுறியாகக் கால்களை மண்டி போட்டுக் கொண்டு, கைகளைப் பீடத்தில் நன்றாக ஊன்றிக்கொண்டு உட்கார்ந்தான்.

'நான் பிறந்த ஊராகிய மழபாடிக்கு நீ குழந்தையாயிருந்தபோது இரண்டொரு தடவை வந்திருக்கிறாய்; அந்த ஊரில் உள்ள சிவபெருமான் ஆலயத்தையும் பார்த்திருக்கிறாய். கோச்செங்கட் சோழ மன்னர் சிவாலயம் எடுப்பித்த அறுபத்து நாலு ஸ்தலங்களில் அதுவும் ஒன்று எனப் பெரியோர்கள் சொல்லக் கேட்டிருக்கிறேன். உன்னுடைய பாட்டனார், என்னுடைய தந்தை, மழபாடியில் பெரிய குடித்தனக்காரர். எங்கள் குலம் தொன்மையானது. ஒரு காலத்தில் மழவரையர்கள் செல்வாக்குப் பெற்ற சிற்றரசர்களாயிருந்தார்கள். விஜயாலய சோழர் காலத்தில் நடந்த யுத்தங்களில் பாண்டியர்களோடு சேர்ந்திருந்தார்கள். அதனால் சோழர்கள் வெற்றி பெற்ற பிறகு மழவரையர்களின் செல்வாக்குக் குன்றியிருந்தது. சிறு பெண்ணா யிருந்தபோது அதைப்பற்றியெல்லாம் நான் குறைப்படவில்லை. என் உள்ளம் மழபாடி ஆலயத்தில் உள்ள நடராஜப் பெருமான் மீது சென்றிருந்தது. மழபாடியின் சரித்திரத்தில் நிகழ்ந்த ஒரு வரலாறை ஒரு பெரியவர் நான் குழந்தையாயிருந்தபோது எனக்குச் சொன்னார்.

'சுந்தரமூர்த்தி சுவாமிகள் தமது சீடர்களுடனே எங்களூர்ப் பக்கமாகப் போய்க்கொண்டிருந்தார். மழபாடி சிவாலயத்தைச் சுற்றிச் செழித்து வளர்ந்து கொத்துக் கொத்தாகப் பூத்துக் குலுங்கிய கொன்னை மரங்கள் ஆலயத்தை மறைத்திருந்தனவாம். ஆகையால் கோயிலைக் கவனியாமல் சுந்தரர் சென்றாராம். 'சுந்தரம், என்னை மறந்தாயோ!'- என்ற குரல் அவர் காதில் கேட்டதாம். சுந்தரர் சுற்றும் முற்றும் பார்த்து 'யாராவது ஏதேனும் சொன்னீர்களா?' என்று கேட்டாராம். சீடர்கள், 'இல்லை' என்றார்களாம். தங்கள் காதில் குரல் எதுவும் கேட்கவில்லை என்றும் சொன்னார்களாம். சுந்தரர் உடனே அருகில் ஏதாவது ஆலயம் மறைந்திருக்கிறதா என்று விசாரித்தாராம். கொன்னை மரங்களுக் கிடையில் மறைந்திருந்த மழபாடித் திருக்கோயிலைக் கண்டுபிடித்து, ஓடி வந்து இறைவன் சன்னதியில் 'பொன்னார் மேனியனே!' என்ற பதிகத்தைப் பாடினாராம். இந்த வரலாற்றைக் கேட்டது முதற்கொண்டு,

'மன்னே! மாமணியே!
மழபாடியுள் மாணிக்கமே!
அன்னே உன்னையல்லால்
இனி யாரை நினைக்கேனே!'

என்ற வரிகள் என் மனத்தில் பதிந்துவிட்டன. கோவிலுக்கு அடிக்கடி போவேன். நடராஜ மூர்த்தியின் முன்னால் நின்று அந்த வரிகளை ஓயாது சொல்லுவேன். நாளாக ஆக, என் உள்ளத்தில் மழபாடி இறைவர் குடிகொண்டுவிட்டார். சிவபெருமானையே நான் மணந்து கொள்ளப் போவதாக மனக்கோட்டை கட்டினேன். என்னை நான் உமையாகவும், பார்வதியாகவும், தாட்சாயணி யாகவும் எண்ணிக் கொள்வேன். அவர்கள் சிவபெருமானைப் பதியாக அடைவதற்குத் தவம் செய்ததுபோல நானும் கண்ணை மூடிக்கொண்டு தவம் செய்வேன். யாராவது என் கலியாணத்தைப் பற்றிய பேச்சு எடுத்தால் வெறுப்பு அடைவேன். இவ்விதம் என் குழந்தைப் பருவம் சென்றது. மங்கைப் பருவத்தை அடைந்தபோது என் உள்ளம் சிவபெரு மானுடைய பக்தியில் முன்னைவிட அதிகமாக ஈடுபட்டது. வீட்டாரும், ஊராரும் என்னைப் 'பிச்சி' என்று சொல்ல ஆரம் பித்தார்கள். அதையெல்லாம் நான் பொருட்படுத்தவேயில்லை. வீட்டில் உண்டு உறங்கிய நேரம் போக மிச்சப் பொழுதையெல்லாம் கோவிலிலேயே கழித்தேன். பூஜைக்குரிய மலர்களைப் பறித்து விதம்விதமான மாலைகளைத் தொடுத்து, நடராஜப் பெருமானுக்கு அணியச்செய்து பார்த்து மகிழ்வேன்! நெடுநேரம் கண்ணை மூடிக் கொண்டு தியானத்தில் ஆழ்ந்திருப்பேன். இவ்விதம் ஒரு நாள் கண்ணை மூடிக்கொண்டு மனத்தில் இறைவனையே தியானித்துக் கொண்டிருந்தபோது திடீரென்று கலகலவென்று சத்தம் கேட்டுக் கண்

விழித்துப் பார்த்தேன். என் எதிரே ஐந்தாறு பேர் நின்று கொண்டிருந் தார்கள். அவர்களில் முன்னால் நின்ற ஒருவர்மீதுதான் என் கண்களும் கருத்தும் சென்றன. நான் மனத்தில் தியானித்துக் கொண்டிருந்த சிவபெருமான், தாமே தம் பரிவாரங்களுடன் என்னை ஆட்கொள்ள வந்துவிட்டார் என்று எண்ணிக்கொண்டேன். எழுந்து நின்று தலைகுனிந்து வணங்கி நின்றேன். எண் கண்களிலிருந்து தாரை தாரையாகக் கண்ணீர் பொழிந்தது. இதை அவர் கவனித்து இருக்க வேண்டும்.

'இந்தப் பெண் யார்? இவள் ஏன் கண்ணீர்விட்டு அழுகிறாள்?' என்று ஒரு குரல் கேட்டது. அதற்கு என் தந்தையின் குரல், 'இவள் என் மகள். பிஞ்சிலே பழுத்தவளைப்போல் இவளுக்கு இப்போது சிவபக்தி வந்துவிட்டது. ஓயாமல் இப்படிக் கோவிலில் வந்து உட்கார்ந்து, கண்ணை மூடிக்கொண்டு தியானம் செய்வதும், பதிகம் பாடுவதும், கண்ணீர் விடுவதுமாயிருக் கிறாள்!' என்று கூறிய மறுமொழி என் காதில் விழுந்தது.

மறுபடி நான் நிமிர்ந்து பார்த்த போது, முன்னால் நின்றவர் சிவபெருமான் இல்லையென்றும், யாரோ அரச குலத்தவர் என்றும் தெரிந்து கொண்டேன். எனக்கு அவமானம் தாங்கவில்லை. அங்கிருந்து ஒரே ஓட்டமாக ஓடிப்போய் வீட்டை அடைந்தேன். ஆனால் என்னை ஆட்கொண்டவர் என்னை விடவில்லை. என் தந்தையுடன் எங்கள் வீட்டுக்கே வந்து விட்டார். மகனே! அவர்தான் என் கணவரும், உன் அருமைத் தந்தையுமாகிய கண்டராதித்த தேவர்!'

இவ்விதம் கூறிவிட்டுப் பெரிய மகாராணி சிறிது நிறுத்தினார். பழைய நினைவுகள் அவருடைய கண்களில் மீண்டும் கண்ணீர்த் துளிகளை வருவித்தன. கண்ணைத் துடைத்துக் கொண்டு மறுபடியும் கூறினார்:-

'பிறகு உன் தந்தையைப் பற்றிய விவரங்களைத் தெரிந்து கொண்டேன். அவர் சிறிது காலத்துக்கு முன்புதான் சோழநாட்டின் சிம்மாசனத்தில் அமர்ந்தார். அதுமுதலாவது பற்பல சிவஸ்தலங்களுக்குச் சென்று ஆலய தரிசனம் செய்து வந்தார். அவருக்குப் பிராயம் அப்போது நாற்பதாகியிருந்தது. இளம் வயதில் அவர் மணந்து கொண்டிருந்த மாதரசி காலமாகி விட்டார். மறுபடி கலியாணம் செய்துகொள்ளும் எண்ணமே அவருக்கு இருக்கவில்லை. மீண்டும் மணம்புரிந்து கொள் வதில்லையென்று விரதம் கொண்டிருந்தார். ஆனால் அவருடைய புனித உள்ளம் இந்தப் பேதையைக் கண்டதினால் சலனமடைந்தது. என் தந்தையின் முன்னிலையில் என் விருப்பத்தை அவர் கேட்டார். நானோ சிவபெருமானே மனித உருவங்கொண்டு என்னை ஆட்கொள்ள வந்திருப்பதாக எண்ணிப் பரவசம் கொண்டிருந்தேன்.

அவரை மணந்துகொள்ளப் பூரண சம்மதம் என்பதைத் தெரிவித்தேன். எங்களுக்கு விரைவில் திருமணம் நடந்தது. அதன் பயனாக உன் பாட்டனார் இழந்திருந்த செல்வாக்கை மீண்டும் அடைந்து 'மழவரையர்' என்ற பட்டப் பெயரையும் பெற்றார்...

'மகனே! எனக்கும், உன் தந்தைக்கும் திருமணம் நடந்த பிறகு நாங்கள் இருவரும் மனம்விட்டுப் பேசி ஒரு முடிவுக்கு வந்தோம். சிவபெருமானுடைய திருப்பணிக்கே எங்கள் வாழ்க்கையை அர்ப்பணம் செய்வது என்றும், இருவரும் மகப்பேற்றை விரும்புவதில்லை என்றும் தீர்மானித்திருந்தோம். அதற்கு ஓர் முக்கியம் காரணம் இருந்தது. குழந்தாய்! இதையெல்லாம் உன்னிடம் சொல்லவேண்டிய அவசியம் ஏற்படும் என்று நான் கனவிலும் கருதவில்லை. ஆயினும், அத்தகைய அவசியம் நேர்ந்தது விட்டதனால் சொல்லுகிறேன். கொஞ்சம் செவி கொடுத்துக் கவனமாகக் கேள்!'

இவ்விதம் செம்பியன் மாதேவி கூறி மீண்டும் ஒரு நெடுமூச்சு விட்டார். மதுராந்தகனும் முன்னைக்காட்டிலும் அதிகச் சிரத்தையுடன் காது கொடுத்துக் கேட்கத் தொடங்கினான்.

இருபத்தொன்றாம் அத்தியாயம்

'நீயும் ஒரு தாயா?'

சிவபக்தியே உருவெடுத்தாற்போல் விளங்கிய மாதரசி செம்பியன் தேவி தொடர்ந்து கூறினார்:

'மகனே! உன் தந்தை கண்டராதித்த தேவர் சிம்மாசனம் ஏறிய பொழுது, சோழ ராஜ்யத்தில் ஒரு சங்கடமான நிலைமை ஏற்பட்டிருந்தது. உன் பாட்டனார் பராந்தகச் சக்கரவர்த்தியின் பெருமையை நீ அறிந்திருக்கிறாய். அவருடைய ஆட்சிக் காலத்தில் சோழ ராஜ்யம் தெற்கே ஈழ நாடு வரையிலும், வடக்கே கிருஷ்ணை நதி வரையிலும் பரவியது. ஆனால், அவருடைய அந்திம காலத்தில் இராஜ்யத்துக்கும், இராஜ குலத்துக்கும் பல விபத்துக்கள் ஏற்பட்டன. இராவணேசுவரனுடைய மூல பல சைன்யத்தைப் போல் இரட்டை மண்டலத்துப் படைகள் படை எடுத்து வந்தன. பராந்தகச் சக்கர வர்த்தியின் மூத்த புதல்வரும், ஒப்புவமையில்லாத வீராதி வீரரும், உன் பெரிய தகப்பனாரு மான இராஜாதித்த தேவர் இரட்டை மண்டலத்து மாபெரும் சைன்யத்தை எதிர்க்கப் புறப்பட்டார்.

'வடக்கே தக்கோலம் என்னுமிடத்தில் குருஷேத்திர யுத்தத்தைப் போன்ற மாபெரும் போர் நடந்தது. லட்சக்கணக்கான வீரர்கள் மாண்டனர். இரத்த வெள்ளம் பெருக்கெடுத்தோடியது. இரட்டை மண்டலத்தாரின் சைன்யம் சிதறி ஓடியது. ஆனால் அந்தப் போரில் இராஜாதித்த தேவர் பலியாகிவிட்டார். உன்னுடைய சித்தப்பா அரிஞ்சயத் தேவரும் அந்தப் போரில் ஈடுபட்டுப் படுகாயம் அடைந்தார். ஆனால் அவரைப் பற்றி யாதொரு விவரமும் அப்போது தெரியவில்லை. அரிஞ்சய தேவரின் மூத்த புதல்வர் சுந்தர சோழர், - சின்னஞ்சிறு பிராயத்துப் பிள்ளை - ஈழத்துப் போருக்குச் சென்றிருந்தார். அவரைப் பற்றியும் செய்தி கிட்டவில்லை. இராஜ குலத்தில் பிறந்து அச்சமயம் தஞ்சை அரண்மனையில் பராந்தகச் சக்கர வர்த்தியின் அருகில் இருந்தவர் உன் தந்தைதான்.

ஆனால் உன் தந்தையோ இளம் பிராயத்திலேயே இராஜ்ய விவகாரங்களை வெறுத்துச் சிவபெருமானிடம் மனத்தைச் செலுத்தி வந்தவர். அவருக்கு யுத்தம் என்றால் பிடிப்பதில்லை. மன்னர்களின் மண்ணாசை காரணமாக மக்கள் போரிட்டு மடிவானேன் என்று அவர் வருந்தினார். தந்தையிடமும் சகோதரர்களிடமும் அதைக் குறித்து வாதித்தார். சிவஞானச் செல்வர்களான பெரியோர்களின் சகவாசத்திலும், புண்ணிய ஸ்தல யாத்திரையிலும், ஆலய வழிபாட்டிலும் காலத்தைச் செலவிட்டார். வாள், வேல் முதலிய ஆயுதங்களைக் கையினால் தொடவும் அவர் விரும்பவில்லை. யுத்த தந்திரங்களிலும் போர் முறைகளிலும் அவர் பயிற்சி பெறவில்லை. பொய்யும் புனை சுருட்டும், வஞ்சகமும், வேஷமும் சூழ்ச்சிகளும் மறு சூழ்ச்சிகளும், கொலை முதலிய பாவங்களும் நிறைந்தது இராஜரீகம் என்று அவர் நம்பினார். 'திருடன் பிறர் பொருளைத் திருடுவதற்கும், ஒரு நாட்டு அரசன் இன்னொரு நாட்டைக் கவர்வதற்கும் என்ன வித்தியாசம்?' என்று அவர் கேட்டார்.

மகனே! விதிவசத்தால் அப்படிப்பட்ட கொள்கையுடைய உன் தந்தை இந்தச் சோழ நாட்டின் பாரத்தை வகிக்கும்படியாக நேர்ந்துவிட்டது.

பராந்தகச்சக்கரவர்த்தி, இராஜ்யத்துக்கு நேர்ந்த பல விபத்துக்களினாலும், இராஜாதித்தரின் மரணத்தினாலும் மனம் நொந்து மரணத்தை எதிர்பார்த்திருக்கும் வேளையில் உன் தந்தையை அழைத்து, 'இராஜ்ய பாரத்தை நீ தான் ஏற்றுக் கொள்ள வேண்டும்' என்றார். உன் தந்தை மரணத்தறுவாயிலிருந்த உன் பாட்டனாரின் மனத்தை மேலும் புண்படுத்த விரும்பாமல் ஒப்புக்கொண்டார். உன் தந்தையை எனக்கு முன்னால் மணந்திருந்த பாக்கியவதி யான வீரநாராயணி தேவி அதற்கு முன்னரே சிவபதம் அடைந்து விட்டார். நானோ அப்போது உன் தந்தையைப் பார்த்ததே இல்லை. ஆகையால் உன் தந்தையின் காலத்துக்குப் பிற்பாடு சோழ மகாராஜ்யம் என்ன ஆவது என்ற கவலை உன் பாட்டனாருக்கு ஏற்பட்டது. அதிர்ஷ்டவசமாக அச்சமயத்தில் உன் சிறிய தந்தையின் குமாரரைத் தேடுவதற்காக ஈழத்திற்குப் போனவர்கள், அங்கே ஒரு தீவிலிருந்த சுந்தர சோழரைக் கண்டு பிடித்து, அவரை அழைத்துக்கொண்டு வந்தார்கள்.

பராந்தகச் சக்கரவர்த்தி சுந்தர சோழரிடம் அளவிலாத பிரியம் வைத்திருந்தார். குழந்தையாயிருந்த நாளிலிருந்து, மடியில் வைத்துத் தாலாட்டிப் பாராட்டி வளர்த்து வந்தார். பெரியோர்கள் பலர், சுந்தரசோழரின் மூலமாகச் சோழகுலம் மகோன்னதம் அடையப் போகிறது என்று சொல்லியிருந்தார்கள்.

இத்தகைய காரணங்களினால் உன் பாட்டனாருக்குச் சுந்தர சோழர் மீது அபாரமான பிரேமை. ஆகையால், உன் தந்தை சிம்மாசனம்

ஏறும்போது, சுந்தர சோழருக்கு இளவரசுப் பட்டம் கட்டிவிட வேண்டும் என்றும், அவருடைய சந்ததியர்கள்தான் சோழ நாட்டை ஆண்டு வரவேண்டும் என்றும் சொல்லி விட்டுச் சிவபதம் அடைந்தார்.

இந்த விவரங்களையெல்லாம் உன் தந்தை என்னிடம் கூறினார். பராந்தகச் சக்கரவர்த்தி மரணத் தறுவாயில் வெளியிட்ட விருப்பத்தை நிறைவேற்ற அவர் உறுதிகொண்டிருந்தார். சுந்தர சோழரும் அவருடைய சந்ததியாரும் பட்டத்துக்கு வருவதில் எவ்வித இடையூறும் நேரிடக் கூடாதென்று எண்ணினார். உன் தந்தைக்கு இராஜ்யம் ஆளும் ஆசை இல்லை; இராஜரீக காரியங்களில் பற்றுதலும் இல்லை. அவர் புண்ணிய புருஷர். அவருடைய உள்ளம் சதாசர்வ காலமும் நடராஜப் பெருமானின் இணையடித் தாமரைகளில் சஞ்சரித்துக் கொண்டிருந்தது. ஆகவே, தமது தம்பியாகிய அரிஞ்சயரிடமும், அவருடைய புதல்வர் சுந்தர சோழரிடமும் இராஜ்ய காரியங்கள் முழுவதையும் ஒப்படைத் திருந்தார். தாம் சிவபெருமானுடைய கைங்கரியத்தில் ஈடுபட்டிருந்தார். முன்னமே சொன்னேனே, அது போல் அவருக்கு மறுபடியும் மணம் செய்துகொள்ளும் எண்ணமே இருக்கவில்லை. ஆனால் அவருடைய மன உறுதியைக் கலைக்க நான் ஒருத்தி வந்து சேர்ந்தேன். நானும் சிவபக்தியில் ஈடுபட்ட 'பிச்சி' என்று அறிந்ததனாலேயே அவர் என்மீது பிரியங் கொண்டு என்னைத் திருமணம் புரிந்தார். அவரைப் பதியாக அடைந்த நான் பாக்கியசாலி. எத்தனையோ ஜன்மங்களில் அவரை அடைய நான் தவம் செய்திருக்க வேண்டும். அவரைத் தந்தை யாகப் பெற்ற நீயும் பாக்கியசாலி. இந்த உலகில் இறைவனைக் கண்ணாரக் கண்டு மகிழ்ந்த மகான்கள் வெகு சிலர்தான். சிவபெருமான் ரிஷபாரூடராய் வந்து, உன் தந்தைக்குக் காட்சி தந்து, அவரை இம்மண்ணுலகிலிருந்து அழைத்துப் போனார், நான் இப்போது உன்னை என் ஊனக்கண்களால் பார்ப்பதுபோல உன் தந்தை பரமசிவனைத் தரிசித்தார். அப்படிப்பட்ட புண்ணிய புருஷருடைய விருப்பத்தை நிறைவேற்ற நானும் நீயும் கடமைப்பட்டவர்கள்...!'

அன்னை இவ்விதம் கூறி நிறுத்தியபோது, கேட்டுக் கொண்டிருந்த மகனுடைய உடல் பதறிக்கொண்டிருந்தது.

அவனுடைய உள்ளம் கொதித்துக் கொண்டிருந்தது. 'அது எப்படி, தாயே! என் தந்தை என்னிடம் ஒன்றும் தெரிவிக்க வில்லையே? நான் என்ன கடமைப்பட்டிருக்கிறேன்? எந்த விதத்தில் கடமைப் பட்டிருக்கிறேன்?' என்றான் மதுராந்தகன்.

'மகனே! கேள்! உன் தந்தை சிவபெருமானுடைய பாத மலர்களை அடைந்தபோது நீ சின்னஞ்சிறு பிள்ளை. ஆகையால், உன்னிடம் அவர் ஒன்றும் தெரியப்படுத்த முடியவில்லை. ஆனால் என்னிடம்

சொல்லிவிட்டுப் போனார்; நாங்கள் மணம் புரிந்த புதிதில் மக்கள் பேற்றை விரும்புவதில்லையென்று முடிவு செய்திருந்தோம். ஆனால் பேதையாகிய என்னால் அந்த மன உறுதியை நிறைவேற்ற முடியவில்லை. கன்னிப் பருவத்தில் சிவபெருமானிடம் நான் கொண்டிருந்த பக்தி உன் தந்தையிடம் கொண்டிருந்த பிரேமையாக மாறியது. நாளடைவில், என் கையில் ஏந்தி, மார்போடு அணைத்து, மடியில் வைத்துத் தாலாட்டிப் பாராட்டிக் கொஞ்சுவதற்குக் குழந்தை வேண்டும் என்று என் இருதயம் தாபம் கொண்டது. மற்றப் பெண்களின் கையிலும் மடியிலும் குழந்தையைக் கண்டால் என் உடம் பெல்லாம் துடித்து, உள்ளம் பற்றி எரிந்தது. குழந்தைப் பருவத்தில் என்னை ஆட்கொண்ட இறைவனிடம் வரம் கோரினேன். இறைவனும் இந்தப் பேதையின் கோரிக்கையை நிறைவேற்றினார். உன்னை எனக்கு அளித்தார். ஒரு பக்கத்தில் உன்னைப் பெற்றதினால் நான் உள்ளமும் உடலும் பூரித்தேன்; மற்றொரு பக்கத்தில் உன் தந்தையின் கோபத்துக்கு ஆளாகி விட்டேனோ என்று பயந்தேன். அந்த மகா புருஷர் என்மீது கோபிக்கவில்லை. ஆனால் அவருடைய வாக்கை நிறைவேற்ற வேண்டிய பொறுப்பை மட்டும் என்மீது சுமத்திவிட்டுப் போனார்.

'மகனே! உன்னை இந்த மண்ணுலக வாழ்க்கையில் பற்றுதல் கொள்ளாமல், சிவபக்த சிகாமணியாகும்படி வளர்ப்பேன் என்று உன் தந்தைக்கு வாக்குக் கொடுத்தேன். அதை நிறைவேற்றி விட்டதாகவே சில காலத்துக்கு முன்பு வரையில் எண்ணி இறுமாந்திருந்தேன்.

ஆனால், என் உயிருக்குயிரான மகனே! என் கண்ணுக்குக் கண்ணான செல்வப் புதல்வனே! சில நாளாக நான் ஏதேதோ கேள்விப் படுகிறேன். அப்படிப்பட்ட பேச்சைக் கேட்கும் போதெல்லாம் பொய் யென்று நீ உறுதி சொல்லி, என் நெஞ்சில் உள்ள புண்ணை ஆற்ற மாட்டாயா?' என்று அன்னை செம்பியன் மாதேவி கெஞ்சினாள்.

'தாயே! தங்களுடைய மர்மமான வார்த்தைகள் என்னுடைய நெஞ்சையும் புண்ணாக்குகின்றன. தாங்கள் என்ன கேள்விப் படுகிறீர்கள், என்னிடம் என்ன எதிர்பார்க்கிறீர்கள்; என்னிடம் என்ன உறுதி கேட்கிறீர்கள்?' என்று மதுராந்தகன் சீறினான்.

'குழந்தாய்! என் மனத்திலுள்ளதை அறிந்துகொள்ளும் சக்தியை நீ இழந்துவிட்டாய் போலும்! வெளியிட்டுச் சொல்லத்தான் வேண்டும் என்கிறாய்; நல்லது, சொல்லுகிறேன். உன் மனம் சிவபக்தியாகிய கங்கை நதியிலிருந்து மண்ணாசையாகிய குட்டையில் விழுந்து விட்டது என்று கேள்விப்படுகிறேன். சோழ குலத்துச் சிம்மாசனத்தில் ஏற, நீ ஆசை கொண்டிருக்கிறாய் என்று கேள்விப்படுகிறேன். உன் புனிதமான உள்ளத்தை நம் விரோதிகள் அவ்விதம்

கெடுத்துவிட்டார்கள் என்று அறிகிறேன். நான் இவ்வாறு கேள்விப் பட்டது உண்மையல்ல என்று நீ கூறினால், என் மனம் நிம்மதி அடையும்!' என்றாள் மூதாட்டி.

மதுராந்தகன் இதுவரை உட்கார்ந்திருந்த பீடத்திலிருந்து எழுந்து நின்றான். அவனுடைய படபடப்பைப் பார்த்துத் தாயும் எழுந்தாள்.

'என்னுடைய மனத்தை விரோதிகள் யாரும் கெடுக்கவில்லை. என்னைச் சிம்மாசனம் ஏற்ற விரும்புகிறவர்கள் என் விரோதிகளா? எனக்காகத் தங்கள் உயிரையும் கொடுக்க முன் வந்திருப்பவர்கள் என் விரோதிகளா? ஒருநாளும் இல்லை. உண்மையில் என் ஜன்ம விரோதி யார்? என்னைப் பெற்றவளாகிய நீதான்!...' என்று மதுராந்தகன் கூவினான்.

ஆத்திர மிகுதியால் அச்சமயம் அவன் மரியாதையை மறந்தான்; சின்னப் பழுவேட்டரையர் நல்ல வார்த்தைகளினால் அன்னையின் மனத்தை மாற்றும்படி சொல்லியிருந்ததை மறந்து வசைமாரி பொழிந்தான்.

'ஆம்; நீதான் என் ஜன்ம சத்துரு; வேறு யாரும் இல்லை. நீயும் ஒரு தாயா? நீயும் ஒரு ஸ்திரீயா? உலகத்தில் தாய்மார்கள் தங்கள் பிள்ளை களின் உரிமைக்காகப் படாதபாடு படுவார்கள். கதைகளிலும், காவியங் களிலும் கேட்டிருக்கிறேன், வாழ்க்கையிலும் பார்த்திருக்கிறேன். அன்னையின் இயல்புக்கே மாறான இயல்புடைய நீ மானிட ஸ்திரீதானா? அல்லது மனிதப்பெண் உருக்கொண்ட அரக்கியா? நான் உனக்கு என்ன துரோகம் செய்தேன்? நீ எதற்காக இந்தப் பெரும் துரோகத்தை எனக்குச் செய்கிறாய்? எல்லாவித நியாயங்களினாலும் எனக்குச் சேர வேண்டிய இராஜ்யத்தைப் பிடுங்கி இன்னொரு வனுக்குக் கொடுப்பதில் உனக்கு என்ன சிரத்தை! என் தந்தையின் விருப்பம் என்று சொல்லுகிறாய். அவருக்கு நீ வாக்குக் கொடுத்ததாகச் சொல்லுகிறாய். அதற்கெல்லாம் அத்தாட்சி என்ன? நான் நம்ப வில்லை. எனக்கு யாரோ துர்ப்போதனை செய்து விட்டதாகச் சொல்கிறாய். இல்லவே இல்லை, உனக்குத்தான் யாரோ துர்ப் போதனை செய்து, உன் மனத்தைத்தான் கெடுத்து விட்டிருக்கிறார்கள். தாயை மகனுக்கு விரோதியாக்கியிருக்கிறார்கள். நியாயமாக எனக்கு உரிய சோழ சிங்காசனத்தை நான் ஒருநாளும் கை விடமாட்டேன். நீ சொன்னாலும் விடமாட்டேன். சிவபதம் அடைந்த என் தந்தையே திரும்பி வந்து சொன்னாலும் கேட்க மாட்டேன். இந்தச் சோழ சாம்ராஜ்யம் என்னுடையது; இந்தப் பழமையான சிங்காசனம் எனக்குரியது; கரிகால் பெருவளத்தான் அணிந்திருந்த மணிமகுடம் எனக்கு உரியது; அவற்றை நான் அடைந்தே தீருவேன். இதோ என்

கழுத்தில் போட்டிருக்கும் ருத்திராட்சை மாலை நீ எனக்கு அளித்தது. தாய் என்ற மரியாதைக்காக இத்தனை நாளும் இதைத் தரித்திருந்தேன்; என்னைப் பேடியாக்கி, நாடு நகரமெல்லாம் நகைக்கும்படிச் செய்த இந்த ருத்திராட்ச மாலையை இதோ இந்தக் கணமே கழற்றி எறிகிறேன்; நீயே அதை வைத்துக்கொள்ளலாம்!'

இவ்விதம் பித்தம் பிடித்தவனைப்போல் பிதற்றிவிட்டு மதுராந்தகன் தன் கழுத்திலிருந்த ருத்திராட்ச மாலையை அவசரமாகக் கழற்ற முயன்றான். கழற்ற முடியாமல் அதை அறுக்க முயன்றான்; ஆனால் கழுத்து நெறிந்ததே தவிர, மாலை அப்படியே இருந்தது.

மதுராந்தகன் அழகிய தோற்றமுடையவன். சுந்தரசோழரின் புதல்வர் களைக் காட்டிலும் அழகன் என்று சொல்லலாம். அவர்களிடம் இல்லாத பெண் தன்மையின், வசீகரமான சாயல் அவன் முகத்தில் பொலிந்தது. அத்தகைய களை பொருந்திய அவன் முகம் கோபத்தினாலும் ஆத்திரத்தினாலும் இப்போது விகாரமடைந்து காட்டியது. அதைக் காணச் சகியாமல் செம்பியன் மாதேவி கண்களை மூடிக்கொண்டாள்.

அவன் சத்தமிட்டு ஓய்ந்த பிறகு தன் கண்களைத் திறந்து பார்த்தாள். குரலின் சாந்தத்தில் சிறிதும் மாறுதல் இல்லாமல், 'மகனே! சற்று அமைதியாயிரு. நான் வஞ்சக அரக்கியாகவே இருந்தாலும், என் வார்த்தைகளைச் சற்றுச் செவிசாய்த்துக் கேள்!' என்றாள்.

மதுராந்தகன் அந்தக் குரலைக் கேட்டுச் சிறிது அடங்கினான். 'நன்றாகக் கேட்கிறேன், கேட்கமாட்டேன் என்று மறுக்க வில்லையே!' என்றான்.

'தாயின் இயல்பைக் குறித்து நீ குறிப்பிட்டாய். பொல்லாத அரக்கியாயிருந்தாலும் தன் குழந்தைக்குத் துரோகம் செய்ய மாட்டாள். துஷ்ட மிருகங்களும், தங்கள் குட்டிகளை மற்ற துஷ்ட மிருகங் களிடமிருந்து காப்பாற்ற முயலுகின்றன. அது போலவேதான் நானும் உன்னைக் காப்பாற்ற முயல்கிறேன். நீ இராஜ்யத்துக்கு ஆசைப்பட வேண்டாம் என்று நான் சொல்லுவதற்கு, முன்னே கூறியதைத் தவிர வேறு காரணமும் இருக்கிறது. இராஜ்ய ஆசையினால் உன் உயிருக்கே ஆபத்து வரும். பெற்று வளர்த்த தாய் தன் மகன் உயிரோடிருக்க வேண்டும் என்று ஆசைப்படுவதில் குற்றம் உண்டா? நீ இராஜ்யத் துக்கு ஆசைப்பட்டால், சுந்தர சோழரின் புதல்வர்களுக்கு எதிரியா வாய். ஆதித்த கரிகாலனும், அருள்மொழிவர்மனும் வீராதி வீரர்கள். நீயோ ஆயுதம் எடுத்து அறியாதவன். சோழ நாட்டுச் சைன்யம் முழுதும் சுந்தர சோழருடைய புதல்வர்களின் கட்சியிலேயே இருக்கும். படைத் தலைவர்களும் அவர்களுக்குச் சார்பாக இருப்பார்கள். அக்கம் பக்கத்து நாடுகளிலும் அவர்களுக்கு நண்பர்கள்

இருக்கிறார்கள். உனக்குத் துணைவர்கள் யார்? யாரை நம்பி நீ அவர்களுடன் போர் தொடங்குவாய்? மகனே! சில நாளாக வானத்தில் தூமகேது தோன்றியிருப்பதை நீ அறிவாய். வால் நட்சத்திரம் வானில் தோன்றினால் அரச குலத்தினர் உயிருக்கு அபாயம் என்பது உலகம் கண்ட உண்மை. அப்படி நேரும் விபத்து உனக்கு நேராமலிருக்க வேண்டுமே என்றுதான் நான் கவலைப் படுகிறேன். குழந்தாய்! என் ஏக புதல்வன் உயிரோடிருக்க வேண்டும் என்று நான் ஆசைப்படுவது தவறா? அது உனக்கு நான் இழைக்கும் துரோகமா?'

இவ்வார்த்தைகளினால் மதுராந்தகனுடைய ஆத்திரம் சிறிது தணிந்தது. அவன் உள்ளம் கனிவடைந்தது.

'அன்னையே! மன்னியுங்கள்! தங்களுடைய கவலை இதுதான் என்று முன்னமே சொல்லியிருக்கலாமே? ஒரு நொடியில் தங்கள் கவலையைத் தீர்த்திருப்பேனே! நான் அப்படியொன்றும் துணைவர்கள் இல்லாத அநாதையல்ல. சோழ சாம்ராஜ்யத்தில் மிகச் செல்வாக்கு வாய்ந்த சிற்றரசர்களும், பெருந்தரத்து அதிகாரி களும் என் பக்கம் இருக்கிறார்கள். பழுவேட்டரையர்கள் என் கட்சியில் இருக்கிறார்கள். கடம்பூர்ச் சம்புவரையர் என் பக்கம் இருக்கிறார். தங்கள் சகோதரரும் என் மாமனுமான மழவரை யரும் என் கட்சியில் இருக்கிறார். மற்றும் நீல தங்கரையரும், இரட்டைக்குடை இராஜாளியாரும், குன்றத்தூர்ப் பெருங் கிழாரும் பூரண பலத்துடன் என்னை ஆதரிக்கிறார்கள். என்னை ஆதரித்து நிற்பதாகச் சத்தியம் செய்து கொடுத்திருக்கிறார்கள்....'

'மகனே! இவர்கள் செய்து கொடுக்கும் சத்தியத்தில் எனக்கு நம்பிக்கை யில்லை. சுந்தர சோழச் சக்கரவர்த்திக்கும், அவரு டைய சந்ததி களுக்கும் உண்மையுடன் நடப்பதாக இவர்கள் ஒரு காலத்தில் சத்தியம் செய்து கொடுத்தார்கள். அவர்கள் உனக்கு உண்மையாக நடப்பார்கள் என்றே வைத்துக்கொள்ளலாம். இவர்களிடம் உள்ள சைன்யம் வெகு சொற்பம் என்பது உனக்குத் தெரியாதா? வடக்கேயுள்ள சைன்யம் ஆதித்த கரிகாலனுடைய தலைமையில் இருக்கிறது. தென்திசைச் சேனையோ கொடும்பாளூர் வேளாரின் தலைமையில் இருக்கிறது....'

'தாயே! என் கட்சியை ஆதரிக்கும் சிற்றரசர்கள் எந்த நேரத்திலும் தலைக்குப் பதினாயிரம் வீரர்களைச் சேர்த்துக்கொண்டு வரக் கூடியவர்கள்.'

'சைன்யம் ஒரு பக்கம் இருக்கட்டும். மக்களைப் பற்றி என்ன? சோழ நாட்டு மக்கள் சுந்தர சோழரின் புதல்வர்களிடம் எவ்வளவு அபிமானம் கொண்டவர்கள் என்பது உனக்குத் தெரியாதா! இன்றைக்கு நீயே பார்த்தாய். இந்தப் பழையாறை நகருக்கு இன்று அருள்மொழிவர் மனோ, ஆதித்த கரிகாலனோ வந்திருந்தால் மக்கள் எப்படித் திரண்டு

கூடி வரவேற்றிருப்பார்கள்? இந்த ஊர் மக்கள் ஒரு காலத்தில் உன்னிடமும் அன்புடனேதான் இருந்தார்கள். பழுவேட்டரையர்களுடன் நீ உறவு பூண்டதிலிருந்து உன்னை மக்கள் வெறுக்கவே தொடங்கி விட்டார்கள்...'

'தாயே! மக்களின் அபிமானத்தைப்பற்றி நான் சிறிதும் கவலைப் படவில்லை. மக்களின் அபிமானம் என்னத்துக்கு ஆகும்? மக்கள் ஆளப்படவேண்டியவர்கள், சிம்மாசனத்தில் யார் வீற்றிருந்து அரசு செலுத்துகிறார்களோ, அவர்களிடம் மக்கள் பக்தி செலுத்த வேண்டியவர்கள்!'

'மகனே! உனக்குப் போதனை செய்திருப்பவர்கள் அரசியல் நீதியின் ஆரம்பத் தத்துவத்தைக்கூட உனக்கு உணர்த்தவில்லை. மக்களின் அபிமானம் இல்லாமல் எந்த அரசனும் நீடித்து அரசு செலுத்த முடியாது. அப்படி அரசு புரிவதில் புண்ணியமும் இல்லை!...'

இவ்வாறு அந்தப் பெருமூதாட்டி சொல்லிக் கொண்டிருந்த போது, அரண்மனை வாசலில் ஒரு பெரும் ஆரவாரம் கேட்டது. ஓலக்குரலும், சாபக்குரலும், கோபக் குரலும், கேள்விக் குரலும் ஆயிரக்கணக்கான மனித கண்டங்களிலிருந்து எழுந்து, பெருங்காற்று அடிக்கும்போது சமுத்திரத்தில் உண்டாகும் பயங்கரப் பேரொலியாகக் கேட்டது.

'மகனே! சோழ சாம்ராஜ்யத்துக்கு ஏதோ பெரும் விபத்து நெருங்கிக் கொண்டிருக்கிறது. அதன் முதலாவது அறிகுறிதான் இது. நான் அரண்மனைக்கு வெளியே சென்று, என்ன விஷயம் என்று தெரிந்து வருகிறேன். அதுவரையில் நீ இங்கேயே இரு!' என்றாள் அன்னை.

'அது என்ன சத்தம்?'

ஓடையருகில் வந்ததும், படகில் வீற்றிருந்த அரசிளங்குமரி குந்தவை தான் என்பதை வந்தியத்தேவன் நன்கு தெரிந்து கொண்டான். ஆழ்வார்க்கடியான் அவ்விடத்தில் நிற்கவே, வந்தியத்தேவனும் தயங்கி நின்றான்.

'அப்பனே! ஏன் நிற்கிறாய்! இளைய பிராட்டி வெகு நேரமாக உனக்காகக் காத்திருக்கிறார். படகில் ஏறியதும் 'இளவரசர் வந்து விட்டார்; பத்திரமாக இருக்கிறார்', என்ற நல்ல சமாசாரத்தை முதலில் சொல்! உன்னுடைய வீரப் பிரதாபங்களை அளந்து கொண்டு வீண்பொழுது போக்காதே! நான் திரும்பிப் போகிறேன். பழை யாறையில் இன்றைக்கு நாம் கலவரப் பிசாசை அவிழ்த்து விட்டு விட்டோம். அதை மறுபடியும் பிடித்துக் கூண்டில் அடைக்க முடியுமா என்று பார்க்கிறேன். உன்னுடைய தடபுடல் சாகஸங்களினால் எத்தனை தொந்தரவுகள் நேரிடுகின்றன?' என்று ஆழ்வார்க்கடியான் சொல்லிவிட்டு, வந்த வழியாக விரைந்து திரும்பிச் சென்றான்.

வந்தியத்தேவன் மனத்தில் ஒரு பெரும் வியப்பு ஏற்பட்டது. இவன் எப்படி எல்லா விவரங்களையும் தெரிந்துகொண்டிருக் கிறான்! இத்தனைக்கும் நம்மை ஒரு விவரமும் கேட்கவில்லை! வெறும் ஊகமா? அல்லது எல்லாம் அறிவானா? ஆண்டிகளில் பரம்பரை ஆண்டி என்றும், பஞ்சத்துக்கு ஆண்டி என்றும் இரண்டு வகை உண்டு; ஒற்றர்களிலும் அப்படி இரு வகை உண்டு போலும். நான் அவசரத்துக்கு ஒற்றன் ஆனேன்; ஆகையால் அடிக்கடி சங்கடத்தை வருவித்துக் கொள்கிறேன். இந்த வைஷ்ணவன், பரம்பரை ஒற்றன் போலும்; அதனால் ஒரு விதப் பரபரப்புமில்லாமல் சாவதானமாகத் தன் வேலையைச் செய்து வருகிறான். ஆனால் யாருக்காக இவன் வேலை செய்கிறான்? இவன் தன்னைப் பற்றிக் கூறியதெல்லாம் உண்மைதானா?

இவ்விதம் யோசித்துக்கொண்டே ஓடை நீர்க் கரைக்கு வந்த வந்தியத் தேவன், ஓடத்திலிருந்த இளவரசியின் முகத்தைப் பார்த்தான். ஆழ்வார்க்கடியானை மறந்தான். தான் போய்வந்த காரியத்தை மறந்தான். உலகத்தை மறந்தான். தன்னையுமே மறந்தான்.

ஆகா, இந்தப் பெண்ணின் முகம் தன்னைவிட்டுச் சிறிது நேரம் கூடப் பிரிந்திருக்கவில்லை. கனவிலும் நனவிலும், புயலிலும் மலையிலும், காட்டிலும் கடல் நடுவிலும் தன்னுடன் தொடர்ந்து வந்தது. ஆயினும் என்ன விந்தை! நேரில் பார்க்கும்போது இந்தப் பெண் முகத்தின் அழகு எதனால் அதிகப்பட்டுக் காண்கிறது! ஏன் தொண்டையை வந்து அடைக்கிறது! நெஞ்சில் ஏன் இந்தப் படபடப்பு?

சுய நினைவு இல்லாமலே வந்தியத்தேவன் தண்ணீரில் சில அடிகள் இறங்கிச் சென்று, ஓடத்தில் ஏறிக்கொண்டான். இளவரசி ஓடக்காரனைப் பார்த்துச் சமிக்ஞை செய்தாள், ஓடம் நகரத் தொடங்கியது. வந்தியத் தேவனுடைய உள்ளமும் ஊஞ்சலாடத் தொடங்கியது.

'நிமித்தக்காரா! இளவரசர்களுக்கு மட்டுந்தான் நீ நிமித்தம் சொல்வாயா? எனக்கும் சொல்வாயா? நிமித்தம் எப்படிச் சொல்/வாய்? வானத்துக் கிரகங்களையும், நட்சத்திரங்களையும் பார்த்துச் சொல்வாயா? அல்லது காக்கை, குருவிகளைப் பார்த்துச் சொல் வாயா? கை ரேகை பார்த்துச் சொல்வாயா?.. முகக்குறி பார்த்துத்தான் சொல்வாய் போலிருக்கிறது. இல்லா/விட்டால், ஏன் என் முகத்தையே வெறித்துப் பார்த்துக் கொண்டிருக்கிறாய்? இப்படிச் செய்தாயானால் உயர்குலத்துப் பெண்கள் யாரும் உன்னிடம் நிமித்தம் கேட்க முன்வர மாட்டார்கள்!' என்று அரசிளங்குமரி கூறியது வந்தியத் தேவன் செவிகளில் இனிய கிண்கிணி நாதமாகக் கேட்டது.

'அம்மணி! நிமித்தம் பார்ப்பதற்காகத் தங்கள் முகத்தைப் பார்க்க வில்லை. எங்கேயோ, எப்போதோ பார்த்த முகம்போல் இருக்கிறதே என்று ஞாபகப்படுத்திக்கொள்ள முயன்றேன்...'

'தெரியும், தெரியும்! நீர் மிக்க மறதிக்காரர் என்று எனக்குத் தெரியும். நான் ஞாபகப்படுத்துகிறேன். ஏறக்குறைய நாற்பது நாளைக்கு முன்னால், குடந்தை ஜோதிடர் வீட்டில் முதன் முதலாகப் பார்த்தீர். பிறகு, அன்றைக்கே அரசலாற்றங்கரையில் பார்த்தீர்.'

'அம்மணி! நிறுத்துங்கள்! தங்கள் வார்த்தையை நான் நம்ப முடிய வில்லை. நாற்பது நாளைக்கு முன்புதானா தங்களை முதன்முதலாகப் பார்த்தேன்! நாற்பதினாயிரம் ஆண்டுகளுக்கு முன்னால் பார்க்கவில்லை? நூறு நூறு ஜென்மங்களில் நூறாயிரம் தடவை தங்களைப் பார்க்க வில்லையா? மலை அடிவாரத்தில் பார்க்கவில்லையா? குன்றின் உச்சியிலே பார்க்கவில்லையா? நீர்ச்சுனையின் ஓரத்தில்

பார்க்கவில்லையா? அடர்ந்த காட்டின் மத்தியில் கொடும் புலியினால் துரத்தப்பட்டு ஓடி வந்த தங்களை நான் காப்பாற்றவில்லையா? வேல் எறிந்து அந்தப் புலியைக் கொல்லவில்லையா?

'அப்போது நான் காட்டில் வேட்டையாடித் திரிந்த வேடுவனாயிருந்தேன்! விதவிதமான வர்ணச் சிறகுகள் உள்ள அழகழகான கிளிகளை வலை போட்டுப் பிடித்துக் கொண்டுவந்து கொடுத்தேன். தாங்கள் அந்தக் கிளிகளை என்னிடமிருந்து வாங்கிக்கொண்டு வானத்தில் பறக்க விட்டு விட்டுக் கலகலவென்று சிரித்தீர்கள். ஒரு சமயம் நான் மீன் பிடிக்கும் வலைஞனாயிருந்தேன். தூரதூரங்களிலுள்ள ஏரிகளுக்கும் ஆறுகளுக்கும் சென்று, வெள்ளி மீன்கள், தங்க மீன்கள், மரகத மீன்களைப் பிடித்துக்கொண்டு வந்து கொடுத்தேன். அவற்றைத் தாங்கள் வாங்கிக்கொண்டு மறுபடியும் ஓடும் தண்ணீரில் விட்டு, அவை துள்ளி நீந்திச் செல்வதைப் பார்த்து மகிழ்ந்தீர்கள். தொலை தூரங்களிலுள்ள கடல்களுக்குச் சென்று கடலின் ஆழத்தில் மூச்சுப்பிடித்து முழுகி முத்துக்களையும், பவழங்களையும் சேகரித்துக் கொண்டுவந்து கொடுத்தேன். தாங்கள் அவற்றைக் கையினால் அளைந்து பார்த்துவிட்டு, ஊரிலுள்ள சிறுவர் சிறுமிகளை அழைத்து அவர்களுடைய சின்னஞ்சிறு கைகளிலே முத்துக்களையும், பவழங்களையும் சொரிந்து அனுப்பினீர்கள்.

'முந்நூறு வருஷங்கள் வளர்ந்த இலந்தை மரத்திலிருந்து முப்பது ஆண்டுகளுக்கு ஒருமுறை விளையும் இலந்தைக் கனியைக் காத்திருந்து பறித்து வந்து, தங்களிடம் சமர்ப்பித்தேன். அதைத் தாங்கள் வளர்த்த நாகணவாய்ப் பறவைக்குக் கொடுத்து, அது கனியைக் கொத்திக் கொத்தித் தின்னுவதைப் பார்த்துக் களித்தீர்கள். தேவலோகத்துக்குப் போய் அங்குள்ள மந்தார மலர்களையும், பாரிஜாத புஷ்பங்களையும் பறித்துக் கொண்டுவந்து தங்கள் முன் பொழிந்தேன். 'எங்கள் கொல்லை வேலியில் பூக்கும் முல்லை மலரின் அழகுக்கும் மணத்துக்கும் இவை ஈடாகுமா?' என்று சொல்லிவிட்டீர்கள். தேவேந்திரனிட மிருந்து அவன் அணியும் ஒப்பில்லா ரத்தின ஹாரத்தை வாங்கிக் கொண்டு வந்து கொடுத்தேன். 'ஒழுக்கமற்ற இந்திரன் அணிந்த மாலையை நான் கையினாலும் தொடுவேனா?' என்று சொல்லிவிட்டீர்கள்.

'கைலாசத்துக்குச் சென்று, பார்வதி தேவியின் முன்னால் தவங்கிடந்து, தேவி பாதத்தில் அணியும் சிலம்பை வாங்கிக் கொண்டுவந்தேன். தங்கள் பாதங்களில் சூட்டி விடுவதாகச் சொன்னேன். 'ஐயையோ! ஜகன் மாதாவின் பொற்பாதச் சிலம்பு என் காலிலே படலாமா? என்ன அபசாரம்? திரும்பக் கொண்டுபோய்க் கொடுத்துவிட்டு வா!' என்றீர்கள். போர்க்களத்துக்குச் சென்று அறுபத்துநாலு தேசங்களின்

அரசர்களையும் வென்று, அவர்களுடைய மணிமகுடங்களை யெல்லாம் சேகரித்துக் கொண்டுவந்து தங்கள் முன் காணிக்கை செலுத்தினேன். தாங்கள், அந்த மணிமகுடங்களைக் கால்களால் உதைத்துத் தள்ளினீர்கள். 'ஐயோ! தங்கள் மெல்லிய மலர்ப் பாதங்கள் நோகுமே?' என்று கவலைப் பட்டேன். இளவரசி! இவையெல்லாம் உண்மையா இல்லையா? அல்லது நாற்பது நாளைக்கு முன்பு முதன் முதலாகத் தங்களை நான் பார்த்ததுதான் உண்மையா?' என்றான் வந்தியத்தேவன்.

அப்படியும் அவன் பேசி முடித்து விட்டதாகக் காணப்பட வில்லை.

'தேவி! இன்னொரு ஞாபகம் வருகிறது. ஒரு சமயம் வெள்ளி ஓடத்தில் நாம் ஏறி, தங்கப் பிடிபோட்ட தந்தத் துடுப்புகளைப் பிடித்துக்கொண்டு, வானக் கடலில் வெண்ணிலா அலைகளைத் தள்ளிக்கொண்டு, பிரயாணம் செய்தோம்...' என்று ஆரம்பித்தான்.

'ஐயையோ! இந்த நிமித்தக்காரனுக்கு நன்றாகப் பைத்தியம் பிடித்து விட்டது போலிருக்கிறது படகைத் திருப்பிக் கரைக்குக் கொண்டு போகவேண்டியதுதான்!' என்றாள் இளவரசி.

'இல்லை, தேவி, இல்லை! சற்று முன்னால் இந்த ஓடைக் கரைக்கு வந்துசேரும் வரையில் என் அறிவு தெளிவாகத்தானி ருந்தது. இல்லா விட்டால், இந்தப் பழையாறை நகருக்குள் பிரவேசிப்பதற்கு நான் உபாயம் கண்டுபிடித்திருக்க முடியுமா? மதுராந்தகத் தேவரிடம் நிமித்தக்காரன் என்று சொல்லி, அதை நம்பும்படியும் செய்து, அரண் மனைக்கு வந்திருக்க முடியுமா? வைத்தியர் மகனிடமிருந்துதான் அவ்வளவு எளிதில் தப்பி வந்திருக்க முடியுமா? இந்தப் படகில் ஏறித் தங்கள் திருமுகத்தைப் பார்த்தவுடனேதான், மது உண்டவனைப்போல் மதிமயங்கிப் போய்விட்டேன்!' என்று சொன்னான் வந்தியத்தேவன்.

'ஐயா, அப்படியானால் என் முகத்தைத் தாங்கள் பார்க்க வேண்டாம். இந்த ஓடையின் தெளிந்த நீரைப் பாரும். நீல வானத்தைப் பாரும், ஓடைக்கரையில் வானளாவி வளர்ந்திருக்கும் மரங்களைப் பாரும், அரண்மனை மாடங்களைப் பாரும். பளிங்குக்கல் படித்துறைகளைப் பாரும். இந்த ஓடையில் பூத்திருக்கும் ஆம்பல் மலர்களையும், செங்கழுநீர்ப் பூக்களையும் பாரும். அல்லது இந்தச் செவிட்டு ஓடக்காரனின் முகத்தையாவது சற்றே பாரும். அவ்விதம் பார்த்துக் கொண்டே தாங்கள் போன காரியம் என்ன ஆயிற்று; காயா, பழமா என்று சொல்லும். இளவரசரை அழைத்து வந்தீரா, சௌக்கியமா இருக்கிறாரா, எங்கே விட்டு வந்தீர், யாரிடம் விட்டு வந்தீர் என்று முதலில் தெரியப்படுத்தும். பிறகு, இங்கிருந்து புறப்பட்டு முதலாவது நடந்தவை எல்லாவற்றையும் சொல்லும்!' என்று இளவரசி கூறினாள்.

'அது என்ன சத்தம்?'

அதற்கு வந்தியத்தேவன், 'தேவி! தங்களிடம் ஒப்புக் கொண்டு போன காரியத்தை வெற்றிகரமாக முடித்திராவிட்டால், தங்களிடம் திரும்பி வந்து என் முகத்தைக் காட்டியிருப்பேனா? இளவரசரை இலங்கையிலிருந்து அழைத்துக் கொண்டு வந்தேன். அதற்கேற்பட்ட ஆயிரம் இடையூறுகளையும் வெற்றிகொண்டு அழைத்து வந்தேன். இளவரசர் சுகமாயிருக்கிறார் என்று நான் சொல்லமுடியாது. நான் அவரை விட்டுப் பிரியும்போது அவருக்குக் கடுமையான சுரம். ஆனால் பத்திரமான கைகளில் அவரை ஒப்படைத்து வந்திருக்கிறேன். ஓடக்காரப் பெண் பூங்குழலியிடமும், பூக்காரச் சிறுவன் சேந்தன் அமுதனிடமும் இளவரசரை விட்டு வந்திருக்கிறேன். அவர்கள் இளவரசரைக் காப்பாற்றுவதற்காக நூறாயிரம் தடவை வேண்டுமென்றாலும் தங்கள் உயிரைக்கொடுக்கக்கூடியவர்கள்!' என்றான்.

அச்சமயம் தூரத்தில் பயங்கரமான, குழப்பமான, அநேகாயிரம் குரல்களின் ஒருமித்த ஓலம்போன்ற சத்தம் எழுந்தது. சத்தம் வந்த திசையை அரசிளங்குமரியும், வந்தியத்தேவனும் பயத்தோடும் கவலையோடும் நோக்கினார்கள்.

'அது என்ன ஆரவாரம்? கோபங்கொண்ட ஜனத்திரளின் கூக்குரல் போல் அல்லவா இருக்கிறது?'

'ஆம்; அப்படித்தான் தோன்றுகிறது!' என்றான் வந்தியத்தேவன்.

வானதி

கொடும்பாளூர் இளவரசியின் அழகை வர்ணிக்கும்படி கவிஞர்களைக் கேட்டால் அவர்கள் அந்த மங்கை நல்லாளின் அழகை அந்தி மாலையின் சௌந்தரியத்துக்கு ஒப்பிடுவார்கள். பகற்பொழுது சென்று மாலை மங்கி வரும்போது மனத்தில் ஒரு சோகமும் ஏற்படுகிறது; கூடவே ஓர் அமைதியான இன்பமும் தோன்றுகிறது. ஆதவனின் இறுதிக் கிரணங்கள் மெலிந்து மறைந்த பிறகு, இரவின் இருள் நாலாபுறமும் கவிந்து வருகிறது. இதனால் மனத்தில் தோன்றும் சோர்வைப் போக்கிக் கொள்வதற்கு வானத்தை நோக்கினால் போதும், கண்ணிமைக்கும் நேரத்தில் வானமாதேவி ஏற்றிவைக்கும் கோடானு கோடிச் சுடர் விளக்குகள் எவ்வளவு ஆனந்தத்தை அளிக்கின்றன! சூரியனுடைய தகிக்கும் ஜோதியைப்போல் அவை கண்களைக் கூசச் செய்வதில்லையே? கண்களால் அவற்றைப் பார்த்து இன்புறலாமே? சந்திரனும் உதயமாகி விட்டாலோ, கேட்கவேண்டியதில்லையே! முத்துச் சுடர்போன்ற முழுமதியின் நிலவில் உலகம் பூரிக்கிறது; உள்ளமும் உடலும் பூரிக்கின்றன. மாலை வந்ததும் தாமரைகள் கூம்புவது என்னவோ உண்மைதான். ஆனால் விண்மீன்களுடன் போட்டியிடுவது போல் மல்லிகை மொட்டுக்கள் வெடித்து மலர்ந்து அவற்றின் நறுமணத்தினால் வானமும் பூமியும் போதை கொள்கின்றன அல்லவா?

அஸ்தமித்ததும் பட்சிகளின் குதூகலத்வனிகள் ஓய்ந்து விடுகின்றன என்பது உண்மைதான். ஆனால், அதோ தேவாலயத்திலிருந்து வரும் சேமக்கலச் சத்தமும், நாதஸ்வர வாத்தியத்தின் இன்னிசையும், இப்போது எவ்வளவு மதுரமாக இருக்கின்றன! மணிமாடங்களின் மீதிருந்து மென்மையான விரல்கள் மீட்டும் வீணையும், யாழும் எத்தகைய இன்ப கீதத்தை எழுப்புகின்றன!

கொடும்பாளூர் இளவரசி வானதியின் அழகில் இப்படியே சோகத்தின் சாயலும், களிப்பின் மெருகும் இனம் தெரியாதபடி கலந்து

போயிருந்தன. அழகுக்கு ஒத்தபடி அவளுடைய சுபாவமும் இரு வகைப்பட்டிருந்தது. ஒரு சமயம் அவளைப் பார்த்தால் துயரமே உருக்கொண்ட சந்திரமதியையும், சாவித்திரியையும் போல் இருக்கும். இன்னொரு சமயம் பார்த்தால் அரம்பையும், ஊர்வசியும் தேவருலகில் இப்படித்தான் ஆடிப்பாடிக்கொண்டு இருந்திருப்பார்கள் என்று தோன்றும்.கோவலனுடைய காதலில் களித்த மாதவியைப் போல் ஒரு சமயம் அவள் இன்ப உயிர்ச் சிலையாக விளங்குவாள். மற்றொரு சமயம் கணவனைப் பறிகொடுத்த கண்ணகியின் சோகவடிவம் இதுதானோ என்று கருதும்படி இருக்கும். ஒரு சமயம் மாலை வடிவேலரின் மையலுக்கு உள்ளாகி இதயம் கலந்து நின்ற வள்ளியைப்போல் தோன்றுவாள். இன்னொரு சமயம் தேவலோகமெல்லாம் களிக் கூத்தாடும்படி கார்த்தி கேயருக்கு மாலையிட்டு மகிழ்ந்த தெய்வயானை இவளேதான் என்று எண்ணி மகிழும்படி ஆனந்த உருவாகி விளங்குவாள்.

சேர்ந்தாற்போல் பல தினங்கள் வானதியின் முகத்தில் ஒரு சிறு புன்னகையைக்கூடக் காணமுடியாது. வேறு சில நாட்களில் அவள் ஓயாது சிரித்துக் கொண்டேயிருப்பாள். அந்தச் சிரிப்பின் ஒலி கோடானு கோடி நுண் துளிகளாகிக் காற்று வெளியில் கலந்து உலகத்தையே ஆனந்தப் பரவசப்படுத்தும்.

வானதியின் இத்தகைய இருவகைச் சுபாவத்துக்குக் காரணம் அவளுடைய பிறந்த வேளையும் வளர்ந்த காலமும் என்று ஊகிக்கலாம். அன்னையின் கர்ப்பத்தில் அவள் இருந்தபோது, கொடும் பாளூர் சிறிய வேளார், கொடிய போர்களில் ஈடுபட்டிருந்தார். வெற்றிச் செய்தியும், தோல்விச் செய்தியும் மாறி மாறி வந்து கொண்டிருந்தன. இவை அவளுடைய அன்னையின் உள்ளத்தில் களிப்பையும், துயரத்தையும் மாற்றி மாற்றி உண்டாக்கின. வானதி பிறந்த சில காலத்துக்குப் பிறகு அவளுடைய அன்னை காலமானாள். பிறகு வானதியை அவளுடைய தந்தை கண்ணுக்குக் கண்ணாக வளர்த்து வந்தார். ஆனால் இதுவும் நீடித்திருக்கவில்லை. வீராதி வீரராகிய வானதியின் தந்தை அருமை மகளை முன்னிட்டுக்கூட அரண்மனையி லேயே உட்கார்ந்திருக்க விரும்பவில்லை. வீரபாண்டியன் ஓடி ஒளிந்த பிறகும், அவனுக்குத் துணைவந்த ஈழத்துப் படைகளைத் துரத்திக் கொண்டு இலங்கை சென்றார். அங்கே போர்க்களத்தில் உயிர் நீத்து, சரித்திரத்தில் 'ஈழத்துப் பட்ட சிறிய வேளார்' என்ற பட்டப்பெயர் பெற்றார்.

பின்னர், வானதியின் வாழ்க்கை சிலகாலம் ஒரே துயரமாயிருந் தது. தாயை இழந்து, தகப்பனாரால் வளர்க்கப்பட்ட பெண்கள் தான் அந்தச் சோக உணர்ச்சி எத்தகையது என்பதை அறிய முடியும். பெற்றோரில்லாப் பெண் கொடும்பாளூர் அரண்மனை யில் சீராட்டி

வளர்க்கப்பட்டாலும், அவளுடைய உள்ளத்தில் தந்தை பெற்றிருந்த இடத்தை யாரும் பெற முடியவில்லை. அதற்குப் பலரும் பலவிதமாக ஆறுதல் கூறினார்கள். 'வருந்தாதே குழந்தை! உன் தந்தை உன் வயிற்றில் வந்து மீண்டும் வீரமகனாகப் பிறப்பார்; உலகம் வியக்கும் படியான அற்புத வீரச்செயல்களைப் புரிவார்' என்று ஒருவர் கூறினார்.

இவ்வார்த்தைகள் வானதியின் உள்ளத்தில் ஆழ்ந்து பதிந்து வேரூன்றின. அருமைத் தந்தையைப் பிரிந்ததினால் ஏற்பட்ட துயரத்தையும், சோர்வையும் கற்பனை மகனைப் பற்றி எண்ணுவதிலே போக்கிக் கொள்ள முயன்றாள். அதில் ஓரளவு வெற்றியும் அடைந்தாள்.

தனக்குப் பிறக்கும் குமரன் எப்படி எப்படி இருப்பான். எந்தெந்த மாதிரி நடப்பான், எத்தகைய வீரச்செயல்களைப் புரிவான் என்ற மனோ ராஜ்யத்தில் நாள் கணக்காக மூழ்கி விடுவாள். கற்பனைக் கண்ணின் மூலமாக, அந்த வீரமகன் தூர தூர தேசங்களுக்குச் சென்று மாபெரும் யுத்தங்களில் வெற்றி பெறுவதைப் பார்த்தாள். வேகமாகத் திரும்பி வந்து அவன் அடைந்த வெற்றியின் காணிக்கைகளை எல்லாம் தன்னுடைய காலடியில் சமர்ப்பிப் பதைப் பார்த்தாள். அவன் மணிமுடி தரித்து வீர சிம்மாசனத்தில் அமர்ந்திருப்பதைப் பார்த்தாள். ராஜாதி ராஜாக்கள் வந்து அவனுக்குக் கப்பம் கட்டி அடிபணிவதைப் பார்த்தாள். அவனுடைய திருமுகத்தைக் கண்டதும் ஜனத்திரள்கள் பூரண சந்திரனைக் கண்ட மாகடலைப் போல் பொங்கி எழுந்து, அலைமோதி ஆரவாரிப்பதைப் பார்த்தாள். நூறு நூறு கப்பல்களில் வீரர்களை ஏற்றிக்கொண்டு அவன் கடல்களைக் கடந்து சென்று அப்பாலுள்ள நாடுகளிலே வெற்றிக்கொடி நாட்டுவதைப் பார்த்தாள். 'அன்னையே! நான் அடைந்துள்ள இத்தனை பெருமைக்கும் காரணம் நீயே அல்லவோ!' என்று தன்னிடம் அடிக்கடி அவ்வீரமகன் வந்து கூறுவதையும் கேட்டாள்.

அந்த அறியாத பேதைப் பெண் சிலசமயம் தன் ஆலிலை வயிற்றைத் தொட்டுத் தடவிப் பார்த்துக் கொள்வாள். தன் கற்பனை மகன் ஒரு வேளை வயிற்றில் வந்துவிட்டானோ என்று தான். பழந்தமிழ் நாட்டில் ஆண்கள், பெண்கள் அனைவரும் பாரதக் கதையைக் கேட்டு அறிந்திருக்கிறார்கள். குந்திதேவி குழந்தை பெற்ற விதத்தைப் பற்றியும் கேட்டிருந்தார்கள். அது போல் எந்தத் தெய்வம் வந்து தனக்குக் குழந்தை வரம் கொடுக்கப் போகிறது என்று எண்ணி எண்ணி அவள் வியப்பதுண்டு. அப்போதெல்லாம் யாரையும் மணந்து கொள் வதைப்பற்றியே அவள் எண்ணவில்லை. வயது வந்த பிறகு, உலகம் ஓரளவு தெரிந்த பிறகு, கணவன் ஒருவனை மணந்தே ஆகவேண்டும் என்றும், அவன் மூலமாகவே குழந்தைப் பேற்றை அடைய வேண்டும்

என்று அறிந்தாள். அப்போதும் கணவனைப்பற்றி அதிகமாக மனோராஜ்யம் செய்யவில்லை.

பழையாறை அரண்மனைக்குப் போனபிறகு அவளுடைய வாழ்க்கையிலும், மனப்போக்கிலும் மாறுதல் ஏற்பட்டது. குந்தவை தேவியின் பெருமிதம் கலந்த அன்பு அவளுக்கு ஆறுதலும், குதூகலமும் அளித்தன. குந்தவையின் நாகரிக நடை உடை பாவனைகளும் சாதுர்யப் பேச்சுக்களும் வானதியை அவள் இதுவரை அறியாத வேறொரு உலகத்துக்குக் கொண்டு போயின. அவளைப் போலவே பழையாறை அரண்மனைக்கு வந்திருந்த மற்ற அரசகுலப் பெண்களின் அசூயை அவளுக்கு வாழ்க்கையில் ஒரு புதிய ஆர்வத்தை உண்டாக்கியது. அவர்கள் அசூயைப்படும்படியாகத் தன்னிடம் ஏதோ மகிமை இருக்க வேண்டும் என்று அவளுடைய உள்மனம் உணர்த்தியது. அதே சமயத்தில் அவளுடைய இயற்கையாகப் பிறந்த இனிய சுபாவமும் பெருந்தன்மையும் எல்லோருடனும் நல்லபடியாக நடந்துகொள்ள அவளைத் தூண்டின. இத்தனைக்கும் நடுவில், வானதி தனக்குப் பிறக்கப்போகும் வீர மகனைப் பற்றி இன்பக் கனவு காண்பதை மட்டும் விட்டுவிடவில்லை.

இதற்கிடையிலேதான் அவள் பொன்னியின் செல்வரைப் பார்க்கும் படி நேர்ந்தது. அதன் பலனாக அவளுடைய மனக்கோட்டைகள் எல்லாம் பொலபொல என்று தகர்ந்து விழுந்தன. கணவனை அடைந்த பின்னர்தான் மகனைப் பெற முடியும் என்று அவள் அறிந்திருந்தாள். கணவன் யாராயிருந்தாலும், எப்படிப்பட்டவனாக இருந்தாலும் சரிதான் என்ற அலட்சியப்பான்மை அதற்கு முன்பு அவள் அடி உள்ளத்தில் இருந்தது. ஆனால், இந்தப் பொல்லாத மனத்தை என்ன செய்வது? இது சோழநாட்டு மக்களின் கண்ணுக்குக் கண்ணான இளவரசரிடமல்லவா போய்விட்டது! ஐம்பத்தாறு தேசத்து மன்னர்களும் 'என் பெண்ணை மணந்து கொள்!' என்று கெஞ்சிக் கூத்தாடக்கூடிய பெருமை வாய்ந்தவர் அல்லவா அவர்! அத்தகையவர் தன்னைத் திரும்பியும் பார்ப்பாரா? அவரை மணந்துகொள்ளும் பாக்கியத்தைப்பற்றி அவளால் கனவுகூடக் காணமுடியாதே? இளவரசரிடம் இந்தப் பேதை மனம் சென்றபிறகு, இன்னொருவரை மணந்து கொள்வதுதான் எப்படிச் சாத்தியம்! ஆகையால், தன் வயிற்றில் பிறக்கப்போகிற வீரகுமாரனைப் பற்றி இத்தனைக் காலமும் அவள் கட்டி வந்த மனக் கோட்டைகள் எல்லாம் சிதறிப் போகத்தானே வேண்டும்? இதையெல்லாம் நினைக்க நினைக்க, அவளுடைய உள்ளம் வெடித்துவிடும் போலிருந்தது. மறுபடியும் பழையபடி சோக வடிவானாள்.

அவளுடைய மனத்தை அறிந்துகொண்ட இளைய பிராட்டி அவளிடம் விசேஷ அன்பும் ஆதரவும் காட்டினாள். தன்னால் இயன்றவரையில்

வானதியை உற்சாகப்படுத்த முயன்றாள். பொன்னியின் செல்வரிடம் அவளுடைய உள்ளம் சென்றது அப்படியொன்றும் பிசகான விஷயமில்லையென்றும், நடக்கமுடியாத காரியமும் அல்லவென்றும் குறிப்பாக உணர்த்தி வந்தாள். குடந்தை ஜோதிடர் வானதிக்குப் பிறக்கப்போகும் மகனைப்பற்றிக் கூறியது, அவளுடைய உள்ளக் கனலுக்குத் தூபம் போட்டு வளர்த்தது; அவளுடைய மனோராஜ்யம் மேலும் விரிவடைந்துகொண்டே வந்தது. மனச்சோர்வும் குதூகலமும் மேலும் துரிதமாக மாறி மாறி ஏற்பட்டன. ஏக்கத்தினால் ஏற்பட்ட மனவேதனை பொறுக்க முடியாமலிருந்தது போல், மகிழ்ச்சி யினால் ஏற்பட்ட கிளர்ச்சியையும் அவளால் சகித்துக்கொள்ள முடியவில்லை. இரண்டும் மிதமிஞ்சிப் போனபோது மயக்கம் போட்டு விழுந்தாள்; இயற்கையருளிய இந்த மயக்கமருந்து சாதனத்தினால் அவள் தன் உயிரைக் காப்பாற்றிக்கொண்டு வந்தாள்.

தஞ்சைக்குச் சென்றிருந்தபோது வானதி பார்த்த பராந்தகச் சக்கர வர்த்தி நாடகமும், அன்றிரவு அவள் கேட்ட அபயக் குரலும், கண்ட பயங்கரக் காட்சியும் அவளுடைய மனக்குழப்பத்தை அதிகமாக்கின. கொடும் பாளூர் வம்சத்துக்கும், பழுவூர் சிற்றரசர் குலத்துக்கும் ஏற்பட்டிருந்த தீராத பகையின் அளவை அவள் அன்று நன்கு அறிந்து கொண்டாள். பழுவூர்க்காரர்கள் சோழ நாட்டில் அப்போது அடைந்திருந்த செல்வாக்கின் அளவையும் தெரிந்து கொண்டாள். இளவரசர் அருள் மொழிவர்மர் விஷயத்தில் தன் மனோரதம் ஈடேறப் பழுவேட்டரையர்கள் அநுமதிப்பார்களா? அவர்கள் அநுமதித்தாலும் அவர்கள் வீட்டுப் பெண்கள் சும்மாயிருப்பார்களா? பழுவூர் இளையராணி சம்மதிப் பாளா? அவளுடைய செல்வாக்கும் சக்தியும் உலகம் அறிந்தவை. நந்தினியை நினைக்கும்போதெல்லாம் அழகிய நாகம்பாம்பின் நினைவு வானதிக்கு வந்தது. இளையபிராட்டி யின் பேரில் அவளுடைய பகைமையைப்பற்றி அறிந்து கொண்டிருந்தாள். அது தன் பேரிலும் பாயும் அல்லவா? ஏன், பொன்னியின் செல்வரையே அந்த விஷநாகம் தீண்டினாலும் தீண்டக்கூடும்! நள்ளிரவில் நோயாகப் படுத்திருக்கும் சக்கரவர்த்தியின் முன்னால் நந்தினியையொத்த வடிவம் ஒன்று நின்றதே! அது உண்மையில் நந்தினிதானா? சக்கரவர்த்தி அப்படி யெல்லாம் பீதி நிறைந்த குரலில் ஓலமிட்ட காரணம் என்ன? இளைய பிராட்டி இதைப்பற்றியெல்லாம் ஏன் தன்னிடம் எதுவும் பேசுவதற்கு மறுக்கிறாள்! ஆமாம்! இளையபிராட்டியின் மனமும் மாறிப் போயிருக்கிறது. தன்னிடம் முன்பெல்லாம் போல் அவ்வளவு கலகலப் பாகப் பேசுவதில்லை. அடிக்கடி தன்னை விட்டு விட்டுத் தனிமையை நாடிப் போய்விடுகிறாள். அவரை ஏதோ பெருங்கவலை பீடித்திருக்கிறது. ஒருவேளை பொன்னியின் செல்வரைப் பற்றிய கவலைதானோ

என்னவோ? அதனாலேதான் தன்னிடம் அதைப்பற்றிச் சொல்வதற்கு மறுக்கிறார் போலும்!

இன்றைக்குக்கூடத் திடீரென்று இளையபிராட்டி காணாமல் போய் விட்டார். அவர் இல்லாத சமயங்களில் இந்தப் பெண்கள் என்ன பாடுபடுத்துகிறார்கள்? என்ன கொட்டம் அடிக்கிறார்கள்? கவலை யென்பதை அறியாதவர்கள். எது எப்படிப் போனாலும் அவர் களுடைய கும்மாளத்துக்குக் குறைவு ஒன்றும் கிடையாது. அவர்களுடைய கேலிப் பேச்சுக்களை வானதியினால் எப்போதுமே சகித்துக்கொள்ள முடிவதில்லை. அதுவும் இந்த இரண்டு மூன்று தினங்களாக ஒரே சோகக் கடலில் வானதி ஆழ்ந்திருந்தபடியால் அவர்களுடைய வீண் பேச்சுக்கள் அவளுடைய காதில் நாராசமாக விழுந்தன. இளையபிராட்டி எங்கேதான் போயிருப்பார் என்று தேடிக் கொண்டு புறப்பட்டாள். மூத்த மகாராணியின் அரண்மனையில் ஏதோ சபை கூடியிருக்கிறதென்றும், அங்கே போயிருக்கிறார் என்றும் தெரிந்து கொண்டாள். ஆகையால் அந்த அரண்மனைக்குச் சென்றாள். வானதி போவதற்குள், அங்கே சபை கலைந்து விட்டது. பெரிய மகாராணியும் அவருடைய செல்வப் புதல்வர் மதுராந்தகரும் அந்தரங்கமாகப் பேசிக் கொண்டிருக்கிறார்கள் என்று அறிந்தாள். எதனாலோ இந்தச் செய்தி வானதிக்கு மேலும் கவலை உண்டாக்கியது. அங்கிருந்து மறுபடியும் புறப்பட்டாள். அரண்மனை வாசலில் ஜனத்திரளின் பெரும் இரைச்சல் கேட்டது. விஷயம் இன்னதென்று தெரியவில்லை. இளைய பிராட்டியை உடனே பார்க்க வேண்டும் என்ற ஆர்வம் மிகுந்தது. அரண் மனையில் சேடிப் பெண்களை ஒவ்வொருத்தியாக விசாரித்தாள். சற்று முன்னால் ஆழ்வார்க்கடியான் என்னும் வீர வைஷ்ணவனு டன் இளைய பிராட்டி அந்தரங்கமாகப் பேசிக்கொண்டிருந்த தாகவும், பிறகு அரண்மனைத் தோட்டத்து ஓடையை நோக்கிச் சென்றதாகவும், ஒரு சேடி கூறினாள். இளைய பிராட்டி தனிமையை நாடிச் செல்லும் சமயங்களில் யாரும் வந்து தொந்தரவு செய்வதை இப்போதெல்லாம் அவர் விரும்பு வதில்லை. ஆகையால் ஓடைப் பக்கம் இளைய பிராட்டியைத் தேடிக்கொண்டு, போகலாமா வேண்டாமா என்று வானதி தயங்கினாள். அச்சமயம் வாரிணி என்னும் மங்கை ஓட்டமாக ஓடிவந்தாள்.

'பொன்னியின் செல்வர் கடலில் மூழ்கிவிட்டாராம்!' என்ற பயங்கரச் செய்தியைச் சொல்லிவிட்டு அலறி அழுதாள். மற்றப் பெண்களும் இதைக் கேட்டு 'ஓ'வென்று கதறத் தொடங்கினார்கள். வானதிக்கோ முதலில் எவ்வித உணர்ச்சியும் உண்டாக வில்லை. சும்மா நின்றவளை மற்றப் பெண்கள் உற்று நோக்கினார்கள்.

'அடிப்பாவி! உன்னுடைய துரதிஷ்டத்தினால்தான் இளவரசர் கடலில் மூழ்கினார்!' என்று அவ்வளவு கண்களும் அவளை நோக்கி இடித்துச் சொல்வதுபோல் காணப்பட்டன. வானதியினால் அதற்குமேல் பொறுக்க முடியவில்லை. அங்கு நிற்கவும் முடியவில்லை. அரண்மனைத் தோட்டத்து ஓடையை நோக்கி ஓடினாள். ஓடையை நோக்கி ஓடிக்கொண்டிருந்தபோது வானதியின் உள்ளமும் ஓடிக்கொண்டிருந்தது. 'இளவரசர் கடலில் மூழ்கிவிட்டார்' என்ற வார்த்தைகளின் பொருள் அவளுக்கு விளங்கியது. அதனால் ஏற்பட்ட அதிர்ச்சியை மீறிக் கொண்டு மற்றோர் எண்ணம் மேலேழுந்தது. சென்ற சில தினங்களாகத் தண்ணீரைப் பார்க்கும்போதெல்லாம் அதில் இளவரசரின் முகம் பிரதிபலித்துக் கொண்டிருந்தது. கரையில் நின்று பார்க்கும் போதெல்லாம் அவருடைய முகம் தத்ரூபமாகத் தண்ணீரில் தோன்றும். தொடுவதற்குப் போனால் மறைந்து விடும். அதன் காரணம் என்னவென்பது வானதிக்குப் புலனாயிற்று. இளவரசர் கடலில் மூழ்கியபோது என்னை நினைத்துக் கொண்டிருக்கிறார்; என்னை அழைத்துமிருக்கிறார். அதை அறியாமல் பாவி நான் கரையிலேயே நின்று வேடிக்கை பார்த்துக் கொண்டிருந்தேன்! ஆஹா! என்ன தவறு செய்து விட்டேன்! போனதை நினைப்பதில் இனிப் பயனில்லை. இனிச் செய்யவேண்டியது என்ன? பேதைப் பெண்ணே! இனிச் செய்ய வேண்டியதைப் பற்றி யோசிக்கவும் வேண்டுமா! யோசிப்பதற்கு என்ன இருக்கிறது? அரண்மனைத் தோட்டத்தை அடுத்துள்ள ஓடை அரசலாற்றில் கலக்கிறது. அரசலாறு கடலில் போய்ச் சங்கமமாகிறது. கடலின் அடியில் காத்திருக்கிறார் இளவரசர். எனக்காகத்தான் காத்துக் கொண்டிருக்கிறார். கடலின் அடியில் முத்துக்களாலும், பவளங்களாலும் ஆன அற்புத மாளிகையில் எனக்காகக் காத்துக் கொண்டிருக்கிறார். அவரைச் சந்திக்கப் போகாமல் இந்த உலகத்தில் எனக்கு வேறென்ன வேலை?... யாருக்காக இங்கே நான் இருக்க வேண்டும்?...

இவ்வாறு வானதி தீர்மானம் செய்ததும் வானதியின் உள்ளத்தில் ஒருவித அமைதியே உண்டாகிவிட்டது; அவளது பரப்பரப்பு அடங்கி விட்டது; துயரம் நீங்கிவிட்டது; கவலை தீர்ந்துவிட்டது. நேரே ஓடைக் கரைக்குச் சென்றாள். பளிங்குக் கல்லினாலான படிக்கட்டுகளில் இறங்கி நின்றாள்; சுற்று முற்றும் பார்த்தாள். அதோ தூரத்தில் படகு ஒன்று வருவது தெரிந்தது. அதில் இருப்பவர் இளையபிராட்டிதான். அவருடன் இருக்கும் ஆடவன் யார்? குடந்தை சோதிடர் வீட்டில் முதலில் சந்தித்து, இலங்கைக்கு ஓலை எடுத்துச் சென்ற வாலிபன் போலத் தோன்றுகிறது. இளவரசரைப் பற்றிய செய்தியைக் கொண்டு வந்தவன் அவன்தான் போலும்! அதனாலேதான் அவனை இளைய பிராட்டி தனியாக அழைத்துப் போயிருக்கிறார்; விவரங்களைக் கேட்டு, அறிந்திருக்கிறார். எனக்குத் தெரிந்தால் கஷ்டப்படுவேன்

என்று என்னை விட்டுவிட்டுப் போய் இருக்கிறார். அவர் வந்து விட்டால் என் இஷ்டப்படி செய்ய முடியாது. ஏதாவது சமாதானம் சொல்லப்பார்ப்பார்; ஆறுதல் கூறப்பார்ப்பார், நான் இளவரசரைப் போய்ச்சேர்வதைக் கட்டாயம் தடுத்துவிடுவார். ஆனாலும், அவரிடம் சொல்லாமல், கடைசியாக ஒரு தடவை விடை பெற்றுக்கொள்ளாமல் போவது நியாயமா? தாய் தந்தையற்ற இந்த அனாதைப் பெண்ணிடம் இத்தனை அன்பாக இருந்தாரே! அவருக்கு ஒரு நன்றி வார்த்தையாவது சொல்ல வேண்டாமா?... முடியாது! இனி ஒரு கணமும் காத்திருக்க முடியாது! இதோ தண்ணீரில் அவர் முகம் தெரிகிறது. இதோ அவருடைய முழு உருவமும் பொலிகிறது. என்னை அவர் அழைக்கிறார்; புன்னகை செய்து கூப்பிடுகிறார். 'உன்னை நான் மணம் புரிந்துகொள் வதற்கு எல்லாத் தடைகளும் நீங்கி விட்டன, வா!' என்று அழைக்கிறார். இன்னும் ஏன் தாமதம்?.. ஆகா! தலை ஏன் இப்படிச் சுற்றுகிறது? பாழும் மயக்கம் வருகிறதா, என்ன? மயக்கம் வந்தால் பாதகமில்லை. கரையில் விழாமல் இந்த ஓடைத் தண்ணீரில் விழுந்தால் போதும்!...

வானதியின் மனோரதம் நிறைவேறியது. அவள் தண்ணீரிலே தான் விழுந்தாள். கொதித்துக் கொண்டிருந்த உடம்பு இனிதாகக் குளிர்ந்தது, இதயம் குளிர்ந்தது. கீழே கீழே கீழே போய்க் கொண்டிருந்தாள். எத்தனை காலம் போனாள் என்று சொல்ல முடியாது. சில வினாடி நேரமாகவும் இருக்கலாம்; நீண்ட பல யுகங்களாகவும் இருக்கலாம்.

ஆம், கடலின் அடியிலுள்ள அற்புத லோகத்துக்கு அவள் வந்து விட்டாள். நாகலோகம் என்பது இதுதான் போலும்! ஆகா எத்தகைய அழகிய மாளிகைகள்! எத்தனை அடுக்கு மெத்தைகள்! முடிவில்லாமல், சிகரம் எங்கே இருக்கிறதென்று தெரியாமல் அல்லவா, இம்மாளிகைகள் உயர்ந்து விளங்குகின்றன! இங்கு உள்ள வெளிச்சம் எதனால் இவ்வளவு குளிர்ந்து மனோரம்மி யமாக இருக்கிறது? தண்ணீருக்குள் புகுந்து வருவதால் ஒளிக் கிரணங்களும் குளிர்ந்திருக்கின்றன போலும்! ஒளி எங்கிருந்து வருகிறது? மாளிகைச் சுவர்களிலிருந்தே வருகிறது போலிருக்கிறது! ஆம். அதில் வியப்பில்லைதான்! தங்கத்தினாலும், முத்து களாலும், வைர வைடூரியங்களாலும், நாக சர்ப்பங்களின் சிரோரத்தினங்களாலும் ஆன விசித்திர மாட மாளிகைகள் குளிர்ந்த வெளிச்சத்தைப் பரப்புவது இயல்புதானே?

அதோ கூட்டமாக வருகிறவர்கள் யார்? அவர்களுடைய தேகங்கள் எப்படிக் காந்தி மயமாயிருக்கின்றன? முகங்களிலே தான் என்ன தேஜஸ்? இவர்களெல்லாம் தேவலோகத்து ஸ்திரீ புருஷர்களைப் போல் அல்லவா தோற்றமளிக்கிறார்கள்? நாம் வந்திருப்பது ஒரு வேளை நாகலோகமில்லையோ? தேவலோகத் துக்கு வந்துவிட்டோமோ!...

பிறகு, கனவுக்குள் ஒரு கனவைப்போல சில நிகழ்ச்சிகள் அதிவேகமாக நடந்தேறின. சிங்கார அலங்காரங்கள் செய்யப்பட்டிருந்த மணி மண்டபம் ஒன்றுக்கு வானதியை அவர்கள் அழைத்துச் சென்றார்கள். மண்டபத்தின் மத்தியில் பொன்னியின் செல்வர் தமது பொன் முகத்தில் புன்னகை பொலிய நின்று வானதியை வரவேற்றார். தேவ துந்துபிகள் முழங்க, மணிகளும் மலர்களும் பொழிய, மங்கள கோஷங்கள் ஒலிக்க, இளவரசரும் வானதியும் மாலை மாற்றித் திருமணம் புரிந்து கொண்டார்கள். அந்த ஆனந்தத்தின் மிகுதியைத் தாங்க முடியாமல் வானதி மூர்ச்சையாகி விழுந்தாள். வெகுநேரம் நினைவின்றிக் கிடந்த பிறகு இருகரங்கள் அவளைத் தூக்கி எடுத்தன. அக்கரங்கள் பொன்னியின் செல்வருடைய திருக்கரங்கள் என்று முதலில் வானதி கருதினாள். அவர்தான் தன்னைத் தூக்கியெடுத்து, வாரி அணைத்து மடியில் போட்டுக் கொண்டு மூர்ச்சைத் தெளிவிக்கிறார் என்று எண்ணினாள். ஆனால், கைகளிலே வளையல் தட்டுப்பட்டதும் சிறிது ஐயம் உதித்தது. 'வானதி! வானதி! இப்படிச் செய்து விட்டாயே!' என்ற குரலும் பெண்குரலாக ஒலித்தது. மிக மிகப் பிரயத்தனம் செய்து வானதி சிறிதளவு கண்ணிமைகளைத் திறந்து பார்த்தாள். குந்தவையின் முகம் அவள் கண்ணில் பட்டது. 'அக்கா! அக்கா! என் கலியாணத்துக்கு நீங்கள் வந்திருந்தீர்களா? தங்களைக் காணவில்லையே?' என்று வானதியின் வாய் முணுமுணுத்தது.

நினைவு வந்தது!

வானதி மீண்டும் ஒருமுறை நினைவற்ற நிலையை அடைந்தாள். அவளுடைய கண்களும் மூடிக் கொண்டன. கொஞ்சம் கொஞ்சமாகச் சுய நினைவு வரத் தொடங்கியது. நாகலோகத்திலோ, தேவ லோகத்திலோ, தான் இளவரசரை மணந்தது வெறும் பிரமை என்பதை உணர்ந்தாள். இளவரசரைப் பற்றிய துயரமான செய்தி கேட்டதையும், அதன்பேரில் தான் ஓடைக் கரையில் வந்து நின்றதையும், தலை சுற்றி நீரில் விழுந்ததையும் நினைவுபடுத்திக் கொண்டாள். இந்த நினைவுகள் அவளுக்கு எல்லையற்ற ஏமாற்றத்தை அளித்தன; நெஞ்சில் சுருக்கென்று ஈட்டி பாய்வது போன்ற வலியையும் அளித்தன. கண்களைத் திறக்க முயன்றாள், ஆனால் முடியவில்லை. தன்னைத் தண்ணீரிலிருந்து தூக்கிக் கரை சேர்த்தது யாராயிருக்கும்? இளைய பிராட்டியாகத்தான் இருக்க வேண்டும். சற்றுத் தூரத்தில் படகில் வந்து கொண்டிருந்த குந்தவை தேவியாகத்தான் இருக்க வேண்டும். தன்னை எதற்காக அவர் காப்பாற்றி இருக்க வேண்டும்? ஒரேயடியாக முழுகித் தொலைந்து போகும்படி விட்டிருக்கக் கூடாதா? கண்களைத் திறந்து பேசுவதற்கு முடிந்தவுடனே, 'ஏன் என்னைக் காப்பாற்றினீர்கள்?' என்று இளைய பிராட்டியுடன் சண்டை பிடிக்க வேண்டும்! தம்முடைய அருமைத் தம்பியிடம் அவருடைய அன்பு இவ்வளவுதானா?...

இதோ இளையபிராட்டி பேசுகிறார். என்ன சொல்கிறார்? யாரிடம் சொல்கிறார்? கேட்கலாம்.

'மயக்கத்தில் ஏதேதோ பிதற்றுகிறாள்! இந்த மட்டும் உயிர் பிழைத்ததே பெரிய காரியம்! நம்முடைய படகு மட்டும் இன்னும் சற்றுத் தூரத்தில் இருந்திருந்தால்? இவள் ஓடையில் விழுந்தது நம் கண்ணில் படாமற் போயிருந்தால்? அதை நினைத்தாலே எனக்குக் கதி கலங்குகிறது!'

'நாம் பாராமல் விட்டிருந்தால், ஒரு விதத்தில் நல்லதாகப் போயிருக்கும் இந்தப் பெண்ணின் வாழ்க்கை இனிதாக முடிந்திருக்கும். தங்களால் உயிர் பிழைத்த கொடும்பாளூர் இளவரசி வாழ்க்கையில் எவ்வளவோ மனவேதனைப்பட வேண்டியிருக்கும்...'

ஆகா! இது யார்? நம்மிடம் இவ்வளவு அநுதாபத்துடன் பேசுகிறது? ஆம், அந்த வாலிபர்தான்; குடந்தை ஜோதிடர் வீட்டிலும் அரசலாற்றங்கரையிலும் பார்த்த அந்த வீர வாலிபர் தான்! இளவரசர் கடலில் முழுகிய செய்தியையும் அவரே கொண்டு வந்திருக்க வேண்டும். இன்னும் இவர்கள் என்ன பேசிக்கொள்ளப் போகிறார்கள்? கேட்கலாம், கண்ணைத் திறக்க முடியாவிட்டாலும் காது நன்றாகக் கேட்கிறதல்லவா!'

'இது என்ன, இவ்வளவு நெஞ்சிரக்கம் இல்லாமல் பேசுகிறீர்? ஆண்பிள்ளைகளின் மனதே கல் மனதாகத்தான் இருக்குமோ?' என்றது இளையபிராட்டியின் குரல்.

'அப்படிக் கல் நெஞ்சன் என்று தீர்ப்புக் கூறும்படியாக இப்போது நான் என்ன சொல்லி விட்டேன்?'

'இந்தப் பெண் இறந்திருந்தால் நல்லது என்று சொன்னீரே, அது போதாதா? எவ்வளவு சிரமம் எடுத்து இவளை நான் வளர்த்து வருகிறேன் தெரியுமா?...'

'இவள் பிதற்றிய வார்த்தைகளைத் தாங்கள் கேட்டீர்களா?'

'உம்முடைய செவிகளில் என்ன விழுந்தது?'

'இளவரசரை மணந்து கொள்வதுபற்றி ஏதோ சொன்னதாகக் காதில் விழுந்தது...'

'ஆம், நினைவு தெரியாத மயக்கத்திலேகூட அவளுடைய வாய் அப்படி முணுமுணுத்தது. இளவரசர் மீது ஆசை அவள் உள்ளத்தில் அப்படி வேரூன்றியிருக்கிறது.'

'அந்த ஆசை இந்தப் பெண்ணுக்கு நல்லதல்ல! அதனால் துன்பமும், ஏமாற்றமுந்தான் ஏற்படும்.'

'ஏன் அவ்வாறு சொல்கிறீர்? இவளைக் காட்டிலும் இளவரசருக்கு ஏற்ற உயர்குலப் பெண் வேறு யார்? புராதனமான கொடும்பாளூர் வீரவம் சத்தைப் பற்றி உமக்குத் தெரியாதா?'

'நன்றாகத் தெரியும். நான் நினைப்பது ஒன்று; தாங்கள் சொல்வது இன்னொன்று. இந்தப் பெண் எவ்வளவு உயர்குலமாயிருந்தால் என்ன? இவள் மனத்திலுள்ள சபலம் நிறைவேறப் போவதில்லை...'

‘கட்டாயம் நிறைவேறியே தீரும். அது இவள் மனத்தில் உள்ள சபலம் அன்று. என்னுடைய மனோரதம்; நான் செய்து இருக்கும் தீர்மானம்.’

‘தங்கள் தீர்மானமாயினும், இந்த விஷயத்தில் நிறைவேறாது.’

‘ஏன் மீண்டும் அவ்விதம் சொல்கிறீர்? இளவரசர் நாகைப் பட்டினம் சூடாமணி விஹாரத்தில் பத்திரமாயிருக்கிறார் என்று சற்றுமுன் நீர் கூறியது உண்மைதானே?’

‘ஆகா! இது என்ன இன்பமான செய்தி? இளவரசர் பத்திரமாயிருக் கிறாரா? நாகைப்பட்டினம் சூடாமணி விஹாரத்தில் இருக்கிறாரா? இந்தச் செய்தியைக் கேட்க இந்தச் செவிகள் கொடுத்து வைத்திருந் தனவே? ஓடை நீரில் முழுகிச் சாகாமல் நான் உயிர் பிழைத்தது எவ்வளவு நல்லதாகப் போயிற்று! இளையபிராட்டிக்கு எத்தனையோ விதத்தில் நான் நன்றிக்கடன் பட்டிருக்கிறேன். இதுவும் ஒன்று இப்போது சேர்ந்தது. ஆனால் ஐயோ! இது என்ன மேலே இவர் சொல்லும் செய்தி? செவியில் ஈயத்தைக் காய்ச்சி ஊற்றுவது போலிருக்கிறதே!’

‘அம்மணி! இளவரசர் பத்திரமாயிருக்கிறார் என்பது உண்மைதான். அதனால் இவளுடைய ஆசை நிறைவேறும் என்பது என்ன நிச்சயம்? இளவரசர் இந்தப் பெண்ணை மணந்து கொள்ளமாட்டார் என்று நான் நினைக்கிறேன்...’

‘நீர் எதை வேணுமானாலும் நினைக்கலாம். இந்த உலகில் நான் இட்ட கோட்டைத் தாண்டாமல், என் பேச்சைத் தட்டாமல் நிறைவேற்றக் கூடிய ஓர் ஆண்மகன் இருக்கிறான். அவன்தான் என் தம்பி அருள் மொழிவர்மன்!’

‘இளவரசி! அத்தகையவன் நானும் ஒருவன் இருக்கிறேன்...’

‘பின்னர் என்ன எனக்குக் குறைவு? என்னுடைய எண்ணம் நிறை வேறுவதற்கு என்ன தடை? பழுவேட்டரையர்கள் இதற்குக்கூடக் குறுக்கே வருவார்களா, என்ன...?’

‘அது எனக்குத் தெரியாது. தங்களிடம் இளவரசருக்கு எல்லையற்ற அன்பு உண்டு என்பதை நான் அறிந்திருக்கிறேன். வேறு எந்தக் காரியத்திலும் தங்கள் வார்த்தையைக் கேட்பார். அவருக்கு இராஜ்யம் ஆளுவதில் சிறிதும் இஷ்டமில்லை. என் கண் முன்னால் இலங்கை மணி மகுடத்தை வேண்டாம் என்று மறுத்தார். ஆயினும் தாங்கள் வற்புறுத்தினால் இராஜ்யம் ஆளுவதற்குக்கூடச் சம்மதிப்பார். ஆனால் இந்தப் பெண்ணை மணப்பதற்கு...’

‘சம்மதிக்க மாட்டான் என்றா சொல்கிறீர்? அவ்விதம் என் அருமை தோழியை நிராகரிப்பதற்கு அவன் இவளிடம் என்ன குறையைக் கண்டான்? நீர்தான் என்ன கண்டீர்?’

‘அம்மணி! நான் இந்தப் பெண்ணிடம் ஒரு குறையும் காணவில்லை; கண்டாலும் நம்ப மாட்டேன். இளைய பிராட்டி அரண்மனையில் பணி செய்யும் எல்லாரிலும் கீழான சேடிப் பெண்ணும் எனக்குத் தேவ கன்னிகைதான். இளைய பிராட்டியின் தோட்டத்தில் வாழும் முயற்குட்டி என் கண்களுக்குத் தேவேந்திரனுடைய ஐராவதத்துக்கும் மேலானதாகத் தோன்றும். இளவரசரும் இந்தப் பெண்ணிடம் குறை ஒன்றையும் காணவில்லை. ஆனால் அவருடைய மனது வேறொரு பெண்ணிடம் சென்றிருக்கலாம் அல்லவா?...’

‘ஐயோ! எவ்வளவு கொடுமையான வார்த்தைகள்! இந்த வாலிபர் எதற்காக இவ்விதம் நம்முடைய புண்பட்ட உள்ளத்தில் வேலை எடுத்துக் குத்துகிறார்?’

‘வாணர் குலத்து வீரரே! தாங்கள் கூறுவது எனக்கு விளங்க வில்லை. என் தம்பியைப் பற்றி ஏன் இப்பேர்ப்பட்ட அவதூறு கூறுகிறீர்?’

‘அவதூறு ஒன்றுமில்லை, அம்மணி! உண்மையைத்தான் கூறுகிறேன். கண்ணால் கண்டு, காதினால் கேட்டதைச் சொல்கிறேன்.’

‘மேலே சொல்லுங்கள்! எவ்வளவு கஷ்டமான விஷயத்தைக் கேட்கவும் இப்பொழுது நான் சித்தமாயிருக்கிறேன்.’

‘ஓடக்காரப் பெண் பூங்குழலி என்பவளைப்பற்றிச் சொன்னேன் அல்லவா? இலங்கைக்கு என்னைக் கொண்டுபோய்ச் சேர்த்தவளும் அவள்தான். இளவரசரையும் என்னையும் கடலிலிருந்து காப்பாற்றியவளும் அவள்தான். சூடாமணி விஹாரத்துக்கு இளவரசரைப் படகில் ஏற்றிக்கொண்டு போயிருப்பவளும் அவள்தான். சேந்தன் அமுதனை மட்டும் நம்பி இளவரசரை நான் ஒப்புவித்து வந்திருக்க மாட்டேன். பூங்குழலியை நம்பித்தான் ஒப்புவித்திருக்கிறேன். அந்தப் பெண்ணுக்கு ஆயிரம் உயிர் இருந்தால் அவ்வளவையும் இளவரசருக்கு அர்ப்பணம் செய்வாள்...’

‘அதனால் என்ன? ஓடக்காரப் பெண் ஓடக்காரிதானே? உலகமாளப் பிறந்தவனை மணப்பது பற்றி அவள் கனவு காணமுடியுமா? தரையில் தத்திக் குதிக்கும் சிட்டுக் குருவி வானத்தில் உயரப் பறந்து, வட்டமிடும் கருடனைப் பார்க்க முடியுமா?’

‘ஏன் முடியாது? சிட்டுக் குருவியும் கருடனை அண்ணாந்து பார்க்கலாம்; கருடனும் சிட்டுக்குருவியைக் குனிந்து பார்த்து ஆசைப்படலாம்.’

‘என் தம்பியின் மனத்தில் அப்படி ஏதேனும் எண்ணம் உதித்திருந்தால், அதைப் போக்குவதற்கு நான் ஆயிற்று. கூடவே கூடாது! எத்தனையோ அபாயங்களிலிருந்து அருள்மொழி வர்மனை நான் தப்புவித்திருக் கிறேன். இந்த ஓடக்காரியின் மோக வலையிலிருந்தும் நான் தப்புவிப்பேன்...’

‘ஓடக்காரியென்றால் அவ்வளவு தள்ளுபடியா? குலமும் கோத்திரமும் அவ்வளவு முக்கியமா? ஓடக்காரியின் உடம்பில் ஓடுவதும் சிவப்பு இரத்தந்தானே? அவளுடைய நெஞ்சும் அரண்மனையில் பிறந்த இளவரசிகளின் நெஞ்சைப்போல் துடிப்பதில்லையா? பார்க்கப் போனால் இளவரசிகளின் அன்பில் இராஜ்ய ஆசை முதலியவை கலந்திருக்கலாம். ஆனால், அந்த ஓடக்காரப் பெண்ணின் அன்பு மாசற்றது; புனிதமானது. இளவரசரும் அவ்வாறுதான் நம்புகிறார். மற்றவர்கள் ஏன் குறுக்கே வந்து தடை செய்யவேண்டும்? இப்போது வந்து, ஹூம்- என் விஷயத்தையே எடுத்துக் கொள்ளுங்கள். என்னுடைய நெஞ்சைப் பிளந்து அதனுள் இருப்பதைத் தங்களுக்கு நான் வெளியிட்டுக் காட்டமுடியுமானால்...’

‘வேண்டாம், வேண்டாம். உம்முடைய நெஞ்சில் இருப்பது அப்படியே பத்திரமாயிருக்கட்டும். அதுதான் நல்லது. அன்பு, ஆசை, காதல் என்பவையெல்லாம் உலகில் பிறந்த மற்றவர் களுக்குச் சரிதான். ஆனால் இராஜ்யம் ஆளப்பிறந்தவர்களின் விஷயம் வேறு. அவர்கள் இராஜ குலத்திலேயே கலியாணம் செய்துகொள்ள வேண்டும். மனத்தைச் சிதறவிடக்கூடாது. தவறினால் அதன்மூலம் பல தொல்லைகள் ஏற்படும். எங்கள் குடும்பத்திலேயே அதற்குத் தகுந்த உதாரணம் இருக்கிறது. என் தந்தையின் இளம்பிராயத்தில் - இராஜ்யம் அவருக்கு வரும் என்ற உத்தேசமே இல்லாதபோது- இப்படித்தான் காட்டில் வளர்ந்த ஒரு பெண்ணை...! ஆனால் இதையெல்லாம் இப்போது உமக்கு நான் எதற்காகச் சொல்ல வேண்டும்? இந்தப் பெண்ணுக்கும் மூர்ச்சை தெளிந்து சுயநினைவு வந்து கொண்டிருக்கிறது கண்ணிமைகள் அசைகின்றன. வேறு ஏதேனும் சொல்வதற்கு இல்லையா? ஈழநாட்டில் இன்னும் பல அபாயங்களுக்கு நீங்கள் உள்ளானதாகச் சொன்னீர் அல்லவா! அதைச் சொல்லுங்கள்’

‘ஆம்! இளவரசி! இலங்கைச் சிம்மாசனத்தையும் மணி மகுடத்தையும் இளவரசர் மறுத்துவிட்டு வந்த அன்று நாங்கள் அநுராதபுரத்தின் வீதிகளில் வந்து கொண்டிருந்தபோது, திடீரென்று ஒரு கட்டிடத்தின் முன்பகுதி இடிந்து விழுந்தது. ஒரு கணநேரம் நாங்கள் அங்கே தாமதித்திருந்தால் எங்கள் தலையில் விழுந்திருக்கும். உயிரோடு

சமாதி ஆகியிருப்போம். அச்சமயத் தில் ஒரு பெண்மணி திடீரென்று அங்கே தோன்றினாள். சமிக்ஞை செய்து இளவரசரை அழைத்தாள்...'

'கடவுளே! அங்கேயும் ஒரு பெண்தானா உங்களைக் காப்பாற்று வதற்கு ? அந்தப் பெண் யார் ?'

'அவள் யாரோ எனக்குத் தெரியாது. ஆனால் இளவரசருக்கு முன்னால் பழக்கமுள்ளவளாகத் தோன்றியது... வீண் சந்தேகத்துக்கு ஆளாக வேண்டாம். அம்மணி! அந்த அம்மாள் பிராயம் முதிர்ந்தவள்...'

'எவ்வளவு பிராயம் இருக்கும்?'

'இளவரசரின் அன்னையாக இருக்கக் கூடியவள். அதோடு காது செவிடு, வாயும் ஊமை!'

'என்ன? என்ன? இன்னொருதரம் சொல்லுங்கள்!'

'பிறவிச் செவிடும் ஊமையுமான ஒரு மூதாட்டி... அவள் பிராயம் நாற்பத்தைந்துக்கு மேல் இருக்கும்...'

'ஐயா! அப்படி ஒரு மூதாட்டியை ஈழநாட்டில் பார்த்தீரா? அவளைப் பற்றி மேலும் சொல்லுங்கள். அவளுடைய பிறப்பு வளர்ப்பைப் பற்றி ஒன்றும் தெரியாதா? அவள் எங்கே பிறந்தவள்'.

'ஈழநாட்டை அடுத்துக் கடலில் ஒரு தீவில் பிறந்தவள்....'

இளவரசி குந்தவை தேவி அளவில்லாத பரபரப்பை அடைந்து 'ஐயா! இன்னும் சொல்லுங்கள்! பார்ப்பதற்கு அவள் எப்படியிருக்கிறாள்?' என்றாள்.

'அம்மணி! அவளுடைய தோற்றத்தில் ஓர் அதிசயத்தைக் கண்டேன். அதைச் சொல்வதற்கே எனக்குத் தயக்கமாயிருக் கிறது.'

'தயக்கம் வேண்டாம்! சீக்கிரம் சொல்லுங்கள்.'

'சோழ நாட்டில் நான் பார்த்த ஒரு பெண்ணைப் போலவே அவள் இருந்தாள்; வயது மட்டுந்தான் அதிகம். ஆடை ஆபரணங்கள் பூணாமல் தலைவிரிகோலமாயிருந்தாள். மற்றபடி அதே முகம்! அதே தோற்றம். உண்மையில் நான் ஒரு நிமிஷம் ஏமாந்து போய்விட்டேன்.'

'ஐயா, அப்படிப்பட்ட பெண் - இங்கே உள்ளவள் யார்?'

'இளவரசி! தங்களால் ஊகித்துத் தெரிந்து கொள்ள முடிய வில்லையா?'

'நானா? இந்தப் பெண் வானதியா? தஞ்சை அரண்மனையில் உள்ள என்னுடைய அன்னையரா?'

'நீங்கள் குறிப்பிட்ட யாரும் இல்லை.'

'பழுவூர் இளையராணி நந்தினியா?'

'ஆம், நந்தினிதான்!'

'கடவுளே! அப்படியானால், நான் சந்தேகித்தது உண்மைதான்.'

'என்ன சந்தேகித்தீர்கள்?'

'விஷ நாகத்தைவிடக் கொடியவள் என்று எண்ணி நான் வெறுத்தவள் உண்மையில் என் தமக்கையாக இருக்கலாமோ என்று சந்தேகித்தேன். அது நிஜமென்று தாங்கள் சொல்வதி லிருந்து தெரிந்தது. விதியின் கொடுமையே கொடுமை. இதிலிருந்து குலம், கோத்திரம் தெரியாத ஒரு பெண்ணை அரச குலத்தைச் சேர்ந்தவர் மணப்பது எவ்வளவு பிசகு என்று தெரிகிறது.'

'அம்மணி! நான் அவ்விதம் குலம் கோத்திரம் தெரியாதவன் அல்ல. எங்கள் மூதாதையர் முந்நூறு வருஷங்களாகச் செந்தமிழ் நாட்டை ஆண்டு வந்தார்கள். சேர, சோழ, பாண்டியர்களைச் சிறையில் அடைத்தார்கள். இன்றைக்கு எனக்கு இராஜ்ய மில்லாத போதிலும் என் கையில் வாள் இருக்கிறது; என் தோளில் வலிமை இருக்கிறது; என் நெஞ்சில் தைரியமிருக்கிறது...'

'ஐயா! தங்கள் பெருமைகளைக் கொஞ்சம் பின்னால் கேட்டுக் கொள் கிறேன். உடனே செய்வதற்குப் பல காரியங்கள் இருக்கின்றன. உம்முடைய உதவி இன்னமும் எனக்குத் தேவை. அளிப்பீர் அல்லவா?'

'எனக்கு ஆயிரம் உயிர் இருந்தால் அவ்வளவையும் தங்களுக்குக் கொடுக்கச் சித்தமாயிருப்பேன்.'

'ஓடக்காரப் பெண் பூங்குழலிக்கு நீர் உடன் பிறந்தவர் போலிருக்கிறது. நல்லது; அந்தப் பேச்சு இப்போது வேண்டாம். இதோ, இந்தப் பெண் கண்ணைத் திறக்கப்போகிறாள்...'

ஆம்; இதற்குள் வானதிக்குப் பூரண நினைவு வந்துவிட்டது. உடம்பிலும் சக்தி பிறந்துவிட்டது. மனத்தில் பலப்பல யோசனைகள் உதித்தன. இளவரசரிடம் அந்த ஓடக்காரப் பெண்ணின் அன்பைவிடத் தன்னுடைய அன்பு அதிகமானது என்பதை நிரூபிக்கும் வரையில், தான் உயிரோடிருக்க வேண்டும் என்று தீர்மானித்தாள். அத்துடன் தஞ்சை அரண்மனையில் சக்கரவர்த்தி படுத்திருந்த அறையில் அன்றொரு நாள் இரவு, தான் கண்ட காட்சியும், கேட்ட புலம்பலும் நினைவுக்கு வந்தன! அவற்றின் பொருளும் ஒருவாறு விளங்கத் தொடங்கி விட்டது.

வானதி கண் விழித்ததும் இளையபிராட்டி, 'என் கண்ணே! உனக்கு இப்போது எப்படியிருக்கிறது?' என்று அன்போடு கேட்டாள்.

'எனக்கு ஒன்றுமில்லை. அக்கா! தங்களுக்குத் தொந்தரவு கொடுத்து விட்டேனே என்பதை நினைத்தால்தான் சங்கடமாயிருக்கிறது' என்றாள்.

அச்சமயத்தில் ஆழ்வார்க்கடியான் பிரவேசித்து, 'நானும் தொந்தரவு கொடுக்கத்தான் வந்திருக்கிறேன். தேவி! அரண்மனை வாசலில் ஒரே ஜனக்கூட்டமும் குழப்பமாயிருக் கிறது! இளவரசர் கடலில் முழுகிவிட்டது பற்றி ஜனங்கள் ஒரே ஆத்திரமாயிருக்கிறார்கள். தாங்கள் உடனே வந்து சமாதானம் சொல்லாவிட்டால் விபரீதம் நேரலாம்' என்றான்.

முதன் மந்திரி வந்தார்!

பழையாறை நகரின் வீதிகள் அன்றுவரை என்றும் கண்டிராதபடி அல்லோலகல்லோலமாயிருந்தன. அத்தென்னகரில் இராஜ மாளிகைகள் இருந்த பகுதியை நோக்கி ஜனங்கள் திரள் திரளாகப் போய்க்கொண்டிருந்தார்கள். ஆண்களும், பெண்களும், வயோதிகர்களும், வாலிபர்களும், சிறுவர்களும் கூட்டம் கூட்டமாகச் சென்றார்கள். சைவர்களும், வைஷ்ணவர்களும், பௌத்தர் களும், சமணர்களும் அக்கூட்டத்தில் கலந்திருந்தார்கள். கடும் விரதங்கள் கொண்ட காலாமுகர்கள் சிலரும் அக்கூட்டத்தில் ஆங்காங்கு காணப் பட்டார்கள். மக்களில் அநேகர் அழுது புலம்பிக்கொண்டு சென்றார்கள். பலர் பழுவேட்டரையர்களை வாயாரச் சபித்துக்கொண்டு சென்றார்கள்.

வாலிபர்கள் சிலர் ஆங்காங்கே கையில் கழிகளுடன் காணப் பட்டார்கள். அவர்கள் அவ்வப்போது ஒருவருடைய கழியை இன்னொருவர் தட்டி ஓசைப்படுத்திக்கொண்டு சென்றார்கள். கழி அடிபடும் ஓசை கேட்டதும், 'பழுவேட்டரையர்களின் தலையில் அப்படிப் போடு!' என்று சிலர் மெதுவாகச் சொன்னார்கள்; சிலர் அவ்வாறு சத்தம் போட்டும் கத்தினார்கள். சத்தம் போட்டுக் கத்தியவர்களில் காலாமுகர்கள் முக்கியமா யிருந்தார்கள்.

பழையாறையிலிருந்த முக்கியமான இராஜ மாளிகைகளின் முன் முகப்புகள் பிறைச்சந்திரன் வடிவமாக அமைந்திருந்தன. எல்லா மாளிகைகளுக்கும் சேர்ந்து முன் பக்கத்தில் விசாலமான நிலாமுற்றம் இருந்தது. விசேஷமான சந்தர்ப்பங்களில் பதினாயிரக் கணக்கான மக்கள் கூடி நிற்கும்படியாக அந்த நிலா முற்றம் விசாலமாக இருந்தது. முற்றத்தைச் சூழ்ந்து வெளிப்புறத்தில் உயரமான மதில் சுவர் இருந்தது. அந்த மதில் சுவருக்கு மூன்று வாசல்கள் இருந்தன. ஒவ்வொரு வாசலிலும் சில அரண்மனைச் சேவகர்கள் காவல் புரிந்தார்கள்.

திரள் திரளாக வந்துகொண்டிருந்த கூட்டம் நிலாமுற்றத்தின் மூன்று வாசல்களின் அருகிலும் வந்து சேரத் தொடங்கியது. வினாடிக்கு வினாடி கூட்டம் அதிகமாகிக் கொண்டிருந்தது. செய்தி கொண்டு வந்திருந்த இருவரையும் அவர்களை அழைத்து வந்த ஊர் சேவகர் களையும் மட்டும் அரண்மனைக் காவலர்கள் உள்ளே விட்டார்கள். மற்றவர்களைத் தடுத்து நிறுத்தினார்கள். ஆனால் வெகுநேரம் தடுத்து நிறுத்த முடியவில்லை. கூட்டத்தில் எங்கிருந்து கிளம்புகின்றன என்று தெரியாதபடி, சில குரல்கள் 'உள்ளே போங்கள்! உள்ளே போங்கள்!' என்று கூவின. பின்னாலிருந்தவர்கள் முன்னாலிருந்தவர்களைத் தள்ளினார்கள். கடலின் அலைகள் ஒன்றையொன்று தள்ளிக் கொண்டு வந்து கடைசியில் பேரலையைக் கரையிலேயே போய் மோதும்படிச் செய்கின்றனவல்லவா? அது போலவே இந்த ஜனசமுத்திரத் திலும் நடந்தது.

முன்னாலிருந்தவர்கள் பின்னால் வந்தவர்களால் மோதப்பட்டு வாசற் காவல் புரிந்த சேவகர்களைத் தள்ளிக்கொண்டு உள்ளே புகுந்தார்கள். அவ்வளவுதான்! காவேரிக்கரையில் சிறிய உடைப்பு எடுத்தாலும் வரவரப் பெரிதாகி வெள்ளம் குபுகுபுவென்று பாய்வது போல், ஜனங்கள் நிலா முற்றத்தில் தடதடவென்று பிரவேசித்தனர். சிறிது நேரத்துக்குள் நிலா முற்றம் நிறைந்து விட்டது. ஆயிரக்கணக்கான மக்கள் அங்கே சேர்ந்துவிட்டார்கள்.

இப்படி ஜனங்கள் கட்டுக்காவல்களை மீறி நிலா முற்றத்தில் புகுந்து கொண்டிருந்தபோது ஏற்பட்ட ஆரவாரத்தைத்தான் செம்பியன் மாதேவி மதுராந்தகனோடு பேசிக் கொண்டிருக் கையில் கேட்டார். குமாரனுடன் வாதாடுவதை அத்துடன் நிறுத்தி விட்டு அரண்மனை மேல் மாடத்தில் முன் முகப்புக்கு வந்து சேர்ந்தார். தெய்வீகக்களை பொருந்திய அப்பெரு மூதாட்டியின் திருமுகத்தையும், கூப்பிய கைகளுடன் அவர் நின்ற சாந்தமான தோற்றத்தையும் பார்த்ததும் அந்த ஜனசமுத்திரத்தின் ஆரவாரம் அடங்கியது. சில வினாடி நேரம் அங்கே நிசப்தம் குடி கொண்டிருந்தது.

'தாயே! எங்கள் இளவரசர் எங்கே? பொன்னியின் செல்வர் எங்கே? தங்கள் கண்ணுக்குக் கண்ணான அருள்மொழிவர்மர் எங்கே' என்று அக்கூட்டத்தில் சில குரல்கள் எழுந்தன. அவ்வளவுதான்; அந்த ஜன சமுத்திரத்தில் முன்னை விடப் பன்மடங்கு ஆரவாரம் கிளம்பிவிட்டது.

செம்பியன் மாதேவி ஒன்றும் புரியாதவராகத் திகைத்து நின்றார். பழையாறை மக்களின் இதயங்களைக் கொள்ளை கொண்டிருந்த பொன்னியின் செல்வனுக்கு ஏதோ ஆபத்து நேர்ந்துவிட்டது என்பதை மட்டும் அறிந்தாள். அது என்ன ஆபத்து? எப்படி நேர்ந்தது? பழுவேட்டரையர்களே ஏதேனும் விபரீதமான காரியம் செய்து சோழ

குலத்துக்கும், மதுராந்தகனுக்கும் அழியாத பழியை உண்டாக்கி விட்டார்களோ?

இச்சமயத்தில் தஞ்சாவூர் தூதர்கள் இடித்துப் பிடித்து ஜனங்களைத் தள்ளிக்கொண்டு முன்னால் வந்து சேர்ந்தார்கள். அவர்களை அழைத்துக் கொண்டு வந்த சேவகர்களில் ஒருவன், 'பெருமாட்டி! இவர்கள் தஞ்சாவூரிலிருந்து முக்கியமான செய்தி கொண்டு வந்திருக்கிறார்கள்!' என்றான்.

செம்பியன் மாதேவி ஜனக் கூட்டத்தைப் பார்த்துக் கை அமர்த்தி விட்டுத் தூதர்களை நோக்கி, 'என்ன செய்தி கொண்டு வந்தீர்கள்?' என்று கேட்டார்.

'தாயே! மிகத் துயரமான செய்தி கொண்டுவந்திருக்கும் அபாக்கிய சாலிகள் நாங்கள். சக்கரவர்த்தியின் கட்டளையின் பேரில் இளவரசர் அருள்மொழிவர்மர் இலங்கையிலிருந்து கோடிக்கரைக்குக் கப்பலில் வந்து கொண்டிருந்தார்; வரும் வழியில் சுழிக்காற்றில் கப்பல் அகப்பட்டுக் கொண்டுவிட்டது. துணையாக வந்த கப்பல் உடைந்து முழுகிவிட்டது. அதிலிருந்தவர்களைக் காப்பாற்றுவதற்காக இளவரசர் கடலில் குதித்தார். பிறகு அகப்படவில்லை. கடலிலும் கடற்கரை யெங்கும் தேடுவதற்கு ஏற்பாடு செய்திருக்கிறது. சக்கரவர்த்தியும், மலையமான் மகளாரும் இச்செய்தியைக் கேட்டுப் பெருந்துயரில் ஆழ்ந்திருக்கிறார்கள். தங்களையும் மதுராந்தகத் தேவரையும், இளைய பிராட்டியையும் உடனே புறப்பட்டு தஞ்சைக்கு வரும்படி சக்கரவர்த்தி எங்கள் மூலம் செய்தி அனுப்பி இருக்கிறார்!'

இவ்வாறு தூதர்கள் கூறியது செம்பியன் மாதேவியின் காதிலும் விழுந்தது. அதே சமயத்தில் ஜனக் கூட்டத்தின் செவிகளிலும் விழுந்தது. செம்பியன் மாதேவியின் கண்களில் நீர் தாரை தாரையாகப் பெருகியது. அதைப் பார்த்த ஜனங்கள் மேலும் 'ஓ' என்று கதறினார்கள்.

கூட்டத்தில் முன்புறம் இருந்தவர்களில் ஒருவர், 'தாயே! தாங்கள் தஞ்சை போகக்கூடாது; இளையபிராட்டியும் தஞ்சைக்குப் போகக் கூடாது! சக்கரவர்த்தியை இங்கே வரும்படி செய்ய வேண்டும்' என்று கூவினார்.

'பொன்னியின் செல்வர் கடலில் முழுகிவிட்டார் என்பது பொய்; பழுவேட்டரையர்கள்தான் அவரைக் கொன்றிருப்பார்கள்!' என்றார் இன்னொருவர்.

'மதுராந்தகரும் இனித் தஞ்சைக்குப் போகக் கூடாது. இங்கேயே இருக்கவேண்டும்' என்று இன்னொரு குரல் கேட்டது.

'இளைய பிராட்டி எங்கே? அவரை நாங்கள் பார்க்க வேண்டும்!' என்று குரல்கள் கூவின. செம்பியன் மாதேவி தம் அருகிலிருந்த சேடிகளில் ஒருத்தியைப் பார்த்து இளவரசியை அழைத்து வரச் சொன்னார். கீழே கூட்டத்தில் கலந்து நின்றுகொண்டிருந்த ஆழ்வார்க்கடியானும் அதே சமயத்தில் அங்கிருந்து நகர்ந்து சென்றான். பழையபடி குறுக்கு வழியில் விரைவாகச் சென்று குந்தவை தேவி வானதியை மூர்ச்சை தெளிவித்துக் கொண்டிருந்த கொடி வீட்டைக் கண்டு பிடித்தான். வந்தியத்தேவனிடம் இளையபிராட்டி கூறிய கடைசி வார்த்தைகளைக் கேட்டுக்கொண்டே சென்று அரண்மனை முற்றத்தில் நடக்கும் அமர்க்களத்தைப்பற்றி அறிவித்தான்.

இளைய பிராட்டி வானதிக்குச் சைத்யோபசாரம் செய்யும் வேலையைப் பணிப்பெண்களிடம் ஒப்புவித்து விட்டு, அவசரமாகக் கிளம்பினாள்.

இளையபிராட்டி குந்தவை தேவி அரண்மனை மேல் மாட முகப்பில் செம்பியன் மாதேவியின் அருகில் நெருங்கியபோது அந்த மூதாட்டியின் கண்களிலிருந்து கண்ணீர் பெருகுவதைக் கவனித்தாள். அந்தக் காட்சி குந்தவையின் கண்களிலும் கண்ணீர் பெருகச் செய்தது. இதைக் கண்ட ஜனசமூகம் மேலும் துயர சாகரத்தில் மூழ்கியது.

'பொன்னியின் செல்வர் கடலில் மூழ்கவில்லை. பழுவேட்டரையர்கள் கொன்று விட்டார்கள். அவர்களைப் பழிக்குப் பழி வாங்க வேண்டும்!'

'சக்கரவர்த்தியைப் பழுவேட்டரையர்கள் சிறையில் வைத்திருக்கிறார்கள். அவரை விடுவித்து அழைத்து வர வேண்டும். இளவரசி கட்டளையிட்டால் இந்தக் கணமே நாங்கள் புறப்படச் சித்தமாயிருக்கிறோம்.' இவ்வாறெல்லாம் அந்தக் கூட்டத்திலி ருந்தவர்கள் இளைய பிராட்டியைப் பார்த்துக் கூறினார்கள்.

குந்தவையின் மனம் தீவிரமாகச் சிந்தித்தது. இளவரசர் உயிரோடிருக்கிறார் என்ற உண்மையை இப்பொழுது வெளியிடக்கூடாது. ஆனால் ஜனங்களையும் சமாதானப்படுத்தி அனுப்ப வேண்டும். அதற்கு ஒரு வழி தோன்றியது.

கண்ணில் பெருகிய கண்ணீரைத் துடைத்துக்கொண்டு, ஜனக் கூட்டத்தின் முன்வரிசையில் நின்றவர்களை இளவரசி நோக்கி னாள். அதற்குள் ஆழ்வார்க்கடியானும், வந்தியத்தேவனும் அங்கே வந்து நின்று கொண்டிருந்தார்கள். ஆழ்வார்க்கடியானைப் பார்த்து இளைய பிராட்டி மேலே வரும்படி சமிக்ஞை செய்தாள். ஆழ்வார்க்கடியான் அவ்விதமே மேலே ஏறிச் சென்றான். அவனிடம் குந்தவை மெல்லிய குரலில் ஏதோ கூறினாள்.

ஆழ்வார்க்கடியான் ஜனங்களைப் பார்த்துக் கையமர்த்தினான். இடி முழக்கம் போன்ற பெரிய குரலில் கூறினான்: ‘பொன்னியின் செல்வர் இறந்திருப்பார் என்று இளைய பிராட்டியினால் நம்ப முடியவில்லை. முன்னொரு சமயம் காவேரித் தாய் இளவரசரை ஏந்திக் காப்பாற்றியது போல் சமுத்திர ராஜனும் அவரைக் காப்பாற்றியிருப்பான் என்று நம்புகிறார். நிமித்தக்காரனைக் கேட்டதில் அவனும் அப்படியே சொல்கிறானாம். இளவரசரைத் தேடிக் கண்டுபிடிக்க இளைய பிராட்டி தக்க ஏற்பாடு செய்வார். உங்களையெல்லாம் நிம்மதியாக வீட்டுக்குத் திரும்பிப் போகும்படிக் கேட்டுக்கொள்கிறார்!’

இதைக் கேட்டதும் அந்த ஜனக் கூட்டத்தில் ஒரு பெரிய ஆசுவாச நெடுமூச்சைப் போன்ற சத்தம் எழுந்தது.

‘நிமித்தக்காரன் எங்கே? அவன் வாயினால் நாங்களும் அந்த நல்ல செய்தியைக் கேட்கிறோம்’ என்றார் ஒருவர்.

இதுதான் சமயம் என்று வந்தியத்தேவன் தாவிக் குதித்து மேல் மாடத்துக்குச் சென்றான்.

ஆழ்வார்க்கடியான் அருகில் போய் நின்றுகொண்டு ‘இளவரசருக்குப் பெரிய கண்டம் நேர்ந்தது உண்மைதான். ஆனால் அவருடைய உயிருக்கு அபாயம் ஒன்றும் நேரவில்லை; விரைவில் கிடைத்து விடுவார்!’ என்றான்.

‘உனக்கு எப்படித் தெரியும்?’ என்றது ஒரு குரல்.

‘நான் நிமித்தக்காரன். கிரகங்களையும் நட்சத்திரங்களையும் பார்த்து அறிந்து கொண்டேன்; நிமித்தங்களைப் பார்த்துத் தெரிந்து கொண்டேன்.’

‘பொய்! நீ சொல்வது பொய்! நீ நிமித்தக்காரன் அல்ல! நீ ஒற்றன்!’ என்றது அதே குரல்.

வந்தியத்தேவன் அந்தக் குரலுக்கு உரியவனைக் கவனித்துப் பார்த்தான். அவன் வைத்தியர் மகன் என்பதை அறிந்து கொண்டான்.

‘பைத்தியக்காரா! என்னையா ஒற்றன் என்று சொல்லுகிறாய்? நான் ஒற்றனாயிருந்தால், யாருடைய ஒற்றன்!’ என்று கேட்டான்.

‘பழுவேட்டரையர்களுடைய ஒற்றன்’ என்று வைத்தியர் மகன் பளிச்சென்று மறுமொழி கூறினான்.

‘என்ன சொன்னாய்?’ என்று வந்தியத்தேவன் கர்ஜித்தான்.

ஜனங்கள் கீழே நின்ற நிலா முற்றத்திலிருந்த வந்தியத்தேவன் நின்ற மேல் மாடம் பன்னிரண்டு அடி உயரத்தில் இருந்தது. அதை அவன்

பொருட்படுத்தாமல் மேல் மாடத்திலிருந்து வைத்தியர் மகன் பேரில் பாய்ந்தான்.

இருவருக்கும் துவந்த யுத்தம் ஆரம்பமாயிற்று. சண்டை என்றால் எல்லாருக்கும், எல்லாக் காலத்திலும் வேடிக்கை பார்ப்பதில் பிரியம் உண்டு அல்லவா?

வந்தியத்தேவனுக்கும், வைத்தியர் மகனுக்கும் சண்டை நடந்த இடத்தைச் சுற்றி இடைவெளி விட்டு ஜனங்கள் வட்டவடிவமாக நின்று வேடிக்கை பார்க்கத் தொடங்கினார்கள்.

மேல் மாடத்தில் இருந்தவர்கள் கவலையுடன் அதை நோக்கினார்கள். ஜனக்கூட்டத்தில் பெரும்பாலோர் விஷயம் இன்னதென்று தெரிந்து கொள்ளாமலே முன்னைவிட அதிகக் கூச்சல் போடத் தொடங் கினார்கள்.

இச்சமயத்தில் வாசற் பக்கத்திலிருந்து சங்கநாதமும் கொம்புகளின் முழக்கமும் கேட்டன. 'முதன் மந்திரி அநிருத்தப் பிரம்மராயர் வருகிறார். வழிவிடுங்கள்!' என்ற குரல் முழக்கமும் கேட்டது.'

அந்தப் பெருங்கூட்டத்தில் முதன் மந்திரிக்குத் தானாகவே வழி ஏற்பட்டது.

அநிருத்தரின் பிரார்த்தனை

முதன் மந்திரி அநிருத்தப் பிரம்மராயர் வீற்றிருந்த பல்லக்கு நிலாமுற்றத்தில் கூடியிருந்த ஜனக்கூட்டத்தைப் பிளந்து வழி ஏற்படுத்திக் கொண்டு வந்தது. இருபக்கமும் விலகி நின்ற மக்கள் முதன் மந்திரியிடம் தங்களுடைய மரியாதையைத் தெரிவித்துக் கொண்டார்கள். பலர் இளவரசரைப் பற்றிய தங்கள் கவலையையும் வெளியிட்டார்கள். முதன் மந்திரியும் கவலை தேங்கிய முகத்துடனேதான் தோன்றினார். ஆனாலும் இரு கைகளையும் தூக்கி ஜனங்களுக்கு ஆறுதலும் ஆசியும் கூறும் பாவனையில் சமிக்ஞை செய்துகொண்டு சென்றார்.

அரண்மனைக் கட்டிடத்தின் முகப்பை அடைந்ததும் பல்லக்கு கீழே இறக்கப்பட்டது. முதன் மந்திரி வெளி வந்து முதலில் மேலே நோக்கினார். பெரிய ராணியும் இளவரசியும் அங்கே நிற்பதைப் பார்த்து, வணக்கம் செலுத்தினார். பிறகு, துவந்த யுத்தம் நடந்த இடத்தை நோக்கினார். இவ்வளவு நேரம் தங்களைச் சுற்றி நடப்பது ஒன்றையும் தெரிந்துகொள்ளாமல் வந்தியத்தேவனும், பினாக பாணியும் சண்டை போட்டுக் கொண்டிருந்தார்கள். ஆழ்வார்க் கடியான் இதற்குள் இறங்கி வந்து முதன் மந்திரியின் காதருகில் ஏதோ சொன்னான்.

அவர் தம்முடன் வந்த சேவகர்களைப் பார்த்து, 'அரண்மனை முற்றத்தில் கலகம் செய்யும் இந்த முரடர்களை உடனே சிறைப் படுத்துங்கள்!' என்று கட்டளையிட்டார்.

சேவகர்களுடன் ஆழ்வார்க்கடியானும் கூட்டத்தைப் பிளந்து கொண்டு சென்றான். சண்டை போட்ட இருவரையும் சேவகர்கள் கைப்பற்றி அவர் களுடைய கைகளை வாரினால் பிணைத்தார் கள். ஆழ்வார்க்கடியான் வந்தியத்தேவனை நோக்கி ஜாடை செய்யவே, அவன் தன்னைச் சிறைப்படுத்தும்போது சும்மாயிருந்தான்.

அநிருத்தர் மேல்மாடத்துக்குச் சென்றார். அங்கு நின்றபடி ஜனங் களைப்பார்த்து, 'உங்களுடைய கவலையையும் கோபத்தையும் நான் அறிவேன். சக்கரவர்த்தியும், ராணிமார்களும் உங்களைப் போலவே துயரத்தில் ஆழ்ந்திருந் தார்கள். அவர்களுடைய கவலையை அதிகப் படுத்தும்படியான காரியம் எதுவும் நீங்கள் செய்யவேண்டாம். இளவரசரைத் தேடுவதற்கு வேண்டிய ஏற்பாடு செய்திருக்கிறது. நீங்கள் எல்லோரும் அமைதியாக வீடு திரும்புங்கள்' என்று கூறினார்.

'சக்கரவர்த்தியை நாங்கள் பார்க்கவேண்டும். சக்கரவர்த்தி பழை யாறைக்குத் திரும்பி வரவேண்டும்' என்று கூட்டத்தில் ஒருவர் கூறினார்.

'இலங்கையில் உள்ள எங்கள் ஊர் வீரர்கள் கதி என்ன?' என்று இன்னொருவர் கேட்டார்.

'சக்கரவர்த்தி தஞ்சை அரண்மனையில் பத்திரமாயிருக்கிறார். அவர் தங்கியுள்ள அரண்மனையை இப்போது வேளக்காரப் படையினர் இரவு பகல் என்று காவல் புரிகின்றனர். கூடிய சீக்கிரத்தில் சக்கர வர்த்தியை இந்த நகருக்கு நானே அழைத்து வருகிறேன். இலங்கையில் உள்ள நம் வீரர்களைப் பற்றியும் உங்களுக்குக் கவலை வேண்டாம்; ஈழத்துப் போர் நமக்குப் பூரண வெற்றியுடன் முடிந்து விட்டது. நம் வீரர்கள் விரைவில் திரும்பி வந்து சேருவார்கள்!' என்று முதன் மந்திரி அறிவித்ததும் கூட்டத்தில் பெரும் உற்சாக ஆரவாரம் ஏற்பட்டது. சுந்தர சோழரையும், அன்பில் அநிருத்தரையும் வாழ்த்திக் கொண்டு ஜனங்கள் திரும்பலானார்கள்.

முதன் மந்திரி பெரிய மகாராணியைப் பார்த்து, 'தேவி, தங்களிடம் மிக முக்கியமான விஷயங்களைப் பற்றிப் பேச வேண்டும்! அரண் மனைக்குள் போகலாமா?' என்றார். இளவரசியைத் திரும்பிப் பார்த்து, 'அம்மா! உன்னிடம் பிற்பாடு வருகிறேன்' என்று கூறியதும், குந்தவை தன்னுடைய இருப்பிடத்துக்குப் புறப்பட்டாள். அவளுடைய மனத்தில் இப்போது பல கவலைகள் குடிகொண்டன. சோழ சாம்ராஜ் யத்தில் யாராவது ஒருவரிடம் குந்தவை பயம் கொண்டிருந்தாள் என்றால், அவர் முதன் மந்திரி அநிருத்தர்தான். கழுகுப் பார்வையுள்ள மனிதர் அவர். புறக் கண்களினால் பார்ப்பதைத் தவிர எதிரேயுள்ளவர் களின் நெஞ்சிலும் ஊடுருவிப் பார்த்து, அவர்களுடைய அந்தரங்க எண்ணங்களை அறியும் ஆற்றல் படைத்தவர். அவருக்கு எவ்வளவு தெரியும் - எவ்வளவு தெரியாது; அவரிடம் எதைச் சொல்லலாம் - எதைச் சொல்லாமல் விடலாம் என்பதைப்பற்றி இளைய பிராட்டிக்கு ஒரே குழப்பமாக இருந்தது. வாணர் குல வீரரையும், பினாக பாணியையும் சேர்த்து அவர் சிறைப்படுத்தும்படி கட்டளையிட்டது இளவரசிக்கு ஆத்திரத்தை உண்டு பண்ணியது. அதை வெளிக்காட்டிக்

கொள்ளவும் முடியவில்லை. அந்த மாபெரும் ஜனக்கூட்டத்தின் முன்னால் வந்தியத்தேவனுக்குப் பரிந்து பேசவும் முடிய வில்லை. 'என்னிடம் பிற்பாடு வரப்போகிறாராமே? வரட்டும்; ஒரு கை பார்த்து விடுகிறேன்!' என்று மனத்தில் கறுவிக் கொண்டே தன் அந்தப்புரத்தை நோக்கி விரைந்து சென்றாள்.

செம்பியன் மாதேவி சோழ சாம்ராஜ்யத்தில் அனைவருடைய பயபக்தி மரியாதைக்கும் உரியவராயிருந்தவர். முதன் மந்திரி அநிருத்தப் பிரம்மராயரும் அதற்கு விலக்கானவர் அல்ல. ஆனாலும், அம்மூதாட்டி இச்சமயம் ஏதோ ஒருவிதப் பயத்துடனேயே நடந்து கொண்டார். அநிருத்தர் ஆசனத்தில் அமர்ந்த பிறகே தாம் அமர்ந்தார்.

'ஐயா! சில காலமாக என் தலையில் இடிமேல் இடியாக விழுந்து கொண்டிருக்கிறது. நீரும் அத்தகைய செய்தி ஏதேனும் கொண்டு வந்தீரா? அல்லது ஆறுதலான வார்த்தை சொல்லப் போகிறீரா?' என்று வினவினார்.

'அம்மணி! மன்னியுங்கள்! தங்கள் கேள்விக்கு என்னால் விடை சொல்ல முடியவில்லை. நான் கொண்டு வந்திருக்கும் செய்தியைத் தாங்கள் ஏற்றுக் கொள்ளும் விதத்தைப் பொறுத்திருக்கிறது!' என்றார் தந்திரத்திலே தேர்ந்த மாதிரி.

'பொன்னியின் செல்வனைப் பற்றிய செய்தி உண்மைதானா, ஐயா! என்னால் நம்பவே முடியவில்லையே? அருள்மொழி வர்மனைப் பற்றி நாம் என்னவெல்லாம் நம்பிக் கொண்டிருந் தோம்? இந்த உலகத்தையே ஒரு குடை நிழலில் ஆளப்பிறந்த வன் என்று நாம் எத்தனை தடவை பேசியிருக்கிறோம்?...'

'பெருமாட்டி! ஜோசியர்கள் அவ்விதம் சொல்வதாகத் தாங்கள் என்னிடம் கூறியது உண்மைதான். அடியேன் தங்களை மறுத்தும் பேசியதில்லை; ஒத்துக்கொண்டும் பேசியதில்லை!'

'அது போகட்டும்; இப்போது சொல்லுங்கள். பொன்னியின் செல்வனைச் சமுத்திர ராஜன் கொள்ளைகொண்டு விட்டது நிச்சயந்தானா?'

'நிச்சயம் என்று யார் சொல்ல முடியும், தாயே! அம்மாதிரி செய்தி நாடு நகரமெங்கும் பரவியிருப்பது நிச்சயம்.'

'அது உண்மை என்று ஏற்பட்டால், இந்தச் சோழ நாட்டின் கதி என்ன? எத்தகைய விபரீதங்கள் ஏற்படும்?'

'விபரீதங்கள் அது உண்மை என்று ஏற்படும் வரையில் காத்திருக்கப் போவதில்லையென்று தோன்றுகிறது...'

‘ஆம், ஆம்! விபரீதம் நேரிடுவதற்கு வதந்தியே போதுமானது தான். இந்தப் பழையாறை நகரமக்கள் இவ்வளவு ஆத்திரங் கொண்டு திரளாக அரண்மனைக்குள் பிரவேசித்ததை இதுவரையில் நான் பார்த்ததில்லை....’

‘பழையாறையில் மட்டுந்தான் இப்படி நடந்ததென்று கருத வேண்டாம்; தஞ்சாவூர் நகரம் நேற்று முதல் அல்லோல கல்லோல மாயிருக்கிறது. வேளக்காரப் படையினர் சக்கரவர்த்தி யின் அரண் மனையைவிட்டு நகர மறுத்துவிட்டார்கள். மக்கள் கோட்டைக்குள் திரள் திரளாகப் புகுந்து பழுவேட்டரையர்களின் மாளிகைகளைச் சூழ்ந்து கொண்டார்கள். மதங் கொண்ட யானைகளை ஜனங்கள் பேரில் ஏவி விட்டு அவர்களைக் கலைந்து போகும்படி செய்ய வேண்டிய தாயிற்று...’

‘ஐயோ! இது என்ன விபரீதம்! எத்தகைய பயங்கரமான செய்தி!’

‘மதுராந்தகர் பழையாறைக்கு வந்துவிட்டதே நல்லதாகப் போயிற்று. இல்லாவிடில் அந்தப் பயங்கரமான பழி அவரையும் சேர்ந்திருக்கும்...’

‘ஐயா! மதுராந்தகன் எப்படி மாறிப் போயிருக்கிறான் என்று தெரிந்தால் ஆச்சரியப்பட்டுப் போவீர்கள்.’

‘ஆச்சரியப்பட மாட்டேன், தாயே! அவை எல்லாம் எனக்குச் சில காலமாகத் தெரிந்த விஷயந்தான்.’

‘தெரிந்திருந்தும் அவனுடைய மனத்தை மாற்றத் தாங்கள் ஒரு முயற்சியும் செய்யவில்லை. இப்போதாவது யோசனை சொல்லி உதவுங்கள்.’

‘அம்மா! மதுராந்தகருடைய மனத்தை மாற்ற வேண்டிய அவசியம் இருப்பதாக எனக்குத் தோன்றவில்லை. அவருடைய கட்சியை ஆதரித்துப் பேசவே நான் வந்திருக்கிறேன்....’

‘அப்படியென்றால்? எனக்கு விளங்கவில்லை, ஐயா!’

‘அம்மணி! மதுராந்தகர் இந்தச் சோழ சிங்காதனம் தமக்கு உரியது என்று கருதுகிறார். சக்கரவர்த்திக்குப் பிறகு தாம் இந்த இராஜ்யத்தை ஆளவேண்டுமென்று ஆசைப்படுகிறார். அது நியாயமான ஆசை. நன்றாக அவர் மனத்தில் வேரூன்றி விட்ட ஆசை. அதைத் தடுக்க முயல்வதினால் சோழ ராஜ்யத்துக்கு நன்மை ஏற்படாது. அதை நிறைவேற்றி வைப்பதுதான் உசிதம்...’

‘ஐயோ! இது என்ன வார்த்தை? தாங்கள் கூடவா சோழ சக்கர வர்த்திக்குத் துரோகம் செய்யத் துணிந்துவிட்டீர்கள்? இது என்ன விபரீத காலம்?’

‘பெருமாட்டி! சக்கரவர்த்திக்குத் துரோகம் செய்ய நான் கனவிலும் கருதியதில்லை. சக்கரவர்த்தியின் கட்டளையின் பேரிலேயே வந்தேன். அவர் தங்களிடம் விண்ணப்பித்துக் கொள்ளச் சொன்னதைத் தான் சொல்கிறேன். சக்கரவர்த்தியின் காலத்துக்குப் பிறகு மதுராந்தகர் சிங்காதனம் ஏற விரும்புகிறார். பழுவேட்டரையர்கள் அதற்காகச் சதி செய்கிறார்கள். ஆனால் சக்கரவர்த்தி இப்போதே மதுராந்தகருக்கு முடிசூட்டி விட்டுச் சிங்காசனத்திலிருந்து விலகிக்கொள்ள விரும்பு கிறார். இதற்குத் தங்கள் சம்மதத்தைப் பெற்று வரும்படி என்னை அனுப்பியிருக்கிறார்...’

‘சக்கரவர்த்தி அவ்விதம் செய்ய விரும்பலாம். ஆனால் அதற்கு என்னுடைய சம்மதம் ஒருநாளும் கிட்டாது. என் பதியின் விருப்பத்துக்கு விரோதமான இந்தக் காரியத்தை நான் ஒப்புக்கொள்ள மாட்டேன். கல்விக் கடலின் கரை கண்ட முதலாவது அமைச்சரே! சக்கரவர்த்தியே சொன்னாலும் தாங்கள் இந்த முறைதவறான காரியத்தை என்னிடம் சொல்ல எப்படி வந்தீர்? சோழ சிங்காசன உரிமையைப் பற்றித் தங்களுக்கும் எனக்கும் மட்டும் தெரிந்த சில உண்மைகள் இருக்கின்றனவென் பதைத் தாங்கள் அடியோடு மறந்துவிட்டீர்களா...?’

‘அம்மணி! நான் எதையும் மறக்கவில்லை. தங்களுக்குத் தெரியாத சில உண்மைகளும் எனக்குத் தெரியும். ஆகையினாலேயே சக்கர வர்த்தியின் தூதனாகத் தங்களிடம் வந்தேன்...’

‘ஐயா! தங்களுடைய மதி நுட்பமும், இராஜ தந்திரமும் உலகம் அறிந்தவை. அவற்றைப் பெண்பாலாகிய என்னிடம் காட்ட வேண்டாம்...’

‘பெருமாட்டி! தங்களிடம் நான் வாதாட வரவில்லை. என் சாமர்த் தியத்தைக் காட்டுவதற்கும் வரவில்லை. இந்தச் சோழநாட்டைப் பேரபாயத்திலிருந்து காப்பாற்றி அருளும்படி மன்றாடிப் பிரார்த்தனை செய்ய வந்தேன்.’

‘தங்கள் பிரார்த்தனையைப் பிறைசூடும் பெருமானிடம் செலுத்திக் கொள்ளுங்கள், அல்லது தங்கள் இஷ்ட தெய்வமான விஷ்ணு மூர்த்தியிடம் பிரார்த்தனை செய்யுங்கள்...’

‘ஆம், தாயே! தாங்கள் பெரிய மனது செய்யாமற் போனால் அம்பலத்தானும், அரங்கத்தானும்தான் இந்த நாட்டைக் காப்பாற்ற வேண்டும்.’

‘அப்படி என்ன ஆபத்து, இந்த நாட்டுக்கு வந்துவிட்டது? மதுராந்தகன் சிங்காதனம் ஏறுவதால் அதை எப்படித் தடுக்க முடியும்?’

‘கேளுங்கள், பெருமாட்டி! இன்றைக்கு இந்நகர மாந்தர் கொதித்தெழுந்தது போல், காஞ்சிபுரத்திலிருந்து இராமேசுவரம் வரை உள்ள மக்கள் இன்னும் இரண்டு மூன்று நாளைக்குள் ஆத்திரமடைந்து கொதித்தெழுவார்கள். அத்துடன் முடிந்து விடாது. இலங்கையிலிருந்து பூதிவிக்கிரமகேசரி ஏற்கெனவே, படை திரட்டிக்கொண்டு புறப்பட்டு விட்டார் என்று அறிகிறேன். ஆதித்த கரிகாலனுக்குச் செய்தி எட்டும் போது அவனும் பொறுக்க மாட்டான். வடதிசைச் சைன்யத்துடன் தஞ்சையை நோக்கிக் கிளம்புவான். பழுவேட்டரையர்களும், மற்ற சிற்றரசர்களும் ஏற்கெனவே படை திரட்டிக் கொண்டிருக்கிறார் கள். கௌரவர்களுக்கும் பாண்டவர்களுக்கும் நடந்த யுத்தத்தைப் போன்ற பயங்கரமான தாயாதிச்சண்டை இந்த நாட்டில் நடைபெறும். தங்களுடைய உற்றார் உறவினர் எல்லாரும் அழிந்து விடுவார்கள். இதையெல்லாம் தாங்கள் பார்த்துக் கொண்டிருக்கப் போகிறீர்களா...?’

‘ஐயா! மதிநுட்பம் மிகுந்த முதலாவது மந்திரியே! எனக்கு உற்றார் உறவினர் என்று யாரும் இல்லை. மேற்கே மலை நாட்டில் அவதரித்த சங்கரர் என்ற மகாபுருஷனைப் பற்றித் தாங்கள் கேள்விப் பட்டிருப்பீர். அந்த மகான்,

‘மாதாச பார்வதி தேவி
பிதா தேவோ மகேச்வர
பாந்தவா: சிவபக்தாஷ்ச’

என்று அருளியிருக்கிறார். என்னுடைய அன்னை பார்வதி தேவி. என் தந்தை பரமசிவன்; என் உற்றார் உறவினர் சிவ பக்தர்கள். இந்த உலகில் வேறு பந்துக்கள் எனக்கு இல்லை.’

‘அம்மணி! அதே சுலோகத்தில் சங்கரர் அருளியுள்ள நாலாவது வாக்கியத்தைத் தங்களுக்கு நினைவூட்டுகிறேன்.

‘ஷ்வதேசோ புவனத்ரய:’

என்றும் அவர்தான் சொல்லியிருக்கிறார். நாம் பிறந்த தேசந்தான் நமக்கு மூன்று உலகமும். தங்களுடைய சொந்த நாடு உள்நாட்டுச் சண்டையினால் அழிந்து போவதைத் தாங்கள் பார்த்துக் கொண்டிருப் பீர்களா?’

‘என்னுடைய சொந்த தேசம் எனக்கு மூன்று உலகத்தையும் விட அருமையானதுதான். ஆனால் இந்தச் சாண் அகலத்துச் சோழநாடுதான் நம்முடைய சொந்த நாடா? ஒரு நாளுமில்லை. வடக்கே கைலையங்கிரி வரையில் உள்ள நாடு என்னுடைய நாடு. சோழ நாட்டில் இடமில்லா விட்டால் நான் காசி க்ஷேத்திரத்துப் போவேன். காஷ்மீரத்துக்கும்

கைலாசத்துக்கும் போவேன். அப்படி யாத்திரை கிளம்பும் யோசனை எனக்கு வெகு நாளாக உண்டு. அதற்கு உதவி செய்யுங்கள்...'

'தாயே! தெற்கே திரிகோண மலையிலிருந்து வடக்கே இமோத்கிரி வரையில் உள்ள தேசம் நமது ஸ்வதேசம் என்று ஒத்துக்கொள்கிறேன். இப்படிப் பரந்துள்ள பாரத புண்ணிய பூமிக்குத் தற்போது பேரபாயம் நேர்ந்திருக்கிறது. பட்டாணியர் கள், துருக்கர்கள், மொகலாயர்கள், அராபியர்கள் என்னும் சாதியினர் பொங்கிக் கிளம்பி எந்தப் புது நாட்டைக் கைப்பற்றலாம் என்று புறப்பட்டிருக்கிறார்கள். ஆயிரம் வருஷங் களுக்கு முன்பு யவனர்களும், ஹூணர்களும் படையெடுத்து வந்ததுபோல் இந்தப் புதிய மதத்தினர் இப்போது அணி அணியாக இந்நாட்டின் மீது படையெடுக்கப் புறப்பட்டிருக்கிறார்கள். இவர்களுடைய மதம் விசித்திரமான மதம். கோவில்களை இடிப்பதும் விக்கிரகங்களை உடைப்பதும் புண்ணியம் என்று நம்புகிறவர்கள். அம்மணி! இவர்களைத் தடுத்து நிறுத்தக் கூடிய பேரரசர்கள் யாரும் இப்போது வடநாட்டில் இல்லை. சோழநாட்டு வீரர்கள் கங்கை நதி வரையில், அப்பால் இமய மலை வரையில் சென்று பெரிய பாரத சாம்ராஜ்யத்தை ஸ்தாபிக்கப் போகிறார்கள் என்றும், கோயில்களை இடிக்கும் கூட்டங்களைத் தடுத்து நிறுத்தப் போகிறார்கள் என்றும், அடியேன் கனவு கண்டு வந்தேன். அந்தக் கனவை நனவாக்கத் தாங்கள் உதவி செய்யுங்கள். மதுராந்தகருக்குப் பட்டம் கட்டச் சம்மதித்துச் சோழநாட்டில் தாயாதிச் சண்டை ஏற்படாமலிருக்க உதவி புரியுங்கள்!'

இதைக்கேட்ட செம்பியன் மாதேவி சிறிது நேரம் சிந்தனையில் ஆழ்ந்திருந்தார். பின்னர், 'ஐயா! ஏதேதோ இந்தப் பேதைப் பெண்ணுக்கு விளங்காத விஷயங்களைச் சொல்லி என்னைக் கலங்க அடித்து விட்டீர்கள். இந்தப் புண்ணிய பாரத பூமிக்கு அப்படிப்பட்ட ஆபத்து நேரிடுவதாயிருந்தால், அதை சர்வேசுவரன் பார்த்துத் தடுக்க வேண்டுமே தவிர, இந்த அபலையினால் என்ன செய்ய முடியும்? என்னுடைய கணவர் இறைவனடியைச் சேரும் சமயத்தில் எனக்குச் சொல்லிவிட்டுப் போனதை ஒரு நாளும் நான் மறக்க மாட்டேன். அதற்கு விரோதமான காரியம் எதுவும் நான் செய்ய மாட்டேன்!' என்றார்.

'அப்படியானால் இதுவரையில் தாங்கள் அறியாத ஓர் உண்மையை இப்போது நான் தெரியப்படுத்தியாக வேண்டும்!' என்றார் அநிருத்தர்.

இச்சமயத்தில் மதுராந்தகன் அங்கே தடபுடலாகப் பிரவேசித்து, 'அம்மா! இது என்ன நான் கேள்விப்படுவது? அருள்மொழி வர்மனைக் கடல் கொண்டு விட்டதா?' என்று கேட்டான்.

‘பெருமாட்டி! தங்கள் செல்வக் குமாரருக்கு ஆறுதல் சொல்லுங்கள். நான் சொல்ல விரும்பியதை இன்னொரு சமயம் சொல்லிக் கொள்கிறேன்’ என்று முதன் மந்திரி கூறி விட்டுக் கிளம்பினார்.

அவர் வாசற்படி தாண்டியதும், ‘இதோ போகிறாரே, இவர்தான் என்னுடைய முதன்மையான சத்துரு. நான் இங்கிருக்கும்போதே தங்களுக்குத் துர்போதனை செய்ய வந்துவிட்டார் அல்லவா?’ என்று இளவரசர் மதுராந்தகன் கூறியது அநிருத்தரின் காதிலும் விழுந்தது.

குந்தவையின் திகைப்பு

முதன் மந்திரி அநிருத்தர் குந்தவையின் அரண்மனையை அடைந்தார். இளவரசி அவரைப் பார்த்ததும் எழுந்து நின்று நமஸ்கரித்தாள். 'வீரத்திலும் குணத்திலும் சிறந்த கணவனை அடைந்து நீடூழி வாழ்வாயாக!' என்று முதன் மந்திரி அநிருத்தர் ஆசீர்வதித்தார்.

'ஐயா! இந்தச் சமயத்தில் இத்தகைய ஆசீர்வாதத்தைத் தானா செய்வது?' என்றாள் இளவரசி.

'ஏதோ இக்கிழவனுக்குத் தெரிந்த ஆசியைக் கூறினேன். வேறு எந்த ஆசியைக் கோருகிறாய், அம்மா?'

'என் அருமைத் தந்தையின் உடல் நிலையைப்பற்றி எல்லாரும் கவலைப்பட்டுக் கொண்டிருக்கிறோம். அருள்மொழிவர்மரைப் பற்றி நாடெல்லாம் கவலையில் ஆழ்ந்திருக்கிறது...'

'ஆனால் உன்னுடைய திரு முகத்தில் அதைப்பற்றிய கவலை எதையும் நான் காணவில்லையே, தாயே!'

'வீரமறக் குலத்தில் பிறந்தவள் நான். எல்லோரையும் போல் அபாயம் என்றதும் அழுதுகொண்டிருக்கச் சொல்கிறீர்களா?...'

'ஒரு நாளும் அவ்விதம் சொல்லமாட்டேன். என்னைப் போன்ற வீரமற்ற ஜனங்களுக்கு இளவரசி ஆறுதல் கூறும்படிதான் சொல்லுகிறேன்.'

'ஆச்சாரியரே! தங்களுக்கா நான் ஆறுதல் கூறவேண்டும்? உலகமே புரண்டாலும், நிலை கலங்காத வயிர நெஞ்சம் படைத்தவராயிற்றே தாங்கள்!'

'அப்படிப்பட்ட என்னையும் கலக்கி விடுகிறாய், அம்மா! அந்தப் புரத்துப் பெண்கள் ஆடல் பாடல்களில் ஆனந்தமாகக் காலங் கழித்து

வரவேண்டும். அதைவிட்டு இராஜாங்க விஷயங்களில் நீ தலையிட்ட தனால் எத்தகைய விபரீதம் நேர்ந்தது பார்த்தாயா!'

'ஐயோ! இது என்ன பழி? நான் எந்த இராஜாங்க விஷயத்தில் தலையிட்டேன்? என்னால் என்ன விபரீதம் நடந்தது?'

'இன்னும் சில காலத்துக்குப் பொன்னியின் செல்வன் இலங்கை யிலேயே இருக்கவேண்டும் என்று நான் சொல்லிவிட்டு வந்தேன். அதற்கு விரோதமாக நீ உடனே புறப்பட்டு வரும்படி உன் தம்பிக்கு ஓலை அனுப்பினாய். உன் விருப்பத்துக்கு மாறாக இந்தக் கிழவன் பேச்சை யார் மதிப்பார்கள்? அதனால் நேர்ந்து விட்ட விபத்தைப் பார்த்தாயா? சோழநாட்டு மக்களின் கண்ணுக் குக் கண்ணான இளவரசரைக் கடல் கொண்டு விட்டது. சற்றுமுன் இந்த அரண்மனை வாசலில் ஜனத்திரள் கூடி ஆர்ப்பாட்டம் செய்ததைப் பார்த்தாய். இம்மாதிரி நாடெங்கும் இன்று குழப்பம் நடந்து வருகிறது. இந்த அல்லோலகல்லோலத்துக்குக் காரணம் நீயல்லவா தாயே!'

'என்னுடைய ஓலையைப் பார்த்துவிட்ட அருள்மொழிவர்மன் இலங்கையிலிருந்து புறப்பட்டான் என்று ஏன் சொல்கிறீர்கள்? பழுவேட்டரையர் இரண்டு கப்பல் நிறைய வீரர்களை அனுப்பி இளவரசரைச் சிறைப் பிடித்துக்கொண்டு வரச் செய்தது உமக்குத் தெரியாதா?'

'தெரியும் அம்மா! தெரியும்! அத்துடனிருந்தால், இப்பொழுது பொன்னியின் செல்வனுக்கு நேர்ந்துவிட்ட கதிக்குப் பழுவேட்ட ரையர்களைப் பொறுப்பாளிகளாக்கலாம். அவர்கள் அனுப்பிய கப்பல்கள் இரண்டும் நாசமாகிவிட்டன. உன்னுடைய ஓலைக் காகத்தான் இளவரசன் புறப்பட்டான் என்று அவர்கள் சொன்னால், யார் அதை மறுக்க முடியும்?'

'ஐயா! நான் ஓலை அனுப்பியது தங்களுக்கு எப்படித் தெரியும்? பழுவேட்டரையர்களுக்கு எப்படித் தெரியும்?'

'நல்ல கேள்வி கேட்டாய், அம்மா! எங்களுக்கு மட்டுந்தானா தெரியும்? உலகத்துக்கெல்லாம் தெரியும். நீ அனுப்பிய தூதன் இலங்கையில் முதலில் நம் வீரர்களால் சிறைப்படுத்தப் பட்டான். அதனால் இலங்கையில் உள்ளவர்களுக்கெல்லாம் தெரியும். அவனோடு கோடிக்கரை வரை சென்ற வைத்தியர் மகன் மூலமாக இந்த நாட்டில் உள்ளவர்களுக்கெல்லாம் தெரியும். நீ அந்தரங்கமாகச் செய்த காரியம் இவ்வளவு தூரம் அம்பலமாகியிருக்கிறது! ஆகையினாலேதான் ஸ்திரீகள் இராஜாங்கக் காரியங்களில் தலையிடக் கூடாது என்று நம் பெரியோர்கள் சொல்லியிருக்கிறார்கள்.'

குந்தவை சிறிது நேரம் திகைத்துப் போய் நின்றாள் மறுமொழி என்ன சொல்வது என்று அவளுக்குத் தெரியவில்லை. முதன் மந்திரி நன்றாகத் தன்னை மடக்கிவிட்டார். அவர் சொல்வதில் உண்மை இருக்கத்தான் இருக்கிறது. இந்த எண்ணம் தோன்றியதும் வாணர்குல வீரன் மீது அவளுக்குக் கோபம் எழுந்தது. வீர சாகஸச் செயல்கள் அவன் செய்யக்கூடியவன் தான். ஆனால் காரியத்தைப் பகிரங்கப்படுத்திக் கெடுத்து விட்டானே? அவனைப் பார்த்து நன்றாகக் கண்டிக்க வேண்டும். இவ்வாறு எண்ணியதும் முதலாவது மந்திரியின் கட்டளையின் படி அவன் சிறைப்படுத்தப்பட்டது நினைவு வந்தது. என்ன வெல்லாம் தொந்தரவுக்கு ஆளாகிக் கொண்டு எனக்கும் தொந்தரவு அளிக்கிறான்! சற்றுநேரம் சும்மா இருந்திருக்கக் கூடாதா? வைத்தியர் மகன் ஏதாவது உளறினால் அதற்காக அவர் பேரில் மேல் மாடத்திலிருந்து பாய்ந்து சண்டை துவக்கியிருக்க வேண்டுமா?

'ஐயா! ஒரு கோரிக்கை செய்துகொள்கிறேன். பெரிய மனது செய்து நிறைவேற்றித் தரவேண்டும்.'

'தேவி! கட்டளை இடு! இந்த இராஜ்யத்தில் உன்னுடைய வார்த்தைக்கு மறு வார்த்தை ஏது?'

'தாங்கள் அரண்மனை வாசலுக்கு வரும் சமயத்தில் இரண்டு பேர் சண்டை போட்டுக்கொண்டிருந்தார்கள். அவர்களைச் சிறைப்படுத்தத் தாங்கள் கட்டளையிட்டீர்கள்.'

'அவர்கள் செய்தது பெருங்குற்றம். அரண்மனையில் மகாராணியின் கண் முன்னால் அவர்கள் சண்டை தொடங்கியது பெரும் பிசகு! அதுவும் எப்பேர்ப்பட்ட சமயத்தில்? பெரும் ஜனக்கூட்டம் கொதிப்புடனிருந்த நேரத்தில்! காரணம் தெரியாத ஜனங்கள் தாங்களும் சண்டையில் கலந்து கொண்டிருந்தால் எத்தகைய விபத்து நேர்ந்திருக்கும்? சிறு நெருப்புப்பொறி பெருங்காட்டையே அழிப்பது போல் நாடு நகரமெல்லாம் கலகமும் குழப்பமும் விளைந்திருக்குமே!'

'ஆம், ஐயா! அவர்கள் செய்தது பெரும் குற்றம்தான். ஆயினும் அவர்களில் ஒருவனை மன்னித்து விடுதலை செய்யும்படி தங்களை மன்றாடி வேண்டிக் கொள்கிறேன்.'

'இளவரசியின் அருளுக்குப் பாத்திரமான அந்தப் பாக்கியசாலி யார்?'

'நான் இலங்கைத் தீவுக்கு அனுப்பிய தூதன் அவன்தான்.'

'பழம் நழுவிப் பாலில் விழுந்தது போலாயிற்று!'

'எதனால் இவ்வாறு சொல்கிறீர்கள்?'

'அந்தத் தூதனை நானே சிறைப்படுத்த வேண்டும் என்றிருந்தேன். இங்கே அவனாகவே எளிதில் அகப்பட்டுக் கொண்டான்.'

'எதற்காக? என்ன குற்றத்திற்காக?'

'தாயே! அவன் பேரில் பயங்கரமான குற்றம் சாட்டப் பட்டிருக்கிறது.'

'அது என்ன?'

'பொன்னியின் செல்வனை அவன்தான் கடலில் தள்ளி மூழ்கடித்து விட்டான் என்று.'

'என்ன நாராசமான வார்த்தைகள்! அப்படிக் குற்றம்சாட்டுவது யார்?'

'பலரும் அவ்வாறு குற்றம் சாட்டுகிறார்கள். இளவரசரைக் கப்பலில் ஏற்றிக்கொண்டு வந்த பார்த்திபேந்திரன் சொல்கிறான்; பழுவேட்டரையர்கள் 'இருக்கலாம்' என்கிறார்கள். நானும் சந்தேகிக்கிறேன்.'

'ஆச்சாரியரே! ஜாக்கிரதை! நான் ஒரு கொலைகாரனைப் பிடித்து அனுப்பி என் தம்பியைக் கொன்றுவிட்டு வரச் சொன்னதாகவா சந்தேகிக்கிறீர்!'

'ஒரு நாளும் இல்லை, தாயே! அவனை உனது நம்பிக்கைக்குரிய தூதன் என்று நினைத்துக்கொண்டு நீ அனுப்பினாய். அது தவறாயிருக்கலாம் அல்லவா? அவன் மாற்றார்களின் ஒற்றனா யிருக்கலாம் அல்லவா?'

'இல்லவே இல்லை, ஆதித்த கரிகாலன் அவனை என்னுடைய உதவிக்கு அனுப்பினான். அவனைப் பூரணமாக நம்பலாம் என்று எழுதி அனுப்பினான்...'

'ஆதித்த கரிகாலனும் ஏமாந்திருக்கலாம் அல்லவா இளவரசி? வழியில் அவன் மாற்றப்பட்டும் இருக்கலாம் அல்லவா? நான் இங்கே வரும்போது 'ஒற்றன்' என்ற குற்றச்சாட்டு என் காதில் விழுந்தது. மேலே இருந்தவனைப் பார்த்துக் கீழே நின்றவன் குற்றம் சாட்டினான். அது என்ன, அம்மா?'

'மேலே நின்றவன்தான் என் தமையன் அனுப்பிய தூதன். வாணர் குலத்தில் வந்த வல்லவரையன் வந்தியத்தேவன். கீழே நின்றவன் வைத்தியர் மகன் பினாகபாணி. வந்தியத்தேவனைப் பழுவேட்டரையர்களின் ஒற்றன் என்று வைத்தியர் மகன் குற்றம் சாட்டினான். என்ன அறிவீனம்?'

'ஏன் இருக்கக் கூடாது, தாயே!'

'ஒருநாளும் இருக்கமுடியாது. பழுவேட்டரையர் காவலிலிருந்து அவன் தப்பி வந்தவன். அவனைத் திரும்பக் கைப்பற்றப்

பழுவேட்டரையர்கள் எத்தனையோ ஆட்களை அனுப்பிப் பிரம்மப் பிரயத்தனம் செய்தார்கள்...'

'அவனிடம் பழுவூர் முத்திரை மோதிரம் எவ்விதம் வந்தது தாயே?'

'அந்த வஞ்சக அரக்கி, - மாயமோகினி - விஷ நாகம் - தயவு செய்து மன்னித்துக்கொள்ளுங்கள் - பழுவூர் இளையராணி கொடுத்துத்தான் அவனுக்கு அம்மோதிரம் கிடைத்தது.'

'அது உனக்குத் தெரிந்திருப்பது பற்றிச் சந்தோஷப்படுகிறேன். நான் சொன்னால் நீ நம்பியிருக்கமாட்டாய். அந்த வல்லத்து வீரன் பழுவேட்டரையர்களின் ஒற்றன் அல்ல என்பது சரி. ஆனால் பழுவூர் ராணியின் ஒற்றனாயிருக்கலாம் அல்லவா!'

'அது எப்படி முடியும்?'

'எப்படி முடியும் என்று சொல்கிறேன். வந்தியத்தேவன், - நீ இலங்கைக்கு அனுப்பிய அந்தரங்கத்தூதன், - தஞ்சைக் கோட்டைக்கு வெளியில் பழுவூர் ராணியைப் பல்லக்கில் சந்தித்தான். அப்போது முத்திரை மோதிரத்தைப் பெற்றுக் கொண்டான். பிறகு, கோட்டைக்குள் பழுவூர் அரண்மனையின் அந்தப்புரத்தில் அவளைச் சந்தித்தான். அவனைப் பழுவூர் இளைய ராணி பொக்கிஷ நிலவறையில் ஒளித்து வைத்திருந்து வெளியே அனுப்பினாள். உன்னிடம் ஓலை கொண்டு வரப் போகிறான் என்று அவளுக்குத் தெரியும். இலங்கையிலிருந்து அவன் திரும்பி வரும்போது அரிச்சந்திர நதிக்கரையில் பாழடைந்த பாண்டியன் அரண்மனையில் நள்ளிரவில் அவர்கள் இருவரும் சந்தித்துப் பேசினார்கள். அதற்குப் பிறகும் பழுவூர் முத்திரை மோதிரம் வந்தியத்தேவனிடம் இருக்கிறது. இதையெல்லாம் பற்றி நீ என்ன நினைக்கிறாய், அம்மா! உன் தூதனிடம் இன்னமும் பரிபூரண நம்பிக்கை வைத்திருக்கிறாயா?'

குந்தவையின் உள்ளம் இப்போது உண்மையாகவே குழப்பத்தில் ஆழ்ந்தது.

இருபத்தெட்டாம் அத்தியாயம்

ஒற்றனுக்கு ஒற்றன்

மௌனமாயிருந்த அரசிளங் குமரியைப் பார்த்து முதன் மந்திரி அநிருத்தர், 'தாயே! ஏன் பேசாமலிருக்கிறாய்? வந்தியத்தேவனை இன்னமும் நீ நம்புகிறாயா?' என்று கேட்டார்.

'ஐயா! அமைச்சர் திலகமே! நான் என்ன சொல்லட்டும்? இன்னும் சற்று நேரம் தாங்கள் பேசிக்கொண்டே போனால் என்னை நானே சந்தேகிக்கும்படி செய்து விடுவீர்கள் போலிருக்கிறதே!' என்றாள் இளவரசி.

'காலம் அப்படி இருக்கிறது, அம்மா! யாரை நம்பலாம், யாரை நம்பக்கூடாது என்று தீர்மானிப்பது இந்த நாளில் அவ்வளவு சுலபமில்லைதான். நாலாபுறமும் அவ்வளவு விரோதிகள் சூழ்ந்திருக் கிறார்கள்; அவ்வளவு மர்மமான சூழ்ச்சிகள் நடந்து வருகின்றன!' என்றார் முதன் மந்திரி அநிருத்தர்.

'ஆனாலும் தங்களுக்குத் தெரியாத மர்மமும், தாங்கள் அறியாத சூழ்ச்சியும் இராது என்று தோன்றியது. நான் அனுப்பிய தூதனைப் பற்றி அவ்வளவு விவரங்களையும் எப்படித் தெரிந்து கொண்டீர்கள்?' என்று கேட்டாள் குந்தவை தேவி.

'அம்மணி! நான் ஆயிரம் கண்களும், இரண்டாயிரம் செவிகளும் படைத்தவன். நாடெங்கும் அவை பரவியிருக்கின்றன. பழுவூர் அரண்மனையில் என் ஆட்கள் இருக்கிறார்கள். பழுவூர் இளைய ராணியின் மெய்க்காவலர்களிலே எனக்குச் செய்தி அனுப்புகிறவன் ஒருவன் இருக்கிறான். ஆழ்வார்க்கடியானைப் போல் ஊர் ஊராக அலைந்து திரிந்து செய்தி கொண்டு வருகிறவர்கள் பலர் இருக்கிறார்கள். சுற்றுப்புற நாடுகளிலோ நான் அறியாமல் எந்தக் காரியமும் நடைபெற முடியாது என்றுதான் எண்ணிக் கொண்டிருக் கிறேன். ஆயினும், யார் கண்டது? என்னையும் ஏமாற்றக் கூடியவர்கள் இருக்கலாம். நான் அறியாத மர்மங்களும் நடைபெறலாம்!'

இவ்வாறு முதலாவது மந்திரி சொன்னபோது, பொன்னியின் செல்வன் இப்போது சூடாமணி விஹாரத்தில் இருப்பதும் இந்தப் பொல்லாத மனிதருக்குத் தெரியுமோ என்ற எண்ணம் குந்தவைக்கு உண்டாயிற்று. அதை அவள் வெளியிடாமல் மிகுந்த சிரமத்துடன் அடக்கிக் கொண்டாள்.

'ஐயா! நீங்கள் சொல்வதெல்லாம் உண்மையாக இருக்கலாம்; ஆனால் அந்த வாணர் குல வீரன் பழுவூர் ராணியின் ஒற்றனா யிருப்பான் என்று மட்டும் என்னால் நம்பமுடியவில்லை. அவனைத் தயவு செய்து விடுதலை செய்து விடுங்கள்!' என்றாள்.

'நன்றாக யோசித்துப் பார், அம்மா! அந்தப் பெண் நந்தினியிடம் மாயமந்திர சக்தி ஏதோ இருக்கிறது! சிவபக்தன் மதுராந்தகன் அவளுடைய வலையில் விழுந்து இராஜ்யத்தில் ஆசை கொண்டான். சம்புவரையரின் மகன் கந்தமாறன் அவளுடைய ஓலையை எடுத்துக் கொண்டு ஆதித்த கரிகாலனிடம் போயிருக்கிறான். பழுவேட்டரையர் களின் பரம விரோதியாயி ருந்த பார்த்திபேந்திரன் இன்று பழுவூர் ராணியின் அடிமையாகி விட்டான். சோழ இராஜ்யத்தை இரண்டாகப் பிரித்து மதுராந்தகனுக்கு ஒரு பகுதியும், ஆதித்த கரிகாலனுக்கு ஒரு பகுதியும் கொடுத்து ராஜி செய்து வைக்கவும் அவன் முன் வந்திருக் கிறான்...'

'இது என்ன அக்கிரமம்! இராஜ்யத்தை இரண்டாகப் பிரிக்க வாவது? எங்கள் குலத்து முன்னோர்கள் எவ்வளவு கஷ்டப்பட்டு ஒன்று சேர்த்துப் பெரிதாக்கிய மகா இராஜ்யம் இது!'

'இராஜ்யத்தைப் பிரிப்பதை நீ விரும்பமாட்டாய்; நானும் விரும்ப வில்லை, தாயே! பத்து நாட்களுக்கு முன் இந்த யோசனையைச் சொல்லியிருந்தால் பார்த்திபேந்திரனும் பொங்கி எழுந்திருப்பான். இப்போது அவனே இந்த ஏற்பாட்டுக்கு முதன்மையாக நிற்கிறான்...'

'இது என்ன விந்தை! அந்தப் பழுவூர் ராணியிடம் அப்படிப்பட்ட மாய சக்தி என்னதான் இருக்கும்?'

'இளவரசி! அதை நான் உன்னிடம் கேட்க வேண்டும் என்றிருந்தேன். நீ என்னைக் கேட்கிறாய். போகட்டும்; வந்தியத்தேவன் மட்டும் அவளுடைய மாய சக்திக்கு உட்படமாட்டான் என்று எதனால் நீ அவ்வளவு நிச்சயமாகச் சொல்கிறாய்?'

'ஐயா! காரணங் கேட்டால் எனக்குச் சொல்லத் தெரியாது. மனதுக்கு மனதே சாட்சி என்பார்கள். வாணர்குல வீரன் அத்தகைய துரோகம் செய்ய மாட்டான் என்று என் மனத்தில் ஏனோ நிச்சயமாகத் தோன்றுகிறது.'

'அப்படியானால், அதைப் பரீட்சித்துப் பார்த்துவிடலாம், அம்மா!'

'அப்படி என்ன பரீட்சை?'

'காஞ்சிக்கு ஒரு தூதனை நாம் உடனே அனுப்பியாக வேண்டும். ஆதித்த கரிகாலனுக்கு மிக நம்பிக்கையான ஆளிடம் அவசரமாக ஓலை கொடுத்து அனுப்ப வேண்டும்.'

'என்ன விஷயம் பற்றி?'

'சற்று முன்னால், நந்தினியை விஷநாகம் என்று நீ சொல்லிவிட்டு அதற்காக மன்னிப்புக் கேட்டுக் கொண்டாய். உண்மையில் விஷநாகத்தைவிட அவள் பன்மடங்கு கொடியவள். இந்தச் சோழ குலத்தை அடியோடு நாசம் செய்து பூண்டோடு ஒழித்து விட அவள் திட்டமிட்டிருக்கிறாள்.'

'கடவுளே! என்ன பயங்கரம்!' என்று குந்தவை கூறியபோது அவளுடைய உள்ளக் கடல் பற்பல எண்ண அலைகளினால் கொந்தளித்தது.

'உன் தமையன் ஆதித்த கரிகாலனைக் கடம்பூர் அரண்மனைக்கு அழைக்கும்படி அவள் சம்புவரையரைத் தூண்டியிருக்கிறாள். சம்புவரையர் மகள் ஒருத்தியையும், பழுவேட்டரையர் குமாரி ஒருத்தியையும் கரிகாலனுக்கு மணம் செய்விப்பது பற்றிப் பேசி வருகிறாள். இராஜ்யத்தை இரண்டாகப் பிரித்து ராஜி செய்விக்கும் விஷயத்தையும் அங்கே முடிவு செய்யப் போகிறாளாம். இவை யெல்லாம் வெளிப்படையான பேச்சு. ஆனால் அவளுடைய அந்தரங் கத்தில் என்ன நோக்கம் வைத்திருக்கிறாளோ அது யாருக்கும் தெரியாது. எல்லாம் அறிந்தவன் என்று கர்வம் கொண்டிருக்கும் என்னால் கூட அவள் நோக்கத்தை அறிய முடியவில்லை.'

'அதைப்பற்றி நாம் என்ன செய்யவேண்டும், ஐயா?'

'ஆதித்த கரிகாலன் கடம்பூர் மாளிகைக்குப் போகாமல் எப்படியாவது தடை செய்யவேண்டும். அதற்குத்தான் நீயும் நானும் ஓலை கொடுத்து வந்தியத்தேவனிடம் அனுப்ப வேண்டும். நம்முடைய விருப்பத்தை மீறிக் கரிகாலன் கடம்பூர் மாளிகைக்குப் புறப்படும் பட்சத்தில் வந்தியத்தேவனும் அவனுடன் போக வேண்டும். உடம்பைப் பிரியாத நிழலைப் போல் அவன் உன் தமையனைத் தொடர்ந்து காவல் புரிய வேண்டும். நந்தினியைத் தனியாகச் சந்திப்பதற்குக்கூட அவன் இடந்தரக் கூடாது...'

குந்தவை பெருமூச்சுவிட்டாள்; முதன் மந்திரி கூறுவது எவ்வளவு முக்கியமான காரியம் என்பதை அவள் உணர்ந்தாள். எல்லா விவரங்களும் அறிந்து அவர் சொல்கிறாரா, அல்லது இராஜாங்க

நோக்கத்தை மட்டும் வைத்துக்கொண்டு சொல்கிறாரா என்று அவளால் ஊகிக்க முடியவில்லை.

'ஐயா! அவர்களுடைய சந்திப்பைத் தடுப்பது அவ்வளவு முக்கியமான காரியம் என்று ஏன் கருதுகிறீர்கள்!' என்று கேட்டாள்.

'அம்மணி! வீரபாண்டியனுடைய ஆபத்துதவிகள் சிலர் சோழ குலத்தைப் பூண்டோடு அழிக்கச் சபதம் செய்திருக்கிறார்கள். அவர் களுக்குப் பெரிய பழுவேட்டரையருடைய பொக்கிஷத் திலிருந்து புதிய தங்கக்காசுகள் போய்க்கொண்டிருக்கின்றன. இதைக் காட்டிலும் இன்னும் ஏதேனும் நான் இதைப்பற்றிச் சொல்ல வேண்டுமா?'

'வேண்டாம்' என்று முணுமுணுத்தாள் குந்தவை.

சூடாமணி விஹாரத்தில் சுரத்துடன் படுத்திருக்கும் இளவரசனின் நினைவு அவளுக்கு வந்தது. பொன்னியின் செல்வனையும் அபாயங்கள் சூழ்ந்திருக்கலாம் அல்லவா?

'ஐயா! சோழநாட்டுக்கு விபத்துக்கு மேல் விபத்தாக வந்து கொண்டிருக்கும் இச்சந்தர்ப்பத்தில் தாங்கள் முதன் மந்திரியா யிருப்பது அதிர்ஷ்டவசந்தான்! என் தம்பியின் விஷயமாக என்ன ஏற்பாடு செய்தீர்கள்?' என்று கேட்டாள்.

'சோழ நாட்டிலுள்ள எல்லாச் சிவாலயங்களிலும், விஷ்ணு, ஆலயங் களிலும் இளவரசருடைய சுகக்ஷேமத்தைக் கோரிப் பிரார்த்தனை செய்து அர்ச்சனை அபிஷேகம் நடத்தச் சொல்லியிருக்கிறேன். அப்படியே புத்த விஹாரங்களிலும், சமணப் பள்ளிகளிலும் பிரார்த்தனை செய்யப் போகிறார்கள். நாகைப் பட்டினம் சூடாமணி விஹாரத்தில் புத்த பிக்ஷுக்கள் ஒரு மண்டலம் விசேஷப் பிரார்த்தனை நடத்தப் போகிறார்கள். வேறு என்ன செய்யலாம் என்று நீ சொல்கிறாய்?'

சூடாமணி விஹாரத்தைப் பற்றிச் சொல்லும்போது முதன் மந்திரியின் முகத்தில் ஏதேனும் மாறுதல் ஏற்படுகிறதா என்று குந்தவை கவனித்தாள். ஒன்றுமே தெரியவில்லை.

'ஐயா! சூடாமணி விஹாரம் என்றதும் ஒரு விஷயம் ஞாபகம் வருகிறது. சூடாமணி விஹாரத்தின்மீது பெரிய பழுவேட்டரை யர் ஏதோ கோபம் கொண்டிருக்கிறாராம். இலங்கையில் பிக்ஷுக்கள் இளவரசருக்கு முடிசூட்டுவதாகச் சொன்ன செய்தி வந்ததிலிருந்து அந்தக் கோபம் முற்றியிருக்கிறதாம். இளவரசர் காணாமற் போனதற்குப் பழியைச் சூடாமணி விஹாரத்திலுள்ள பிக்ஷுக்களின்

மீது சுமத்தினாலும் சுமத்துவார்கள். அதற்குத் தக்க பாதுகாப்பு, தாங்கள்தான் செய்யவேண்டும்' என்று சொன்னாள்.

'உடனே செய்கிறேன், அம்மா! சக்கரவர்த்தியின் கட்டளையுடன் சூடாமணி விஹாரத்தைப் பாதுகாக்க ஒரு சிறிய சைன்யத்தையே வேணுமானாலும் அனுப்பி வைக்கிறேன். வந்தியத்தேவனைக் காஞ்சிக்கு அனுப்புவதுபற்றி என்ன சொல்கிறாய்?'

'ஐயா! அவ்வளவு முக்கியமான காரியத்துக்கு வேறு யாரையாவது அனுப்புவது நல்லதல்லவா?'

'உனக்கு மட்டும் அவனிடம் நம்பிக்கையிருந்தால் அவனையே அனுப்ப விரும்புகிறேன். அவனுடைய வீர சாகஸச் செயல் களைப் பற்றியும் தெரிந்து கொண்டிருக்கிறேன். எதற்கும் அஞ்சாத அஸகாய சூரனையே இந்தக் காரியத்துக்கு நாம் அனுப்ப வேண்டும். இன்றைக்கு நான் அரண்மனை முற்றத்துக்கு வந்து கொண்டிருந்த போது என் கண்ணாலேயே பார்த்தேனே! அந்த வைத்தியனை என்ன பாடுபடுத்திவிட்டான். நான் குறுக்கிட்டுத் தடுத்திராவிட்டால் வைத்தியர் மகன் யமனுக்கு வைத்தியம் செய்யப் போயிருப்பான்...'

இளைய பிராட்டி இதைக் கேட்டுப் பூரிப்பு அடைந்தாள். ஆயினும் சிறிய தயக்கத்துடன், 'வீரனாயிருந்தால் மட்டும் போதுமா? படபடப்புக்காரனாயிருக்கிறானே? எவ்வளவு விரைவில் சண்டை தொடங்கிவிட்டான்!'

'அதற்கு வேணுமானால் பின்னோடு என்னுடைய சீடன் திருமலையையும் அனுப்பி வைக்கிறேன். நிதானமான யோசனைக்குப் பெயர்போனவன் ஆழ்வார்க்கடியான்!' என்றார் அநிருத்தர்.

இளையபிராட்டி தன் மனத்திற்குள், இவருடைய உள்ளத்தில் இருப்பதைக் கடவுளும் அறிவாரோ, என்னமோ தெரியவில்லை; ஒற்றனுக்குத் துணையாக ஒற்றன் ஒருவனையே அனுப்பி வைக்க விரும்புகிறார் போலும்!' என்று எண்ணிக் கொண்டாள்.

வானதியின் மாறுதல்

குந்தவை வந்தியத்தேவனைச் சிறையிலிருந்து மீட்டு மறுபடியும் பிரயாணம் அனுப்புவதற்காகப் புறப்பட்டபோது, வானதி எதிரே வந்தாள். இளைய பிராட்டியிடம் அடிபணிந்து நின்றாள்.

'என் கண்ணே! உன்னை விட்டுவிட்டு வந்து விட்டேன். இன்னும் கொஞ்சம் முக்கியமான அலுவல் இருக்கிறது. அதை முடித்து விட்டு வந்துவிடுகிறேன். சற்று நேரம் தோட்டத்தில் சென்றிரு! ஓடைப்பக்கம் மட்டும் போகாதே' என்றாள்.

'அக்கா! தங்களுக்கு இனி தொந்தரவு கொடுக்கமாட்டேன். கொடும்பாளூருக்குப் போக விரும்புகிறேன், அனுமதி கொடுங்கள்!' என்றாள் வானதி.

'இது என்ன, என் தலையில் நீயுமா இடியைப் போடுகிறாய்? உனக்கு என் பேரில் என்ன கோபம்? உன் பிறந்தகத்தின் மீது திடீரென்று என்ன பாசம்?'

'உங்கள் பேரில் நான் கோபங் கொண்டால் என்னைப் போல் நன்றி கெட்டவள் யாரும் இல்லை. என் பிறந்தகத்தின் பேரில் புதிதாகப் பாசம் ஒன்றும் பிறந்துவிடவும் இல்லை. தாயும் தந்தையும் இல்லாத எனக்குப் பிறந்தகம் என்ன வந்தது? எங்கள் ஊருக்குப் பக்கத்தில் உள்ள காளி கோவிலுக்குப் பூசைபோடுவதாக என் தாயார் ஒருமுறை வேண்டிக்கொண்டாளாம். அதை நிறைவேற்றுவதற்கு முன் அவள் கண்ணை மூடிவிட்டாள். எனக்கு அடிக்கடி மயக்கம் வருகிறதல்லவா? ஒருவேளை அந்த வேண்டுதலை நிறைவேற்றாததால்தான் இப்படி என்னைப் படுத்துகிறதோ என்னமோ?'

'அதற்காக நீ அவ்வளவு தூரம் போகவேண்டியதில்லை; நானே சொல்லி அனுப்பி அந்த வேண்டுதலை நிறைவேற்றச் சொல்கிறேன்.'

'அது மட்டுமல்ல அக்கா! என் பெரிய தகப்பனார் இலங்கையிலி ருந்து திரும்பி வந்து கொண்டிருக்கிறார். அவர் தஞ்சையைத் தாண்டிப் பழையாறைக்கு வரமாட்டார். அவர் வரும்போது நான் கொடும் பாளூரிலிருக்க விரும்புகிறேன். அவரிடம் இலங்கை யில் நடந்தவற்றையெல்லாம் நேரில் கேட்க ஆசைப்படுகிறேன்!'

'இலங்கையில் நடந்தவற்றைப்பற்றித் தெரிந்துகொள்வதில் உனக்கு என்ன அவ்வளவு ஆசை?'

'அது என்ன அப்படிக் கேட்கிறீர்கள்? என் தந்தை இலங்கைப் போரில் வீர சொர்க்கம் அடைந்ததை மறந்து விட்டீர்களா...?'

'மறக்கவில்லை. அந்தப் பழி இப்போது நீங்கிவிட்டது...'

'முழுவதும் நீங்கியதாக எனக்குத் தோன்றவில்லை. யுத்தம் முடிவதற் குள்ளே அவசரப்பட்டுக்கொண்டு பெரிய வேளார் திரும்புகிறார்.'

'அவரை மறுபடி இலங்கைக்குப் போய்ப் போர் நடத்தும்படி சொல்லப் போகிறாயா? அதற்காகவா கொடும்பாளூர் போக வேண்டும் என்கிறாய்?'

'அவ்வளவு பெரிய விஷயங்களைப் பற்றிச் சொல்வதற்கு நான் யார்? நடந்ததைப்பற்றிக் கேட்டுத் தெரிந்து கொள்ளவே விரும்புகிறேன்...'

'ஆகா! உன் மனது இப்போது எனக்குத் தெரிகிறது. பொன்னியின் செல்வன் இலங்கைப் போரில் புரிந்த வீரச் செயல்களைப்பற்றி உன் பெரிய தகப்பனாரிடம் கேட்க விரும்புகிறாய், இல்லையா?'

'அது ஒரு தவறா, அக்கா?'

'அது தவறில்லை. ஆனால் இத்தகைய சமயத்தில் என்னைத் தனியே விட்டுவிட்டுப் போகிறேன் என்கிறாயே, அதுதான் பெரிய தவறு!'

'அக்கா! நானா தங்களைத் தனியே விட்டுவிட்டுப் போகிறேன்? என்னைப்போல் தங்களுக்கு எத்தனையோ தோழிகள். தங்கள் கருத்தை அறிந்து காரியத்தை நிறைவேற்ற எத்தனையோ பேர் காத்துக் கொண்டிருக்கிறார்கள்...'

'நீகூட இப்படிப் பேச ஆரம்பித்து விட்டாயா, வானதி? என் தம்பியைப் பற்றி செய்தி கேட்டு உன் மனம் பேதலித்து விட்டது போலிருக்கிறது. அந்தச் செய்தியைப் பற்றி நீ அதிகமாகக் கவலைப்பட வேண்டாம்...

'தங்கள் தம்பியைப் பற்றி தங்களுக்கு இல்லாத கவலை எனக்கு என்ன இருக்க முடியும், அக்கா!'

‘உண்மையைச் சொல்! ஓடையில் நீயாக வேண்டுமென்று விழுந் தாயா? மயக்கம் வந்து விழுந்தாயா?’

‘வேண்டுமென்று எதற்காக விழ வேண்டும்? மயக்கம் வந்து தான் விழுந்தேன். தாங்களும் அந்த வாணர் குலத்து வீரருமாக என்னைக் காப்பாற்றினீர்கள்.’

‘காப்பாற்றியதற்கு நன்றி உள்ளவளாகத் தோன்றவில்லையே?’

‘இந்த ஜன்மத்தில் மட்டுமல்ல; ஏழேழு ஜன்மத்திலும் நன்றியுள்ள வளாயிருப்பேன்.’

‘இந்த ஜன்மம் இத்துடன் முடிந்து போய்விட்டது போல் பேசுகிறாயே? நான் சொல்கிறேன் கேள், வானதி! வீணாக மனத்தை வருத்தப்படுத்திக் கொள்ளாதே! அருள்மொழி வர்மனுக்கு அபாயம் எதுவும் வந்திருக்கும் என்று எனக்குத் தோன்றவில்லை. சற்றுமுன் அரண்மனை முற்றத்தில் கூடியிருந்த ஜனங்களுக்குச் சொன்னதையே உனக்கும் சொல்லுகிறேன். அன்றொரு நாள் காவிரித்தாய் என் தம்பியைக் காப்பாற்றினாள். அதுபோல் சமுத்திரராஜனும் அவனைக் காப்பாற்றியிருக்க வேண்டும். சீக்கிரத்தில் நல்ல செய்தியை நாம் கேள்விப் படுவோம்.’

‘எந்த ஆதாரத்தைக் கொண்டு இவ்வளவு உறுதியாகத் தைரியம் சொல்கிறீர்கள் அக்கா?’

‘என்மனத்துக்குள் ஏதோ ஒன்று சொல்கிறது. என் அருமைத் தம்பிக்கு ஏதேனும் நேர்ந்திருந்தால் அது என் உள்மனத்துக்குத் தெரிந்திருக்கும். நான் இப்படிச் சாதாரணமாகப் பேசிக் கொண்டிருக்க மாட்டேன்...’

‘மனது சொல்வதில் எனக்கு அவ்வளவு நம்பிக்கை இல்லை அக்கா! உள் மனத்திலும் நம்பிக்கை இல்லை! வெளி மனத்திலும் நம்பிக்கை இல்லை!’

‘அது எப்படி நீ மட்டும் அவ்வளவு தீர்மானமாகச் சொல்லு கிறாய்?’

‘என் உள் மனத்திலும், வெளி மனத்திலும் சில நாளாக ஒரு பிரமை தோன்றிக் கொண்டிருந்தது. தூக்கத்தில், கனவிலும் தோன்றியது. விழித்துக் கொண்டிருக்கும்போதும் சில சமயம் அப்படிப் பிரமை உண்டாயிற்று.’

‘அது என்ன வானதி?’

‘தண்ணீரில் தங்கள் தம்பியின் முகம் அடிக்கடி தோன்றிக் கொண்டிருந்தது. என்னை அழைப்பது போலவும் இருந்தது. கனவிலும் இந்தப் பிரமை அடிக்கடி ஏற்பட்டு வந்தது.’

‘அதை ஏன் பிரமை என்று சொல்லுகிறாய்? நமக்கு வந்திருக்கும் செய்திக்கும் உன்னுடைய மனத்தோற்றத்துக்கும் பொருத்தமாக இருக்கிறதே?’

'இன்னும் முழுவதும் கேட்டால் அது எவ்வளவு பைத்தியக்காரப் பிரமை என்பதை அறிவீர்கள். ஓடையில் மயக்கம் போட்டு விழுந்தேனல்லவா? அப்போது நான் நாகலோகத்துக்கே போய் விட்டேன். அங்கே ஒரு திருமண வைபவம் நடந்தது...'

'யாருக்கும் யாருக்கும் திருமணம்?'

'அதைச் சொல்ல விருப்பமில்லை, அக்கா! மொத்தத்தில் மனத்தில் தோன்றுவதிலும், கனவில் தோன்றுவதிலும் எனக்கு நம்பிக்கை இல்லை. கண்ணால் காண்பதையும், காதால் கேட்பதையும்தான் இனிமேல் நம்புவது என்று தீர்மானித்திருக்கிறேன்...'

'வானதி! நீ சொல்வது முற்றும் தவறு. கண்ணால் காண்பதும், காதினால் கேட்பதும் சில சமயம் பொய்யாக இருக்கும். மனத்துக்குள் தோன்றுவதுதான் நிச்சயம் உண்மையாயிருக்கும். கதைகள், காவியங் களிலிருந்து இதற்கு எத்தனையோ உதாரணங்கள் நான் உனக்குச் சொல்லுவேன்...'

'பிறகு ஒரு சமயம் கேட்டுக் கொள்கிறேன், அக்கா! இப்போது எனக்கு விடை கொடுங்கள்!' என்றாள் வானதி.

இளவரசி குந்தவைக்கு ஒரே வியப்பாய்ப் போய்விட்டது இந்தப் பெண்ணுக்கு இவ்வளவு தைரியமும், பிடிவாதமும் திடீரென்று எப்படி ஏற்பட்டன என்று ஆச்சரியப்பட்டாள்.

'வானதி! இது என்ன அவசரம்? அப்படியே நீ கட்டாயம் ஊருக்குப் போக வேண்டுமென்றாலும், சிலநாள் கழித்துப் புறப்படக்கூடாதா? இப்போது நாடெங்கும் ஒரே குழப்பமாக இருக்குமே? உன்னைத் தக்க பாதுகாப்புடன் அனுப்பி வைக்க வேண்டாமா?'

'எனக்கு என்ன பயம், அக்கா! கொடும்பாளூரிலிருந்து என்னை அழைத்து வந்த பல்லக்குத் தூக்கிகளும் காவல் வீரர் நால்வரும் ஒரு வேலையுமின்றி இத்தனை காலம் இங்கே தூங்கிக் கொண்டிருக் கிறார்கள். அவர்களே என்னைத் திரும்ப அழைத்துக் கொண்டு போய் விடுவார்கள்...'

'அழகாயிருக்கிறது! உன்னை அப்படி நான் அனுப்பி விடுவேன் என்றா நினைக்கிறாய்?'

'உங்களை நான் ரொம்பவும் கேட்டுக் கொள்கிறேன் அக்கா! எனக்குப் பயம் ஒன்றுமில்லை. கொடும்பாளூர் வானதியை இந்த நாட்டில் யாரும் எதுவும் செய்யத் துணிய மாட்டார்கள். அதிலும் இளைய பிராட்டியின் அன்புக்குகந்த தோழி நான் என்பது யாருக்குத் தெரியாது? ஒரே ஒரு காரியத்துக்கு மட்டும் அனுமதி கொடுங்கள். போகும்போது

அந்தக் குடத்தை ஜோதிடரின் வீட்டுக்கு இன்னொரு தடவை போய் அவரைச் சில விஷயங்கள் கேட்க விரும்புகிறேன். அவ்விதம் செய்யலாமா?'

'அவரிடம் எனக்குக்கூட வரவேண்டும் என்று ஆசைதான். ஆனால் நீ இவ்வளவு அவசரப்படுகிறாயே?'

'இல்லை, அக்கா! இந்தத் தடவை அவரை நான் தனியாகப் பார்த்து ஜோதிடம் பார்க்க விரும்புகிறேன்...'

குந்தவை மூக்கின்மீது விரலை வைத்து அதிசயப்பட்டாள். இந்தப் பெண் ஒரு நாளில், ஒரு ஜாம நேரத்தில், இவ்வளவு பிடிவாதக் காரியாக மாறிவிட்டது எப்படி என்று இளவரசிக்குப் புரியவே யில்லை. அவள் பிரயாணத்தைத் தடுத்து நிறுத்த முடியாது என்ற முடிவுக்கு வந்தாள்.

'சரி, வானதி! உன் விருப்பம் போலச் செய்யலாம். நீ பிரயாணத்துக்கு வேண்டிய ஆயத்தம் செய். அதற்குள் சிறையிலிருக்கும் அந்த வாணர் குலத்து வீரகுமாரனை விடுதலை செய்துவிட்டு வருகிறேன்' என்றாள்.

இரு சிறைகள்

வானதியை விட்டுப் பிரிந்ததும் அரசிளங்குமரி நேரே பழையாறை சிறைச்சாலைக்குச் சென்றாள். காவலர்களை வெளியிலேயே நிறுத்தி விட்டுத் தான் மட்டும் வந்தியத்தேவன் அடைபட்டிருந்த இடத்துக்குப் போனாள். அவன் தனி அறையில் பூட்டப்பட்டிருந்தான். சிறையின் உச்சியைப் பார்த்துக்கொண்டு உற்சாகமாகத் தெம்மாங்கு பாடிக் கொண்டிருந்தான்:

'வானச் சுடர்கள் எல்லாம்
மானே உந்தனைக்கண்டு
மேனி சிலிர்க்குதடி -
மெய்மறந்து நிற்குதடி!'

குந்தவை அருகில் வந்து நின்றது தொண்டையைக் கனைத்த பிறகுதான் அவளைத் திரும்பிப் பார்த்தான். உடனே எழுந்து நின்று, 'வருக! வருக! இளவரசியாரே! வருக! ஆசனத்தில் அமருக!' என்று உபசரித்தான்.

'எந்த ஆசனத்தில் அமரட்டும்?' என்று இளவரசி கேட்டாள்.

'இது தங்கள் அரண்மனை. இங்கு நடப்பது தங்கள் ஆட்சி, தங்கள் ஆணை. இங்குள்ள சிம்மாசனம் எதில் வேண்டுமானாலும் தங்கள் விருப்பம் போல் அமரலாம்' என்றான் வல்லவரையன்.

'ஐயா! உமது முன்னோர்கள் ஆணை செலுத்தி மூவுலகையும் ஆண்ட போது வல்லத்து அரண்மனை இவ்விதந்தான் இருந்தது போலும்! எங்கள் நகரில் இந்த இடத்தைச் சிறைச்சாலை என்று சொல்லுவார்கள்' என்றாள் இளவரசி.

'அம்மணி! எங்கள் ஊரில் இப்போது அரண்மனையும் இல்லை; சிறைச்சாலையும் இல்லை. பல தேசத்து அரசர்களுமாகச் சேர்ந்து

அரண்மனை, சிறைச்சாலை எல்லாவற்றையும் இடித்துத் தரைமட்டமாக்கி விட்டார்கள், நூறு வருஷங்களுக்கு முன்பு...'

'ஏன்? ஏன்? வல்லத்து அரண்மனை மீதும் சிறையின் பேரிலும் அவர்களுக்கு என்ன அவ்வளவு கோபம்?'

'எல்லாம் ஒரு கவிஞரால் வந்த வினை!'

'ஆ! அது எப்படி?'

'என் குலத்து முன்னோர்கள் தென் நாட்டின் பேரரசர்களாக அரசு புரிந்த நாளில், காலாகாலத்தில் கப்பம் செலுத்தாத அரசர்களை அதிகாரிகள் சிறைப்பிடித்துக்கொண்டு வருவார்கள். அரண்மனை முற்றத்தின் இருபுறத்திலும் அரசர்களை அடைத்து வைக்கும் சிறைகள் இருந்தன. சக்கரவர்த்தி கருணை புரிந்து எப்போது தங்களை வரும்படி சொல்லி அனுப்புவார், மன்னிப்புக் கேட்டுக்கொண்டு ஊருக்குத் திரும்பலாம் என்று அச்சிற்றரசர்கள் காத்திருப்பார்கள். பேரரசரைக் காணும்பேறு அவர்களுக்கு எளிதிலே கிட்டாது. அவர்கள் பார்த்துக் கொண்டிருக்கும்போதே கவிஞர்களும் புலவர்களும் சக்கரவர்த்தியின் ஆஸ்தான மண்டபத்துக்குப் போவார்கள். சக்கரவர்த்தி முன்னிலையில் பாடல்களைச் சொல்லிப் பரிசுகள் பெற்றுக் கொண்டு திரும்பிச் செல்லுவார்கள்.

'அப்போது சிறையில் காத்திருக்கும் சிற்றரசர்கள், 'அடாடா! இந்தப் புலவர்களுக்கு வந்த யோகத்தைப் பார்! இவர்கள் கொண்டு போகும் பரிசுகளைப் பார்!' என்று சொல்லி வியப்பார்கள். 'ஓகோ! இந்தப் புலவன் கொண்டு போவது என் வெண் கொற்றக் குடையல்லவா?' என்பான் ஓர் அரசன். 'அடடே! இந்தக் கவிஞன் என் சிவிகையில் அமர்ந்து போகிறானே!' என்பான் இன்னொரு வேந்தன். 'ஐயோ! என் பட்டத்து யானையை இவன் கொண்டுபோகிறானே!' என்பான் இன்னொரு மன்னன். 'இது என் குதிரை! இந்தக் கவிராயனை என் குதிரை கட்டாயம் ஒரு நாள் கீழே தள்ளிவிடும்!' என்று சொல்லி மகிழ்வான் வேறொரு சிற்றரசன். எல்லாப் புலவர்களுக்கும் கடைசியில் இன்னொரு புலவர் வந்தார். அவர் சிறையிலிருந்த சிற்றரசர்கள் பேசிக் கொண்டிருந்ததைக் கேட்டார். கேட்டுக் கொண்டே சக்கரவர்த்தியின் சந்நிதானத்துக்குச் சென்று இந்தப் பாடலைச் சொன்னார்:

'என் கவிகை என் சிவிகை
என் கவசம் என் துவசம்
என் கரியீது என் பரியீது
என்பரால் - பன்கவள
மாவேந்தன் வாணன்

வரிசைப் பரிசு பெற்ற
பாவேந்தரை வேந்தர்
பார்த்து!'

'இவ்விதம் அந்தப் புலவர்கள் பாடிய பாடல் தமிழ் நாடெங்கும் அப்பாலும் பரவிவிட்டது. மக்கள் அடிக்கடி பாடியும் கேட்டும் மகிழ்ந்தார்கள். இதனால் எங்கள் இராஜ்யத்துக்கே ஆபத்து வந்து விட்டது. எல்லா அரசர்களுமாகச் சேர்ந்து வந்து படையெடுத்து எங்கள் ஊரையும் அரண்மனையையும், சிறைச்சாலையையும் எல்லா வற்றையும் அழித்துவிட்டார்கள்...'

'எல்லாவற்றையும் அழித்தாலும் அந்தக் கவியின் பாடலை அழிக்க முடியவில்லையல்லவா? உங்கள் குலம் பாக்கியம் செய்த குலந்தான்! அதன் புகழ் என்றும் நிலைத்து நிற்கும்!'

'வாணர் குலத்தின் வீரப் புகழைக் கெடுக்க நான் ஒருவன் இப்போது ஏற்பட்டிருக்கிறேன்...'

'ஆகா! அந்த உண்மையை நீரே ஒப்புக் கொள்கின்றீர் அன்றோ?'

'ஒப்புக் கொள்ளாமல் வேறு என்ன செய்வது? அடிமைத்தனங் களுக்குள்ளே பெண்ணடிமை மிகப் பொல்லாதது. ஒரு பெண் மணியின் வார்த்தையைக் கேட்கப் போய், என் முன்னோர்களின் குலப்புகழுக்கு நான் மாசு தேடிக்கொள்ள நேர்ந்தது. ஓடி ஒளிந்து, மறைந்து திரிந்து உயிர் வாழ நேர்ந்தது. என்கோபத்தையெல்லாம் அந்த வைத்தியர் மகனைக் கொன்று தீர்த்துக் கொள்ளலாம் என்று பார்த்தேன். அதற்கும் ஒரு தடை வந்து குறுக்கிட்டு விட்டது...'

'ஐயா! வைத்தியர் மகன் பினாகபாணி மீது உமக்கு ஏன் அவ்வளவு கோபம்?'

'கோபத்துக்கு வேண்டிய காரணம் இருக்கிறது. நல்ல ஆளைப் பிடித்து என்னோடு கோடிக்கரைக்கு அனுப்பினீர்கள். அவன் என் காரியத்தையே கெடுத்துவிட இருந்தான். அது போகிறதென் றால், சற்று முன் இந்த ஊர் வீதியில் அவன் என்னைப் பகைவர் களின் ஒற்றன் என்று சொல்லிப் பழுவேட்டரையர்களிடம் பிடித்துக்கொடுக்கப் பார்த்தான். அங்கிருந்து தப்பி வந்தால், அரண்மனை முற்றத்தில் ஆயிரம் பதினாயிரம் பேருக்கு எதிரில் என்னைப் 'பழுவூர் ராணியின் ஒற்றன்' என்று குற்றம் சாட்டினான்...'

'வல்லத்து இளவரசரே! அது உண்மையல்லவா?'

'எது உண்மையல்லவா?'

'நீர் பழுவூர் ராணி நந்தினி தேவியின் ஒற்றன் என்று பினாகபாணி குற்றம் சாட்டியதைக் கேட்கிறேன். உண்மையைச் சொல்வீரா?'

'நான் உண்மை சொல்லுவதில்லையென்று விரதம் வைத்துக் கொண்டிருக்கிறேன், தேவி!'

'ஆகா! அது என்ன விரதம்? அரிச்சந்திர நதிக்கரையில் பழுவூர் ராணியைப் பார்த்ததிலிருந்து அப்படிப்பட்ட விரதம் எடுத்துக் கொண்டீரா?'

'இல்லை, இல்லை! அதற்கு முன்னாலேயே அந்த முடிவுக்கு வந்து விட்டேன். நான் உண்மைக்கு மாறானதைச் சொல்லிக் கொண்டிருந்த வரையில் எல்லாரும் நம்பிக் கொண்டிருந்தார்கள். ஓரிடத்தில் வாய் தவறி 'இளவரசர் நாகைப் பட்டினத்தில் பத்திரமாயிருக்கிறார்' என்று சொன்னேன். ஒருவரும் நம்பவில்லை. கேட்டவர்கள் எல்லாரும் சிரித்தார்கள்...'

'எவ்வளவு தவறான காரியத்தைச் செய்தீர்! உம்முடைய வார்த்தையை அவர்கள் நம்பாததே நல்லதாகப் போயிற்று! நம்பியிருந்தால் எவ்வளவு பிசகாகப் போயிருக்கும்?'

'இனிமேல் எப்போதும் இத்தகைய தவறுகள் நேரவே நேராது...'

'உமது வாக்குறுதிக்கு மிக்க நன்றி!'

'என்ன வாக்குறுதி கொடுத்தேன்?'

'இனிமேல் தவறு எதுவும் நேராமல் நான் இட்ட காரியத்தைச் செய்வதாக...'

'கடவுளே! அப்படி நான் ஒன்றும் வாக்குறுதி கொடுக்கவில்லை. போதும்! என்னைச் சிறையிலிருந்து விடுதலை செய்து விடுங்கள்! என் வழியே போகிறேன்...'

'அப்படியானால் உமக்கு விடுதலை கிடையாது! இந்தச் சிறையிலேயே நீர் இருந்து வரவேண்டியதுதான்' என்றாள்.

வந்தியத்தேவன் கலகலவென்று சிரித்தான்.

'நீர் எதற்காகச் சிரிக்கிறீர்? நான் சொல்வது வேடிக்கை என்றா?'

'இல்லை, தேவி! இந்தச் சிறையிலிருந்து தாங்கள் என்னை விடுதலை செய்யாவிட்டால், நான் இதிலிருந்து தப்பிச் செல்ல முடியாதா?'

இளவரசி ஒரு கணம் வந்தியத்தேவனைத் தன் மலர்ந்த கண்களினால் உற்றுப் பார்த்துவிட்டு,

‘ஐயா, நீர் கெட்டிக்காரர்; அதிலும் சிறையிலிருந்து தப்பிச் செல்வதில் மிகக் கெட்டிக்காரர். பழுவேட்டரையரின் பொக்கிஷ நிலவறையிலிருந்து தப்பிச் சென்றவருக்கு இது ஒரு பிரமாதமா?’ என்றாள்.

‘அப்படியானால், நீங்களே கதவைத் திறந்து என்னை விடுதலை செய்யுங்கள்.’

‘நானே இந்தச் சிறையைத் திறந்து விடலாம். அல்லது நீரும் தப்பிச் செல்லலாம். ஆனால் இன்னொரு சிறைச்சாலையிலிருந்து நீர் தப்ப முடியாது...’

‘சின்னப் பழுவேட்டரையரின் பாதாளச் சிறையைச் சொல்கிறீர் களா?’

‘இல்லை; அதுவும் உமக்கு இலட்சியமில்லை; பாதாளச் சிறை வாசலில் காத்திருக்கும் புலிகளையும் வென்றுவிட்டுத் தப்பிச் சென்று விடுவீர்...’

‘பின்னே, எந்தச் சிறையைச் சொல்கிறீர்கள்?’

‘என்னுடைய இதயமாகிற சிறைச்சாலையைத்தான் சொல்கிறேன்.’

‘தேவி! நான் வீடு வாசல் அற்ற அநாதை. என்னுடைய குலப் பெருமையெல்லாம் பழைய கதை, கவிஞர் கற்பனை. தாங்களோ, மூன்று உலகையும் ஒரு குடை நிழலில் ஆளும் சக்கரவர்த்தியின் செல்வக்குமாரி....’

‘யார் கண்டது? இந்தச் சோழ குலத்தின் பெருமையும் ஒருநாள் பழைய கதை ஆகலாம்.’

‘ஆயினும், இன்றைக்குத் தாங்கள் இந்நாட்டில் இணையற்ற, அதிகாரம் படைத்தவர். சக்கரவர்த்தியும், பழுவேட்டரையர் களும், முதலாவது மந்திரியும், தங்கள் விருப்பத்துக்கு மாறாக நடக்கத் துணியமாட்டார்கள்...’

‘இதெல்லாம் உண்மையாயிருந்தால், நீர்மட்டும் எவ்விதம் என் அதிகாரத்தை மீற முடியும்?’

‘அரசாங்க அதிகாரம் வேறு விஷயம். தாங்கள் நெஞ்சின் அதிகாரத்தையல்லவா குறிப்பிட்டீர்கள்.’

‘அதிலேதான் என்ன தவறு?’

‘நம் இருவருக்கும் அந்தஸ்திலே உள்ள வித்தியாசம்தான் தவறு...’

‘அன்பிற்கும் உண்டோ, அடைக்கும் தாழ்’ என்ற முதுமொழி யைக் கேட்டதில்லையா?’

‘அந்த முதுமொழி பொன்னியின் செல்வருக்கும் படகுக்காரி பூங்குழலிக்கும் கூடப் பொருந்துமல்லவோ?’

‘ஆம்! பொருந்தும்தான்! என் தம்பி உலகமாளப் பிறந்தவன் என்று நினைத்தேன். அதனால் அவர்களுடைய நெஞ்சுக்கும் தாளிட விரும்பினேன்...’

‘நானும் இளவரசரைப் பற்றி எவ்வளவோ கேள்விப்பட்டு விட்டுத்தான் ஆவலுடன் வந்தேன். அவரோடு எட்டுத் திசைகளுக்கும் சென்று போர்க்களங்களில் வீரச் செயல்கள் புரிந்து பெயரும் புகழும் அடைய விரும்பினேன்...’

‘இப்போது அந்த ஆசை போய்விட்டதல்லவா?’

‘ஆம்; பொன்னியின் செல்வர் அரசுரிமையைக் காட்டிலும் அமைதி யான வாழ்க்கையை அதிகம் விரும்புகிறார். போர்க் களத்தில் வாளேந்தி வீசுவதைக் காட்டிலும் ஆலயத் திருப்பணி யில் கல்லுளி கொண்டு வேலை செய்வதற்கு அதிகம் ஆசைப் படுகிறார்!...’

‘மதுராந்தகனோ இராஜ்யம் ஆளுவதில் தீவிர நோக்கம் கொண்டிருக் கிறான். ஆடு புலியாக மாறுகிறது; புலி ஆடாகிறது. ஆலவாய் இறைவன் நரியைப் பரியாக்கிப் பரியை நரியாக்கி யதாகச் சிவபக்தரின் வரலாறு கூறுகிறது. அதுபோல்...’

‘தேவி தங்களுடைய கருணையினால் நானும் ஒரு நரியானேன். ஒளிந்து மறைந்தும், தந்திர மந்திரம் செய்தும், இல்லாதது பொல்லாததைச் சொல்லியும் பகைவர்களிடமிருந்து தப்பிவர வேண்டியதாயிற்று. அரசிளங்குமரி! இந்த வேலை இனிச் செய்ய என்னால் முடியாது! விடை கொடுங்கள்...’

‘ஐயோ! என் பிராண சிநேகிதி என்று எண்ணியிருந்த வானதி என்னைக் கைவிட்டுப் போகப் பார்க்கிறாள். நீருமா என்னைக் கைவிட்டுப் போய்விட எண்ணுகிறீர்?’

‘தேவி! கொடும்பாளூர் இளவரசிக்கும் தங்களுக்கும் உள்ள விவகாரத்தைப் பற்றி நான் அறியேன். ஆனால் நான் எப்படித் தங்களைக் கைவிட முடியும்? இராஜாதிராஜாக்கள் தங்களுடைய மணிப் பொற்கரத்தைக் கைப்பற்றத் தவம் கிடக்கிறார்கள். நானோ குற்றேவல் செய்ய வந்தவன்...’

இளையபிராட்டி அப்போது தன்னுடைய திருக்கரத்தை நீட்டினாள். இது கனவா, நனவா என்ற தயக்கத்துடன் வந்தியத் தேவன் அந்த மலர்க் கரத்தைத் தன் இரு கைகளாலும் பற்றிக் கண்களில் ஒற்றிக் கொண்டான். அவனுடைய உள்ளமும் உடம்பும் பரவசமடைந்தன.

'வாணர் குலத்து வீரரே! கற்பென்னும் திண்மையைக் குலதனமாகப் பெற்ற பழந்தமிழ் மன்னர் வம்சத்தில் வந்தவள் நான். எங்கள் குலத்து மாதரில் சிலர் கணவனுடன் உடன் கட்டை ஏறியதுண்டு. பதியின் உடலை எரித்த தீயைக் குளிர்ந்த நிலவென்று அவர்கள் கருதி அக்கினியில் குதித்தார்கள்.!'

'கேள்விப்பட்டிருக்கிறேன், தேவி!'

'உமது கரத்தைப் பற்றிய இந்த என் கரம் இன்னொரு ஆடவனுடைய கையை ஒரு நாளும் பற்றாது...'

வல்லவரையன் சொல்லிழந்து செயலிழந்து குந்தவையின் கண்ணீர் ததும்பிய கண்களைப் பார்த்த வண்ணம் மதியும் இழந்து நின்றான்.

'ஐயா! உம்முடைய பதட்டமான காரியங்களினால் உமது உயிருக்கு ஏதேனும் அபாயம் நேர்ந்தால், என்னுடைய கதி என்ன ஆகும் என்பதைச் சிறிது எண்ணிப் பாரும்.'

'தேவி! தங்களுடைய இதய சிங்காசனத்தில் இடம் பெற்ற இந்தப் பாக்கியசாலி உயிருக்குப் பயந்த கோழையாயிருக்க முடியுமா?'

'கோழைத்தனம் வேறு, ஜாக்கிரதை வேறு, ஐயா! முதன் மந்திரி அநிருத்தருக்குக்கூடத் தங்கள் வீரத்தைப் பற்றி ஐயம் கிடையாது.'

'பின்னர், எதைப்பற்றி அவர் ஐயப்படுகிறார்...'

'நீர் பழுவூர் ராணியின் ஒற்றனாயிருக்கலாம் என்று ஐயுறுகிறார்..'

'அப்படியானால், வைத்தியர் மகன் பினாகபாணிக்கு அளித்த மறுமொழியை அவருக்கும் அளிக்கச் சித்தமாயிருக்கிறேன். சிறைக் கதவைத் திறந்து விடுங்கள்! அந்த மனிதர் எங்கே இருக்கிறார் என்று சொல்லுங்கள்!'

'வைத்தியர் மகனாவது மற்போரில் சிறிது பழக்கமுள்ளவன். அநிருத்தர் சொற்போர் அறிவாறேயன்றி மற்போர் அறியார். அறிவின் கூர்மையே அவருடைய ஆயுதம். வாளின் கூர்மையை அவர் என்றும் துணை கொண்டதில்லை...'

'அப்படியானால், என்னுடைய வாளின் கூர்மையைத்தான் முதன் முதலில் பரீட்சை பார்க்கட்டுமே?'

'ஐயா! இந்த நாட்டில் சக்கரவர்த்திக்கு அடுத்த மரியாதைக்குரிய வர் முதன் மந்திரி அநிருத்தர். அவருடன் பகிரங்கமாக முரண்படப் பழுவேட்டரையர்களும் தயங்குகிறார்கள்...'

'பழுவேட்டரையர்கள் குற்றம் உள்ள நெஞ்சினர். அவர்கள் பயப்படுவார்கள்; நான் ஏன் பயப்பட வேண்டும்?'

'இளம் பிராயத்திலிருந்து என் தந்தையின் உற்ற தோழர் அவர். முதன் மந்திரிக்குச் செய்த அவமரியாதை சக்கரவர்த்திக்கும், எனக்கும் செய்த அவமரியாதையாகும்.'

'அப்படியானால், அவருடைய நம்பிக்கையை நான் பெறுவதற்கு வழியையேனும் சொல்லுங்கள்.'

'முதன் மந்திரி, காஞ்சிக்கு மிகவும் நம்பிக்கையான ஒருவரை அனுப்ப விரும்புகிறார். உம்மை அனுப்பலாம், நம்பி அனுப்பலாம் என்று நான் உறுதி அளித்திருக்கிறேன்.'

'தேவி! காஞ்சிக்கு என்னை அனுப்பாதீர்கள்! என் மனத்துக்குள் ஏதோ ஒரு குரல், 'காஞ்சிக்குப் போகாதே!' என்று சொல்லிக் கொண்டிருக்கிறது.'

'அது ஒருவேளை பழுவூர் இளைய ராணியின் குரலாயிருக்கலாம் அல்லவா?'

'இல்லவே இல்லை! தங்களுடைய சொல்லுக்கு மாறாக அந்த விஷ நாகத்தின் குரலை நான் கேட்பேனா?'

'ஐயா! பழுவூர் இளைய ராணியைப் பற்றி இனி எந்தச் சமயத்திலும் அப்படியெல்லாம் பேசாதீர்கள்!'

'இது என்ன? ஏன் இந்தத் திடீர் மாறுதல்?'

'ஆம்; என் மனம் அவள் விஷயத்தில் அடியோடு மாறிவிட்டது. நீர் இலங்கையிலிருந்து கொண்டு வந்த செய்தியைக் கேட்ட பிறகு.'

'அப்படியானால் இனி நான் பழுவூர் இளைய ராணியிடமும் பயபக்தியுடன் நடந்து கொள்ள வேண்டியதுதானோ?'

'ஆம்!'

'அவள் பயபக்தியுடன் பூஜை செய்யும் கொலை வாளை என்னிடம் கொடுத்து, 'இன்னாருடைய தலையைக் கொண்டு வா!' என்று சொன்னாலும் கொண்டுவர வேண்டியதுதானோ?'

குந்தவை தேவியின் உடம்பு நடுங்கிற்று. மறுமொழி கூறியபோது அவளுடைய குரலும் நடுங்கிற்று.

'பழுவூர் ராணியிடம் மரியாதையுடன் நடந்து கொள்ள வேண்டி யதுதான். ஆனால் அவள் பேச்சைக் கேட்க வேண்டிய அவசிய மில்லை. அவள் எத்தகைய காரியத்தில் ஈடுபட்டிருக்கிறாள் என்பது அவளுக்கே தெரியாமலிருக்கலாம் அல்லவா?'

'அப்படித்தான் அவளும் கூறினாள். 'நான் எதற்காக இந்தக் கத்தியைப் பூஜை செய்து கொண்டிருக்கிறேன் என்பது எனக்கே தெரியவில்லை' என்றாள்.'

இதைக் கேட்ட இளவரசி இன்னும் அதிகமாக நடுங்கிய குரலில் 'இந்தச் சோழர் தொல்குடியைத் தெய்வந்தான் காப்பாற்ற வேண்டும்' என்றாள்.

'காப்பாற்றுகிற தெய்வம் இந்த ஏழையைச் சாதனமாக வைத்துக் கொண்டு காப்பாற்றட்டும்' என்றான் வந்தியத்தேவன்.

'ஐயா! நானும் அவ்வாறுதான் நம்பியிருக்கிறேன். நீர் காஞ்சி யிலிருந்து திரும்பி வந்ததும் மறுபடி ஒருதடவை இலங்கைக்குப் போக வேண்டும். அந்த ஊமைத்தாயை எப்படியாவது இங்கே அழைத்து வரவேண்டும்...'

'அவளை அழைத்து வருவது சுழிக்காற்றைக் குடத்தில் அடைத்துக் கொண்டு வருவதுபோலத்தான். இப்படி ஒரு முறை யாரோ சொன்னார்கள். ஆம். அந்த வீர வைஷ்ணவன்தான். ஒருவேளை அவனே அழைத்து வந்திருக்கலாம்.'

'இல்லை; அவனால் அந்தக் காரியம் முடியவில்லை. உம்மாலே தான் அந்தக் காரியம் ஆக வேண்டும்.'

'அப்படியானால் என்னைக் காஞ்சிக்கு அனுப்பாதீர்கள், தேவி!'

'ஏன்?'

'அங்கே என் எஜமானர் இருக்கிறார். அவர் கேட்டால் நான் எல்லா விவரங்களையும் சொல்லித்தான் ஆகவேண்டும். பழுவேட்ட ரையர்களும், மற்றச் சிற்றரசர்களும் செய்யும் சதியைப்பற்றி அறிந்தால் உடனே வெகுண்டு எழுவார். சக்கரவர்த்தியைச் சிறைவைப்பது போல் வைத்திருக்கிறார்கள் என்று அறிந்தால் உடனே படை எடுத்துக் கிளம்புவார். பொன்னியின் செல்வரைப் பற்றிய செய்தி அவர் காதில் எட்டியிருந்தால் இதற்குள்ளேயே ஒருவேளை புறப்பட்டிருந் தாலும் புறப்பட்டிருப்பார்...'

'அதற்காகவேதான் - உம்மை அனுப்ப விரும்புகிறேன். அவர் காஞ்சியைவிட்டுப் புறப்படாமல் எப்படியாவது தடுத்து விடவேண்டும்.'

'நான் காஞ்சியை அடைவதற்குள் அவர் புறப்பட்டிருந்தால்?'

'வழியில் அவர் எங்கே இருந்தாலும் அங்கே போய்ச் சேர்ந்து கொள்ளுங்கள். எல்லாவற்றையும் விட முக்கியமாக நீர் அவசியம் செய்ய வேண்டிய காரியம் ஒன்று இருக்கிறது...'

'சொல்லுங்கள்!'

'பெரிய பழுவேட்டரையர் இளைய ராணியுடன் கடம்பூர் மாளிகைக்குப் புறப்பட்டுவிட்டார் என்ற செய்தி கிடைத்திருக்கிறது...'

'உண்மையில் இளைய ராணிதான் போகிறாளா! அல்லது இளைய ராணியின் பல்லக்கில்...'

'இல்லை; இளைய ராணிதான் போகிறாள். என் சித்தப்பாதான் இன்னும் இங்கே இருக்கிறாரே!'

'எதற்காகப் போகிறார்களாம்?'

'ஆதித்த கரிகாலனையும் கடம்பூருக்கு வரும்படி அழைத்திருக் கிறார்கள். கல்யாணப் பேச்சு என்பது வெளிப்படையான காரணம். இராஜ்யத்தை இரண்டாகப் பிரித்துக் கொடுத்துச் சமாதானம் செய்து வைக்கப் போவதாகவும் ஒரு பேச்சு நடந்து வருகிறது.'

'என் எஜமானர் அதற்கு ஒருநாளும் சம்மதிக்க மாட்டார்.'

'அதைப் பற்றியெல்லாம் இப்போது எனக்குக் கவலை இல்லை.'

'பின்னே என்ன கவலை தேவி!'

'இன்னதென்று சொல்லமுடியாத பயம் என் மனத்தில் குடி கொண்டிருக்கிறது. நெஞ்சு 'திக் திக்' என்று அடித்துக் கொள்கிறது. அரைத் தூக்கத்தில் விவரமில்லாத பயங்கரங்கள் என்னைச் சூழ்ந்து கொள்கின்றன. நல்ல தூக்கத்தில் அகோரமான கனவுகள் கண்டு விழித்துக் கொள்கிறேன். அப்புறம் வெகு நேரம் வரையில் என் உடம்பு நடுங்கிக் கொண்டிருக்கிறது.'

'இந்த நிலையில் தங்களைப் பிரிந்து என்னை ஏன் போகச் சொல்லுகிறீர்கள்? தங்களுக்கு எத்தகைய அபாயம் வந்தாலும் என் உயிரைக் கொடுத்து...'

'ஐயா! என்னுடைய பயம் என்னைப் பற்றியதே அன்று. என் தமையனைப் பற்றியது; பழுவூர் ராணியைப் பற்றியது. அவர்கள் சந்தித்தால் என்ன நேரிடுமோ என்று எண்ணி என் உள்ளம் கலங்குகிறது. அவர்கள் தனியாகச் சந்திக்க முடியாதபடி நீர் தடை செய்ய வேண்டும்...'

'தேவி! அவர் ஒன்று செய்வதற்கு நினைத்தால் அதை யார் தடுக்க முடியும்?'

'ஐயா! என் தமையனைக் காப்பாற்றும் இரும்புக் கவசம் போல் நீர் உதவவேண்டும். அவசியமானால் நந்தினி யார் என்பதை என் சகோதரனிடம் சொல்லிவிட வேண்டும்...'

‘அதை அவர் நம்ப வேண்டுமே?’

‘நம்பும்படியாகச் சொல்வது உமது பொறுப்பு. எப்படிச் செய்வீர் என்று எனக்குத் தெரியாது. அவர்களை எப்படியேனும் சந்திக்க முடியாதபடி செய்தால் நலமாயிருக்கும்.’

‘தேவி! என்னாலியன்ற முயற்சிகளைச் செய்து பார்க்கிறேன். தோல்வி அடைந்தால் என்னைக் குற்றம் சொல்ல வேண்டாம்’ என்றான் வந்தியத்தேவன்.’

‘ஐயா! தாங்கள் தோல்வி அடைந்தாலும், வெற்றி அடைந்தாலும் என் இதயச் சிறையிலிருந்து இந்த ஜன்மத்தில் தங்களுக்கு விடுதலை கிடையாது!’ என்றாள் அரசிளங்குமரி

பசும் பட்டாடை

மறுநாள் காலையில் வந்தியத்தேவன் முதலாவது மந்திரி அநிருத்தரின் ஓலையுடன் அரிசிலாற்றங்கரையோடு குடந்தை நகரை நோக்கிப் போய்க் கொண்டிருந்தான். குதிரையை விரட்டாமல் மெள்ளச் செலுத்திக்கொண்டு இருபுறமும் தோன்றிய இனிய காட்சிகளைப் பார்த்துக்கொண்டு போனான். ஐப்பசி மாதத்தின் ஆரம்பத்தில் சோழவளநாடு பூரணப் பொலிவுடன் விளங்கிற்று. இயற்கை அரசி பச்சைப் பட்டாடை உடுத்தி நவயௌவன சௌந்தரியத்துடன் திகழ்ந்தாள். அந்தப் பச்சைப் பட்டாடையில்தான் எத்தனை விதவிதமான பசுமைச் சாயங்கள்! கழனிகளில் கதிர்விடுவதற்குத் தயாராயிருந்த நெற் பயிர்கள் ஒரு சாயல்: நடவு நட்டுச் சில காலமாகியிருந்த இளம் பயிர்கள் இன்னொரு சாயல்; அப்போதுதான் நடவாகியிருந்த பசும் பொன்னிறப் பயிர்கள் வேறொருசாயல்! ஆல மரத்தில் தழைத்திருந்த இலைகள் ஒரு பசுமை: அரச மரத்தில் குலுங்கிய இலைகள் இன்னொருவிதப் பசுமை; தடாகங்களில் கொழு கொழுவென்று படர்ந்திருந்த தாமரை இலைகளில் மோகனப் பசுமை; வாழை இலைகளின் கண்கவரும் பசுமை; தென்னங் குருத்துக்களின் தந்தவர்ணப் பசுமை; பூமியில் இளம் புல்லின் பசுமை; ஓடைகளில் தெளிந்த நீரின் பசுமை; நீரில் அங்குமிங்கும் தத்திப் பாய்ந்த தவளைகளின் பசுமை.

இவ்வளவு விதவிதமான சாயல்கள் வாய்ந்த பச்சைப் பட்டாடை யின் அழகைத் தூக்கிக்காட்டுவதற்கென்று நட்சத்திரப் பொட்டுக் கள் பதித்ததுபோல் குவளைகளும், குமுதங்களும், செந்தாமரை செங்கழுநீர்ப் பூக்களும் ஆங்காங்கு ஜொலித்துக்கொண்டிருந்தன.

இந்த அழகையெல்லாம் வந்தியத்தேவன் இரு கண்களாலும் பருகிக்கொண்டு பிரயாணம் செய்தான். ஆடிமாதத்தில் அந்த வழியாக அவன் சென்றபோது பார்த்த காட்சிகளுக்கும், இப்போது காணும்

காட்சிகளுக்கும் உள்ள வேற்றுமையை அவன் உணர்ந்திருந்தான். ஆடிமாதத்தில் ஆற்றில் புதுவெள்ளம் நொங்கும் நுரையுமாகப் பொங்கிப் பெருகிக் கொண்டிருந்தது. இப்போதோ பிரவாகத்தின் வேகமும் கோபமும் தணிந்து, செந்நிறம் மாறி, பளிங்கு போல் தெளிந்து, உல்லாசமாகப் பவனி சென்றது. புது வெள்ளத்தின் 'ஹோ' என்ற இரைச்சலும் மேலக் காற்று மரக்கிளைகளைத் தாக்கியபோது உண்டான பேரோசையும், ஆயிரமாயிரம் புள்ளினங்களின் கோலாகலத் தொனிகளும் அப்போது ஒரு மாபெருந் திருவிழாவின் ஆரவாரத்தைப் போல் கேட்டன. இன்றைக்கோ குளிர்ந்த வாடைக் காற்றில் இலைகள் அசைந்த மாமரச் சத்தமும், மடைகளில் தண்ணீர் பாய்ந்த சலசலப்பு ஓசையும், மழையை எதிர்பார்த்த மண்டூகங்களின் சுருதி பேதக் குரல்களும், பலவகைச் சில்வண்டுகளின் ஸ்வர பேத ரீங்காரங்களும் சேர்ந்து இயற்கை மாதரசியின் சோக சங்கீத கோஷ்டி கானத்தைப் போல் ஒலித்துக் கொண்டிருந்தன.

வந்தியத்தேவனுடைய உள்ளத்திலும் அப்போது ஏதோ ஒரு வகையான இனந்தெரியாத சோகம் குடி கொண்டிருந்தது. இதன் காரணம் என்னவென்று யோசித்து யோசித்துப் பார்த்தும் புலப்பட வில்லை. உண்மையில் அவன் அபரிமிதமான உற்சாகம் கொள்வதற்கு வேண்டிய காரணங்கள் இருந்தன. இந்த வழியாக இரண்டு மாதங்களுக்கு முன்னால் போனபோது என்னென்ன மனோராஜ்யங்கள் செய்தானோ அவ்வளவும் நிறைவேறி விட்டன. அவன் கனவிலும் நடக்கும் என்று கருதாத காரியங் களும் நடந்தேறிவிட்டன. சுந்தர சோழ சக்கரவர்த்தியைத் தரிசித்தாகி விட்டது! தஞ்சாவூர், பழையாறை, மாதோட்டம், அநுராதபுரம் முதலிய மாபெரும் நகரங்களைப் பார்த்தாகி விட்டது. சோழநாட்டின் கண்ணுக்குக் கண்ணாக விளங்கிய பொன்னியின் செல்வனுடைய சிநேகிதம் கிடைத்து விட்டது; அந்த வீர இளவரசனுக்கு உதவிபுரியும் பேறும் கிடைத்து விட்டது. தமிழகத்தின் அழகுத் தெய்வமும், சோழர் குலவிளக்கு மான அரசிளங்குமரி குந்தவையை ஒருமுறை பார்ப்பதற்கே எத்தனையோ தவம் செய்திருக்க வேண்டும். இப்படியிருக்க அவளுடைய தூய இதயத்தின் நேயத்தைப் பெறுவதென்பது எத்தகைய பெறற்கரும் பாக்கியம்? அதை எண்ணியபோது அவன் உள்ளம் பெருமிதத்தினால் பொங்கியது. ஆனால் அந்தப் பெருமிதக் குதூகலத்துடனே ஏதோ ஒரு வேதனையும் தொடர்ந்து வந்தது. அவ்வளவு பெரிய பாக்கியத்துக்கு நான் உண்மையில் உரியவன்தானா? அது நிலைத்து நிற்குமா? கைக்கு எட்டியது வாய்க்கெட்டுவதற்குள் எவ்வளவோ தடங்கல்கள் ஏற்படக் கூடுமல்லவா?

'ஆகா! தடங்கல்களுக்கும் என்ன குறைவு? உலகமே தடங்கல் மயம்தான்! ரவிதாஸனைப் போன்ற மாயமந்திரவாதிகளும்,

நந்தினியைப் போன்ற மாய மோகினிகளும், பழுவேட்டரையர் களைப் போன்ற சதிகாரர்களும், கந்தமாறனையும் பார்த்தி பேந்திரனையும் போன்ற சிநேகத் துரோகிகளும், பூங்குழலி யையும், வானதியையும் போன்ற பித்துக்கொள்ளிப் பெண்களும், வீரவைஷ்ணவ ஒற்றர்களும், காலாமுக சைவர்களும், கொள்ளி வாய்ப் பேய்களும், ஆழந்தெரியாத புதை சேற்றுக் குழிகளும் நிறைந்த உலகமல்லவா இது? கடவுளே மேற்கூறிய அபாயம் ஒவ்வொன்றிலிருந்தும் எப்படியோ இதுவரை தப்பித்து விட்டேன்! அவை எல்லாவற்றையும் விடப் பெரும் அபாயகரமான காரியத்தில் இப்போது முதன் மந்திரி அநிருத்தர் என்னை ஏவியிருக்கிறார்! ஒரு பக்கத்தில், எளிதில் மூர்க்காவேசம் கொள்ளக்கூடிய ஆதித்த கரிகாலர்; மற்றொரு பக்கத்தில் பெரிய பழுவேட்டரையரைப் பொம்மையைப் போல் ஆட்டி வைக்கும் மாயசக்தி வாய்ந்த மோகினி! இவர்களுடைய நோக்கத்துக்குக் குறுக்கே நின்று நான் தடை செய்து வெற்றி பெற வேண்டுமாம்! இது நடக்கக்கூடிய காரியமா? அந்தப் பிரம்மராயர் தமது மனத்தில் என்னதான் உண்மையில் எண்ணியிருக்கிறாரோ தெரியாது! அரசிளங்குமரியிடமிருந்து என்னைப் பிரித்து விடுவதே அவருடைய நோக்கமாயிருக்கலாம் அல்லவா? ஆழ்வார்க்கடியான் வந்து சேர்ந்து கொள்வான் என்று இருவரும் சொன்னார்கள்! அவனையும் இது வரையில் காணோம்! அந்த வீர வைஷ்ணவன் எப்பேர்ப்பட்டவனாயிருந்தாலும், இதுவரையில் எனக்கு ஒரு கெடுதலும் செய்ததில்லை; பலமுறை உதவிதான் புரிந்திருக்கிறான். அவனுடன் சேர்ந்து பிரயாணம் செய்தால், ஏதாவது உற்சாகமாகப் பேசிக் கொண்டிருப்பான். பிரயாணத்தில் அலுப்புத் தட்டாமல் இருக்கும். இனி எங்கே வந்து அவன் நம்முடன் சேர்ந்து கொள்ள முடியும்? அவனுக்காக எத்தனை நேரந்தான் இந்தக் குதிரையை இழுத்துப் பிடித்து மெள்ளச் செலுத்திக் கொண்டு போவது?...'

'ஆகா! அதோ கும்பலாயிருக்கும் மரங்கள்! நதி வெள்ளத்தில் முதலை களைப் போல் கிடக்கும் அந்த வேர்கள்! இங்கேதான் பொம்மை முதலைமீது வேல் எறிந்த படலம் நடைபெற்றது! வாரிணியும் தாரகையும், செந்திருவும் மந்தாகினியும் நம்முடைய வீரச்செயலைப் பார்த்துக் கலகலவென்று சிரித்தது இவ்விடத்தில்தான்! அரசிளங்குமரி நமக்குப் பரிந்து அந்தப் பெண்களை அதட்டியதும் இதே இடத்தில்தான்! சற்று இங்கே நின்று பார்க்கலாம்.'

வந்தியத்தேவன் குதிரை மீதிருந்து இறங்கி நதிக்கரையில் ஓரமாகச் சென்று நின்றான். மரத்தின் வேர்களைச் சுற்றிச் சுற்றிச் சுழலிட்டுக் கொண்டு ஓடிய தெளிந்த நீர்ப்பிரவாகத்தைச் சிறிது நேரம் உற்றுப் பார்த்துக் கொண்டிருந்தான்... ஆகா! அந்தச் சுழலில் ஒரு முகம்

தெரிகிறது! அது யாருடைய முகம்? சொல்ல வேண்டுமா? அரசிளங்குமரி குந்தவைப் பிராட்டியின் இன்பப் பொன்முகந்தான்!

'கண்டேன் கண்டேன் கண்டேன்
கண்ணுக்கினியன கண்டேன்!'

என்று பாடிய குரலைக்கேட்டு வந்தியத்தேவன் திடுக்கிட்டு அண்ணாந்து பார்த்தான். உன்னதமான மரத்தின் உச்சாணிக் கிளை ஒன்றில் ஆழ்வார்க்கடியான் அமர்ந்திருப்பது தெரிந்தது!

'ஓகோ! வீரவைஷ்ணவரே! நான் உம்முடைய திருக்கண்களுக்கு அவ்வளவு இனியவனாக இருக்கிறேனா! நான் உம்மைச் சிறிது நன்றாகப் பார்க்கிறேன். கீழே இறங்கி வருக!' என்று சொன்னான் வந்தியத்தேவன்.

வீரவைஷ்ணவன் - மரத்திலிருந்து இறங்கிய வண்ணம், 'நான் உன்னைச் சொல்லவில்லை, அப்பனே! உடையில் வாளும், கையில் வேலும் ஏந்திய நீ என் கண்ணுக்குப் பயங்கரமாக வல்லவோ புலப்படுகிறாய்?' என்றான்.

'பிறகு, யாரைப் பற்றிச் சொன்னீர், வைஷ்ணவரே?'

'முழு முதற் கடவுளாகிய திருமால் வாமனாவதாரம் எடுத்து வானத்தை அளப்பதற்காக ஒரு பாதத்தைத் தூக்கியபோது, உங்கள் சிவபெருமானுடைய கண்களுக்கு....'

'வைஷ்ணவரே! நிறுத்தும்! இம்மாதிரியெல்லாம் சிவனைத் தாழ்த்திக் கூறுவதை நிறுத்தி விடும். இல்லாவிடில் பெரிய அபாயத்துக்கு உள்ளாவீர்!'

'என்ன அபாயம், அப்பனே! முதலையைக் கொன்று யானையைக் காத்த பெருமானின் சக்கரம் இருக்கும்போது என்னை யார் என்ன செய்ய முடியும்?'

'நான் சொல்வதைச் சொல்லிவிட்டேன். அப்புறம் உமது இஷ்டம்.'

'எனக்கு என்ன அபாயம் வருகிறது என்று சொல், தம்பி!'

'பழையாறையில் ஜனங்கள் கொந்தளித்து அரண்மனை வாசலுக்கு வந்தார்கள் அல்லவா? அப்போது சில காலாமுகர்கள் பேசிக் கொண்டிருப்பதைக் கேட்டேன்.'

'என்ன பேசிக் கொண்டார்கள்?'

'சோழ நாட்டில் பெருகிவரும் வீரவைஷ்ணவர்களை மகா காளிக்குப் பலி கொடுத்து, அவர்களுடைய மண்டை ஓடுகளைக் குவித்து அடுக்கி,

அவற்றின் பேரில் நின்று ஆனந்தத் தாண்டவம் ஆட வேண்டும் என்று சொன்னார்கள்!'

ஆழ்வார்க்கடியான் தன் மண்டையைத் தொட்டுப் பார்த்துக் கொண்டு, 'இது கெட்டியாகத்தானிருக்கிறது! காலாமுக தாண்ட வத்தைத் தாங்கக் கூடியதுதான்' என்றான்.

'நான் கேள்விப்பட்டதற்குத் தகுந்தாற்போல் இன்றைக்கு நான் வரும் வழியெல்லாம் காலாமுகர்கள் மண்டை ஓடுகளையும் சூலாயுதங் களையும் தாங்கிக் கொண்டு அலைகிறார்கள். நீர் சிவனே என்று இந்த முன் குடுமி வேஷத்தை மாற்றிக் கொண்டு...'

'முடியாது, அப்பா, முடியாது!'

'என்ன முடியாது?'

'நீ சொன்னாயே அந்தப் பெயரைச் சொல்ல முடியாது. 'விஷ்ணுவே' என்று சொல்லி, எனது வேஷத்தை மாற்றிக் கொண்டாலும் மாற்றிக் கொள்வேன்... அதோ பார்!'

ஆற்றங்கரைச் சாலையில் அப்போது ஒரு பல்லக்கு போய்க் கொண்டிருந்தது. அதற்குள் ஒரு பெண்மணி இருப்பது தெரிந்தது. ஆனால் யார் என்று தெரியவில்லை யாரோ ராஜகுலத் துக்குப் பெண்ணாகத்தான் இருக்க வேண்டும், யாராயிருக்கும்? பல்லக்குச் சுமப்பவர்களைத் தவிர ஒரு தாதிப் பெண் பக்கத்தில் போய்க் கொண்டிருந்தாள். ஒருவேளை அரசிளங்குமரியாயி ருக்கலாமோ! அப்படி இருக்க முடியாது.

'வைஷ்ணவரே! அந்தப் பல்லக்கில் இருப்பது யார், தெரியுமா?' என்று வந்தியத்தேவன் கேட்டான்.

'தம்பி! நான் சொல்வதைக் கேள். உனக்குச் சம்பந்தமில்லாத காரியங்களில் தலையிட்டுக் கொள்ளாதே! அதனால் பல தொல்லை களை நீ ஏற்கெனவே அநுபவித்திருக்கிறாய் அல்லவா! வழியோடு எத்தனையோ பேர் போவார்கள்; உனக்கு என்ன அதைப்பற்றி? குதிரை மேலேறிக் கொள்; தட்டிவிடு!' என்றான்.

'ஓகோ! அப்படியா சமாசாரம்? வீரவைஷ்ணவர் இப்போது பெரிய வைராக்கியசாலி ஆகிவிட்டதாகத் தோன்றுகிறது. வீரநாராயணபுரத்தில் நடந்ததை மறந்துவிட்டீரா? அங்கே மூடு பல்லக்கில் சென்ற பெண்ணுக்கு ஓலை ஒன்றைச் சேர்ப்பிக்கும் படி நீர் எனக்குச் சொல்லவில்லையா?'

'அதெல்லாம் பழைய கதை! இப்போது எதற்கு எடுக்கிறாய்.'

'போனால் போகட்டும். நீர் என்னோடு வழியில் வந்து சேர்ந்து கொள்வீர் என்று சொன்னார்கள். உமக்காகவே இத்தனை நேரம் மெள்ள மெள்ளக் குதிரையைச் செலுத்திக் கொண்டு வந்தேன். இனியாவது என்னோடு வரப்போகிறீரா, இல்லையா?'

'நீ குதிரையில் போகிறாய்! நான் கால்நடையாக வருகிறேன். நாம் எப்படிச் சேர்ந்து பிரயாணம் செல்ல முடியும்? நீ கொள்ளிடக் கரையில் போயிரு. அங்கே நாளைக் காலையில் உன்னுடன் வந்து சேர்ந்து கொள்கிறேன்.'

ஆழ்வார்க்கடியான் வேறொரு இரகசிய வேலையில் ஈடுபட்டிருக்கிறான் என்றும், தன்னுடன் வரமாட்டான் என்றும் வந்தியத்தேவன் நிச்சயமடைந்தான்.

'சரி உமது இஷ்டம்!' என்று கூறிக் குதிரைமீது தாவி ஏறிக் கொண்டான். தான் போக வேண்டிய திசையை நோக்கினான். வடகிழக்குத் திசையின் அடிவாரத்தில் கரியமேகங்கள் திரள்வதைக் கண்டான்.

'வைஷ்ணவரே! இன்று மழை பெய்யுமா?' என்று கேட்டான்.

'அப்பனே! எனக்கு என்ன ஜோசியமா தெரியும்? ஐப்பசி பிறந்து விட்டதல்லவா? மழை பெய்தாலும் பெய்யும். எல்லாவற்றுக்கும் சீக்கிரமாகக் குதிரையைத் தட்டிவிட்டுக் கொண்டுபோ! இராத்திரி தங்குவதற்கு ஏதேனும் ஒரு சத்திரம் சாவடியைப் பார்த்துக்கொள்!' என்றான் ஆழ்வார்க்கடியான்.

வந்தியத்தேவன் அவ்விதமே குதிரையைத் தட்டிவிட்டான். 'எனக்கு என்ன ஜோசியமா தெரியும்?' என்று ஆழ்வார்க்கடியான் கேட்டது அவனுடைய மனத்தில் பதிந்திருந்தது. இதிலிருந்து குடந்தை சோதிடரின் நினைவு வந்தது. போகும் வழியிலேதான் அந்தச் சோதிடரின் வீடு இருக்கிறது அவரைப் பார்த்துவிட்டுப் போனால் என்ன? சோழ சிங்காதனம் ஏற ஆசைப்படுகிறவர் களுக்குள்ளே யாருக்கு இந்த அதிர்ஷ்டம் கிடைக்கப்போகிறது? பொன்னியின் செல்வரைத் துருவநட்சத்திரத்துக்குச் சமமானவர் என்று குடந்தை சோதிடர் சொன்னாரல்லவா? அவரோ இராஜ்யம் ஆளுவதில் மனத்தைச் செலுத்தவே மறுக்கிறார்! இலங்கைச் சிம்மாசனத்தையும் மணிமகுடத்தையும் எவ்வளவு அநாயாசமாக மறுதளித்தார்? அவருக்குப் பல கண்டங்கள் நேரிடுமென்று சோதிடர் கூறியது ஓரளவு பலித்துத் தானிருக்கிறது. அது போலவே வருங்காலத்தில் அவர் மகோந்நதம் பெற்று விளங்குவார் என்பதும் பலிக்குமா? அது எப்படிச் சாத்தியமாகக் கூடும்? என்னுடைய வாழ்க்கைக் கனவுகள்தான் எவ்வளவு தூரம் பலிக்கப் போகின்றன? என் முன்னோர்கள் காலத்தில்

இழந்து விட்ட இராஜ்யம் திரும்பக் கிடைக்குமா? நான் இப்போது எதற்காகப் புறப்பட்டிருக் கிறேனோ அது எவ்வளவு தூரம் நிறைவேறும்? ஆதித்த கரிகாலர், நந்தினி இவர்களுக்குக் குறுக்கே நின்றுதான் எந்தக் காரியத்தையும் சாதிக்க முடியுமா? இதுவரையில் இரண்டு மூன்று தடவை நந்தினியிடம் சிக்கிக்கொண்டு தப்பிப் பிழைத்தோம்! மறுபடியும் அது முடியுமா? பழுவூர் இளைய ராணியை எண்ணியபோது வந்தியத்தேவனுடைய மனத்தில் ஒரு திகில் உண்டாயிற்று. அவள் அவனிடம் மிக்க பிரியமும் மரியாதையும் காட்டிப் பேசியதென்னவோ உண்மைதான்! ஆனால் அவள் உள்ளத்தை அவனால் அறிய முடியவில்லை. ஏதோ ஒரு முக்கிய காரிய நிமித்தமாக அவனை அவள் விட்டு வைத்திருப்பதாகவே தோன்றியது. அதனாலேயே வந்தியத்தேவனிடம் அவள் அவ்வளவு பொறுமையாக இருந்திருக்கிறாள். அது என்ன காரியமாக இருக்கும்?

வந்தியத்தேவனுடைய குதிரை சற்றுமுன் அந்த வழியே சென்ற பல்லக்கைத் தாண்டிச் சென்றது. இம்முறை அவன் பல்லக்கை மோதவும் விரும்பவில்லை. பல்லக்கு அவனை மோதவும் இஷ்டப் படவில்லை. ஆனால் குதிரை பல்லக்கைத் தாண்டியபோது பல்லக்கின் திரை சிறிது விலகியது. உள்ளே வீற்றிருந்த பெண் கொடும்பாளூர் இளவரசி வானதி என்பதை அறிந்து கொண்டான். குதிரையை நிறுத்தலாமா என்று ஒரு கணம் யோசித்தான். பிறகு அதை மாற்றிக்கொண்டு மேலே சென்றான். வானதியைப் பற்றி இளைய பிராட்டி கூறியது நினைவு வந்தது. நாலாபுறமும் அபாயங்கள் சூழ்ந்த இக்காலத்தில் கொடும்பாளூர் இளவரசி தனியாக எங்கே புறப்பட்டாள்? தகுந்த பாதுகாப்புக் கூட இல்லையே? அதோடு இன்னொரு விசித்திரத்தையும் அவன் கண்டான். சற்றுத் தூரத்திலிருந்து பயங்கரத் தோற்ற முடைய இரண்டு காலாமுக சைவர்கள் வானதியின் பல்லக்கை உற்றுப் பார்த்துக்கொண்டிருந் தார்கள். இவர்கள் எதற்கு அப்படிப் பார்க்கிறார்கள்? அவர்கள் இரண்டு பேரும் யார்? அரிச்சந்திர நதிக்கரையில் தான் படுத்துறங்கிய போது தன் பக்கத்தில் வந்து நின்று பேசியவர்கள் அல்லவா?

வானதியிடம் வந்தியத்தேவனுக்கு அவ்வளவு அனுதாபம் இல்லை யென்பது உண்மையே. பொன்னியின் செல்வருடைய உள்ளத்தில் பூங்குழலி பெறவேண்டிய இடத்தை வானதி அபகரிக்க விரும்பு வதாகவே அவன் எண்ணினான். இதனால் அவள் பேரில் கோபங் கொண்டிருந்தான். ஆனாலும் இளைய பிராட்டி அவளிடம் அளவற்ற அன்பு வைத்திருந்தாள் என்பதை அவனால் மறக்க முடியவில்லை. எனவே வானதிக்கு ஏதேனும் அபாயம் நேர்ந்தால் இளைய பிராட்டி அதனால் அளவில்லாத துன்பம் அடைவாள். ஆனால் அபாயம் எதற்காக நேரவேண்டும்? ‘சம்பந்தமில்லாத காரியங்களில்

தலையிட்டுக் கொள்ளாதே; உன் காரியத்தைப் பார்த்துக்கொண்டு போ!' என்று ஆழ்வார்க்கடியான் கூறிய புத்திமதி நியாயமானதுதான். ஆயினும் வானதியின் பல்லக்குச் சென்றதைக் காலாமுகர்கள் இருவர் மறைவான இடத்திலிருந்து பார்த்துக்கொண்டு நின்ற காட்சி திரும்பத் திரும்ப அவன் ஞாபகத்துக்கு வந்து கொண்டிருந்தது.

இதோ குடந்தை சோதிடரின் வீடு வந்துவிட்டது! எல்லாவற்றுக் கும் அவரைக் கேட்டுப் பார்க்கலாம்... அடேடே! இத்தனை நேரம் அந்த விஷயம் மூளைக்கு எட்டவில்லையே! வானதி தேவியும் குடந்தைச் சோதிடரின் வீட்டுக்குத்தான் வருகிறாள் போலும். பழம் நழுவிப் பாலில் விழுந்தது. வானதி வந்து சேர்வதற்குள் நம்முடைய காரியத்தையும் நாம் பார்த்துக் கொள்ளலாம்.

இவ்வாறு எண்ணிச் சோதிடர் வீட்டு வாசலில் குதிரையை நிறுத்தி விட்டு வந்தியத்தேவன் அந்தச் சிறிய வீட்டுக்குள் நுழைந்தான்.

பிரம்மாவின் தலை

வந்தியத்தேவன் குடந்தை சோதிடரின் வீட்டிற்குள் இரண்டாம் முறையாகப் பிரவேசித்தபோது அவனுடைய உள்ளத்தில் ஓர் அதிசயமான இன்ப உணர்ச்சி உண்டாயிற்று. அந்தச் சிறிய வீட்டுக்குள்ளேதான் முதன் முதலாக அவன் இளையபிராட்டி குந்தவையைப் பார்த்தான். அவளுடைய செந்தாமரை வதனத்தையும், வியப்பினால் விரிந்த கரிய பெரிய கண்களையும் பார்த்துத் திகைத்து நின்றான். அவளுடைய தேனினுமினிய தீங்குரல் அவன் செவியில் விழுந்ததும் அங்கேதான். இந்த நினைவுகள் எல்லாம் அலைமோதிக்கொண்டு அவன் உள்ளத்தில் பொங்கி வந்தன. அவற்றினால் அவன் செவிகள் இனித்தன; உள்ளம் இனித்தது; உடல் முழுவதுமே இனித்து சிலிர்த்தது!

சோதிடர் அப்போதுதான் மாலைவேளைப் பூஜைக்கு ஆயத்தம் செய்து கொண்டிருந்தார். இவனைப் பார்த்ததும் 'வா, அப்பனே, வா! வாணர்குலத்து வல்லத்தரையன்தானே?' என்றார்.

'ஆம், சோதிடரே! உம் ஜோசியம் முன் பின்னாக இருந்தாலும் உம்முடைய ஞாபக சக்தி பிரமாதம்!' என்றான் வந்தியத்தேவன்.

'தம்பி, சோதிட சாஸ்திரம் பயில்வதற்கு ஞாபக சக்தி மிக அவசியம். கிரகங்கள், நட்சத்திரங்கள், தசைகள், புத்திகள், யோகங்கள் - இவை லட்சம் விதமான சேர்க்கை உள்ளவை. அவ்வளவையும் மனத்தில் வைத்துக்கொண்டு வருஷம், மாதம் நாள், நாழிகை, வினாடி, ஒரு வினாடியில் நூற்றில் ஒரு பங்கு நேரம் - இவ்வளவையும் கணக்கிட்டுப் பார்த்தல்லவா சொல்ல வேண்டும்? போகட்டும்; என் ஜோசியம் முன் பின்னாக இருந்தாலும் என்றாயே? அதன் பொருள் என்ன? நான் உனக்குச் சொன்னது ஒன்றும் பலிக்கவில்லையா?'

'அதையும் உங்கள் ஜோசியத்திலேயே கண்டுபிடித்துக் கொள்ள வழியில்லையா?'

'உண்டு, உண்டு! ஜோசியத்தினாலும் கண்டுபிடிக்கலாம்; ஊகத்தினாலும் கண்டுபிடிக்கலாம். உனக்கு நான் கூறியவை பலித்துத்தான் இருக்க வேண்டும். இல்லாவிடில் நீ திரும்பவும் இந்தக் குடிசைக்குள் வருவாயா?'

'ஆமாம், ஆமாம். உம்முடைய சோதிடம் பலிக்கத்தான் செய்தது.'

'அப்படிச் சொல்லு! எந்த விதத்தில் பலித்தது, அப்பனே?'

'நீர் எனக்குச் சொன்னது அப்படியே பலித்தது. 'நீ போகிற காரியம் நடந்தால் நடக்கும்; நடக்காவிட்டால் நடக்காது' என்றீர், அந்தப்படியே நடந்தது. 'நடந்தது' என்று நான் சொல்வதுகூடப் பிசகு. என்னைக் கண்டவுடனேயே ஓட்டம் பிடித்து ஓடிற்று!'

'தம்பி! நீ பெரிய வேடிக்கைக்காரனாயிருக்கிறாய்!'

'உண்மையான வார்த்தை, நான் வேடிக்கைக்காரன்தான்! அத்துடன் கொஞ்சம் கோபக்காரன்!'

'இந்தக் குடிசைக்குள் வரும்போது கோபத்தை வெளியில் மூட்டை கட்டி வைத்துவிட்டு வரவேண்டும்.'

'அப்படிச் செய்யலாம் என்றுதான் பார்த்தேன். ஆனால் உம்முடைய சீடனை வீட்டு வாசலில் காணவில்லை. கோப மூட்டையைத் திண்ணையில் வைத்தால் யாராவது அடித்துக் கொண்டு போய் விட்டால் என்ன செய்கிறது என்று உள்ளே கொண்டு வந்துவிட்டேன். உம்முடைய சீடன் எங்கே சோதிடரே? போன தடவை அவன் என்னை வாசலில் தடுத்து நிறுத்தப் பார்த்தது அப்படியே என் நினைவில் இருக்கிறது!'

'இன்றைக்கு ஐப்பசி அமாவாசை அல்லவா? அதற்காக அவன் கொள்ளிடக்கரைக்குப் போயிருப்பான்.'

'அமாவாசைக்கும், கொள்ளிடக் கரைக்கும் என்ன சம்பந்தம்?'

'கொள்ளிடக்கரையில் காலாமுகர்களின் மகா சங்கம் இன்று நடைபெறுகிறது. என் சீடன் காலாமுகத்தைச் சேர்ந்தவன்.'

'சோதிடரே! நான் சைவ மதத்தையே விட்டு விடலாம் என்று யோசித்துக் கொண்டிருக்கிறேன்.'

'விட்டுவிட்டு…'

'உமது சிநேகிதர் ஆழ்வார்க்கடியார் நம்பி இருக்கிறாரே…'

'திருமலையைச் சொல்கிறாயாக்கும்!'

'ஆம்; அவரிடம் தீட்சை பெற்று உடம்பெல்லாம் நாமத்தைப் போட்டுக் கொண்டு, வீர வைஷ்ணவனாகி விடலாம் என்று உத்தேசிக்கிறேன்.'

'அது ஏன் அப்படி?'

'காலாமுகச் சைவர்கள் சிலரைப் பார்த்தேன். இங்கே வருகிற வழியிலே கூடப் பார்த்தேன். அவர்களையும் அவர்கள் வைத்திருக்கும் மண்டை ஓடுகளையும் பார்த்த பிறகு சைவத்தை விட்டு விடலாம் என்று தோன்றுகிறது.'

'தம்பி! எத்தனையோ போர்க்களங்களைப் பார்த்திருக்கும் உனக்கு மண்டை ஓடுகளைக் கண்டு என்ன பயம்?'

'பயம் ஒன்றுமில்லை; அருவருப்புதான். போர்க்களத்தில் பகைவர் களைக் கொல்வதற்கும் மண்டை ஓடுகளை மாலையாகப் போட்டுக் கொள்வதற்கும் என்ன சம்பந்தம்?'

'உன்னுடைய எஜமானர் ஆதித்த கரிகாலர், வீர பாண்டியனுடைய தலையை வெட்டி எடுத்துக்கொண்டு வந்து ஊர்வலம் விடவில்லையா?'

'அவர் ஏதோ சபதம் செய்திருந்தபடியால் அவ்விதம் செய்தார். அதற்காகப் பிறகு எவ்வளவோ வருத்தப்பட்டார். அவர் கூட மண்டை ஓட்டை மாலையாகப் போட்டுக்கொள்ளவில்லை; கையிலும் எடுத்துக்கொண்டு திரியவில்லையே? காலாமுகர்கள் எதற்காக அப்படிச் செய்கிறார்கள்?'

'வாழ்க்கை அநித்தியம் என்பதை மறந்து விடாமலிருப்பதற்காக அவர்கள் அவ்வாறு செய்கிறார்கள். நீயும் நானும் திருநீறு பூசிக்கொள் கிறோமே, அது மட்டும் என்ன? இந்த மனித உடம்பு நிலையானது அல்ல. ஒரு நாள் சாம்பலாகப் போகிறதென்பதை மறந்துவிடா மலிருப்பதற்குத்தானே திருநீறு பூசிக்கொள் கிறோம்!'

'மனித தேகம் அநித்தியம் என்பது சரிதான்; இது எரிந்து சாம்பலாகும்; அல்லது மண்ணோடு மண்ணாகும், சிவபெருமானுடைய திருமேனி அப்படியல்லவே! பரமசிவன் ஏன் கையில் மண்டை ஓட்டை வைத்திருக்கிறார்?'

'தம்பி! சிவபெருமானுடைய கையில் உள்ள மண்டை ஓடு ஆணவத்தைக் குறிக்கிறது. ஆணவத்தை வென்றால் ஆனந்த நிலை ஏற்படும் என்பதைக் காட்டுகிறது. சிவபெருமான் கையில் மண்டை ஓட்டுடன் ஆனந்த நடனம் செய்கிறார் அல்லவா?'

'மண்டை ஓடு எப்படி ஆணவத்தைக் குறிக்கும்? எனக்குத் தெரியவில்லையே?'

'உனக்குத் தெரியாதது இன்னும் எவ்வளவோ இருக்கிறது. தம்பி! மண்டை ஓடு ஆணவத்தைக் குறிப்பது எப்படி என்பதை மட்டும் இப்போது தெரிந்துகொள். பிரம்மதேவனும், திருமாலும் ஒருசமயம் கர்வம் கொண்டார்கள். 'நான் பெரியவன்; நான்தான் பெரியவன்' என்று சண்டையிட்டார்கள். சிவன் அவர்களுக்கு நடுவில் வந்தார். 'என்னுடைய சிரசை ஒருவரும் என்னுடைய பாதத்தை ஒருவரும் கண்டுபிடித்துக் கொண்டு வாருங்கள்; யார் பார்த்துவிட்டு முதலில் வருகிறாரோ, அவர்தான் உங்களில் பெரியவர்' என்றார். மகாவிஷ்ணு வராக உருவங்கொண்டு சிவனுடைய பாதங்களைப் பார்ப்பதற்குப் பூமியைக் குடைந்து கொண்டு சென்றார். பிரம்மா அன்னப் பறவையின் உருக்கொண்டு வானத்தில் பறந்து சென்றார். திருமால் திரும்பி வந்து சிவனுடைய அடியைக்காண முடியவில்லை என்று உண்மையை ஒப்புக் கொண்டார். பிரம்மா திரும்பி வந்து சிவனுடைய முடியைப் பார்த்து விட்டதாகப் பொய் சொன்னார்! அப்போது சிவன் பிரம்மாவுக்கிருந்த ஐந்து தலைகளில் ஒன்றைக் கிள்ளி எடுத்து அவரைத் தண்டித்தார். ஆணவம் காரணமாகப் பிரம்மா சண்டையிட்டுப் பொய் சொன்ன படியால், அவருடைய தலை ஆணவத்துக்குச் சின்னமாயிற்று...'

வந்தியத்தேவன் எதையோ நினைத்துக் கொண்டவன்போல் இடிஇடி என்று சிரித்தான்.

'என்னத்தைக் கண்டு இப்படிச் சிரிக்கிறாய், தம்பி!'

'ஒன்றையும் கண்டு சிரிக்கவில்லை. ஒரு விஷயம் நினைவுக்கு வந்தது; அதனால் சிரித்தேன்.'

'அது என்ன விஷயம்? இரகசியம் ஒன்றுமில்லையே?'

'இரகசியம் என்ன? பிரம்மாவைத் தண்டித்ததுபோல் என்னையும் தண்டிப்பதாயிருந்தால், குறைந்த பட்சம், பதினாயிரம் தலையாவது எனக்கு இருந்தால்தான் சரிக்கட்டி வரும்! அதை எண்ணித்தான் சிரித்தேன்.'

'அத்தனை பொய்கள் சொல்லியிருக்கிறாயாக்கும்!'

'ஆம், சோதிடரே! அது என் ஜாதக விசேஷம் போலிருக்கிறது. பொன்னியின் செல்வரைச் சந்தித்த பிறகு உண்மையே சொல்வ தென்று தீர்மானித்திருந்தேன். ஒரு தடவை ஒரு முக்கியமான உண்மையையும் சொன்னேன். அதைக் கேட்டவர்கள் நகைத்தார்கள்; ஒருவரும் நம்பவில்லை!'

'ஆம்; தம்பி! காலம் அப்படிக் கெட்டுப் போய்விட்டது. இந்த நாளில் பொய்யையே ஜனங்கள் நம்புவதில்லை; உண்மையை எப்படி நம்பப் போகிறார்கள்?'

‘உம்முடைய ஜோதிடத்தின் கதியும் அப்படித் தானாக்கும்! சோதிடரே! இளவரசர் அருள்மொழிவர்மரைப் பற்றி நீர் கூறியது நினைவிருக்கிறதா! வானத்திலே வடதிசை அடிவாரத்தில் நிலைத்து நின்று ஒளிரும் துருவ நட்சத்திரம் போன்றவர் பொன்னியின் செல்வர் என்று நீர் சொல்லவில்லையா?’

‘சொன்னேன்; அதனால் என்ன?’

‘அவரைப் பற்றிய செய்தியை நீர் கேள்விப்படவில்லையா?’

‘கேள்விப்படாமல் எப்படி இருக்க முடியும்? நாடு நகரமெல்லாம் அதே பேச்சாகத்தானே இருக்கிறது?’

‘துருவ நட்சத்திரம் கடலில் மூழ்கிவிட்டதென்று நீர் கேள்விப் பட்டதுண்டா?’

‘துருவ நட்சத்திரம் கடலில் மூழ்காது. ஆனால் அந்த நிலைகுலையா நட்சத்திரத்தையும் மேகங்கள் சில சமயம் மறைக்கலாம், அல்லவா? இன்றைக்குக்கூட வட திசையில் மேகங்கள் குமுறுகின்றன. இன்று இரவு நீ எவ்வளவு முயன்றாலும் துருவ நட்சத்திரத்தைக் காண முடியாது. அதனால் அந்த நட்சத்திரம் இல்லாமற் போய்விடுமா?’

‘அப்படியா சொல்கிறீர்? பொன்னியின் செல்வரைப் பற்றிய உண்மையான செய்தி ஏதாவது உமக்குத் தெரியுமா?’

‘எனக்கு எப்படித் தெரியும்? நீதான் அவருடன் கடைசியாகக் கடலில் குதித்தாய் என்று பேச்சாயிருக்கிறது. தெரிந்திருந்தால், உனக்கு அல்லவா தெரிந்திருக்கவேண்டும். உன்னைக் கேட்கலாம் என்று எண்ணியிருந்தேன்.’

வந்தியத்தேவன் பேச்சை மாற்ற விரும்பி, ‘சோதிடரே! வால் நட்சத்திரம் எப்படி இருக்கிறது?’ என்று வினவினான்.

‘மிகமிக நீளமாகப் பின்னிரவு நேரங்களில் தெரிகிறது. இனிமேல் நீளம் குறைய வேண்டியதுதான். தூமகேதுவினால் விபத்து ஏதேனும் ஏற்படுவதாயிருந்தால், அதிசீக்கிரத்தில் அது ஏற்பட்டாக வேண்டும். கடவுளே! இராஜகுலத்தில் யாருக்கு என்ன நேரிடுமோ என்னமோ!’ என்றார் சோதிடர்.

வந்தியத்தேவனுடைய உள்ளம் அதிவேகமாக அங்குமிங்கும் பாய்ந்தது. தஞ்சையில் பாரிச வாயு பீடித்துப் படுத்த படுக்கையா யிருக்கும் சுந்தர சோழரும், நாகைப்பட்டினத்தில் நடுக்கு சுரம் வந்து கிடக்கும் பொன்னியின் செல்வரும், கடம்பூர் மாளிகையில் நந்தினியைச் சந்திக்கப் போகும் ஆதித்த கரிகாலரும், இராஜ்யத்துக்கு

ஆசைப்பட்டு மக்களின் கோபத்துக்குப் பாத்திரமாகியிருக்கும் மதுராந்தகரும், கையில் கொலை வாளை வைத்துக்கொண்டு கொஞ்சும் நந்தினியும் அவனுடைய உள்ளத்தில் வரிசையாகப் பவனி வந்தார்கள்.

'அதெல்லாம் போகட்டும், சோதிடரே! இராஜ குலத்தாரின் விஷயம் நமக்கு என்னத்திற்கு? நான் இப்போது மேற்கொண்டு போகும் காரியம் எப்படி முடியும், சொல்லுங்கள்!'

'முன்னே உனக்குச் சொன்னதைத்தான் இப்போதும் சொல்ல வேண்டியிருக்கிறது அப்பனே! எத்தனையோ விபத்துக்கள் உனக்கு வரும்; அவற்றையெல்லாம் வெற்றி கொள்வதற்கு எதிர்பாராத உதவி கிடைக்கும்!' என்றார் சோதிடர்.

இப்போது வாசலில் வந்து கொண்டிருப்பது விபத்தா, உதவியா என்று வந்தியத்தேவன் எண்ணமிட்டான். ஏனெனில் அச்சமயம் வாசலில் ஆடவர்களின் குரல்களுடன், பெண்களின் குரல்களும் கேட்டன. இருவரும் வாசற்புறத்தை நோக்கினார்கள்.

மறுநிமிடம் வானதி தேவியும் அவளுடைய பாங்கியும் உள்ளே வந்தார்கள்.

வந்தியத்தேவன் எழுந்து நின்று மரியாதையுடன் 'தேவி! மன்னிக்க வேண்டும்! தாங்கள் இங்கே வரப்போகிறீர்கள் என்று தெரிந்திருந்தால், நான் வந்திருக்கமாட்டேன்!...' என்றான்.

வானதி கேட்ட உதவி

'ஐயா, என்னிடம் ஏன் அவ்வளவு கோபம்? தங்களுக்கு நான் என்ன தீங்கு செய்தேன்?' என்ற கொடும்பாளூர் இளவரசியின் தீனமான குரல் வந்தியத்தேவனை உருக்கி விட்டது. இந்தப் பெண்ணிடம் தான் உண்மையில் எதற்காகக் கோபம் கொள்ள வேண்டும் என்ற எண்ணம் தோன்றியது. பூங்குழலி ஒரு கணம் அவன் மனக்கண் முன் வந்து மறைந்தாள். அவளுக்காக இந்தப் பெண்ணிடம் கோபங்கொள்ளுவது என்ன நியாயம்?

'அம்மணி! மன்னிக்கவேண்டும். அந்தமாதிரி ஒன்றும் நான் சொல்லவில்லை. தாங்கள் சோதிடரைப் பார்த்துவிட்டுப் போகும் வரையில் நான் வெளியில் காத்திருப்பேன் என்றுதான் சொன்னேன். எனக்கு ஒன்றும் அவசரமில்லை. இப்போதுகூட...'

'தாங்கள் வெளியேறவேண்டிய அவசியம் ஒன்றுமில்லை. தங்களுக்கு அவசரமில்லை என்று அறிந்து மகிழ்ச்சி அடைகிறேன். உண்மையில் நான் இங்கே சோதிடரைப் பார்க்க வரவில்லை. இவருடைய சோதிடத்தில் எனக்குக் கொஞ்சங்கூட நம்பிக்கை இல்லாமற் போய் விட்டது...'

'தேவி! தங்கள் சித்தம் என் பாக்கியம்! ஒரு காலத்தில் என் சோதிடம் பொய்யாகவில்லை என்பதை தாங்களே உணர்வீர்கள். உணர்ந்து, இந்த ஏழையைப் பாராட்டுவீர்கள்!' என்றார் சோதிடர்.

'அப்போது பார்த்துக் கொள்ளலாம்!' என்று வானதி கூறிவிட்டு வந்தியத்தேவனைப் பார்த்து, 'ஐயா! நான் தங்களைப் பார்க்கத்தான் இங்கே வந்தேன். வழியில் தாங்கள் குதிரை மீது சென்றதைப் பார்த்தேன். நின்று விசாரிப்பீர்கள் என்று நினைத்தேன். பாராமுகமாகப் போய்விட்டீர்கள்! அதைப் பற்றி நான் அதிகமாக ஆச்சரியப்படவில்லை. இந்த அநாதைப் பெண்ணிடம் அவ்வளவு அக்கறை எதற்காக இருக்க வேண்டும்?' என்றாள்.

வந்தியத்தேவனுடைய கண்ணில் கண்ணீர் வந்துவிடும் போலிருந்தது.

'தேவி இது என்ன வார்த்தை? கொடும்பாளூர் பராந்தக சிறிய வேளாரின் செல்வப் புதல்வி, தென்திசைச் சேனாதிபதி பூதிவிக்கிரம கேசரியின் வளர்ப்புக் குமாரி, பழையாறை இளையபிராட்டியின் அந்தரங்கத்துக்கு உகந்த தோழி, இத்தகைய தங்களை அநாதைப் பெண் என்று யார் ஒப்புக் கொள்வார்கள்? பாதையில் நின்று விசாரிப்பது மரியாதைக் குறைவாயிருக்குமென்று வந்து விட்டேன். வேறொன்று மில்லை. என்னால் ஏதாவது ஆகவேண்டிய காரியம் இருந்தால்...'

'ஆம், ஐயா! தங்களால் ஆகவேண்டிய காரியம் அவசியம் இருக்கிறது. தங்களிடம் ஒரு முக்கியமான உதவி கோருவதற்காகத்தான் இந்த வீட்டுக்குள் நான் வந்தேன்...'

'சொல்லுங்கள்; என்னால் முடியக்கூடிய காரியமாயிருந்தால்...'

'தங்களால் முடியாத காரியம்கூட ஒன்று இருக்கமுடியுமா, என்ன? இலங்கைப் பிரயாணத்தின்போது தங்களுக்கு நேர்ந்த வற்றை யெல்லாம் ஓரளவு நானும் கேட்டறிந்திருக்கிறேன். நான் கோரும் உதவியை அளிப்பதாக முதலில் வாக்குத்தர முடியுமா?'

வந்தியத்தேவன் தயக்கத்துடன் 'தேவி! உதவி எத்தகையது என்று சொன்னால் நல்லது!' என்றான்.

'ஆம்; தங்களை ஏமாற்றி நான் வாக்குறுதி பெறக்கூடாதுதான். ஆகையால் காரியத்தைச் சொல்லி விடுகிறேன். சோதிடருக்கும் தெரியலாம்; அதனால் பாதகம் இல்லை. நான் புத்த தர்மத்தை மேற் கொண்டு பிக்ஷுணி ஆகிவிடுகிறது என்று தீர்மானித்திருக்கிறேன்...'

'என்ன? என்ன?'

'இது என்ன வார்த்தை?'

'கூடவே கூடாது!'

'உலகம் பொறுக்காது!'

'நடவாத காரியம்!'

இவ்வாறெல்லாம் சோதிடரும், வந்தியத்தேவனும் மாற்றி மாற்றிச் சொன்னதைக் கேட்டுக் கொண்டிருந்து விட்டு, வானதி, 'ஆம்; புத்த சந்நியாசினி ஆவதென்று முடிவு செய்து விட்டேன். அதில் ஏன் உங்களுக்கு அவ்வளவு ஆட்சேபம்? தவறு என்ன? பழந்தமிழ் நாட்டில் எத்தனையோ பெண்கள் துறவறம் மேற்கொண்ட தில்லையா? மாதவியின் புதல்வி மணிமேகலை துறவறம் நடத்தித் தெய்வத்தன்மை பெறவில்லையா? 'மணி மேகலா தெய்வம்' என்று அவளை நாம் இன்று போற்ற வில்லையா? அவ்வளவு பெரிய

ஆசையெல்லாம் எனக்குக் கிடையாது. இந்தப் பயனற்ற வாழ்க்கையை முடித்துக்கொள்ள முயன்றேன். அதில் தவறி விட்டேன். கடவுளுடைய விருப்பம் நான் உயிரோடு இன்னும் சில காலம் இருக்கவேண்டும் என்பது போலும். அப்படி இருக்கக்கூடிய காலத்தைப் புத்த மடம் ஒன்றில் சேர்ந்து ஜீவகாருண்யத் தொண்டு புரிந்து கழிக்க விரும்புகிறேன். இதற்குத் தாங்கள் எனக்கு உதவி செய்யத் தயங்கமாட்டீர்கள் அல்லவா?' என்றாள்.

வந்தியத்தேவன் மனத்தில் ஒரு சிறிய சந்தேகம் உதித்தது. அது அவனைத் திடுக்கிடச் செய்தது.

'தேவி! தங்கள் தீர்மானம் நியாயமன்று. எனினும் அதைச் சொல்லும் உரிமை எனக்குக் கிடையாது. தங்கள் குடும்பத்தைச் சேர்ந்த பெரிய வர்கள் தங்களுக்கு அதைப்பற்றி யோசனை சொல்ல வேண்டும். தங்கள் பெரிய தந்தை சேநாதிபதி பூதிவிக்கிரம கேசரி கூடிய சீக்கிரம் திரும்பி வரப்போகிறார் என்று தெரிகிறது....'

'ஐயா! நான் யாருக்காகவும் காத்திருக்கப் போவதில்லை; யாருடைய யோசனையையும் கேட்கப் போவதில்லை. தீர்மானமாக முடிவு செய்துவிட்டேன். தங்களுடைய உதவியைக் கோருகிறேன்...'

'இது விஷயத்தில் நான் என்ன உதவி செய்யக்கூடும், தேவி!'

'சொல்லுகிறேன். நாகைப்பட்டினம் சூடாமணி விஹாரத்துக்குப் போவதற்காக நான் புறப்பட்டேன். அங்கே சென்று புத்த குருமார் களை அடுத்துத் தீட்சை பெற்றுக்கொள்ள எண்ணிக் கிளம்பினேன். வழித் துணைக்குத் தாங்கள் என்னுடன் நாகைப்பட்டினம் வரையில் வரவேண்டும். அதுவே நான் கோரும் உதவி!'

வந்தியத்தேவனுக்குத் தூக்கி வாரிப்போட்டது. கொடும்பாளூர் இளவரசி இலேசுப்பட்டவள் அல்ல. நாமும் இளைய பிராட்டியும் பேசிக் கொண்டது அரைகுறையாக இவள் காதில் விழுந்திருக்க வேண்டும். தன்னிடம் முழு விவரங்களையும் தெரிந்து கொள்ளப் பார்க்கிறாள். நாகைப்பட்டினம் சூடாமணி விஹாரத்துக்குப் போகப் புறப்பட்டது, இளவரசரை அங்கே சந்திக்கும் நோக்கத்துடனேதான்! அதற்கு ஒருநாளும் தான் உடந்தையாயிருக்க முடியாது.

'அம்மணி! ரொம்பவும் மன்னிக்க வேண்டும். தாங்கள் கோரும் உதவி என்னுடைய சக்திக்கு அப்பாற்பட்டது.'

'இது என்ன விந்தை? ஈழநாட்டுக்குச் சென்று எத்தனை எத்தனையோ அற்புதங்களைச் சாதித்து வந்தவருக்கு இந்த அநாதைப் பெண்ணை நாகைப் பட்டினத்தில் கொண்டு போய்ச் சேர்ப்பது முடியாத காரியமாகுமா?'

'தேவி! முடியாத காரியம் ஒன்றுமில்லை. ஆனால் நான் இச்சமயம் மேற்கொள்ள இயலாது. முதன் மந்திரியும், இளைய பிராட்டியும் என்னை அவசரமாகக் காஞ்சிக்குப் போகும்படி கட்டளையிட்டிருக் கிறார்கள். அவர்கள் கொடுத்த ஓலையுடன் போகிறேன். ஆகையினால்தான் முடியாது என்று சொன்னேன். வேறொரு சந்தர்ப்ப மாயிருந்தால்...'

'ஆம், ஆம்! விருப்பமில்லாவிட்டால் எத்தனையோ காரணங்கள் சொல்லலாம். அதனால் பாதகம் இல்லை. தனியாகப் பிரயாணம் செய்வது என்ற எண்ணத்துடனேதான் கிளம்பினேன். வழியில் சிற்சில இடங்களில் காலாமுகர்களின் கூட்டங்களைப் பார்த்ததும் கொஞ்சம் பயம் உண்டாயிற்று. சகல ஜீவர்களையும் காப்பாற்றக் கடமைப்பட்ட கடவுள் இருக்கிறார். அவரிடம் பாரத்தைப் போட்டுவிட்டுப் புறப்படுகிறேன்? உலகத்தைத் துறந்து சந்நியாசினியாக முடிவு செய்த ஒரு பேதைப் பெண்ணை யார் என்ன செய்து விடுவார்கள்? போய் வருகிறேன். சோதிடரே!' என்று கூறிவிட்டு வானதி புறப்பட்டாள்.

அவளைப் பின் தொடர்ந்து போய்க்கொண்டே சோதிடர், 'தேவி! தேவி! இருட்டும் சமயமாகி விட்டதே! அமாவாசைக் கங்குல். அதோடு வட கிழக்கில் மேகங்கள் குமுறுகின்றன. இரவு இந்த ஏழையின் குடிசையில் தங்கிவிட்டுக் காலையில் போகலாமே!' என்றார்.

'இல்லை சோதிடரே! மன்னிக்க வேண்டும். இரவு திருவாரூர் போய்த் தங்குவதாக எண்ணம். இந்த மனிதர்தான் துணைக்கு வர மறுத்து விட்டார். திருவாரூரில் யாராவது கிடைக்காமலா போவார்கள்? அப்படி நான் என் உயிரைப் பற்றிக் கவலைப் படவும் இல்லை. இதனால் யாருக்கு என்ன உபயோகம்?...'

சோதிடர் காதிலும், வந்தியத்தேவன் காதிலும் கடைசியாக விழுந்த வார்த்தைகள் இவைதான். வாசலில் காத்திருந்த பல்லக்கில் வானதி ஏறிக் கொண்டாள், பல்லக்கு மேலே சென்றது.

பல்லக்குக் கண்ணுக்கு மறையும் வரையில் வந்தியத்தேவனும் சோதிடரும் அதைப் பார்த்த வண்ணம் நின்றார்கள்.

பிறகு வந்தியத்தேவன் 'கொடும்பாளூர் இளவரசி சில காலத்துக்கு முன்புவரையில் பெரும் பயங்கொள்ளியாயிருந்தாள். இளைய பிராட்டியின் மற்றத் தோழிகள் இவளை அதற்காகப் பரிகசித்துக் கொண்டிருந்தார்கள். பொம்மை முதலையை நதியில் மிதக்க விட்டு இவளைப் பயமுறுத்திப் பார்த்தார்கள்; நான் கூட அதில் ஏமாந்து போனேன். இப்போது திடீரென்று இந்தப் பெண்ணுக்கு இவ்வளவு தைரியம் எப்படி வந்தது? இவள் தனியே பிரயாணம் செய்யக்

கிளம்பியது என்ன விந்தை? இளையபிராட்டி இதற்குச் சம்மதித்தது தான் எப்படி?' என்றான்.

'எனக்கும் அது ஆச்சரியத்தையே அளிக்கிறது. சென்றமுறை இப்பெண் இந்தக் குடிசைக்கு வந்திருந்தபோது திடீரென்று மயக்கம் போட்டு விழுந்து விட்டாள்; தயங்கித் தயங்கி ஈனஸ்வரத்தில் பேசினாள். அந்தக் கொடும்பாளூர் இளவரசி தானா இவள் என்றே சந்தேகமாயிருக்கிறது. இன்று எவ்வளவு படபடப்பாகவும் துணிச்சலாகவும் பேசினாள்?'

'இப்படிப்பட்ட திடீர் மன மாறுதலுக்கு என்ன காரணமாயிருக் கும் என்று நினைக்கிறீர்கள்?' என்று கேட்டான்.

'ஏதோ முக்கியமான செய்தி இவளுடைய மனத்தில் ஒரு பெரும் அதிர்ச்சியை உண்டு பண்ணியிருக்க வேண்டும்.'

'அப்படி என்ன முக்கியமான செய்தி இருக்க முடியும்?'

'ஏன்? பொன்னியின் செல்வரைக் கடல் கொண்டு விட்ட செய்தியே போதாதா? இந்தப் பெண்ணுக்கும் இளவரசருக்கும் திருமணம் நடக்கக் கூடும் என்று பேச்சாயிருந்ததே!'

இவ்விதம் சோதிடர் கூறியபோது, வந்தியத்தேவன், 'பொன்னியின் செல்வரைக் கடல் கொண்டுவிட்ட செய்தியா, அல்லது அவர் பிழைத்து நாகைப்பட்டினத்தில் இருக்கிறார் என்ற செய்தியா அல்லது பூங்குழலியைப் பற்றி நான் கூறிய செய்தியா, எது இவளுக்கு இத்தகைய அதிர்ச்சியை அளித்திருக்கக் கூடும்?' என்று சிந்தனை செய்தான்.

'ஆம்; சோதிடரே! கொடும்பாளூர் வம்சத்தார் பரம்பரையான வீரசைவர்களாயிற்றே! இந்தப் பெண்ணுக்குத் திடீர் என்று புத்த மதத்தில் பற்று உண்டாவானேன்?' என்றான்.

'பூர்வஜன்ம வாசனையாயிருக்கலாம்' என்றார் சோதிடர்.

'நாகைப்பட்டினம் சூடாமணி விஹாரத்துக்குப் புறப்படு வானேன்?'

'அதுதான் எனக்கும் வியப்பை அளிக்கிறது!'

'உம்முடைய சோதிட சாஸ்திரத்தில் பார்த்துச் சொல்ல முடியாதா?'

'தம்பி! சோதிட சாஸ்திரத்தின் மூலம் இதை எப்படி அறியலாம்? இது ஒற்றாடல் சாஸ்திரத்தைச் சேர்ந்தது.'

'ஒற்றாடல் என்று ஒரு சாஸ்திரமா?'

'ஏன் இல்லை? பொய்யாமொழிப் புலவரின் திருக்குறளைப் பற்றி நீ கேட்டதில்லையா?'

'அப்படி ஒரு நூல் உண்டு என்று கேட்ட ஞாபகமிருக்கிறது.'

'அந்த நூலில் 'ஒற்றாடல்' என்று ஓர் அதிகாரம் இருக்கிறது. அதில் பத்துப் பாடல்கள் இருக்கின்றன.'

அப்படியா? அவற்றில் இரண்டொரு நல்ல பாடல்கள் சொல்லுங்கள்!'

'எல்லாம் நல்ல பாடல்கள்தான். இதைக்கேள்:-

'வினைசெய்வார் தஞ்சுற்றம் வேண்டாதார் என்றாங்கு
அனைவரையும் ஆராய்வது ஒற்று.'

'அரசன் தன்கீழ் ஊழியம் செய்வோரையும், தன்னுடைய சொந்த உறவினரையும், அவ்வாறே தன் பகைவர்களையும் ஒற்றர்கள் வைத்து ஆராய்ந்து கொள்ளவேண்டும் என்கிறார் வள்ளுவர். இன்னும் கேள்:-

'துறந்தார் படிவத்த ராகி இறந்தாராய்ந்து
என்செயினும் சோர்வில தொற்று.'

'துறவிகளைப் போல் வேடம் பூண்டும், செத்தவர்களைப் போல் பாசாங்கு செய்தும், எதிரிகள் எவ்வளவு துன்புறுத்தினாலும் இரகசியத்தை வெளியிடாமலும், சோர்வில்லாமல் உழைப்பவன் ஒற்றன் என்று வள்ளுவர் கூறுகிறார். அரசர்கள் ஒரு ஒற்றனுடைய காரியத்தை இன்னொரு ஒற்றனைக் கொண்டு ஒற்றறிய வேண்டும் என்றும் அவர் சொல்லியிருக்கிறார்.

'ஒற்றொற்றித் தந்த பொருளையும் மற்றுமோர்
ஒற்றினால் ஒற்றிக் கொளல்'

இந்தப் பாடல்களையெல்லாம் நீ கேட்டதில்லையென்றா சொல்கிறாய்?'

வந்தியத்தேவனுக்கும் ஒரே வியப்பாகப் போய் விட்டது. இனி அவகாசம் கிடைத்ததும், திருக்குறளைப் படித்துவிட்டுத்தான் வேறுகாரியம் பார்ப்பது என்று தீர்மானித்துக் கொண்டான். ஆயிரம் ஆண்டுகளுக்கு முன்னால் இப்படியெல்லாம் இராஜரீக முறைகளைப் பற்றி எழுதியவர் எத்தகைய அறிவாளியாயிருக்க வேண்டும்?

இன்னும் சற்றுப் பேசிக் கொண்டிருந்துவிட்டு வந்தியத்தேவன் புறப்பட்டான். 'இன்றிரவு இங்கே தாமதித்து விட்டுக் காலையில் போகலாமே!' என்று சோதிடர் கூறியதை அவன் கேட்கவில்லை.

'இன்னொரு சமயம் வருகிறேன்; அப்போது தங்கள் விருந்தாளி யாயிருக்கிறேன்' என்றான்.

'இன்னொரு சமயம் நீ இங்கு வரும்போது என்னுடைய சோதிடங்கள் பலித்திருப்பதைக் காண்பாய்!' என்றார் சோதிடர்.

'ஐயா, சோதிடரே! நீர் சோதிடம் ஒன்றுமே சொல்லவில்லையே? சொல்லியிருந்தால் அல்லவா அவை பலிக்க முடியும்?' என்று கூறி நகைத்துக்கொண்டே வந்தியத்தேவன் குதிரைமீது ஏறிப் புறப்பட்டான்.

சோதிடர் வீட்டிலிருந்து சற்றுத்தூரம் வரையில் ஒரே பாதைதான் இருந்தது. பல்லக்குச் சென்ற பாதையிலேயே அவனும் போக வேண்டியிருந்தது. பின்னர் பாதைகள் இரண்டாகப் பிரிந்தன. ஒரு பாதை வடக்கு நோக்கிக் கொள்ளிடக் கரைக்குச் சென்றது. இன்னொன்று, தென்கிழக்காகத் திருவாரூர் நோக்கிச் சென்றது. திருவாரூர்ச் சாலையில் வெகு தூரத்தில் பல்லக்குப் போய்க் கொண்டிருப்பதை வந்தியத்தேவன் பார்த்தான். ஒரு கணம் அவனுடைய உள்ளம் தத்தளித்தது.

கொடும்பாளூர் இளவரசி கேட்ட உதவியை மறுக்க வேண்டி வந்து விட்டதே! உண்மையிலேயே அவளுக்கு உதவி தேவையிருக்கு மானால்.. வழியில் அபாயம் ஏதேனும் ஏற்படுமானால் - பின்னால் அந்தச் செய்தி தெரியும்போது என்னை நானே மன்னித்துக்கொள்ள முடியுமா? வழித்துணை போக மறுத்தது பற்றி நெடுங்காலம் வருந்த வேண்டியிராதா? ஆயினும் என்ன செய்வது? முதன் மந்திரியும் இளைய பிராட்டியும் இட்ட கட்டளை மிகக் கண்டிப்பானது. வேறு காரியங்களில் நான் இப்போது தலையிட முடியாது. முன்னர் சில முறை அப்படிச் சம்பந்தமில்லாத காரியங்களில் தலையிட்டுத் தொல்லைப்பட்ட தெல்லாம் போதும். ஆழ்வார்க்கடியான் வேறு எச்சரித்திருக்கிறான். அன்றியும் வானதி தேவியைத் தான் நாகைப்பட்டினம் சூடாமணி விஹாரத்துக்கு அழைத்துச் செல்வதென்பது கனவிலும் நினைக்க முடியாத காரியம்...

இவ்வாறு முடிவு செய்த வந்தியத்தேவன் குதிரையைக் கொள்ளிடக் கரைப் பாதையில் திருப்பினான். அதே சமயத்தில் 'வீல்' என்ற ஓர் அபயக்குரல், மிக மிக இலேசான பெண் குரல், ஒலித்ததாகத் தோன்றியது, திடுக்கிட்டுத் திரும்பிப் பார்த்தான், பல்லக்கைக் காணவில்லை. அங்கேயிருந்த சாலை முடுக்கில் திரும்பியிருக்கக் கூடும். ஆயினும் போய்ப்பார்த்து விடவேண்டும் என்ற முடிவுக்கு ஒரு கணத்தில் வந்து விட்டான் வந்தியத் தேவன். அதனால் அப்படி யொன்றும் தாமதம் ஏற்பட்டு விடப் போவதில்லை. குதிரை பாய்ந்து

சென்றது. வெகுசீக்கிரத்தில் சாலை முடுக்கின் அருகில் வந்துவிட்டது. அங்கே அவன் கண்ட காட்சி வந்தியத்தேவனுடைய இதயமே நின்று விடும்படி செய்தது.

பெண் ஒருத்தி ஓரத்து மரம் ஒன்றில் கட்டப்பட்டிருந்தாள். அவளுடைய வாயில் துணி அடைக்கப்பட்டிருந்தது. இருட்டும் நேரமாதலால் யார் என்று முதலில் தெரியவில்லை. அருகில் சென்று பார்த்தான். வானதியின் பல்லக்குடன் நடந்து சென்ற சேடிப் பெண் என்று தெரிந்தது. அவள் முனகிக்கொண்டே தன் கட்டுக்களை அவிழ்த்துக்கொள்ள முயன்று கொண்டிருந்தாள். வந்தியத்தேவன் குதிரையிலிருந்து பாய்ந்து இறங்கி, முதலில் வாயில் அடைத்திருந்த துணியை எடுத்து விட்டு, கட்டுக்களை யும் அவிழ்த்து விட்டான். அவ்வளவு பலமாகக் கட்டப்பட வில்லை என்பது அவன் உள்மனத்தில் பதிந்தது.

'பெண்ணே என்ன நடந்தது? சீக்கிரம் சொல்! பல்லக்கு எங்கே? உன் எஜமானி எங்கே?' என்று பதறிக்கொண்டே கேட்டான்.

சேடிப் பெண் உளறிக் குளறி மறுமொழி கூறினாள்.

அந்தச் சாலை முடுக்கில் பல்லக்குத் திரும்பியபோது திடீரென்று ஏழெட்டு மனிதர்கள் பக்கத்து மரங்களின் மறைவிலிருந்து பாய்ந்து வந்தார்கள். அவர்கள் சிலருடைய கைகளில் மண்டை ஓடுகளும் சூலாயுதங்களும் காணப்பட்டன. அவர்களில் இரண்டுபேர் சேடிப் பெண்ணை மண்டையில் அடித்துக் கீழே தள்ளினார்கள். வாயில் துணியை அடைத்தார்கள். இதற்குள் மற்றவர்கள் பல்லக்குச் சுமந்தவர் களிடம் ஏதோ பயங்கரமான குரலில் சொல்லவே, அவர்கள் பாதையை விட்டு விலகிக் குறுக்கு வழியில் பல்லக்குடன் ஓடினார்கள்... மற்றவர்களும் தொடர்ந்து போனார்கள், வானதி தேவியின் குரலே கேட்கவில்லை. இவ்விதம் கூறிவிட்டு, பல்லக்குச் சென்ற குறுக்குப் பாதையையும் அச்சேடிப்பெண் சுட்டிக் காட்டினாள்.

'பெண்ணே! நீ அந்தக் குடந்தை சோதிடர் வீட்டிற்குப் போயிரு! நான் உன் எஜமானியைக் கண்டுபிடிக்கப் பார்க்கிறேன்' என்று சொல்லிக் கொண்டே வந்தியத்தேவன் குதிரை மீது பாய்ந்து ஏறினான். குதிரை இராஜபாட்டையிலிருந்து திரும்பிக் குறுக்கு வழியில் சென்றது. மேடு, பள்ளம், காடு, செடி என்று பாராமல் அதிவேகமாகச் சென்றது.

தீவர்த்தி அணைந்தது!

அமாவாசை முன்னிரவு, நன்றாக இருள் சூழ்ந்து விட்டது. வடதிசையில் தோன்றி மேலே வந்து கரிய மேகங்கள் இப்போது வானவெளி முழுதும் பரவி மறைத்து விட்டன. ஆகாசத்தில் ஒரு நட்சத்திரம்கூடக் கண் சிமிட்டவில்லை. மரங்களின் மீதும் புதர்களின் மீதும் பறந்த மின்மினிப் பூச்சிகள் சிறிது வெளிச்சம் அளித்தன. அதன் உதவிகொண்டு வந்தியத்தேவன் குதிரையைச் செலுத்திக்கொண்டு போனான். எங்கே போகிறோம், எதற்காகப் போகிறோம், போவதனால் பயன் ஏதேனும் ஏற்படுமா என்பது ஒன்றும் தெளிவாக வில்லை. குந்தவைப் பிராட்டியின் அருமைத் தோழிக்கு ஆபத்து வந்திருக்கிறது. அவளைக் காப்பாற்ற முயலுவது தன் கடமை. அப்புறம் கடவுள் இருக்கிறார்!

ஒரு நாழிகை நேரம் குதிரை ஓடிய பிறகும் பல்லக்கைக் கண்டுபிடிக்க முடியவில்லை. வெறும் பைத்தியக்கார வேலையில் இறங்கி விட்டோமோ என்ற யோசனை வந்தியத்தேவன் மனத்தில் உதித்தது. குதிரையை நிறுத்தினான். அச்சமயம் சற்றுத் தூரத்தில் ஏதோ சத்தம் கேட்டது. கூர்ந்து கவனித்தான்! குதிரைக் காலடிச் சத்தம் போலிருந்தது. ஆம், குதிரைதான்! ஒரு குதிரையா, பல குதிரைகளா என்று தெரியவில்லை. பல்லக்கைக் காவல் புரிந்து கொண்டு போகும் குதிரை வீரர்களாயிருக்கலாம். இனி ஜாக்கிரதையாகப் போக வேண்டும். திடீரென்று பெருங்கூட்டத்தின் நடுவில் அகப்பட்டுக் கொள்ளக் கூடாது. அதனால் வானதி தேவிக்கும் பயன் இல்லை; தன் காரியமும் கெட்டுப் போகும்....

மெள்ள மெள்ள நின்று நின்று, குதிரையை விட்டுக்கொண்டு போனான். முன்னால் போவது ஒரே குதிரைதான் என்று ஒருவாறு நிச்சயித்துக் கொண்டான். சற்று நேரத்துக்கெல்லாம் அந்தக் குதிரை ஒரு மேட்டுப் பாங்கான கரையின் மீது ஏறுவது போலத் தோன்றியது.

தான் பின் தொடர்வது தெரியாமல் மறைந்து நிற்க விரும்பினான். சுற்றும் முற்றும் கூர்ந்து பார்த்தான். பாழடைந்த மண்டபம் ஒன்று இடிந்த சுவர்களுடன் பக்கத்தில் காணப் பட்டது. அதன் அருகே சென்று மொட்டைச் சுவர் ஒன்றின் மறைவில் குதிரையை நிறுத்திக் கொண்டான். முன்னால் சென்று மேட்டில் ஏறிய குதிரையைக் கண்கள் வலிக்கும்படியாக இருட்டில் உற்றுப் பார்த்துக் கொண்டிருந்தான்.

'யார் அங்கே?' என்ற குரல் வந்தியத்தேவனைத் திடுக்கிடச் செய்தது. அது அவனுக்குப் பழக்கப்பட்ட மனிதரின் குரலாகத் தோன்றியது. 'மகாராஜா! அடிமை, நான்தான்!' என்ற மறுகுரலும் கேட்டது.

ஒரு நிமிட நேரத்துக்கெல்லாம் குரல்கள் கேட்ட இடத்தில் ஒரு தீவர்த்தி வெளிச்சம் தோன்றியது. மரத்தின் மறைவிலிருந்து கையில் தீவர்த்தியுடன் ஒருவன் வெளி வந்தான். அதன் வெளிச்சத்தில் குதிரை தெரிந்தது. குதிரையின்மேல் ஓர் ஆள் வீற்றிருப்பது தெரிந்தது. குதிரை மேலிருந்தவர் மதுராந்தகர்தான் என்பது உறுதியாயிற்று.

தரையில் நின்றவன் தீவர்த்தியைத் தூக்கிப் பிடித்தபோது இளவரசர் ஏறியிருந்த குதிரை மிரண்டது. முன்னங்கால்களை அதுமேலே தூக்கி ஒரு தடவை சுழன்றது. பின்னர் சடால் என்று பாய்ந்து ஓடத் தொடங்கியது.

அந்தக் குதிரை நின்ற இடம் ஒரு அகன்ற வாய்க்காலின் கரை. அந்த மேட்டுக்கரையிலிருந்து குதிரை வாய்க்காலின் வெள்ளத்தில் பாய்ந்தது.

தீவர்த்தி பிடித்த மனிதன் 'மகாராஜா! மகாராஜா!' என்று கூறிக் கொண்டே குதிரையைப் பின் தொடர்ந்து வாய்க்காலில் குதித்தான். குதித்தவன் இடறி விழுந்தான். தீவர்த்தி வாய்க்காலின் வெள்ளத்தில் அமிழ்ந்தது.

மறுகணம் முன்னைவிடப் பன் மடங்கு கனாந்தகாரம் சூழ்ந்தது.

அதேசமயத்தில் இலேசாகத் தூற்றல் போடத் தொடங்கியது.

காற்றினால் மரங்கள் ஆடிய சத்தத்துக்கும், மழைத் தூறலின் சத்தத்துக்கும், மண்டூகங்களின் வறட்டுக் கத்தல்களுக்கும் இடையே மனிதர்களின் அபயக் குரல்களும், குதிரைகளின் காலடிச் சத்தமும் குழப்பமாகக் கேட்டன. இளவரசர் மதுராந்தகர் அவ்வளவாகத் தைரியத்துக்குப் பெயர் போன மனிதர் அல்ல என்பதை வந்தியத் தேவன் அறிந்திருந்தான்.

மிரண்ட குதிரையின் மேலிருந்த மதுராந்தகருக்கு என்ன ஆபத்து விளையுமோ என்று அவன் உள்ளம் திடுக்கிட்டது. குதிரை அவரைச்

சுமந்துகொண்டே தெறிகெட்டு ஓடினாலும் ஓடலாம். அல்லது அவரை வாய்க்கால் வெள்ளத்திலேயே தள்ளியிருந் தாலும் தள்ளி யிருக்கலாம் அல்லது சற்றுத் தூரம் அவரைச் சுமந்து கொண்டு சென்று, வேறு எங்காவது தள்ளிவிட்டுப் போயிருக்கவும் கூடும்.

தீவர்த்தியுடன் வந்த மனிதனால் குதிரையைத் தொடர்ந்து போய் அவரைக் காப்பாற்ற முடியுமா? அவனேதான் வாய்க்கால் வெள்ளத்தில் தடுமாறி விழுந்து விட்டானே?

அச்சமயம் தான் செய்ய வேண்டியது என்ன? வானதியைத் தேடிப் போவதா? மதுராந்தகரின் உதவிக்குச் செல்லுவதா என்ற போராட்டம் ஒரு நிமிடம் அவன் உள்ளத்தில் நிகழ்ந்தது.

வானதி தேவி போன இடமே தெரியவில்லை. ஆனால் மதுராந்தகர் தன் கண் முன்னால் ஆபத்துக்கு உள்ளானார். அவருக்கு உதவி செய்வது எளிது; அவரைத் தேடிப் பிடித்து அபாயம் ஒன்றுமில்லை என்று கண்டால் பிறகு வானதியைத் தேடிப் போவது இருக்கவே இருக்கிறது! கடவுளே! சம்பந்தமில்லாத வேறு எந்தக் காரியத்திலும் தலையிடு வதில்லை என்று தான் சற்று முன்னால் தீர்மானித்துக் கொண்டு கிளம்பியது என்ன? இப்போது நடப்பது என்ன?

மண்டபச் சுவரின் மறைவிலிருந்து குதிரையை வெளியில் கொண்டு வந்தான் வந்தியத்தேவன். இருட்டிலும் தூறலிலும் உள்ளுணர்ச்சி யினால் வழி கண்டுபிடித்து வாய்க்காலில் இளவரசரின் குதிரை இறங்கிய இடத்தை நோக்கிச் சென்றான். வாய்க்காலில் அவனும் இறங்கினான். சுற்றும் முற்றும் நன்றாகப் பார்த்தான், ஒன்றும் தென்படவில்லை. எங்கேயோ தூரத்தில், 'ஆஆஆ!', 'ஓஓஓ!', 'ஈஈஈ!', 'டடபடா டடபடா', 'கடகட கடகடா!' என்பவை போன்ற விவரம் தெரியாத சத்தங்கள் கேட்டன.

வாய்க்காலின் அக்கரையில் ஏறினான். கரை மேட்டுக்கு அப்பால் உற்றுப் பார்த்தான். நெடுகிலும் நெல் வயல்களாகக் காணப்பட்டன. வயல்களில் சேற்றிலும் பச்சைப் பயிரிலும் குதிரையை நடத்திச் செல்வது இயலாத காரியம். கரையோடு போய்த்தான் தேடிப் பார்க்க வேண்டும்.

வாய்க்காலின் கரையிலோ, செடி கொடிகளும் முட்புதர்களும் அடர்ந்திருந்தன. அவற்றின் நடுவே சென்ற குறுகிய ஒற்றையடிப் பாதை வழியாகக் குதிரையைச் செலுத்திக்கொண்டு சென்றான். மேலே மழை; கீழே சறுக்கும் சேற்றுத் தரை; ஒரு பக்கத்தில் வாய்க்கால்; இன்னொரு பக்கத்தில் நெல் வயல்கள்; சுற்றிலும் முட்புதர்கள்.

குதிரை மெள்ளச் மெள்ளச் சென்றது.

நேரமோ, ஒரு நிமிடம் ஒரு யுகமாகச் சென்றது!

தூறல் மழையாக வலுத்துக் கொண்டிருந்தது!

இருட்டு மேலும் இருண்டு கொண்டிருந்தது!

வந்தியத்தேவனுடைய உள்ளம் சிந்தனையில் ஆழ்ந்தது!

மதுராந்தகத் தேவர் தனியாகக் குதிரைமீது ஏன் வந்தார்? எங்கே செல்வதற்காகப் புறப்பட்டு வந்தார்? அவரை எதிர்கொண்டு வந்த மனிதன் யார்?

வானதியைச் சிலர் பிடித்துக்கொண்டு சென்றதற்கும் இதற்கும் ஏதேனும் சம்பந்தம் உண்டா?

வானதியின் கதி இப்போது என்ன ஆகியிருக்கும்?

நாம் எதற்காக இந்தச் சங்கடத்தில் அகப்பட்டுக் கொண்டு விழிக்க வேண்டும்?

நம்முடைய காரியத்தை நாம் பார்க்கலாமே? இராஜ பாட்டையைத் தேடிப் பிடித்து அடைந்து, காஞ்சியை நோக்கிப் போகலாமே ?

அதுதான் இந்த மழைக்கால இருட்டில் எப்படிச் சாத்தியமாகும்?

இந்தக் காரியங்கள் எல்லாம் நமக்குச் சம்பந்தம் இல்லையென்று எப்படித் தீர்மானிக்க முடியும்?

கடம்பூர் சம்புவரையர் அரண்மனையில் நமக்குச் சம்பந்தமில் லாத காரியத்தைக் கவனித்ததினால் பிற்பாடு எவ்வளவு உபயோகம் ஏற்பட்டது? ஆனாலும் இன்றிரவு இந்த இருட்டில் இந்த வாய்க்காலின் கரையோடு போய்க்கொண்டிருப்பதினால் ஒரு பயனும் ஏற்படப்போவதில்லை. சொட்ட நனைவதுதான் பயன் ! குதிரை எங்கேயாவது இடறி விழுந்து காலை ஒடித்துக் கொண்டால், பிரயாணமே தடைப்பட்டுவிடும்.

திரும்பிச் சென்று அந்தப் பாழும் மண்டபத்தை அடைய வேண்டியது தான். மழைவிட்ட பிறகுதான் மறுபடியும் புறப்பட வேண்டும்.

பளிச்சென்று ஒரு மின்னல், அதன் நேர் வெளிச்சத்தில், சிறிது தூரத்தில், களத்துமேடு ஒன்றில், ஒரு குதிரை நின்றது போலத் தெரிந்தது. வந்ததுதான் வந்தோம்; இன்னும் கொஞ்சதூரம் சென்று, அதையும் பார்த்துவிட்டுத்தான் போகலாமே! இளவரசர் மதுராந்தகருக்கு ஆபத்துச் சமயத்தில் கை கொடுத்து உதவினால், அதன் மூலம் பிற்பாடு எவ்வளவோ காரியங்களுக்குச் சாதகம் ஏற்படலாம்.

குதிரையை வாய்க்காலின் கரையிலிருந்து பக்கத்து வயல் வரப்பில் வந்தியத்தேவன் இறக்கினான். குதிரை நின்றதாகத் தோன்றிய களத்துமேட்டை நோக்கிச் செலுத்தினான்.

களத்துமேட்டின் சமீபத்தை அடைந்தபோது அது ஒரு பெரிய கரிய பூதத்தைப் போல் காட்சி அளித்தது.

இன்னொரு மின்னல், மேட்டின்மீது குதிரை நின்றது ஒரு கணம் தெரிந்தது. குதிரையின் பேரில் ஆள் இல்லை என்பதை வந்தியத் தேவன் கவனித்துக் கொண்டான்.

இடி இடித்தது!

இடிக்கும் மின்னலுக்கும் பயந்துதானோ என்னவோ அந்தக் குதிரை மறுபடியும் தறிகெட்டுப் பயந்து ஓடத் தொடங்கியது. அதைத் தொடர்ந்து போவதில் இனி ஒரு பயனுமில்லை.

பக்கத்தில் எங்கேயாவது குதிரைமேலிருந்து விழுந்த மதுராந்தகத் தேவர் ஒரு வேளை இருக்கக்கூடும்.

ஆகையால் வந்தியத்தேவன் பலமுறை குரல் கொடுத்துப் பார்த்தான். 'ஜிம் ஜிம்', 'ரிம் ரிம்' என்னும் மழை இரைச்சலை மீறி அவனுடைய இடி முழக்கக் குரல் 'அங்கே யார்?' 'அங்கே யார்?' என்று எழுந்தது. நாலாபுறத்திலிருந்தும் 'அங்கே யார்?' 'அங்கே யார்?' என்ற எதிரொலிதான் கேட்டது.

மழை மேலும் வலுத்துக் கொண்டிருந்தது. வாடைக்காற்று விர் என்று அடித்தது. காற்றின் வேகத்தினால் மழைத் தாரைகள் பக்கவாட்டில் திரும்பித் தாக்கின. குதிரை உடம்பைச் சிலிர்த்துக் கொண்டது. வந்தியத்தேவனுடைய உடம்பும் மழையினால் தாக்கப்பட்டுக் குளிரினால் நடுங்கத் தொடங்கியது.

இனி அங்கே நிற்பதில் ஒரு பயனுமில்லை. வந்தியத்தேவன் குதிரையை வந்த வழியே திருப்பினான். தன்னுடைய அறிவீனத்தை எண்ணி வருத்தப்பட்டுக் கொண்டே வந்தான். இனி மேலாவது இத்தகைய அசட்டுக் காரியங்களில் இறங்காம லிருக்க வேண்டும். நம்முடைய காரியம் உண்டு நாம் உண்டு என்று பார்த்துக்கொண்டு போக வேண்டும்...

குதிரை தன்னுடைய உள்ளுணர்ச்சியைக் கொண்டு வழி கண்டுபிடித்து இடிந்த மண்டபத்துக்கு அருகில் வந்து நின்று ஒரு கனைப்புக் கனைத்தது. அப்போதுதான் வந்தியத்தேவன் சிந்தனா உலகத்தி லிருந்து இந்த உலகத்துக்கு வந்தான். குதிரை மீதிருந்து இறங்கினான்.

அவன் உடுத்தியிருந்த துணிகள் சொட்ட நனைந்து போயிருந்தன. அவற்றை உலர்த்தியாக வேண்டும். அன்றிரவு அந்த இடிந்த மண்டபத்தில் தானும் குதிரையும் தங்கியிருப் பதற்கு இடியாத பகுதி ஏதேனும் இருக்கிறதா என்று சுற்று முற்றும் பார்த்தான்.

வெட்ட வெளியில் கொட்டுகின்ற மழையில் காலிலே நெருப்புச் சுட்டால் எப்படியிருக்கும்? அவ்வாறு வந்தியத்தேவன் துள்ளிக் குதிக்க நேர்ந்தது. அதற்குக் காரணம் வேறொன்றுமில்லை; பேயில்லை பிசாசில்லை; ஒரு சின்னஞ் சிறு குழந்தையின் குரல்தான்!

'அம்மா! அம்மா!'

பேயில்லை, பிசாசில்லை என்று எப்படிச் சொல்ல முடியும்? அந்த வேளையில் அந்த மண்டபத்தில், குழந்தைக் குரல் எப்படிக் கேட்க முடியும்?

அது பேய் பிசாசின் குரல் இல்லை என்று எப்படிச் சொல்ல முடியும்?

சீச்சீ! பேயும் இல்லை! பிசாசும் இல்லை! பேயும் பிசாசும் பயப்பிராந்தி கொண்ட பேதைகளின் கற்பனை!

'அம்மா! அம்மா! ஊம்! ஊம்!' இது மனிதக் குழந்தையின் குரல்தான்! தாயைப் பிரிந்த சேயின் பயங்கலந்த அழுகைக் குரல்தான்!

இடிந்த மண்டபத்தின் இருளடைந்த பகுதியிலிருந்து வருகிறது.

குழந்தை மட்டுந்தான் இருக்கிறதா?

வேறு யாரும் இல்லையா?

'அம்மா! அம்மா! ஊம்! ஊம்!'

குரல் வந்த இடத்துக்குச் சமீபத்தில் சென்று வந்தியத்தேவன் 'யார் அங்கே?' என்றான்.

'யார் அங்கே?' என்று குழந்தையின் குரல் எதிரொலித்தது.

'நான் தான்! நீயார்? இருட்டில் என்ன செய்கிறாய்? வெளியே வா!'

'வெளியில் மழை பெய்கிறதே!'

'மழை நின்று விட்டது; வா!'

'என் அம்மா எங்கே?'

'அம்மா உனக்குப் பால்வாங்கிக் கொண்டுவரப் போயிருக்கிறாள்.'

'இல்லை; நீ பொய் சொல்கிறாய்!'

‘நீ வெளியில் வருகிறாயா; நான் உள்ளே வரட்டுமா?’

‘உள்ளே வந்தால் என் கையிலே கத்தியிருக்கிறது! குத்தி விடுவேன்!’

‘அடே அப்பா! பெரிய வீரனாயிருக்கிறாயே? வெளியில் வந்துதான் குத்தேன்!’

‘நீ யார்? புலி இல்லையே?’

‘நான் புலி இல்லை; குதிரை!’ என்றான் வந்தியத்தேவன்.

‘நீ பொய் சொல்கிறாய்; குதிரை பேசுமா?’

‘புலியாயிருந்தால் பேசுமா?’

‘வெளியில் வந்தால் புலி இருக்கும். ஒருவேளை மேலே பாய்ந்துவிடும்’ என்று அம்மா சொன்னாள்.’

‘நான் புலி இல்லை; உன் பேரில் பாயவும் மாட்டேன்; பயப்படாமல் வெளியே வா!’

‘பயமா? எனக்கு என்ன பயம்?’ என்று சொல்லிக்கொண்டே ஒரு சின்னஞ்சிறு குழந்தை இருண்ட மண்டபத்திலிருந்து வெளியே வந்தது.

இதற்குள் மழை நன்றாக விட்டுப் போயிருந்தது. மேகங்கள் சிறிது விலகி நட்சத்திரங்களும் தெரிந்தன.

நட்சத்திர வெளிச்சத்தில் அக்குழந்தையை வந்தியத்தேவன் பார்த்தான். சுமார் நாலு வயதிருக்கும்.

தெரிந்த வெளிச்சத்தைக் கொண்டு வெகு இலட்சணமான குழந்தை என்று தெரிந்துகொண்டான்.

இடுப்பில் ஒரு சிறிய பட்டுத் துணி உடுத்தியிருந்தது. கழுத்தில் ஒரு ரத்தினமாலை அணிந்திருந்தது.

பெரிய குலத்துக்குக் குழந்தையாக இருக்க வேண்டும். இதை இங்கே தனியாக விட்டுவிட்டுப் போன தாய் யார்? இங்கே எதற்காக வந்தாள்? ஏன் குழந்தையை விட்டுவிட்டுப் போனாள்?

இதற்குள் குழந்தையும் வந்தியத்தேவனை உற்றுப் பார்த்து விட்டு, ‘நீ குதிரை இல்லை, மனிதனைப் போல்தான் இருக்கிறாய்’ என்றது.

‘அதோ குதிரையும் இருக்கிறது, பார்!’ என்றான் வந்தியத்தேவன்.

குழந்தை குதிரையைப் பார்த்தது.

'ஓகோ! எனக்காகத்தான் கொண்டு வந்திருக்கிறாயா? பல்லக்கு வரும் என்றல்லவா சொன்னார்கள்?'

சிறுவனின் மறுமொழி வந்தியத்தேவனுடைய மனத்தில் பற்பல முரண்பட்ட எண்ணங்களை உண்டாக்கின. இந்தக் குழந்தை யார்? இவன் ஏன் இங்கே தனியாயிருக்கிறான்? இவ்வளவு சின்னஞ் சிறு பிள்ளை இப்படிச் சற்றும் பயப்படாமல் இருக்கிறானே, அது ஆச்சரியமல்லவா? இவனுக்காக யார் பல்லக்கு அனுப்புவதாகச் சொல்லியிருந்தார்கள்? அது ஏன் வரவில்லை? இவனை விட்டு விட்டுப் போன இவன் அம்மா யார்? அவள் எங்கே போயிருக்கிறாள்?

'குழந்தை! உன்னை ஏன் உன் அம்மா விட்டுவிட்டுப் போய் விட்டாள்?' என்று கேட்டான்.

'அம்மா என்னை விட்டுவிட்டுப் போகவில்லை; நான்தான் அவளை விட்டுவிட்டு வந்துவிட்டேன்!' என்றான் அந்தச் சிறுவன்.

'ஏன் விட்டுவிட்டு வந்தாய்?'

'குதிரை ஒன்று ஓடி வந்தது. அதைப் பிடித்து அதன் மேல் ஏறிக்கொண்டு வரலாம் என்று நான் சொன்னேன். அம்மா கூடாது என்றாள். நான் அவளுக்குத் தெரியாமல் குதிரையைப் பிடிக்க ஓடி வந்தேன். அந்தக் குதிரை தானா இது?'

'இல்லை; இது வேறு குதிரை. அப்புறம், எப்படி இங்கே வந்தாய்?'

'குதிரை அகப்படவில்லை. அம்மாவையும் காணவில்லை. மழை அதிகமாக வந்தது. அதற்காக இந்த மண்டபத்துக்குள் வந்தேன்.'

'இருட்டில் தனியாக இருக்க உனக்குப் பயமாயில்லையா?'

'பயம் என்ன? தினம் இந்த மாதிரிதானே இருக்கிறேன்!'

'புலிக்குக் கூடப் பயமில்லையா?'

'அம்மாவுக்குத்தான் பயம், எனக்குப் பயம் இல்லை. நான் மீன், புலியை விழுங்கி விடுவேன்!'

'அடே! மீன், புலியை விழுங்குமா?'

'நான் சாதாரண சின்ன மீன் இல்லை! பெரிய மகர மீன்; திமிங்கலம்! புலி, சிங்கம் யானை எல்லாவற்றையும் விழுங்கி விடுவேன்...'

வந்தியத்தேவன் மனத்தில் என்னவெல்லாமோ எண்ணங்கள் தோன்ற ஆரம்பித்தன. புலியை விழுங்கும் மீன் அதிசய மீன் அல்லவா! இப்படி யார் இந்தப் பிள்ளைக்குச் சொல்லிக் கொடுத்திருப்பார்கள்?

'அதோ அங்கே என்ன சத்தம்?' என்று கேட்டான் சிறுவன்.

வந்தியத்தேவன் பார்த்தான், தூரத்தில் ஒரு கூட்டம் வந்து கொண்டிருந்தது. கூட்டத்தில் சிலர் தீவர்த்திப் பந்தங்களை வைத்துக் கொண்டிருந்தார்கள். அவர்களுக்கு நடுவில் ஒரு பல்லக்கும் தெரிந்தது. எல்லாரும் பரபரப்புடன் ஓடி வந்து கொண்டிருந்தார்கள். அவர்களில் ஒரு பெண் பிள்ளையும் இருந்ததாகத் தோன்றியது. 'அங்கே!', 'இங்கே', 'அதோ!', 'இதோ!' என்ற கலவரமான குரல்கள் கேட்டன.

இடிந்த மண்டபத்தைக் கூட்டத்தில் ஒருவன் பார்த்துச் சுட்டிக் காட்டினான். அவ்வளவுதான்! எல்லோரும் அம்மண்டபத்தை நோக்கி ஓட்டம் பிடித்து ஓடி வந்தார்கள்.

'அதோ வருகிறார்கள், பல்லக்கும் வருகிறது. எனக்குப் பல்லக்கில் ஏறப் பிடிக்கவில்லை. என்னை உன் குதிரையின் மேல் ஏற்றிக் கொண்டு போகிறாயா?' என்று சிறுவன் கேட்டான்.

அந்தக் குழந்தையின் முகமும், தோற்றமும், பேச்சுக்களும் வந்தியத் தேவனுடைய மனத்தைக் கவர்ந்தன. அவனைக் கட்டி அணைத்துத் தூக்கிக் கொள்ளலாம் என்று தோன்றியது. ஆனால் மனத்துக்குள் ஏதோ ஒரு தடங்கலும் கூடவே ஏற்பட்டது.

'எனக்கு வேறு அவசர வேலை இருக்கிறதே?' என்றான் வந்தியத்தேவன்.

'நீ எங்கே போகப் போகிறாய்?'

'காஞ்சிக்கு!'

'காஞ்சிக்கா! அங்கேதான் என்னுடைய முக்கியமான சத்துரு இருக்கிறான்!'

வந்தியத்தேவனுக்குத் தூக்கி வாரிப்போட்டது. அவ்விதம் அந்தப் பிள்ளையின் அருகில் தான் நிற்பது கூடப் பிசகு என்று எண்ணினான். ஆனால் குதிரையின் மேல் ஏறிப் போவதற்கும் அவகாசம் இல்லை. கூட்டம் வெகு அருகில் வந்து விட்டது. ஓடினால் சந்தேகத்துக்கு இடமாகும். இவ்வளவுடன் என்னதான் நடக்கப் போகிறது என்று தெரிந்து கொள்ளும் ஆவலும் வந்தியத்தேவனைப் பற்றியிருந்தது. ஆகையால் சற்று ஒதுங்கிச் சென்று இடிந்த சுவர் ஓரமாக இருட்டில் நின்றான்.

'இதோ நான் இருக்கிறேன்' என்று முன்னால் போய் நின்றான் சிறுவன். வந்தவர்களிலெல்லாம் முதலில் வந்தவள் ஒரு

பெண்பிள்ளை. அவளுக்கு ஓடிவந்ததினால் இறைத்துக் கொண்டிருந்தது. அதை அவள் பொருட்படுத்தாமல் தாவி வந்து குழந்தையை எடுத்து வாரி அணைத்துக் கொண்டு, 'பாண்டியா இப்படிச் செய்து விட்டாயே?' என்றாள்.

அவளுக்கு அடுத்தபடியே வந்தவன் ரவிதாஸன். அவன் சிறுவனின் பக்கத்தில் வந்து நின்று, 'சக்கரவர்த்தி! இப்படி எங்களைப் பயமுறுத்தி விட்டீர்களே?' என்றான்.

சிறுவன் சிரித்தான், 'அப்படித்தான் பயமுறுத்துவேன். நான் குதிரை வேண்டும் என்று கேட்டேன். பல்லக்கு கொண்டு வந்திருக்கிறீர்களே!' என்றான்.

நாம் முன்னம் பார்த்திருக்கும் சோமன் சாம்பவன், இடும்பன்காரி, தேவராளன் முதலியவர்கள் சிறுவனை வந்து சூழ்ந்து கொண்டார்கள்.

'சக்கரவர்த்தி! ஒரு குதிரை என்ன? ஆயிரம் குதிரை, பதினாயிரம் குதிரை கொண்டு வருகிறோம், இன்றைக்கு இப்பல்லக்கில் ஏறிக் கொள்ளுங்கள்!' என்றான் சோமன் சாம்பவன்.

'மாட்டேன்; நான் அந்தக் குதிரை மேலேதான் ஏறி வருவேன்' என்று சிறுவன் கூறிச் சுவர் மறைவில் நின்ற குதிரையைச் சுட்டிக் காட்டினான்.

அப்போதுதான் குதிரையையும், அதன் அருகில் நின்ற வந்தியத் தேவனையும் அவர்கள் கவனித்தார்கள்.

ரவிதாஸன் முகத்தில் வியப்பும் திகிலும் குரோதமும் கொழுந்து விட்டு எரிந்தன.

இரண்டு அடி முன்னால் சென்று, 'அடப் பாவி! நீ எப்படி இங்கே வந்தாய்?' என்று கேட்டான்.

'அடப் பிசாசே! கோடிக்கரையிலிருந்து நீ எப்படி இங்கே வந்தாய்?' என்று கேட்டான் வந்தியத்தேவன்.

ரவிதாஸன் 'ஹா ஹா ஹா' என்று சிரித்தான்.

'நீ என்னை உண்மையாகவே பிசாசு என்று நினைத்துக் கொண்டாயா?' என்று கேட்டான்.

'சிலர் செத்துப்போன பிறகு பிசாசு ஆவார்கள். நீ உயிரோடிருக்கும் பிசாசு!' என்றான் வந்தியத்தேவன்.

இதற்குள் சிறுவன், 'அவனோடு சண்டை போடாதே! அவனை எனக்கு ரொம்பப் பிடித்திருக்கிறது. இருட்டில் எனக்குத் துணையாயிருந்தான்.

புலி வந்தால் கொன்று விடுவதாகச் சொன்னான். அவனும் நம்மோடு வரட்டும்' என்றான்.

ரவிதாஸன் சிறுவன் அருகில் சென்று, 'சக்கரவர்த்தி! அவசியம் அவனையும் அழைத்துப் போகலாம். தாங்கள் இன்றைக்கு ஒரு நாள் பல்லக்கில் ஏறிக் கொள்ளுங்கள்!' என்றான்.

சிறுவன் அவ்வாறே பல்லக்கை நோக்கிச் சென்றான்.

ரவிதாஸன் வந்தியத்தேவனை மறுபடியும் நெருங்கி, 'இப்போது என்ன செய்யப் போகிறாய்?' என்று கேட்டான்.

'நீயல்லவா சொல்ல வேண்டும்?'

'எங்களுடன் வந்து விடு! எங்களுடைய இரகசியம் உனக்கு முன்னமே அதிகம் தெரியும். இப்போது இன்னும் அதிகமாகத் தெரியும். உன்னை விட்டுவிட்டு நாங்கள் போக முடியாது. வந்துவிடு!'

'உங்களுடன் நான் வர மறுத்தால்?...'

'முடியாத காரியம்! நீ பெரிய சூரன் என்பதை அறிவேன். ஆயினும் நாங்கள் இருபது பேர் இருக்கிறோம். எங்களிடமிருந்து தப்பி நீ போக முடியாது.'

'உயிரோடு தப்ப முடியாது என்று தானே சொல்கிறாய்?'

'நீ இளம் பிராயத்தவன். உலகத்தின் சுகங்கள் ஒன்றையும் அநுபவியா தவன். எதற்காக வீணுக்கு உயிரை விட வேண்டும்?'

'வீணுக்கு யார்தான் உயிரைவிடுவார்கள்? உங்களுடன் வரச் சொல்லு கிறாயே, எங்கே கூப்பிடுகிறாய்? நீங்கள் எங்கே போகிறீர்கள்?'

'அப்படிக்கேள் சொல்லுகிறேன். பழுவூர் இளைய ராணியிடந்தான்!'

'ஓகோ! அப்படித்தான் நினைத்தேன். இளையராணி இன்று எங்கே இருக்கிறாள்?'

'இளைய ராணி இத்தனை நேரம் திருப்புறம்பயத்துக்கு வந்திருப்பாள். நீ வருவாயா, மாட்டாயா?'

'நானும் அந்தப் பக்கந்தான் போக வேண்டும். வழிகாட்ட யாருமே இல்லையே என்று பார்த்தேன். நல்ல வேளையாக நீ வந்து சேர்ந்தாய்! போகலாம், வா!' என்றான் வந்தியத்தேவன்.

இதற்குள் சிறுவன் பல்லக்கில் ஏறிக்கொண்டான், பல்லக்கு நகர்ந்தது. அதைச் சுற்றிலும் தீப்பந்தங்களைப் பிடித்துக் கொண்டும்

பல வித கோஷங்களை எழுப்பிக் கொண்டும் ரவி தாஸனுடைய கோஷ்டியார் சென்றார்கள். வந்தியத்தேவனும் அவர்களைத் தொடர்ந்து சென்றான். அவன் உள்ளத்தில் பல்வேறு எண்ணங்கள் அலைபாய்ந்தன.

வானதியின் கதி என்ன? தெரியவில்லை. மதுராந்தகர் என்ன ஆனார்? தெரியவில்லை. தன்னுடைய கதி இன்றிரவு என்ன ஆகப் போகிறது? அதுவும் தெரியவில்லை.

கடம்பூர் மாளிகையில் அன்று கண்டறிந்த சதிச்செயலை விடப் பன்மடங்கு சதிச் செயலைப் பற்றி இன்று நேர்முகமாக அறிந்து கொள்ளப் போகிறோம் என்பதில் சந்தேகமில்லை. அந்த வரையில் பிரயோஜனகரமானதுதான். ஆனால் அதற்குப் பிறகு என்ன நடக்கும்? தன்னை உயிரோடு தப்பிச் செல்ல இவர்கள் விடுவார்களா? இவர் களோடு சேர்ந்து விடும்படி தன்னையும் கட்டாயப் படுத்துவார்கள். மாட்டேன் என்று சொன்னால் பலியிடத்தான் பார்ப்பார்கள்! ஒரு வேளை மறுபடியும் நந்தினியின் தயவினால்...

பழுவூர் இளைய ராணியின் பெயரை ரவிதாஸன் கூறியதும் அவர்களுடன் போகத் தான் இணங்கி விட்டதை வந்தியத்தேவன் நினைத்துப் பார்த்தான். அது அவனுக்கே வியப்பை அளித்தது. 'மாயை' என்றும் 'மோகம்' என்றும் பெரியோர்கள் சொல்வது இதைத்தான் போலும். 'அவள்' எவ்வளவு பயங்கரமான சதிச் செயல்களில் ஈடுபட்டிருக்கிறாள் என்பது அவனுக்குத் தெரிந்து தானிருந்தது. ஆயினும் அவளைச் சந்திப்பதற்கு ஒரு சந்தர்ப்பம் கிடைத்தது என்றால், அதைப் பயன்படுத்திக்கொள்ள அவன் மனத்தில் ஓர் ஆர்வம் எழுந்தது. அடக்க முடியாமல் தன்னை மீறி எழுந்தது. யோசித்துப் பார்ப்பதற்கு முன்னால் அவன் வாய் 'வருகிறேன்' என்று பதில் சொல்லி விட்டது... ஆனால் வேறு வழிதான் என்ன? ரவிதாஸன் கூறியதுபோல் இத்தனை பேருடன் தன்னந்தனியாகச் சண்டையிடுவது சாத்தியமில்லை. சிறிது அவகாசம் கிடைத்தால், தப்பிச் செல்வதற்கு ஏதேனும் ஓர் உபாயம் தென்பட்டாலும் தென்படலாம். அத்துடன் இந்தச் சதிகாரக் கூட்டத்தைப் பற்றியும் இவர்களுடைய நோக்கங் களைப் பற்றியும் இன்னும் தெளிவாக அறிந்து கொள்ளலாம்.

'காஞ்சிக்கா போகிறாய்? அங்கேதான் என்னுடைய முக்கிய சத்துரு இருக்கிறான்!' என்று அந்தச் சின்னஞ்சிறு குழந்தை மழலை மொழியில் கூறியது அடிக்கடி வந்தியத்தேவனுக்கு நினைவு வந்து கொண்டிருந்தது. அந்தச் சிறுவன் யார்? அவனைச் 'சக்கரவர்த்தி' என்று இவர்கள் அழைப்பதேன்? 'முக்கிய சத்துரு' என்று அச்சிறுவன் யாரைக் குறிப்பிட்டான்? இந்தக் கேள்விகளுக்கெல்லாம்

அவனுடைய மனத்தில் பதில்களும் தோன்றிக் கொண்டிருந்தன. நினைக்க நினைக்க பயங்கரம் அதிகமாகிக் கொண்டிருந்தது. கடவுளே! இவற்றுக்கெல்லாம் முடிவு எப்போது? 'வெகு சீக்கிரத்தில்' என்று அவனுக்குள் ஒரு குரல் சொல்லிற்று.

அந்த அதிசய ஊர்வலம் போய்க்கொண்டேயிருந்தது. வயல்கள், வாய்க்கால்கள், வரப்புகள், காடுமேடுகளைத் தாண்டி ஒரு கணமும் நிற்காமல் போய்க்கொண்டு இருந்தது. கடைசியாக வெள்ளப் பெருக் கெடுத்து ஓடிய மண்ணி நதியையும் தாண்டி அப்பால் திருப்புறம்பயம் எல்லையை அடைந்தது. பள்ளிப் படையைச் சுற்றிலும் மண்டியிருந்த காட்டுக்குள்ளும் பிரவேசித்தது.

'வேளை நெருங்கி விட்டது!'

நூறு வருஷங்களுக்கு முன்பு கட்டப்பட்டு இப்போது பாழடைந்து காடு அடர்ந்திருந்த பள்ளிப் படைக் கோவிலை முன்னொரு தடவை நம் பார்த்திருக்கிறோம். ஆழ்வார்க்கடியான் இங்கே ஒளிந்திருந்துதான் ரவிதாஸன் முதலியவர்களின் சதியைப் பற்றி ஓரளவு தெரிந்து கொண்டான். அதே இடத்துக்கு இப்போது வந்தியத்தேவனும் மற்றவர்களும் வந்து சேர்ந்தார்கள்.

பாழடைந்த பள்ளிப் படையின் ஒரு பக்கத்துச் சுவர் ஓரமாக வந்தியத் தேவனையும், அவன் குதிரையையும் அழைத்து வந்தார்கள்.

'அப்பனே! சற்று நீ இங்கேயே இரு! உன்னைக் கூப்பிட வேண்டிய சமயத்தில் கூப்பிடுகிறோம். தப்பித்துச் செல்லலாம் என்று கனவு காணாதே! பழக்கப்பட்டவர்களைத் தவிர, வேறு யாரும் இக்காட்டுக்குள் வரவும் முடியாது; வெளியேறவும் முடியாது; அப்படி வெளியேற முயன்றால், நிச்சயம் உயிரை இழப்பாய்!' என்றான் ரவிதாஸன்.

'அப்படி நான் வழி கண்டுபிடித்துப் போகப் பார்த்தால் நீ மந்திரம் போட்டுக் கொன்று விடுவாய்! இல்லையா, மந்திரவாதி!' என்று கூறி வந்தியத்தேவன் நகைத்தான்.

'சிரி, சிரி! நன்றாகச் சிரி! என்று சொல்லி, ரவிதாஸனும் சிரித்தான்.

அச்சமயம் பார்த்து எங்கேயோ தூரத்தில் நரி ஒன்று ஊளையிடத் தொடங்கியது, அதைக் கேட்டுப் பக்கத்தில் எங்கேயோ கோட்டான் ஒன்று முனகியது.

வந்தியத்தேவனுடைய உடல் சிலிர்த்தது, குளிரினால் அல்ல. அடர்ந்த அந்தக் காட்டின் மத்தியில் வாடைக் காற்றுப் பிரவேசிக்கவும் பயந்ததாகக் காணப்பட்டது. ஏன்? அங்கே மழைகூட அவ்வளவாகப்

பெய்ததாகத் தெரியவில்லை. தரையில் சில இடங்களில் மட்டும் மழைத்துளிகள் சொட்டி ஈரமாயிருந்தது. காற்று இல்லாதபடியால் இறுக்கமாக இருந்தது. அங்கே வந்து சேர்வதற்குள் வந்தியத் தேவனுடைய அரைத்துணி உலர்ந்து போயிருந்தது. சுற்றிக் கட்டியிருந்த துணிச் சுருள் மட்டும் ஈரமாயிருந்தது. அதை எடுத்து விரித்துப் பக்கத்தில் கிடந்த பாறாங்கல்லின் மீது உலர்த்தினான். அதே கல்லின் ஒரு மூலையில் வந்தியத்தேவன் உட்கார்ந்து பள்ளிப் படைச் சுவரின் மீது சாய்ந்து கொண்டான். அவனுக்குக் காவலாக அருகில் ஒருவன் மட்டும் இருந்தான்.

சற்றுத் தூரத்தில் காட்டின் மத்தியில் ஏற்பட்டிருந்த இடை வெளியில் அவனுடன் வந்தவர்களில் மற்றவர்கள் வட்ட வடிவமாக உட்கார்ந் தார்கள். பள்ளிப்படைக்கு உள்ளேயிருந்து ஒருவன் பழைய சிம்மாசனம் ஒன்றை எடுத்துக் கொண்டுவந்து போட்டான். அதில், ‘சக்கரவர்த்தி’ என்று அழைக்கப்பட்ட சிறுவனை உட்காரச் செய்தார்கள். தீவர்த்திகளில் இரண்டை மட்டும் வைத்துக்கொண்டு மற்றவற்றை அணைத்து விட்டார்கள். அவ்விதம் தீவர்த்திகளை அணைத்த போது எழுந்த புகை நாலாபுறமும் சூழ்ந்தது.

‘ராணி இன்னும் வரவில்லையே?’ என்றான் ஒருவன்.

‘சமயம் பார்த்துத்தானே வரவேண்டும்? இரண்டாவது ஜாமத்திலே தான் நானும் வரச் சொல்லியிருக்கிறேன். அதுவரையில் வழுதி குலத்துப் புகழ்மாலையை யாராவது பாடுங்கள்!’ என்றான் சோமன் சாம்பவன்.

இடும்பன்காரி உடுக்கு ஒன்றை எடுத்து இலேசாக அதைத் தட்டினான். தேவராளன் ஏதோ ஒரு பாட்டுப் பாடத் தொடங்கினான்.

வந்தியத்தேவன் தான் உட்கார்ந்திருந்த இடத்திலிருந்து இதை யெல்லாம் பார்த்துக் கொண்டிருந்தான்; கேட்டுக் கொண்டுமிருந்தான். ‘வழுதிகுலம்’ என்பது பாண்டியகுலம் என்று அவன் அறிந்திருக் கிறான். பாடல் ஏதோ ஒரு சோகப் பிரலாபமாக அவன் காதில் தொனித்து. உடுக்கின் நாதமும், சோகப் பாடலின் இசையும் அவன் உள்ளத்தில் ஒரு நெகிழ்ச்சியை உண்டாக்கின. பாடலில் சிற்சில வார்த்தைகள் அவன் காதில் விழுந்தன. அவற்றிலிருந்து அந்த இடத்தில் நூறு வருஷங்களுக்கு முன்னால் நடந்த மாபெரும் போரைப் பற்றிய வரலாறு அவன் நினைவுக்கு வந்தது.

ஆம்; அங்கேதான் வரகுண பாண்டியனுக்கும், அபராஜித பல்ல வனுக்கும் மூன்று நாட்கள் கொடிய யுத்தம் நடந்தது. பல்லவனுக்குத் துணையாகக் கங்க மன்னன் பிருதிவீபதி வந்தான். அப்போரில் மாண்ட

லட்சக் கணக்கான வீரர்களைப் போல் அம் மகாவீரனும் இறந்து விழுந்தான். அவனுடைய ஞாபகமாகக் கட்டிய பள்ளிப் படைக் கோவில்தான் இப்போது சதிகாரர்கள் கூடும் இடமாக அமைந் திருக்கிறது.

கங்க மன்னன் இறந்ததும், பல்லவர் படைகள் சிதறி ஓடத் தொடங்கின. பாண்டிய சைன்யத்தின் வெற்றி நிச்சயம் என்று தோன்றியது. இச்சமயத்தில் சோழர் படைகள் பல்லவர்களின் உதவிக்கு வந்தன. அப்படைக்கு தலைமை வகித்துத் திருமேனியில் தொண்ணூற்றாறு புண் சுமந்த விஜயாலய சோழன் வந்தான். இரண்டு கால்களையும் முன்னமே இழந்திருந்த அவ்வீரப் பெருங்கிழவனை நாலு பேர் தூக்கிக்கொண்டு வந்தார்கள். இரண்டு கைகளிலும் இரண்டு நெடிய வாள்களை ஏந்திக்கொண்டு அவன் பாண்டியர் சைன்யத்தில் புகுந்தான். இரண்டு வாள்களையும் சக்கராகாரமாகச் சுழற்றிக்கொண்டே போனான். அவன் சென்ற இடங்களிலெல்லாம் இருபுறமும் பாண்டிய வீரர்களின் உயிரற்ற உடல்கள் மலைமலையாகக் குவிந்தன.

சிதறி ஓடிய பல்லவ சேனா வீரர்கள் திரும்பி வரத் தொடங்கினார்கள்.

ஜண ஜண ஜண ஜணார்! - பதினாயிரம் வாள்கள் மாலைச் சூரியனின் மஞ்சள் வெய்யிலில் மின்னிக்கொண்டு வந்தன!

டண டண டண டணார்- பதினாயிரம் வேல்கள் இன்னொரு பக்கமிருந்து ஒளி வீசிப் பாய்ந்து வந்தன!

வாள்களும் வேல்களும் மோதின!

ஆயிரம் பதினாயிரம் தலைகள் நாலாபுறமும் உருண்டன.

ஆயிரம் பதினாயிரம் உயிரற்ற உடல்கள் விழுந்தன!

ஈ ஈ ஈ ஈ!- குதிரைகள் கனைத்துக்கொண்டே செத்து விழுந்தன!

ப்ளீ ளீ ளீ ளீ!- யானைகள் பிளிறிக்கொண்டே மாண்டு விழுந்தன!

இரத்த வெள்ளத்தில் செத்த மனிதர்கள் - மிருகங்கள் உடல்கள் மிதந்தன.

இருபதினாயிரம் கொட்டைப் பருந்துகள் வட்டமிட்டுப் பறந்து வானத்தை மூடி மறைத்தன!

முப்பதினாயிரம் நரிகள் ஊளையிட்டுக்கொண்டு ஓடிவந்து போர்க் களத்தைச் சூழ்ந்து கொண்டன!

'ஐயோ ஓ ஓ ஓ!' என்ற ஐம்பதினாயிரம் ஓலக் குரல்கள் ஒன்றாகச் சேர்ந்து எழுந்தன!

'விடாதே! பிடி! துரத்து! வெட்டு! குத்து!'

இவ்விதம் நூறு ஆயிரம் குரல்கள் முழங்கின.

பதினாயிரம் ஜயபேரிகைகள் 'அதம்! அதம்! அதம்!...' என்று சப்தித்தன.

இருபதினாயிரம் வெற்றிச் சங்கங்கள் 'பூம்! பூம்! பூம்!' என்று ஒலித்தன.

'ஹா! ஹா! ஹா! ஹா!' என்று அறுபதினாயிரம் பேய்கள் சிரித்தன.

வந்தியத்தேவன் திடுக்கிட்டுக் கண் விழித்தான். நாலாபுறமும் பார்த்து விழித்தான். பள்ளிப்படைச் சுவரில் சாய்ந்தபடியே சிறிது நேரம் தான் கண்ணயர்ந்துவிட்டதாக அறிந்து கொண்டான். அந்த அரைத்தூக்கத்தில் கண்ட பயங்கரமான கனவை மறுபடி நினைத்துப் பார்த்தான். கனவுதானா அது! இல்லை! உடுக்கின் முழக்கத்துக்கு இணங்கத் தேவராளன் பாடிய பாடலில் போர்க்களத்தைப் பற்றிச் செய்த வர்ணனைதான் அப்படி அவன் மனக்கண் முன் தோன்றியிருக்க வேண்டும்.

அச்சமயம் தேவராளன் பாண்டியர் படைக்கு முன்னால் பல்லவரும், கங்கரும் தோற்று ஓடியதைப்பற்றிப் பாடிக் கொண்டிருந்தான். அதைக் கேட்டுக் கொண்டிருந்தவர்கள் சிரித்த களிச் சிரிப்புத்தான் அப்படி அநேகாயிரம் பேய்களின் சிரிப்பைப் போல் ஒலித்து, வந்தியத் தேவனைத் திடுக்கிட்டுக் கண் விழிக்கச் செய்திருக்க வேண்டும்.

உடுக்கு முழக்கம் திடீர் என்று நின்றது. தேவராளனும் பாட்டை உடனே நிறுத்தினான்.

சற்றுத் தூரத்தில் ஒரு தீவர்த்தி வெளிச்சம் தெரிந்தது. அது நெருங்கி நெருங்கி வந்தது. தீவர்த்தி வெளிச்சத்தைத் தொடர்ந்து ஒரு பல்லக்கு வந்தது. பல்லக்கைச் சுமந்து வந்தவர்கள் அதைக் கீழே இறக்கி வைத்தார்கள். பல்லக்கின் திரைகள் விலகின. உள்ளேயிருந்து ஒரு ஸ்திரீ வெளியில் வந்தாள். ஆம்; அவள் பழுவூர் ராணி நந்தினிதான். ஆனால் முன் தடவைகளில் வந்தியத்தேவன் பார்த்தபோது அவள் சர்வாலங்கார பூஷிதையான மோகினியாக விளங்கினாள். இப்போது தலைவிரி கோலமான உக்கிர துர்க்கா தேவியாகக் காட்சி தந்தாள்.

அவளை இந்தத் தோற்றத்தில் பார்த்த வந்தியத்தேவனுடைய உள்ளத்தில் ஒரு திகில் தோன்றியது; அவன் உடம்பில் ஒரு நடுக்கம் ஏற்பட்டது.

நந்தினி பல்லக்கிலிருந்து இறங்கியதும் சிம்மாசனத்தில் வீற்றிருந்த சிறுவனைப் பார்த்தாள். அவனையே பார்த்த வண்ணம் நடந்து வந்தாள்.

சிறுவனும் அவளையே பார்த்துக் கொண்டிருந்தான். மற்ற அனைவரும் அவர்கள் இருவரையும் பார்த்துக் கொண்டிருந்தார் கள்.

சிறுவனைப் பாழும் மண்டபத்துக்குத் தேடி ஓடி வந்த ஸ்திரீ - அவனால் 'அம்மா' என்று அழைக்கப்பட்டவள். சிம்மாசனத் துக்குப் பின்னால் நின்று கொண்டிருந்தாள்.

நந்தினி சிறுவன் அருகில் வந்ததும் தன் இருகரங்களையும் நீட்டினாள்.

சிறுவன் அவளையும் தனக்குப் பின்னால் நின்ற ஸ்திரீயையும் மாறி மாறிப் பார்த்தான்.

'நீ தானே என் அம்மா? இவள் இல்லையே' என்று கேட்டான்.

'ஆம், கண்மணி!'

'இவள் ஏன் என்னுடைய அம்மா என்று சொல்லிக் கொள்கிறாள்?'

'அவள் உன்னை வளர்த்த தாய்!'

'நீ ஏன் என்னை வளர்க்கவில்லை? ஏன் உன்னுடன் என்னை வைத்துக் கொள்ளவில்லை? இவள் எதற்காக என்னை எங்கேயோ மலைக் குகையில் ஒளித்து வைத்துக் கொண்டிருக்கிறாள்?'

'கண்மணி! உன் தந்தையின் விருப்பத்தை நிறைவேற்றுவதற் காகத்தான். உன் தந்தையைக் கொன்றவர்களைப் பழிக்குப் பழி வாங்குவதற்காகத்தான்!'

'ஆமாம்; அது எனக்குத் தெரியும்!' என்று சிறுவன் எழுந்து நந்தினியை அணுகினான்.

நந்தினி அவனைத் தன் இரு கரங்களாலும் அணைத்துக் கொண்டாள், உச்சி முகந்தாள். சிறுவனும் அவளைக் கெட்டியாகப் பிடித்துக் கட்டிக் கொண்டான். மறுபடியும் அவள் தன்னைவிட்டுப் போகாமலிருக்கும் பொருட்டு அவன் அப்படிப் பிடித்துக் கொண்டான் போலும்!

ஆயினும் இந்தக் காட்சி நீடித்திருக்கவில்லை. அவனுடைய பிஞ்சுக்கரங்களை நந்தினி பலவந்தமாக எடுத்துத் தன்னை விடுவித்துக் கொண்டாள். சிறுவனைச் சிம்மாசனத்தில் உட்கார வைத்தாள். மீண்டும் பல்லக்கின் அருகில் சென்றாள். அதனுள்ளிருந்து நாம் முன்பார்த்திருக்கும் வாளை எடுத்துக் கொண்டாள். பல்லக்குத் தூக்கி வந்தவர்களைப் பார்த்து ஏதோ சமிக்ஞை செய்தாள். அவர்கள் பல்லக்கைத் தூக்கிக்கொண்டு சற்றுத் தூரத்தில்போய் மறைவாக உட்கார்ந்து கொண்டார்கள்.

நந்தினி மீண்டும் சிம்மாசனத்தின் அருகில் வந்தாள். கத்தியை அச்சிம்மாசனத்தின் மீது குறுக்காக வைத்தாள்.

சிறுவன் அதை அடங்கா ஆர்வத்துடன் பார்த்துக் கொண்டே, 'நான் இதைக் கையில் எடுக்கலாமா?' என்று கேட்டான்.

'சற்றுப் பொறு, என் கண்மணி!' என்றாள் நந்தினி.

பிறகு, ரவிதாஸன் முதலியவர்களையும் வரிசைக்கிரமமாக உற்றுப் பார்த்தாள்.

'சபதம் எடுத்துக் கொண்டவர்களைத் தவிர இங்கு வேறு யாரும் இல்லையே?' என்று கேட்டாள்.

'இல்லை, தேவி!' என்றான் சோமன் சாம்பவன்.

ரவிதாஸனைப் பார்த்து நந்தினி 'சேநாதிபதி!...' என்று ஆரம்பித்தாள்.

ரவிதாஸன் சிரித்தான்.

'இன்றைக்கு உமக்குச் சிரிப்பாயிருக்கிறது. அடுத்தமாதம் இந்த நாளில் எப்படியிருக்குமோ, யார் கண்டது!'

'தேவி! அந்த நல்லநாள் எப்போது வரப்போகிறது என்று எத்தனையோ காலமாக நாங்கள் காத்துக் கொண்டிருக்கிறோம்.'

'ஐயா! நாமோ ஒரு சிலர். நம் சக்கரவர்த்தி சின்னஞ்சிறு குழந்தை. சோழ ராஜ்யம் மகத்தானது. சோழர்களின் சேனாபலம் அளவற்றது. நாம் அவசரப்பட்டிருந்தோமானால் அடியோடு காரியம் கெட்டுப் போயிருக்கும். பொறுமையாக இருந்ததினால் இப்போது காரிய சித்தி அடையும் வேளை நெருங்கியிருக்கிறது. ரவிதாஸரே! நீர் ஏதாவது சொல்ல வேண்டியிருக்கிறதா; இங்குள்ள வேறு யாரேனும் ஏதாவது சொல்ல வேண்டியிருக்கிறதா!'

ரவிதாஸன் அங்கே இருந்தவர்களின் முகங்களை வரிசையாகப் பார்த்துக்கொண்டு வந்தான். அனைவரும் மௌனவிரதம் கொண்ட வர்களாகக் காணப்பட்டார்கள்.

'தேவி! நாங்கள் சொல்ல வேண்டியது எதுவும் இல்லை. தாங்கள்தான் சொல்ல வேண்டும். சபதம் நிறைவேறும் வேளை நெருங்கிவிட்டது என்றீர்கள். எங்கே, எப்படி, யார் மூலமாக நிறைவேறப் போகிறது என்று சொல்லி அருள வேண்டும்' என்றான்.

'ஆகட்டும்; அதைச் சொல்வதற்காகவே இங்கு வந்தேன். அதற்காகவே உங்கள் எல்லாரையும் இங்கே தவறாமல் வரச் சொன்னேன். நம்முடைய சக்கரவர்த்தியையும் அழைத்து வரச் செய்தேன்' என்றாள் நந்தினி.

சிம்மாசனத்தில் வீற்றிருந்த சிறுவன் உள்பட அனைவரும் நந்தினியின் முகத்தையே உற்று நோக்கிக் கொண்டிருந்தார்கள். அவள் மேலும் கூறினாள்:

'உங்களில் சிலர் அவசரப்பட்டீர்கள். நாம் எடுத்துக் கொண்ட சபதத்தை மறந்துவிட்டேனோ என்றும் சிலர் சந்தேகப் பட்டீர்கள். அந்தச் சந்தேகம் அடாதது. மறவாமல் நினைவு வைத்துக்கொள்ள, உங்கள் எல்லோரைக் காட்டிலும் எனக்குத் தான் காரணம் அதிகம் உண்டு. இல்லை; நான் மறக்கவில்லை. சென்ற மூன்று ஆண்டுகளாக அல்லும் பகலும் அனவரதமும் நான் வேறு எதைப்பற்றியும் சிந்தித்ததில்லை. நாம் எடுத்துக்கொண்ட சபதத்தின்படி பழி வாங்குவதற்குச் சமய சந்தர்ப்பங்களையும், தந்திர உபாயங்களையும் தவிர வேறு எதையும் பற்றி நான் எண்ணியதில்லை. எங்கே சென்றாலும், என்ன காரியம் செய்தாலும், யாரிடம் பேசினாலும் நமது நோக்கம் நிறைவேறுவதற்கு அதனால் உபயோகம் உண்டா என்பதைத் தவிர வேறு நினைவு எனக்கில்லை. சமய சந்தர்ப்பங்கள் இப்போது கூடியிருக்கின்றன. சோழ நாட்டுச் சிற்றரசர்களும் பெருந்தர அதிகாரிகளும் இரு பிரிவாகப் பிரிந்திருக்கிறார்கள். பழுவேட்டரையர், சம்புவரையர் முதலானோர் மதுராந்தகனுக்குப் பட்டம் கட்ட முடிவு செய்து விட்டார்கள். கொடும்பாளூர் பூதி விக்கிரம கேசரியும், திருக் கோவலூர் மலைய மானும் அதற்கு விரோதமாயிருக்கிறார்கள். பூதி விக்கிரமகேசரி தென் திசைச் சைன்யத்துடன் தஞ்சை நோக்கி வருவதாகக் கேள்விப் படுகிறேன். திருக்கோவலூர் மலையமான் படை திரட்டி வருவதாகவும் அறிகிறேன். இருதரப்பாருக்கும் எந்த நிமிஷமும் யுத்தம் மூளலாம்.'

'தேவி! அப்படி யுத்தம் மூளாதிருப்பதற்குத் தாங்கள் பெரு முயற்சி செய்து வருவதாகக் கேள்வியுறுகிறோம். கடம்பூர் சம்புவரையன் மாளிகையில் சமரசப் பேச்சு நடக்கப் போவதாக அறிகிறோம்.'

'ஆமாம்; அந்த ஏற்பாடு செய்திருப்பது நானேதான். ஆனால் என்ன காரணத்துக்காக என்று உங்களால் ஊகிக்க முடிய வில்லையா?'

'முடியவில்லை, ராணி! ஒரு பெண் உள்ளத்தின் ஆழத்தைக் கண்டு பிடிக்க சர்வேசுவரனால் கூட முடியாது என்று பெரியோர்கள் சொல்லியிருக்கிறார்கள். எங்களால் எப்படி முடியும்?'

'அது உங்களால் முடியாத காரியந்தான். நான் சொல்கிறேன், தெரிந்து கொள்ளுங்கள். நம்முடைய சபதம் நிறைவேறுவதற்கு முன்னால் சோழ ராஜ்யத்தில் இந்த உள்நாட்டுச் சண்டை மூண்டால், அதன் விளைவு என்ன ஆகும் என்று சொல்ல முடியாது. சுந்தர சோழன் இன்னும் உயிரோடிருக்கிறான்; அன்பில் பிரம்மராயன் ஒருவனும் இருக்கிறான்; இவர்கள் தலையிட்டு இருகட்சிக்காரர்களையும் அடக்கி விடுவார்கள். அல்லது ஒரு கட்சி தோற்று, இன்னொரு கட்சி வலுத்துவிட்டாலும் நமது நோக்கம் நிறைவேறுவது அசாத்தியமாகி விடும். அதற்காகவே இந்தச் சமாதானப் பேச்சை இப்போது தொடங்கியிருக்கிறேன். சண்டை உண்மையாக மூளுவதற்குள்ளே நம்

நோக்கத்தை நிறைவேற்றிவிட வேண்டும். அப்படி நிறைவேற்றிய பிறகு சோழ ராஜ்யத்துச் சிற்றரசர்களுக்குள் மூளும் சண்டைக்கு முடிவேயிராது. இரு கட்சியாரும் சர்வநாசம் அடையும் வரையில் சண்டை நடந்து கொண்டேயிருக்கும். இப்போது தெரிகிறதா... சமாதானப் பேச்சு தொடங்கியதன் காரணம்?'

இதைக் கேட்டதும் அங்கே சூழ்ந்து நின்றவர்கள் எல்லாருடைய முகங்களிலும் வியப்புக்கும், உற்சாகத்துக்கும் அறிகுறிகள் காணப் பட்டன. பழுவூர் இளைய ராணியின் மதிநுட்பத்தை வியந்து அவர்கள் ஒருவருக்கொருவர் மெல்லிய குரலில் பேசிக் கொண்டார்கள். ரவிதாஸனுக்கும் ஆச்சரியப்படாமலிருக்க முடியவில்லை.

'தேவி! தங்களுடைய அபூர்வமான முன் யோசனைத் திறனை வியக் கிறோம். சமாதானப் பேச்சின் கருத்தை அறிந்து கொண்டோம். ஆனால் சபதம் நிறைவேறும் நாள் நெருங்கி விட்டது என்கிறீர்கள். அதை நடத்துவது யார்? எப்படி? எப்போது?' என்றான்.

'அதற்கும் சேர்த்துத்தான் இந்த யுக்தி செய்திருக்கிறேன். சமாதானப் பேச்சு என்ற வியாஜத்தின் பேரில் நமது முதற் பகைவனைக் கடம்பூர் சம்புவரையர் மாளிகைக்கு வரும்படி அழைப்பு அனுப்பியிருக்கிறது; அவன் அங்கே கட்டாயம் வந்து சேருவான். நம்முடைய சபதத்தை அங்கேதான் நிறைவேற்றியாக வேண்டும். வீரபாண்டிய சக்கர வர்த்தியின் ஆபத்துதவிகளே! உங்களுடைய பழி தீரும் வேளை நெருங்கி விட்டது. இன்றைக்கு சனிக்கிழமையல்லவா? அடுத்த சனிக் கிழமைக்குள் நம்முடைய சபதம் நிறைவேறிவிடும்!...'

அங்கே இருந்த இருபது பேர்களும் ஏக காலத்தில் 'ஆஹா' காரம் செய்தார்கள்.

சிலர் துள்ளிக் குதித்தார்கள்.

உடுக்கு வைத்திருந்தவன் உற்சாக மிகுதியினால் அதை இரண்டு தடவை தட்டினான்.

மரக்கிளைகளில் தூங்கிக்கொண்டிருந்த ஆந்தைகள் விழித்து உறுமிக்கொண்டு வேறு கிளைகளுக்குத் தாவின.

வௌவால்கள் சடசடவென்று சிறகுகளை அடித்துக்கொண்டு ஓடின.

வந்தியத்தேவனுடைய குதிரை உடம்பைச் சிலிர்த்துக் கொண்டது.

வந்தியத்தேவனும் நிமிர்ந்து பார்த்தான். நந்தினி தன்னைச் சுற்றியி ருந்தவர்களிடம் ஏதோ பரபரப்புத் தரும் விஷயத்தைச் சொல்லிக் கொண்டிருந்தாள் என்பது மட்டுந்தான் தெரிந்தது. அவளுடைய பேச்சு ஒன்றும் அவன் காதில் விழவில்லை.

ரவிதாஸன் மற்றவர்களுடைய உற்சாகத்தைக் கையமர்த்தி அடக்கினான்.

'தேவி! தங்களுடைய கடைசி வார்த்தை எங்களுக்கு அளவிலாத குதூகலத்தை அளித்திருக்கிறது. நமது முதற்பகைவனைக் கொன்று பழி முடிக்கும் காலம் இவ்வளவு அண்மையில் வந்திருப்பதை எண்ணிக் களிக்கிறோம்! ஆனால், பழிமுடிக்கும் பாக்கியம் யாருக்கு?' என்று கேட்டான்.

'அதற்கு நமக்குள் போட்டி ஏற்படுவது இயற்கைதான். அதை யாருக்கும் மனத்தாங்கல் இல்லாத முறையில் முடிவு செய்வதற் காகவே வீரபாண்டியரின் திருக்குமாரச் சக்கரவர்த்தியை இங்கு அழைத்து வரச் செய்தேன். வீரபாண்டியரின் கத்தியும் இதோ இருக்கிறது. இந்தச் சின்னஞ்சிறு குழந்தை தந்தையின் கத்தியைத் தொட்டு நம்மில் எவர் கையில் கொடுக்கிறதோ, அவர் பழி முடிக்க வேண்டும். மற்றவர்கள் அக்கம் பக்கத்தில் உதவிக்குச் சித்தமாக நிற்க வேண்டும். ஏற்றுக்கொண்டவர் தவறிவிட்டால் மற்றவர்கள் முன் வந்து முடிக்கவேண்டும். கடம்பூர் மாளிகைக்குள்ளேயே நான் இருப்பேன். இடும்பன்காரி கோட்டைக் காவலர்களில் ஒருவனாக இருப்பான். பழிமுடிக்கும் பொறுப்பு ஏற்றுக் கொண்டவர் மாளிகைக்குள் பிரவேசிப்பதற்கு நாங்கள் உதவி செய்வோம். இந்த ஏற்பாடுகளுக்கெல்லாம் சம்மதந்தானே?'

ஆபத்துதவிகள் ஒருவரையொருவர் ஆர்வத்துடன் பார்த்துக்கொண்டார் கள்.எல்லோருக்கும் அந்த ஏற்பாடு சம்மதமாகவே தோன்றியது.

ரவிதாஸன் கூறினான்: 'தாங்கள் சொன்னது சரியான ஏற்பாடுதான். அதற்கு நாங்கள் எல்லோரும் சம்மதிக்கிறோம். ஆனால் இன்னும் ஒரு விஷயம். பழிமுடிக்கும் பொறுப்பு யாருக்குக் கிடைக்கிறதோ, அவர் சொல்கிறபடி மற்றவர்கள் கண்டிப்பாகக் கேட்கிறதென்று வைத்துக் கொள்ள வேண்டும். சக்கரவர்த்திக்குப் பிராயம் வருகிறவரையில் பழி முடித்தவன் இட்டதே சட்டமென்று மற்ற அனைவரும் நடந்து கொள்ள வேண்டும்.'

இதைக் கேட்ட நந்தினியின் முகத்தில் புன்னகை அரும்பியது.

'என்னையும் உட்படுத்தித்தானே சொல்கிறீர்?' என்று கேட்டாள்.

'ஆம் தேவி! விதிவிலக்குச் செய்யமுடியாது!' என்றான் ரவிதாஸன்.

'சந்தோஷம், இப்போது ரவிதாஸன் கூறியது உங்கள் எல்லோருக்கும் சம்மதந்தானே!' என்று நந்தினி மற்றவர்களை நோக்கி வினவினாள்.

எல்லாரும் ஒருவரையொருவர் பார்த்தார்கள்; மறுமொழி சொல் வதற்குத் தயங்கினார்கள். சிலருக்கு அந்த ஏற்பாடு சம்மதமில்லை யென்று தோன்றியது.

சோமன் சாம்பவன், 'அது எப்படி நியாயமாகும்? நமக்கு எல்லா உதவியும் அளித்துவரும் தேவியை எப்படிப் பொது விதிக்கு உட்படுத்த முடியும்?' என்று கேட்டான்.

'என்னைப்பற்றிக் கவலை வேண்டாம். நான் உயிர் வாழ்ந்திருப்பதே வீரபாண்டிய சக்கரவர்த்தியின் கொடூரக் கொலைக்குப் பழி வாங்கு வதற்காகத்தான். அந்தப் பழியை முடித்துக் கொடுக்கிறவர் யாராயிருந் தாலும், அவருக்கு நான் என்றென்றும் அடிமையாக இருக்கச் சித்தம்!' என்றாள் நந்தினி.

பின்னர், இந்தப் பேச்சுக்களையெல்லாம் புரிந்தும் புரியாமலும் கேட்டுக் கொண்டிருந்த சிறுவனை நந்தினி தேவி பார்த்து 'என் கண்மணி! இந்த வீரவாள் உன் தந்தையினுடையது. இதை உன் பிஞ்சுக் கையினால் எடுத்து இங்கே உள்ளவர்களில் உனக்கு யாரை அதிகமாகப் பிடித்திருக்கிறதோ, அவர்களிடம் கொடு!' என்றாள்.

ரவிதாஸன் சற்று அருகில் வந்து 'சக்கரவர்த்தி, எங்களை யெல்லாம் நன்றாகப் பாருங்கள்! எங்களில் யார் வீரன் என்றும் தைரியசாலி என்றும் தங்களுக்குத் தோன்றுகிறதோ, அவனிடம் இந்தப் பாண்டிய குலத்து வீரவாளைத் தொட்டுக் கொடுங்கள்!' என்றான்.

சிம்மாசனத்தில் வீற்றிருந்த சிசு சக்கரவர்த்தி சுற்று முற்றும் பார்த்தார்.

எல்லாரும் அடங்காத ஆவலுடனும் பரபரப்புடனும் சக்கரவர்த்தி யின் முகத்தைப் பார்த்துக் கொண்டிருந்தார்கள். ஒவ்வொருவரு டைய கண்களும் 'என்னிடம் கொடுங்கள்! என்னிடம் கொடுங்கள்!' என்று கெஞ்சும் பாவத்தைக் காட்டின.

ரவிதாஸனுடைய முகமும் கண்களும் மட்டும் 'என்னிடம் கொடுங்கள்!' என்று அதிகாரபூர்வமாகப் பயமுறுத்திக் கட்டளையிட்டன.

சிறுவன் இரண்டு மூன்று தடவை எல்லாரையும் திருப்பித் திருப்பிப் பார்த்த பின்னர், கத்தியைக் கையில் எடுத்தான். அதைத் தூக்க முடியாமல் தூக்கினான்.

அனைவருடைய பரபரப்பும் சிகரத்தை அடைந்தது.

சிறுவன் பளிச்சென்று நந்தினி நின்ற பக்கம் திரும்பினான். அம்மா! எனக்கு உன்னைத்தான் எல்லாரைக் காட்டிலும் அதிகமாகப் பிடித்திருக்கிறது. நான் பெரியவனாகும் வரையில் நீதான் எனக்காக இராஜ்யத்தை ஆளவேண்டும்' என்று சொல்லிக் கொண்டே வாளை அவளிடம் கொடுத்தான்.

இருளில் ஓர் உருவம்

சக்கரவர்த்தி என்று அழைக்கப்பட்ட சிறுவன் கொடுத்த வாளை நந்தினி வாங்கிக் கொண்டாள். அதை மார்போடு அணைத்துத் தழுவிக் கொண்டாள். பின்னர் அச்சிறுவனையும் தூக்கி எடுத்து அவனையும் சேர்த்து மார்புடன் அணைத்துத் தழுவிக் கொண்டாள். அவளுடைய கண்களிலிருந்து தாரை தாரையாகக் கண்ணீர் பொழிந்தது.

மற்றவர்கள் சற்று நேரம்வரை இந்தக் காட்சியைப் பார்த்துக் கொண்டு திகைத்து நின்றார்கள்.

ரவிதாஸன் முதலில் திகைப்பு நீங்கப்பெற்றுக் கூறினான்.

'தேவி! சக்கரவர்த்தி நம்முடைய கோரிக்கையை நன்றாகப் புரிந்து கொள்ளவில்லை. புரிந்துகொள்ளாமல் தங்களிடம் வாளைக் கொடுத்து விட்டார். மறுபடியும் விளக்கமாகச் சொல்லி...'

நந்தினி அவனைத் தடுத்து நிறுத்தினாள்; தழுதழுத்த குரலில் கூறினாள். 'இல்லை, ஐயா இல்லை! சக்கரவர்த்தி நன்றாகப் புரிந்து கொண்டுதான் வாளை என்னிடம் கொடுத்தார். என் கண்ணீரைப் பார்த்து நீங்கள் கலங்க வேண்டாம். வீரபாண்டிய சக்கரவர்த்தியின் படுகொலைக்குப் பழி வாங்கும் பாக்கியம் எனக்குக் கிடைத்ததை நினைத்துக் களிப்பு மிகுதியினால் கண்ணீர் விடுகிறேன்!'

'தேவி! யோசித்துப் பாருங்கள்! நாங்கள், இத்தனை பேர் ஆபத்துதவிப் படையினர் உயிரோடிருக்கும்போது...' என்று சோமன் சாம்பவன் தொடங்கியதை நந்தினி தடுத்து நிறுத்தினாள்.

'யோசிக்க வேண்டியதே இல்லை, அந்தப் பொறுப்பு என்னுடையது தான். உங்களுக்கும் வேலையில்லாமற் போகவில்லை. உங்களில் பாதிபேர் சக்கரவர்த்தியைப் பத்திரமாகப் பஞ்ச பாண்டவர் மலைக்குக் கொண்டுபோய்ச் சேருங்கள். மற்றவர்கள் கடம்பூருக்கு வாருங்கள்.

சம்புவரையன் மாளிகைக்குள் வரக்கூடியவர்கள் வாருங்கள். மற்றவர்கள் வெளியில் சித்தமாகக் காத்திருங்கள். வேகமாகச் செல்லக் கூடிய குதிரைகளுடன் காத்திருங்கள். காரியம் வெற்றிகரமாக முடிந்த பின் கூடுமானால் எல்லாரும் உயிருடன் தப்பித்துச் செல்ல வேண்டும் அல்லவா?' என்றாள் நந்தினி.

ரவிதாஸன் முன் வந்து, 'அம்மணி! ஒரு விஷயம் சொல்ல மறந்து விட்டது; அதைச் சொல்ல அனுமதிக்க வேண்டும்' என்றான்.

'சொல்லுங்கள், ஐயா! சீக்கிரம் சொல்லுங்கள்! பழுவேட்டரையர் கொள்ளிடக்கரையில் நடக்கும் காலாமுகர்களின் மகா சங்கத்துக்குப் போயிருக்கிறார். அவர் திரும்பி வந்து விடுவதற்குள்ளே நான் அரண்மனை போய்ச் சேரவேண்டும்!' என்றாள் நந்தினி.

'நமது முதற் பகைவன் ஆதித்த கரிகாலன் கடம்பூர் சம்புவரையன் மாளிகைக்கு வந்து சேருவான் என்று சொன்னீர்கள் அல்லவா? அது அவ்வளவு நிச்சயமில்லை' என்றான்.

'எந்தக் காரணத்தைக் கொண்டு அவ்விதம் சொல்கிறீர்?' என்று கேட்டாள் நந்தினி.

'தகுந்த காரணத்தைக் கொண்டுதான் சொல்கிறேன். கடம்பூர் மாளிகைக்கு எக்காரணத்தைக் கொண்டும் வரவேண்டாம் என்று ஆதித்த கரிகாலனுக்கு ஓலை போகிறது. பழையாறை இளைய பிராட்டியும், முதன் மந்திரி அநிருத்தரும் அவ்விதம் செய்தி அனுப்பியிருக்கிறார்கள்...'

'அந்த விவரம் எனக்குத் தெரியாது என்றா நினைத்தீர்?'

'தெரிந்திருந்தும் அவன் கடம்பூருக்கு வருவான் என்று எதிர்பார்க் கிறீர்களா?'

'ஆம்; அவசியம் எதிர்பார்க்கிறேன். ஆதித்த கரிகாலருடைய இயல்பு அந்தப் பழையாறைப் பெண் பாம்புக்குத் தெரியாது; அன்பில் பிரம்மராட்சதனுக்கும் தெரியாது; மாய மந்திர வித்தைகளில் தேர்ந்த உமக்குங்கூடத் தெரியவில்லை. எந்தக் காரியத்தையாவது செய்ய வேண்டாம் என்று யாரேனும் தடுத்தால், அதைத்தான் ஆதித்த கரிகாலர் கட்டாயமாகச் செய்வார். அது எனக்குத் தெரியும்; நிச்சயமாகத் தெரியும். ஆதித்த கரிகாலர் அருள்மொழிவர்மனைப் போன்ற எடுப்பார் கைப்பிள்ளை அல்ல. மதுராந்தகனைப் போன்ற பயங்கொள்ளிப் பேதை அல்ல. கடம்பூருக்கு வரவேண்டாமென்று தமக்கையும் முதன் மந்திரியும் செய்தி அனுப்பியிருப்பதனாலேயே கட்டாயம் ஆதித்த கரிகாலர் கடம்பூருக்கு வந்து சேருவார்!' என்றாள் நந்தினி.

‘தேவி! அதையும் தாங்கள் பூரணமாக நம்பியிருக்க வேண்டாம். அவர்கள் அனுப்பிய செய்தி காஞ்சிக்குப் போய்ச் சேராது!’ என்றான் ரவிதாஸன்.

‘என்ன சொல்கிறீர், ஐயா! சற்று விளக்கமாகச் சொல்லும்!’ என்றாள் நந்தினி.

அவளுடைய குரலில் இப்போது பரபரப்புத் தொனித்தது.

‘தேவி! ஆதித்த கரிகாலனுக்குச் செய்தி யார் மூலமாக அனுப்பப் பட்டிருக்கிறது என்பது தங்களுக்குத் தெரியுமா?’ என்று ரவிதாஸன் கேட்டான்.

‘நிச்சயமாகத் தெரியாது; ஆனால் ஊகிக்க முடியும்.’

‘நல்லது! ஊகிக்க வேண்டிய அவசியமில்லை. அவனை நாங்கள் பிடித்துக்கொண்டே வந்திருக்கிறோம். சக்கரவர்த்தி மழைக்கு ஒதுங்கி யிருந்த மண்டபத்தில் அவனும் இருந்தான். நம்முடைய இரகசியங்கள் எல்லாம் அவனுக்குத் தெரியும். அவனை மேலே உயிருடன் போக விடுவது நமக்கு நாமே சர்வ நாசத்தைத் தேடிக் கொள்வதாகும். இடும்பன்காரி! எங்கே அந்த ஒற்றனை இங்கே அழைத்துக்கொண்டு வா!’ என்றான் ரவிதாஸன்.

இடும்பன்காரி பள்ளிப்படைக் கோவிலை நோக்கிப் போனான். அவனுடன் இன்னும் இரண்டு பேரும் போனார்கள். நந்தினி அந்தத் திசையை உற்று நோக்கத் தொடங்கினாள். இத்தனை நேரமும் கடுகடு வென்று இருந்த அவளுடைய முகத்தில் இப்போது மறுபடியும் மோகனப் புன்னகை தவழ்ந்தது.

இடும்பன்காரியும், இன்னும் இரண்டு பேரும் வந்தியத்தேவனை நெருங்கினார்கள். அலுத்துச் சலித்துப்போய் அரைத் தூக்கமாக உட்கார்ந்திருந்த அந்த வீரன் மீது திடீரென்று பாய்ந்தார்கள். வந்தியத் தேவன் அவர்களோடு மல்யுத்தம் செய்யலாமா என்று ஒரு கணம் உத்தேசித்தான். பிறகு அந்த எண்ணத்தை மாற்றிக் கொண்டான். என்னதான் செய்கிறார்களோ பார்க்கலாம் என்று சும்மா இருந்தான். ஒரு பெரிய கயிற்றினால் அவனுடைய கைகளைச் சேர்த்து உடம் போடு கட்டினார்கள். பிறகு அவனுடைய இரு தோள்களையும் இரண்டு பேர் பிடித்து நடத்தி அழைத்துக் கொண்டுவந்து நந்தினியின் முன்னால் நிறுத்தினார்கள்.

வந்தியத்தேவன் நந்தினியைப் பார்த்துப் புன்னகை புரிந்தான்.

நந்தினியின் முகத்தில் எவ்வித மாறுதலும் இப்போது தெரியவில்லை; அமைதி குடிகொண்டிருந்தது.

'ஐயா! மறுபடியும்...' என்று ஆரம்பித்தாள்.

'ஆம், தேவி, மறுபடியும் வந்துவிட்டேன்! ஆனால் நானாக வரவில்லை!' என்று சொல்லிச் சுற்றிலுமுள்ளவர்களை நோக்கினான்.

நந்தினியின் அருகில் இருந்த சிறுவன், 'அம்மா! இவன்தான் என்னை இருட்டில் பிசாசு விழுங்காமல் காப்பாற்றியவன். இவனை ஏன் கட்டிப் போட்டிருக்கிறது?' என்று கேட்டான்.

வந்தியத்தேவன் சிறுவனைப் பார்த்து 'குழந்தை! சும்மா இரு! பெரியவர்கள் பேசிக்கொண்டிருக்கும்போது குறுக்கே பேசக்கூடாது. பேசினால் உன்னைப் புலி விழுங்கிவிடும்!' என்றான்.

'புலியை நான் விழுங்கிவிடுவேன்!' என்றான் சிறுவன்.

'மீனால் புலியை விழுங்கமுடியுமா?' என்று வந்தியத்தேவன் கேட்டான்.

அவனைச் சுற்றிலும் இருந்தவர்களின் கண்டங்களிலிருந்து ஒரு பயங்கரமான உறுமல் சத்தம் வெளிவந்தது. அது வந்தியத் தேவனைக்கூட ஒரு கணம் மெய்சிலிர்க்கச் செய்தது.

ரவிதாஸன் உரத்த குரலில் 'தேவி கேட்டீர்களா? இவனை இனி உயிருடன் தப்பிச் செல்ல விடமுடியாது. முன் இரண்டு தடவைகளில் தங்கள் விருப்பத்துக்காக இவனை உயிருடன் தப்பிச் செல்ல விட்டோம். இனிமேல் அப்படி இவனை விட முடியாது' என்றான்.

வந்தியத்தேவன், 'மந்திரவாதி! இது என்ன இப்படிப் பெரிய பொய்யாகச் சொல்லுகிறாய்? நீயா என்னை உயிருடன் விட்டாய்? நான் அல்லவா உன்னைத் தப்பிப் போகவிட்டேன்? தேவி! இந்த மந்திரவாதியைக் கொஞ்சம் கவனித்துப் பார்த்துச் சொல்லுங்கள்! இவன் உண்மையில் ரவிதாஸன்தானா? அல்லது ரவிதாஸனுடைய பிசாசா!' என்று கேட்டான்.

ரவிதாஸன் பயங்கரமாகச் சிரித்தான். 'ஆம்! நான் பிசாசுதான்! உன்னுடைய இரத்தத்தை இன்று குடிக்கப் போகிறேன்!' என்றான்.

மீண்டும் அங்கிருந்தவர்களின் தொண்டைகளிலிருந்து பயங்கர உறுமல் குரல் வெளியாயிற்று. இதற்குள் சிறுவன், 'அம்மா! இவனிடம் ஒரு நல்ல குதிரை இருக்கிறது. அதை எனக்குக் கொடுக்கச் சொல்லுங்கள்!' என்றான்.

'குழந்தை! நீ என்னுடன் வந்துவிடு! உன்னை என் குதிரையின் மேல் ஏற்றி அழைத்துக்கொண்டு போகிறேன்' என்றான் வந்தியத்தேவன்.

ரவிதாஸன் வந்தியத்தேவனை நோக்கிக் கோரமாக விழித்து 'அடே! வாயை மூடிக்கொண்டிரு!' என்று சொல்லிவிட்டு, நந்தினியைப் பார்த்து, 'தேவி! சீக்கிரம் கட்டளையிடுங்கள்!' என்றான்.

நந்தினி நிதானமாக, 'இவர் எப்படி இங்கு வந்தார்? எப்போது வந்தார்?' என்று கேட்டாள்.

'சக்கரவர்த்தி மழைக்கு ஒதுங்கியிருந்த மண்டபத்திலிருந்து அவரை இந்த ஒற்றன் எடுத்துக்கொண்டு ஓடிவிடப் பார்த்தான். நல்ல சமயத்தில் போய் நாங்கள் தடுத்துப் பிடித்துக் கொண்டோம். ஒரு கணம் தாமதித்திருந்தால் விபரீதமாகப் போயிருக்கும்' என்றான் ரவிதாஸன்.

'ஐயா! இவர்கள் சொல்வது உண்மையா?' என்று நந்தினி கேட்டாள்.

'தங்களைச் சேர்ந்தவர்கள் உண்மை சொல்லக்கூடியவர்களா என்பது தங்களுக்குத்தானே தெரியும்? எனக்கு எப்படித் தெரியும் தேவி?' என்றான் வந்தியத்தேவன்.

நந்தினியின் முகத்தில் தோன்றிய புன்னகை மின்னலைப் போல் மறைந்தது. அவள் ரவிதாஸனைப் பார்த்து, 'ஐயா! நீங்கள் எல்லாரும் சற்று அப்பால் சென்றிருங்கள். நான் இவரிடம் சில விஷயங்கள் தனியாகக் கேட்டு அறிய வேண்டும்' என்றாள்.

'தேவி! நேரம் ஆகிறது, அபாயம் நெருங்குகிறது. இந்த வேளையில்...' என்று ரவிதாஸன் கூறுவதற்குள், நந்தினி கடுமையான குரலில், 'சற்றுமுன் நாம் செய்துகொண்ட நிபந்தனையை நினைவுபடுத்திக் கொள்ளுங்கள். மறுவார்த்தை சொல்லாமல் உடனே அகன்று செல்லுங்கள். சக்கரவர்த்தியையும் அப்பால் அழைத்துப் போங்கள்!' என்று கூறி, சிறுவனுடைய காதில் 'குமாரா! சற்று அவர்களுடன் நகர்ந்து போ! உனக்கு இவரிடமிருந்து குதிரை வாங்கித் தருகிறேன்' என்றாள்.

ரவிதாஸன் முதலியவர்கள் பின்னர் மறு வார்த்தை பேசாமல் அந்தச் சிறுவனையும் அழைத்துக்கொண்டு அவசரமாக அப்பால் போனார்கள்.

நந்தினி, வந்தியத்தேவனை இலேசான தீவர்த்தி வெளிச்சத்தில் ஊடுருவிப் பார்த்து, 'ஐயா! உமக்கும் எனக்கும் ஏதோ ஒரு துவந்தம் இருப்பதாகத் தோன்றுகிறது' என்றாள்.

'அம்மணி! அந்தத் துவந்தம் மிகப் பொல்லாததாயிருக்கிறது; மிகக் கெட்டியாகவும் இருக்கிறது. என் உடம்பையும் கைகளையும் சேர்த்து இறுக்கிக் கட்டியிருக்கிறது!' என்றான் வந்தியத்தேவன்.

'உம்முடைய விளையாட்டுப் பேச்சைக் கொஞ்சம் நிறுத்தி வைத்துக் கொள்ளுங்கள். வேண்டுமென்று இங்கு வந்தீரா! தற்செயலாக வந்தீரா?'

'வேண்டுமென்று வரவில்லை! தற்செயலாகவும் வரவில்லை. தங்களுடைய ஆட்கள்தான் பலவந்தமாக என்னை இங்கே கொண்டு வந்து சேர்த்தார்கள். இல்லாவிடில், இத்தனை நேரம் கொள்ளிடக் கரையை அடைந்திருப்பேன்.'

'என்னைப் பார்க்கும்படி நேர்ந்ததில் உமக்கு அவ்வளவு கஷ்டம் என்று தெரிகிறது. என்னைப் பிரிந்து போவதற்கு அவ்வளவு ஆவல் என்றும் தெரிகிறது.'

'தங்களைப் பார்க்க நேர்ந்ததில் எனக்குக் கஷ்டம் இல்லை, தவிர தங்களைப் பிரிந்து போவதற்குத்தான் உண்மையில் வருத்தமாயிருக் கிறது. தாங்கள் மட்டும் அநுமதி கொடுங்கள்; ஒரு பக்கத்தில் அந்தக் கிழட்டுப் பழுவேட்டரையரிடமும் இன்னொரு பக்கத்தில் இந்தப் பயங்கர மந்திரவாதிகளிடமும் அகப்பட்டுக் கொண்டு தாங்கள் திண்டாடுகிறீர்கள். ஒரு வார்த்தை சொல்லுங்கள். இவர்களிடம் இருந்தெல்லாம் தங்களை விடுதலை செய்து அழைத்துப் போகிறேன்...'

'எங்கே அழைத்துப் போவீர்கள்?'

'இலங்கைத் தீவின் காடுகளில் அநாதையைப் போல் அலைந்து கொண்டிருக்கும் தங்கள் அன்னையிடம் அழைத்துப்போய் விடுகிறேன்' என்றான் வந்தியத்தேவன்.

நந்தினி ஏமாற்றம் தொனிக்க ஒரு நெடிய பெருமூச்சு விட்டாள்.

'நானும் அப்படி அநாதையாக அலைய வேண்டும் என்று விரும்பு கிறீரா? ஒரு வேளை அத்தகைய காலம் வந்தாலும் வரலாம். அப்போது அன்னையிடம் அழைத்துப் போக, உம்முடைய உதவியை அவசியம் நாடுவேன். அதற்கு முன்னால், என்னுடைய எண்ணம் நிறைவேற வேண்டும். அது நிறைவேறுவதற்கு உதவி செய்வீரா?' என்று கேட்டாள்.

'அம்மணி! தங்கள் மனதிற்கொண்ட எண்ணம் என்னவென்று தெரிந்தால் அதற்கு உதவி செய்வதைப்பற்றி நான் சொல்ல முடியும்?' என்றான் வந்தியத்தேவன்.

'உண்மையான பிரியம் உள்ளவர்கள் இப்படிச் சொல்ல மாட்டார்கள். எண்ணம் என்னவென்பதைத் தெரிந்து கொள்ளாமலே அதை நிறைவேற்றுவதற்கு உதவி செய்ய முன் வருவார்கள்.'

'பிரியமுள்ளவர்கள் சமயத்தில் எச்சரிக்கை செய்து ஆபத்திலிருந்து காப்பாற்ற முயல்வார்கள். அம்மணி! தங்களை இந்தக் கிராதகர்கள் ஏதோ சூழ்ச்சி செய்து, பெரிய அபாயத்தில் சிக்க வைத்திருக்கிறார்கள். அவர்களுடைய காரியத்துக்கு உங்களை உபயோகப்படுத்திக் கொள்ளப்போகிறார்கள்...'

'நீர் கூறுவது தவறு! நான்தான் இவர்களை என்னுடைய காரியத்துக்கு உபயோகப்படுத்திக்கொள்ளப் பார்க்கிறேன்! இதை நீர் நிச்சயமாகத் தெரிந்து கொள்ளும்.'

'ஒரு சிறு குழந்தையை எந்தக் காட்டிலிருந்தோ பிடித்துக் கொண்டு வந்து தங்களை ஏமாற்றுகிறார்கள்...'

'குழந்தை எதற்காக என்று உமக்குத் தெரியுமா?'

'பாண்டியன் சிம்மாசனத்தில் ஏற்றி வைத்துப் பட்டம் கட்டுவதற்காக...' என்றான்.

'மறுபடியும் தவறாகச் சொல்கிறீர். பாண்டியன் சிம்மாசனத்தில் ஏற்றி வைக்க மட்டும் அல்ல; துங்கபத்திரையிலிருந்து இலங்கை வரையில் பரந்து கிடக்கும் சோழ சாம்ராஜ்யத்தின் சிம்மாசனத்தில் அமர்த்தி முடி சூட்டுவதற்காக!'

'அம்மம்மா! யாருடைய உதவியைக்கொண்டு இந்த மகத்தான காரியத்தைச் சாதிக்கப் போகிறீர்கள்? இதோ சுற்றிலும் நிற்கிறார்களே - இந்த நரிக்கூட்டத்தின் உதவியைக் கொண்டா? சோழ சாம் ராஜ்யத்தின் இருபது லட்சம் வீராதி வீரர்கள் கொண்ட மாபெருஞ் சேனையை, பகலில் வளைகளில் ஒளிந்திருந்து, இரவு நேரத்தில் வெளிப்பட்டு வரும் இந்தப் பத்து இருபது நரிகளின் துணைகொண்டு வென்று விடுவீர்களா?'

'நான் இவர்களை மட்டும் நம்பியிருக்கவில்லை. இதோ என் கையில் உள்ள வாளை நம்பியிருக்கிறேன். இதன் உதவியினால் என் மனத்தில் கொண்ட எண்ணத்தை நிறைவேற்றுவேன்.'

'அம்மணி! அந்த வாளைத் தாங்கள் ஒருநாளும் உபயோகப்படுத்தப் போவதில்லை. அதற்கு வேண்டிய பலம் தங்கள் கையிலும் இல்லை; தங்கள் நெஞ்சிலும் இல்லை!'

'ஏன் அப்படிச் சொல்கிறீர்கள்?'

'ஏதோ என் மனத்தில் தோன்றியதைக் கூறினேன்.'

'நீ சொல்வது முற்றும் தவறு என்று இந்த இடத்திலேயே என்னால் நிரூபித்துக் காட்ட முடியும்!'

‘அப்படியானால் நான் பாக்கியசாலிதான். தங்கள் திருக்கரத்தினால் வெட்டுப்பட்டுச் சாவதற்குக் கொடுத்து வைக்க வேண்டாமா?’ என்று கூறி வந்தியத்தேவன் வெட்டுப்படுவதற்கு ஆயத்தமாவது போல் கழுத்தை வளைத்துத் தரையைப் பார்த்துக் கொண்டு நின்றான்.

‘என் திருக்கரத்தினால் வெட்டுப் படுவதற்குத்தானா ஆசைப்படுகிறீர்? கிரீடம் சூட்டப்படுவதற்கு விரும்பவில்லையா?’ என்றாள் நந்தினி.

வந்தியத்தேவன் நிமிர்ந்து பார்த்து, ‘தங்கள் வசமுள்ள கிரீடத்தை எத்தனை பேருக்குத்தான் சூட்டுவீர்கள்?’ என்று வினவினான்.

‘அது என்னுடைய இஷ்டம். முடிவாக யாருக்குச் சூட்ட வேண்டு மென்று பிரியப்படுகிறேனோ, அவருடைய சிரசில் சூட்டுவேன்.’

‘அப்படியானால் இந்தச் சிறுபிள்ளையின் கதி என்ன ஆவது?

‘அவனுக்கு முடிசூட்டுவதும், சூட்டாததும் என் இஷ்டந்தானே?’

‘தேவி, தங்களுக்கு யாருக்கு இஷ்டமோ அவருக்கு முடிசூட்டுங்கள். எனக்கு வேண்டியதில்லை.’

‘ஏன்?’

‘என்னுடைய சிரசிலுள்ள சுருட்டை மயிரின் அழகைப் பற்றி பலரும் சொல்லியிருக்கிறார்கள். கிரீடம் வைத்துக்கொண்டு அந்த அழகைக் கெடுத்துக் கொள்ள நான் விரும்பவில்லை.’

‘உமது வேடிக்கைப் பேச்சை நீர் விடமாட்டீர். நல்லது ஐயா! பொன்னியின் செல்வன் கடலில் விழுந்து இறந்த செய்தியைக் கேட்டதும் இளையபிராட்டி என்ன செய்தாள்? ரொம்ப துக்கப் பட்டாளா?’ என்று நந்தினி திடீரென்று பேச்சை மாற்றிக் கொண்டாள்.

வந்தியத்தேவன் சிறிது திகைத்துவிட்டு, ‘பின்னே துக்கமில்லாமல் இருக்குமா? ஸ்திரீகள் எல்லாருமே இதயமற்றவர்களாக இருப்பார்களா?’ என்றான்.

‘அந்தக் கொடும்பாளூர் பெண் ஓடையில் விழுந்து உயிரை விடப் பார்த்தாளாமே? அது உண்மையா? அவளை யார் எடுத்துக் காப்பாற்றினார்கள்?’ என்று கேட்டாள்.

உடனே வானதிக்கு நேர்ந்த ஆபத்தைக் குறித்து வந்தியத்தேவனுக்கு ஞாபகம் வந்தது. அவளுடைய கதி என்ன ஆயிற்றோ என்ற நினைவில் மூழ்கி வந்தியத்தேவன் கேள்விக்குப் பதில் சொல்லாமலிருந்தான்.

நந்தினி குரலைக் கடுமைப் படுத்திக்கொண்டு, ‘சரி; அதையெல்லாம் பற்றி நீர் ஒன்றும் சொல்லமாட்டீர், எனக்குத் தெரியும். ஆதித்த

கரிகாலர் கடம்பூர் மாளிகைக்கு வராதபடி நீர் தடுக்கப் போகிறீரா?' என்று கேட்டாள்.

'தடுப்பதற்குப் பிரயத்தனம் செய்வேன்' என்றான் வந்தியத்தேவன்.

'உம்மால் அது முடியாது என்று நான் சொல்லுகிறேன்.'

'என்னால் முடியும் என்று நானும் சொல்லவில்லை தேவி! பிரயத்தனம் செய்வேன் என்றுதான் சொன்னேன். இளவரசர் ஒன்று செய்ய நினைத்துவிட்டால், அதை மாற்றுவது எளிதன்று!'

'ஆதித்த கரிகாலரின் இயல்பை நீர் நன்றாக அறிந்து கொண்டிருக்கிறீர்.'

'என்னைவிட அதிகமாகத் தாங்கள் அறிந்திருக்கிறீர்கள்.'

'நல்லது; நான் எவ்வளவுதான் சொன்னாலும் நீர் என் கட்சியில் சேரமாட்டீர். என் எதிரியின் கட்சியில்தான் இருப்பீர். அப்படித் தானே?'

'அம்மணி! தங்கள் எதிரி யார்?'

'என் எதிரி யார்? பழையாறை இளவரசிதான்! வேறு யார்?'

'அது தங்கள் மனோ கற்பனை, தேவி! தங்களுக்கு ஓர் உண்மையை முக்கியமான உண்மையை, தெரிவிக்க விரும்புகிறேன்...'

'போதும், போதும்! நீர் உண்மை என்று சொல்ல ஆரம்பித்தால் அது வடிகட்டின கோட்டைப் பொய்யாயிருக்கும். எனக்குத் தெரியாதா? உமது உண்மையை நீரே வைத்துக் கொள்ளும்!' என்று நந்தினி குரோதத்துடன் கூறிவிட்டுக் கையைத் தட்டினாள். ரவிதாஸன் முதலியவர்கள் உடனே நெருங்கி வர ஆரம்பித்தார்கள்.

வந்தியத்தேவன் தனக்குக் கிடைத்த சந்தர்ப்பத்தைத் தான் சரியாக உபயோகப்படுத்திக் கொள்ளவில்லை என்பதை உணர்ந்தான். இந்த ராட்சஸி என்னைக் கொன்று விடும்படிதான் இவர்களுக்குக் கட்டளையிடப் போகிறாள். கடவுளே! எத்தகைய சாவு! போர்க்களத்தில் எதிரிகளுடன் போராடி வீர மரணம் அடையக் கூடாதா? இப்படியா என் தலையில் எழுதியிருந்தது?

ரவிதாஸன் கோஷ்டியார் அருகில் வந்து சூழ்ந்து கொண்டார்கள்.

இரையை நெருங்கிய ஓநாய்க் கூட்டம் உறுமுவது போல் அவர்கள் உறுமிக் கொண்டிருந்தார்கள்.

'ராணி! தாங்கள் என்னதான் சொன்னாலும் இவன் வழிக்கு வரமாட்டான் என்று எனக்குத் தெரியும். தாங்கள் உடனே புறப்படுங்கள். இவனை

நாங்கள் இந்தப் புண்ணிய ஸ்தலத்தில் பலி கொடுத்துவிட்டுக் கிளம்புகிறோம்', என்றான் ரவிதாஸன்.

'மந்திரவாதி! ஜாக்கிரதை! என்னுடைய விருப்பம் அதுவன்று. இவரை உங்களில் யாரும் எதுவும் செய்யக்கூடாது. இவரை எவனாவது தொட்டால் அவனை நானே இந்தக் கத்தியினால் வெட்டிக் கொன்று பழி வாங்குவேன்!' என்று நந்தினி கர்ஜித்தாள்.

ரவிதாஸன் முதலியோர் திகைத்து நின்றார்கள்.

'இவரால் எனக்கு இன்னும் பல காரியம் ஆகவேண்டியிருக் கிறது. தெரிகிறதா? நான் இதோ புறப்படுகிறேன்; நீங்களும் புறப்படுங்கள். இவர் அவருக்கு விருப்பமான வழியில் போகட்டும். யாரும் இவரைத் தடை செய்ய வேண்டாம்!' என்றாள் நந்தினி.

ரவிதாஸன், 'தேவி! ஒரு விண்ணப்பம்! தங்கள் சித்தப்படி செய்யக் காத்திருக்கிறோம். ஆனால் இவனிடம் குதிரை இருக்கிறது. இவனை முதலில் போக விடுவது நல்லதா? கொஞ்சம் யோசித்துச் சொல்லுங்கள்!' என்றான்.

'நல்லது; இவரை அந்தப் பள்ளிப்படைக் கோவில் தூணுடன் சேர்த்துக் கட்டிவிடுங்கள். கட்டை அவிழ்த்துக்கொண்டு புறப்பட இவருக்குச் சிறிது நேரம் ஆகும். அதற்குள் இந்தப் பள்ளிப்படைக் காட்டை நீங்கள் தாண்டிப் போய்விடலாம்' என்றாள்.

வந்தியத்தேவன் பள்ளிப்படைத் தூணுடன் சேர்த்துக் கட்டப் பட்டிருந்தான். சற்றுத் தூரத்தில் அவன் குதிரை ஒரு மரத்தில் கட்டப் பட்டிருந்தது.

நந்தினி பல்லக்கில் ஏறிக்கொண்டு போய் விட்டாள்.

சிம்மாசனத்தை இரண்டு ஆட்கள் தூக்கிச் சென்றார்கள்.

ரவிதாஸன் கோஷ்டியார் சிறுவனை அழைத்துக்கொண்டு விரைந்து போய் விட்டார்கள்.

அவர்களுடன் சென்ற தீவர்த்தியின் வெளிச்சமும் சிறிது சிறிதாக மங்கி மறைந்து விட்டது.

வந்தியத்தேவனைச் சுற்றிலும் கன்னங்கரிய காரிருள் சூழ்ந்தது.

சிறிது நேரத்துக்கு முன்னால் அங்கு பார்த்த காட்சிகள், நடந்த நிகழ்ச்சிகள் எல்லாம் கனவோ எனத் தோன்றியது.

இருட்டில் ராட்சத வெளவால்கள் சடபடவென்று தங்கள் அகன்ற சிறகுகளை அடித்துக்கொண்டன.

ஊமைக் கோட்டான்கள் உறுமின.

நரிகள் அகோரமான குரலில் முறைவைத்து ஊளையிட்டன.

ஊளையிட்டுக்கொண்டே அவை நெருங்கி வருவதுபோல் வந்தியத்தேவனுக்கு உணர்ச்சி ஏற்பட்டது.

காட்டில் இனந்தெரியாத உருவங்கள் பல நடமாடின.

கடம்பூர் மாளிகையில் அவன் கண்ட கனவு நினைவுக்கு வந்தது.

ஆயிரம் நரிகள் வந்து தன்னைச் சூழ்ந்துகொண்டு பிடுங்கித் தின்னப் போவதாக எண்ணி நடுங்கினான்.

அவசர அவசரமாகக் கட்டுக்களை அவிழ்த்துக்கொள்ளப் பார்த்தான்.

இலேசில் அக்கட்டுக்கள் அவிழ்கிற விதமாகத் தெரியவில்லை.

வெளிச்சம் இருந்தால் கட்டுக்களை அவிழ்ப்பது சிறிது சுலபமாயிருக்கும்.

ஆனால் வெளிச்சம் என்ற அறிகுறியே அங்கு இல்லை.

மின்னல் வெளிச்சமும் இல்லை; மின்மினி வெளிச்சங்கூட இல்லை.

வானத்தில் ஒரு வேளை மேகங்கள் அகன்று நட்சத்திரங்கள் தோன்றியிருந்தாலும் அவற்றின் வெளிச்சம் அந்தக் காட்டுக்குள் நுழைய இடமில்லை.

ஆகா! அது என்ன சத்தம்?

காட்டில் எத்தனையோ ஜந்துக்கள் நடமாடும்; அதில் என்ன அதிசயம்?

இல்லை; இது மனிதனுடைய காலடிச் சத்தம் மாதிரி இருக்கிறதே! குதிரை இலேசாகக் கனைத்தது.

கால்களை மாற்றி மாற்றி வைத்து அவஸ்தைப்பட்டது. ஒரு வேளை புலி, கிலி வருகிறதா என்ன? வந்தியத்தேவன் கட்டை அவிழ்க்க அவசரப்பட்டான்; பயனில்லை.

அதோ ஒரு உருவம். அந்தக் காரிருளில் ஒரு கரிய நிழல் போன்ற உருவம். மனித உருவமா? அல்லது... வேறு என்னவாயிருக்க முடியும்?

அது நெருங்கி நெருங்கி வந்தது.

வந்தியத்தேவன் தன்னுடைய மனோதைரியம் முழுவதையும் சேகரித்துக்கொண்டான்.

தன்னுடைய தேகத்தின் பலம் முழுவதையும் காலில் சேர்த்துக் கொண்டான்.

ஓங்கி ஒரு உதை விட்டான்!

'வீல்' என்று சத்தமிட்டுக்கொண்டு அந்த உருவம் பின்னால் தாவிச் சென்றது.

சிறிது தூரம் பின்னால் சென்றதும் 'டணார்' என்று ஒரு சத்தம். பள்ளிப்படைச் சுவரில் அது மோதிக்கொண்டது போலும்!

பின்னர் அங்கேயே அந்த உருவம் சிறிது நேரம் நின்றது. பள்ளிப்படைச் சுவரில் சாய்ந்துகொண்டு நிற்பதாகத் தோன்றியது.

இருட்டில் விவரம் தெரியாவிட்டாலும் அந்த உருவம் தன்னையே உற்றுப் பார்த்துக் கொண்டிருப்பது போல் வந்தியத்தேவனுக்கு உணர்ச்சி ஏற்பட்டது.

கட்டுக்களை அவிழ்த்துக்கொள்வதற்கு மேலும் அவசரமாக அவன் முயன்றான். அந்த மந்திரவாதிப் பிசாசுகள் இவ்வளவு பலமாக முடிச்சுக்களைப் போட்டுவிட்டன! ஆகட்டும்; மறு தடவை அந்த ரவிதாஸனைப் பார்க்கும்போது சொல்லிக் கொடுக்கலாம்!

அந்த உருவம் இடம் விட்டுப் பெயர்ந்தது. பள்ளிப்படைக்குள்ளே போவது போலத் தோன்றியது.

சிறிது நேரத்துக்கெல்லாம் பள்ளிப்படைக் கோவிலுக்குள் கூழாங்கற்கள் மோதுவது போன்ற 'டண்', 'டண்' சத்தம் சில முறை கேட்டது.

கோவில் வாசலில் வெளிச்சம்.

அதோ அந்த உருவம் கையில் ஒரு சுளுந்தைப் பிடித்துக்கொண்டு கோவிலுக்கு வெளியே வருகிறது.

தன்னை நோக்கி வருகிறது.

அது ஒரு காலாமுக வீர சைவனின் உருவம். நீண்ட தாடியும், சடைமுடியும், மண்டை ஓட்டு மாலையும் அணிந்த பயங்கரமான உருவம்.

வந்தியத்தேவன் அருகில் வந்து வெளிச்சத்தை தூக்கிப் பிடித்து அவனை உற்றுப் பார்த்துக்கொண்டு நின்றது.

வேஷம் வெளிப்பட்டது

பயங்கரத் தோற்றம் கொண்டிருந்த அந்தக் காலாமுக சைவரை அந்த நேரத்தில் அந்த இடத்தில் பார்த்ததும் வந்தியத்தேவன் ஒரு கணம் திகிலடைந்தான். பிறகு அவனது இயற்கையான துணிச்சல் திகிலை விரட்டியடித்தது. 'இவனை எங்கேயோ பார்த்திருக்கிறேனே? எங்கே?' என்று சிந்தித்தான். 'ஆம், ஆம்; அரிச்சந்திர நதிக்கரையில் மரத்தடியில் படுத்திருந்தபோது இரண்டு பேர் வந்து உற்றுப் பார்த்து விட்டுப் போகவில்லையா? அவர்களில் ஒருவன் இவன்! அவ்வளவு தானா? ஒரு தடவை மட்டும் பார்த்த முகமா இது? அந்தக் கூரிய பார்வையுள்ள கண்களை வேறு எங்கேயும் பார்த்ததில்லையா?'

இதற்குள் காலாமுக சைவன் அவனை உற்றுப் பார்த்து விடு, 'ஹா! ஹா! ஹா!' என்று சிரித்தான். அந்தக் குரல் அடிக்கடி கேட்ட குரல்போல் இருக்கிறதே?

'அட சே! நீ தானா? உனக்காகவா இந்த நள்ளிரவில் இவ்வளவு கஷ்டப் பட்டு வந்தேன்?' என்று காலாமுக சைவன் கூறியபோது, அவன் வேண்டு மென்றே சிறிது குரலை மாற்றிக்கொண்டு பேசியதாகத் தோன்றியது.

'பின்னே, யாருக்காக வந்தாய்?' என்று வந்தியத்தேவன் கேட்டான்.

'இளவரசரைத் தேடிக்கொண்டு வந்தேன்!' என்றான் காலாமுகன்.

'எந்த இளவரசரை?'

'உனக்கென்ன அதைப்பற்றி? நீ ஏன் கேட்கிறாய்?'

'நானும் ஒரு இளவரசன்தான்; அதனால்தான் கேட்டேன்.'

'இளவரசனுடைய முக லட்சணத்தைப் பார்...!'

'என் முகலட்சணத்துக்கு என்ன ஐயா, குறைவு? உம்மைப் போல் தாடி மீசையும், சடைமுடியும், எலும்பு மாலையும் அணிந்தால் என் முகம் இலட்சணமாகி விடுமா?'

‘அணிந்து பாரேன்! அப்போது தெரியும்.’

‘தாடி மீசையும் ஜடைமுடியும் எத்தனைநாளில் வளரும்?’

‘அது என்ன பிரமாதம்? ஒரு நாளில் வளர்ந்து விடும். வேண்டு மென்றால் ஒரு நாழிகையில்கூட...’

‘அப்படித்தான் இருக்குமென்று நானும் நினைத்தேன்...’

‘என்ன நினைத்தாய்?’

‘ஒன்றுமில்லை. என்னைக் கட்டியிருக்கும் கட்டுக்களை அவிழ்த்துவிடு. நானும் உங்கள் கோஷ்டியில் சேர்ந்து விடுகிறேன்.’

‘போதும் போதும்! உன்னைப் போன்ற ஒற்றர்கள் இன்னும் யாரோ எங்கள் கூட்டத்தில் இருக்கிறார்கள். அதனால்தான் எங்கள் மகாசங்கம் இன்று அப்படி முடிந்தது.’

‘எப்படி முடிந்தது?’

‘மகா சங்கத்துக்கு இளவரசர் வரப்போகிறார்; அவர் சிம்மாசனம் ஏறியதும், எங்கள் மகாகுருவை இராஜ குருவாக ஏற்றுக் கொள்வதாக வாக்களிக்கப் போகிறார் என்று காத்திருந்தோம்! இளவரசர் வரவேயில்லை.’

‘என்னைக் கட்டு அவிழ்த்துவிடு; இளவரசர் ஏன் வரவில்லையென்று நான் தெரியப்படுத்துகிறேன்.’

‘எந்த இளவரசர்?’

‘வேறு யார்? கண்டராதித்தரின் குமாரர் மதுராந்தகர்தான்!’

‘நான் ஊகித்தது சரி!’

‘என்ன ஊகித்தாய்?’

‘நீ ஒற்றன் என்று ஊகித்ததைத்தான் சொல்கிறேன்.’

‘எதைக் கொண்டு ஊகித்தாய்?’

‘இளவரசரைத் தேடிக்கொண்டு வந்தபோது, இந்தக் காட்டுக் குள்ளிருந்து சிலர் வெளியேறுவதைப் பார்த்தேன். அவர்கள் இன்னார் என்று எனக்குத் தெரியும். நீ ஒற்றன் என்று சந்தேகித்துத்தான் அவர்கள் உன்னைக் கட்டிப் போட்டிருக்க வேண்டும். ஆனால் உன்னை உயிரோடு ஏன் விட்டுவிட்டுப் போனார்கள் என்றுதான் தெரியவில்லை.’

‘அதை நான் சொல்லுகிறேன்; என்னைக் கட்டு அவிழ்த்து விடு!’

'நீ ஒன்றும் சொல்ல வேண்டாம். உன்னைக் கட்டு அவிழ்த்து விடவும் முடியாது. நான் சொல்கிறபடி செய்கிறதாக ஒப்புக் கொண்டால்...'

'நீ சொல்கிறபடி என்ன செய்ய வேண்டும்?'

'உனக்குச் சம்பந்தமில்லாத விஷயங்களில் தலையிடுவதில்லை யென்று ஒப்புக் கொண்டு நூற்றெட்டுத் தோப்புக்கரணம் போட வேண்டும்!'

'அப்படியா சமாசாரம்?' என்றான் வந்தியத்தேவன்.

இந்தப் பேச்சு நடந்து கொண்டிருந்த போதெல்லாம் அவனுடைய கைகள் சும்மா இருக்கவில்லை. மெள்ள மெள்ள கட்டுக்களை அவிழ்த்துக் கொண்டேயிருந்தன. 'நூற்றெட்டுத் தோப்புக் கரணம் போடவேண்டும்' என்று காலாமுகன் கூறியபோது எல்லாக்கட்டுக்களும் அவிழ்ந்து விட்டன. அவ்வளவு தான்; ஒரே பாய்ச்சலாகக் காலாமுகன் மீது பாய்ந்தான் வந்தியத்தேவன். அவனைக் கீழே தள்ளினான். காலாமுகன் கையில் ஏந்தியிருந்த சுளுந்து பக்கத்தில் விழுந்தது; ஆனால் அடியோடு அணைந்து விடாமல் சிறிது வெளிச்சம் கொடுத்துக் கொண்டிருந்தது.

கீழே விழுந்த காலாமுகன் மார்பின்மீது வந்தியத்தேவன் ஏறி உட்கார்ந்துகொண்டு அவன் முக தாடியைப் பிடித்துக் குலுக்கினான். தாடி வந்தியத்தேவனுடைய கையோடு வந்து விட்டது. அதே சமயத்தில் காலாமுகன் வந்தியத்தேவனை உதறித் தள்ளிவிட்டு எழுந்து நின்றான்.

தரையில் கிடந்த அணைந்து போகும் தறுவாயிலிருந்த சுளுந்தை வந்தியத்தேவன் எடுத்துத் தூக்கிப் பிடித்தான். தாடியும் சடையும் இழந்த காலாமுகனுடைய முகம் சாக்ஷாத் வீர வைஷ்ணவ ஆழ்வார்க்கடியானுடைய முகமாகக் காட்சி அளித்தது.

இருவரும் ஒருவர் முகத்தை ஒருவர் பார்த்துச் சிறிது நேரம் சிரித்துக் கொண்டிருந்தார்கள்.

'வைஷ்ணவரே! சம்பந்தமில்லாத விஷயங்களில் தலையிடக்கூடாது என்று எனக்குச் சொன்னீரே? நீர் மட்டும் என்ன செய்தீராம்?' என்று வந்தியத்தேவன் கேட்டான்.

'உன்னைப்போல் நான் அபாயத்தில் அகப்பட்டுக் கொள்ள வில்லையே, அப்பனே! நான் மட்டும் இப்போது வந்திராவிட்டால்...'

'நீர்தான் என் கட்டுக்களை அவிழ்த்து விட்டதாக எண்ணமா?'

'நீயே கட்டு அவிழ்த்துக் கொண்டிருந்தாலும் இந்தக் காட்டிலிருந்து என் உதவியில்லாமல் வெளியே போகமுடியாது. நரிகளுக்கு இரையாக வேண்டியதுதான்.'

'நரிகள் கிடக்கட்டும். இங்கே சற்றுமுன் வந்து கூடியிருந்த மந்திரவாதி நரிகளை நீர் பார்த்திருந்தால்... அந்த நரிகளிடமிருந்து நான் தப்பியதுதான் பெரிய காரியம்!'

'அந்த மந்திரவாதிகளை எனக்கும் தெரியும். மந்திரவாதிகள் மட்டுந்தான் வந்திருந்தார்களா? இன்னும் யாராவது வந்திருந் தார்களா?'

'சிறிய மீன் ஒன்று வந்திருந்தது. புலியை விழுங்க ஆசைப்படும் அதிசயமான மீன் அது!'

'ஆகா! சொல்! சொல்! யார் யார் வந்திருந்தார்கள். என்னென்ன நடந்தது? விவரமாகச் சொல்!'

'நீர் எதற்காக இந்த வேஷம் தரித்தீர்? சாயங்காலம் எங்கே போயிருந்தீர்? போயிருந்த இடத்தில் என்ன நடந்தது?... அதை யெல்லாம் சொன்னால் நடந்ததை நான் சொல்கிறேன்!'

'நான் சொல்வதற்கு அதிகமாக ஒன்றுமில்லை. இன்று முன்னிரவில் கொள்ளிடக்கரையில் காலாமுகர் மகாசங்கம் கூடும் என்று தெரிந்தது. அங்கே என்ன நடக்கிறது என்று பார்ப்பதற்காகத்தான் இந்த வேஷம் போட்டுக்கொண்டு போனேன். பார்த்துவிட்டுக் கொள்ளிடக்கரைத் தோணித்துறையில் உன்னை வந்து சந்திக்கலாம் என்று எண்ணினேன். மகாசங்கமும் கூடிற்று; பெரிய பழுவேட்டரையர் வந்திருந்தார். காலாமுகர்களின் பெரிய குருவும் வந்திருந்தார். ஆனால் முக்கியமாக யார் வருவார் என்று எதிர்பார்த்துக் கொண்டிருந்தார்களோ, அவர் வரவேயில்லை!'

'இளவரசர் மதுராந்தகரைத்தானே எதிர்பார்த்தார்கள்?'

'ஆம்; அது எப்படி உனக்குத் தெரிந்தது?'

'மதுராந்தகர் தஞ்சை சிம்மாசனத்தில் ஏறினால் இராஜ்ய பாரம் அழகாகத்தான் நடைபெறும்!'

'ஏன் அவ்விதம் சொல்கிறாய்?'

'ஒரு முரட்டுக் குதிரையை அடக்கி ஆள அவரால் முடியவில்லையே? பழுவேட்டரையர் போன்ற சிற்றரசர்களையும், கலக மூட்டும் காலாமுக சைவர்களையும், சண்டைக்கார வீர வைஷ்ணவர்களையும் அவரால் எப்படி அடக்கி ஆள முடியும்?'

ஆழ்வார்க்கடியான், நகைத்துவிட்டு, 'நீ வரும் வழியில் மதுராந்த கரைப் பார்த்தாயா? அவருக்கு என்ன நேர்ந்தது தெரியுமா?' என்று கேட்டான்.

வந்தியத்தேவன் தான் மதுராந்தகரைத் தொடர்ந்து வந்ததையும், திடீரென்று தீவர்த்தியைக் கண்டு அவருடைய குதிரை தறிகெட்டு ஓடியதையும், தான் அவரைச் சிறிது தூரம் தேடிப் போனதையும், கடைசியில் களத்துமேட்டில் குதிரையை மட்டும் பார்த்ததையும் கூறினான்.

'ஐயோ! பாவம்! குதிரை அவரை எங்கே தள்ளிற்றோ, என்னவோ? அவருடைய உயிருக்கே ஆபத்து நேர்ந்தாலும் நேர்ந்திருக்கலாம். அதனால்தான் அவர் உங்கள் மகாசங்கத்துக்கு வரவில்லை; நாம் மறுபடியும் போய் அவரைத் தேடிப் பார்க்கலாமா?' என்று கேட்டான்.

'அழகுதான்! அதைப்பற்றி நமக்கு என்ன? நம்முடைய வேலையை நாம் பார்க்கலாம் வா! புறப்படு உடனே! பொழுது விடிவதற்குள் நாம் கொள்ளிட நதியின் தோணித்துறையில் இருக்க வேண்டும்' என்றான் ஆழ்வார்க்கடியான்.

'மதுராந்தகர் வாய்க்காலிலேோ, வயல் வரப்பிலோ விழுந்து செத்துக் கிடந்தாரானால்?... அப்போதுகூட நமக்கு என்ன கவலை என்று சொல்வீரா?'

'அப்படியெல்லாம் நேர்ந்திராது. அநிருத்தர் அதற்கு முன் ஜாக்கிரதை ஏற்பாடு செய்திருப்பார்.

'முதன் மந்திரி அநிருத்தரா? அவருக்கு என்ன இதைப் பற்றித் தெரியும்?'

'ஆகா! அது என்ன அப்படிக் கேட்கிறாய்? அன்பில் அநிருத்தருக்குத் தெரியாமல் இந்த இராஜ்யத்தில் எந்த இடத்திலும் எதுவுமே நடக்க முடியாது.'

'ஓகோ! கடம்பூர் மாளிகையில் நடந்த சதிக்கூட்டத்தைப் பற்றிய விஷயமும் அவருக்குத் தெரியுமோ?'

'ஒரு விஷயத்தை ஞாபகப்படுத்திக் கொள். வீர நாராயணபுரத்துத் திருவிழாவின் போது பழுவூர் ராணியின் பல்லக்குப் போனதை நாம் இருவர் ஒரு மரத்தடியில் நின்று பார்த்தோம் அல்லவா!'

'ஆம் பல்லக்கின் திரை விலகியதும் நீர் அடைந்த பரபரப்பு இன்னும் என் ஞாபகத்தில் இருக்கிறது. 'பழுவூர் ராணியிடம் ஒரு ஓலை கொடுக்க முடியுமா' என்று நீர் என்னைக் கேட்டீர்?'

'நீ அதற்குச் 'சீச்சீ! அது என்ன வேலை' என்றாய். நான் ஏதோ? காதல் ஓலை கொடுக்க விரும்பியதாகவே எண்ணினாய். 'சதிகாரர்களின் பேச்சை நம்பி மோசம் போகவேண்டாம்' என்று மதுராந்தகருக்கு எச்சரிக்கை செய்யவே நான் விரும்பினேன், முதன் மந்திரியின் கட்டளைப்படி!'

'பல்லக்கில் இருந்தது மதுராந்தகர் என்று உமக்குத் தெரியுமா?'

'முதலில் சந்தேகித்தேன். திரைவிலகியதும் அந்த இரகசியம் தெரிந்தது. நீ நல்ல அழுத்தக்காரன். நான் எவ்வளவோ பிரயத்தனம் செய்தும் நீ பல்லக்கில் இருந்தது பழுவூர் ராணி அல்ல மதுராந்தகர் என்று சொல்ல மறுத்து விட்டாய் அல்லவா?'

'நீர் மாத்திரம் அழுத்தக்காரர் இல்லையா? இன்று சாயங்காலம் நீர் எங்கே போகப் போகிறீர் என்றுகூடச் சொல்ல மறுத்து விட்டீரே.'

'சொன்னால் நீ அதிலும் தலையிட வேண்டும் என்று பிடிவாதம் பிடித்திருப்பாய். இப்போதே எவ்வளவு சங்கடத்தில் அகப்பட்டுக் கொண்டாய், பார்! இனிமேலாவது...'

'காலாமுகர் கூட்டத்தைப் பற்றியும் மதுராந்தகர் அங்கே போக உத்தேசித்திருப்பது பற்றியும், முதன் மந்திரிக்குத் தெரியுமா?'

'தெரியாமலா என்னை அனுப்பினார்? அதே சமயத்தில் மதுராந்தகர் அங்கே போய்ச் சேராதிருப்பதற்கும் ஏற்பாடு செய்திருக்கிறார். யாரோ தீவர்த்தியைத் தூக்கிப் பிடித்தான் என்று சொன்னாயே, அவனும் அநிருத்தரின் ஆளாகத்தான் இருந்திருப்பான். வேண்டுமென்றே குதிரையை மிரட்டித் தறிகெட்டு ஓடும்படிச் செய்திருப்பான். தரையில் விழுந்த இளவரசரை யாராவது எடுத்துக் காப்பாற்றியிருப்பார்கள். இத்தனை நேரம் அநேகமாக அவர் ரதத்திலோ, பல்லக்கிலோ ஏறித் தஞ்சையை நோக்கிப் போய்க்கொண்டிருப்பார். வா! நாமும் நம் வழியே போகலாம்.

'வைஷ்ணவரே! நான் வர முடியாது.'

'இது என்ன, நீ ஒப்புக்கொண்ட காரியம் என்ன ஆயிற்று? காஞ்சியிலிருந்து ஆதித்த கரிகாலர் புறப்பட்டு விட்டதாகக் கேள்விப்படுகிறேன். நாம் உடனே வாயுவேக மனோவேகமாகப் போனால்தான்....'

'ஆதித்த கரிகாலரிடம் கொடுக்க வேண்டிய ஓலையை நீரே கொடுத்து விடலாமே? அவர் மதுராந்தகரைப் போல் ஸ்திரீ வேஷத்திலும் வர மாட்டார்; இரவில் ஒளிந்தும் பிரயாணம் செய்ய மாட்டார்...'

'நீ என்ன செய்யப்போகிறாய்?'

‘உண்மையில் நான் மதுராந்தகரைப் பின் தொடர்ந்து இன்று சாயங்காலம் புறப்படவில்லை. வேறொருவரைத் தொடர்ந்து போக ஆரம்பித்ததில் மதுராந்தகரை வழியில் தற்செயலாகப் பார்க்க நேர்ந்தது.’

‘நான் ஒரு ஜோசியம் சொல்லுகிறேன். நீ தொடர்ந்து போக ஆரம்பித்தது ஒரு பெண்மணியாக இருக்கும்.’

‘நீர் பொல்லாத வைஷ்ணவர்! ஒரு நாள் உம்முடைய மண்டையை உடைத்துவிட்டு மறுகாரியம் பார்க்கப் போகிறேன்.’

‘இது உன்னால் முடியாத காரியம். ஏற்கெனவே என் மண்டையை ஒரு காலாமுகனுக்கு அடகு வைத்திருக்கிறேன். அது போனால் போகட்டும், நீ குடந்தையிலிருந்து யாரைத் தொடர்ந்து புறப்பட்டாய்? அந்தப் பெண் யார்?’

‘கொடும்பாளூர் இளவரசி குடந்தை சோதிடர் வீட்டுக்கு வந்திருந் தாள். பல்லக்கில் ஏறிக்கொண்டு தனியாகப் புறப்பட்டுப் போனாள். உண்மையில் அந்தச் சித்தப் பிரமை கொண்ட பெண்ணைத் தொடர்ந்து நான் கிளம்பவில்லை. அவளுடைய பல்லக்கு நான் போக வேண்டிய பாதையில் கொஞ்சதூரம் போயிற்று. திடீரென்று அந்தப் பல்லக்கைச் சில மனிதர்கள் வந்து தாக்கினார்கள். கூடப்போன தாதிப் பெண்ணை மரத்தில் கட்டிப் போட்டுவிட்டு வானதியை மட்டும் கொண்டு போனார்கள். வைஷ்ணவரே! அந்தப் பெண்ணின் கதி என்ன ஆயிற்று என்று தெரிந்து கொள்ளாமல் உம்மோடு வர எனக்கு இஷ்டமில்லை.’

‘அந்தப் பெண்ணைப் பற்றி உனக்கு என்ன அவ்வளவு கவலை?’

‘அது என்ன அப்படிச் சொல்கிறீர்? ஈழத்துப்பட்ட மகாவீரர் சிறிய வேளாரின் புதல்வியல்லவா? பழையாறை இளைய பிராட்டியின் மனத்திற்குகந்த தோழியல்லவா? இன்னும், பொன்னியின் செல்வருக்கு வானதி தேவியை மணம் செய்விக்கப் போவதாகவும் ஒரு பிரஸ்தாபம் இருந்ததல்லவா?’

‘அப்பனே! பொன்னியின் செல்வர்தான் கடலில் முழுகி இறந்து விட்டாரே? அவருடைய திருமணத்தைப் பற்றி இப்போது என்ன கவலை?’

‘அவர் இறந்து விட்டார் என்பது என்ன நிச்சயம்? ஊகந்தானே?’

‘அப்படியானால் அவர் உயிரோடிருக்கலாம் என்று நீ நினைக்கிறாயா?’

‘வைஷ்ணவரே! என்னுடைய வாயைப் பிடுங்கி ஏதேனும் இரகசியத்தைத் தெரிந்துகொள்ளலாம் என்பது உங்கள் உத்தேசமா யிருந்தால், அதை மறந்துவிடும்!’

'சரி! சரி! நீ பெரிய அழுத்தக்காரன் என்பது எனக்குத் தெரியும்; ஆனால் வானதி தேவியைப்பற்றி நீ கவலைப்பட வேண்டாம். இளைய பிராட்டிக்கு அவள் பேரில் உயிர் என்பதுதான் உனக்கு நன்றாகத் தெரியுமே?'

'அதனாலேதான் நானும் கவலைப்படுகிறேன். வானதி தேவிக்கு இந்த ஆபத்து வந்தது இளைய பிராட்டிக்குத் தெரியாமல் இருக்கலாம் அல்லவா?'

'இன்றைக்குத் தெரியாவிட்டால் நாளைக்குத் தெரிந்து விடுகிறது.'

'நாளைக்குத் தெரிந்து என்ன பயன்? காலாமுகர்கள் அந்தக் கன்னிப் பெண்ணை இன்றிரவு பலி கொடுத்து விட்டால்....'

'வானதியைக் காலாமுகர்கள் தாக்கிப் பிடித்துக் கொண்டு போனதாகவா சொல்லுகிறாய்?'

'அப்படித்தான் எனக்குத் தோன்றியது. வானதியின் தோழியும் அப்படித்தான் என்னிடம் கூறினாள்.'

'அது உண்மையானால், நீ கொஞ்சம்கூடக் கவலைப்பட வேண்டிய தில்லை. கொடும்பாளூர் வம்சத்தார் காலாமுகத்தைச் சேர்ந்தவர்கள். வானதி தேவி கொடும்பாளூர்ப் பெண் என்று தெரிந்தால், அவளுக்குக் காலாமுகர்கள் இராஜோபசாரம் செய்வார்கள்!'

'ஓகோ! இது எனக்குத் தெரியாமல் போயிற்றே?'

'ஆகையால்தான் காலாமுகர்கள் மதுராந்தகத் தேவருக்கு எதிராக இருக்கிறார்கள்...'

'இந்த மண்டை ஓட்டுச் சாமியார்கள் எதிராக இருந்தால், என்ன வந்துவிடப் போகிறது?

'உனக்குத் தெரியாது. இந்த நாட்டின் மிகப் பெரிய குடும்பங்கள் காலாமுகத்தைச் சேர்ந்தவை. சைன்யத்திலும் அத்தகைய பலர் இருக்கிறார்கள் அதனாலேயே பழுவேட்டரையர் இன்றைக்கு இந்த ஏற்பாடு செய்திருந்தார். மதுராந்தகருக்குக் காலாமுகர்களின் ஆதரவைத் தேட முயன்றார். அது ஒரு குதிரை செய்த கோளாறினால் பலிக்காமல் போயிற்று. நீ புறப்பட்டு, என்னுடன் வருகிறாயா அல்லது நான் கிளம்பட்டுமா?'

வந்தியத்தேவன் வேண்டா வெறுப்பாக எழுந்து குதிரையையும் கையில் பிடித்துக்கொண்டான். அடர்ந்த காடுகளின் ஊடே ஆள் நுழையக்கூடிய வழியைக் கண்டுபிடித்து அவர்கள் வெளியே வந்தார்கள்.

'அதோ பார்!' என்று ஆழ்வார்க்கடியான் வானத்தைச் சுட்டிக் காட்டினான்.

முன் எப்போதையும் விடத் தூம கேதுவின் வால் நீண்டு வானத்தின் ஒரு பாதி முழுவதிலும் வியாபித்திருப்பதை வந்தியத்தேவன் பார்த்தான்.

குளிர்ந்த வாடைக்காற்று வீசிற்று. வந்தியத்தேவனுடைய உடம்பு சிலிர்த்தது.

தூரத்தில் கிராமத்து நாய் ஒன்று தீனமான சோகக் குரலில் அழுதது.

வானதிக்கு நேர்ந்தது

சூரியன் மறைந்து நாலு திக்கிலும் இருள் சூழ்ந்து வந்த நேரத்தில், வானதி குடந்தை - திருவாரூர் சாலையில் பல்லக்கில் போய்க் கொண்டிருந்தாள். அவளுடைய உள்ளம் குழம்பியிருந்தது. நாகைப் பட்டினம் சூடாமணி விஹாரத்துக்குப் போக வேண்டும் என்றும், அங்கே காய்ச்சல் வந்து படுத்திருக்கும் இளவரசருக்குப் பணிவிடை செய்ய வேண்டும் என்றும் அவள் மனம் துடித்தது. ஆனால் அது எப்படி சாத்தியமாகும்? புத்த பிக்ஷுக்களின் விஹாரத்துக்குள் தன்னை அனுமதிப்பார்களா, அங்கே இளவரசரைத் தான் பார்க்க இயலுமா, பார்த்தாலும் பணிவிடை செய்ய முடியுமா - என்பதையெல்லாம் எண்ணியபோது ஒரே மலைப்பாயிருந்தது. நாகைப்பட்டினத்துக்குத் தனியாகப் பிரயாணம் செய்ய வேண்டியிருப்பதை எண்ணியபோது அதைரியம் உண்டாயிற்று. அதைரியத்தைப் போக்கி மனத்தில் உறுதி உண்டு பண்ணிக் கொள்ள முயன்றாள்.

உலகில் பெரிய காரியம் எதுதான் எளிதில் சாத்தியமாகும்? ஒவ்வொருவர் எடுத்த காரியத்தைச் சாதிப்பதற்கு எவ்வளவு கஷ்டப் படுகிறார்கள்? அந்த ஓடக்காரப் பெண் கடலில் தனியாகப் படகு செலுத்திக்கொண்டு போக எவ்வளவு நெஞ்சுத் துணிவு உள்ள வளாயிருக்க வேண்டும்? புயலிலும், மழையிலும் மலை போன்ற அலைகளுக்கு மத்தியில் படகு விட்டுக் கொண்டு போய் இளவரசரைக் காப்பாற்றியதற்கு எவ்வளவு நெஞ்சுத் துணிவு அவளுக்கு இருக்க வேண்டும்? தான் இந்த சிறிய பிரயாணத்தைக் குறித்துப் பயப்படுவது எவ்வளவு பேதமை? சூடாமணி விஹாரத்துக்குள் உடனே போக முடியாவிட்டால் பாதகமில்லை. அக்கம் பக்கத்தில் இருந்து இளவரசரைப் பற்றிய செய்தி தெரிந்தது கொண்டிருந்தாலும் போதும். இளவரசரைப் பார்க்க முடியாவிட்டாலும் பாதகமில்லை; அந்த ஓடக்காரப் பெண்ணையாவது பார்க்க முடிந்தால் போதும். ஆம், அதுதான் சரி, அவளை எப்படியாவது தெரிந்து கொண்டால், அவள்

மூலமாக இளவரசரைப் பார்க்க முடிந்தாலும் முடியலாம். அவரிடம் தனக்குள்ள அன்பு ஏதோ ஒரு பிரயோஜனத்தை எதிர்பார்த்தல்ல என்பதை எப்படியாவது நிரூபித்துக் காட்டிவிட வேண்டும். அதற்குப் பிறகு இந்த உயிரை விட்டாலும் விட்டுவிடலாம். அல்லது புத்த சங்கத்தில் சேர்ந்து பிக்ஷுணி ஆனாலும் ஆகிவிடலாம்...

மறுநாள் எந்த நேரத்துக்கு நாகைப்பட்டினம் போய்ச் சேரலாம் என்று பல்லக்குச் சுமப்பவர்களை விசாரிப்பதற்காக வானதி பல்லக்கின் திரையை விலக்கி வெளியில் பார்த்தாள். சாலை ஓரத்தில் ஓங்கி வளர்ந்திருந்த மரங்களுக்குப் பின்னால் சில உருவங்கள் மறைந்து நிற்பதுபோல் அவளுக்குத் தோன்றியது. இன்னும் சிறிது கவனமாக உற்றுப் பார்த்தாள். மறைந்து நின்றவர்கள் வீர சைவ காலாமுகர்கள் என்று தெரிந்தது. இதைக் குறித்து வானதிக்குச் சிறிதும் கவலை உண்டாகவில்லை. அவள் கொடும்பாளூர் அரண்மனையில் வளர்ந்த காலத்தில் அடிக்கடி காலாமுகர்கள் அங்கே வருவதுண்டு. அவளுடைய பெரிய தந்தையிடம் பேசி, தங்களுக்கு வேண்டிய பொருள்களைப் பெற்றுப் போவதுண்டு. காலாமுகர்களின் பெரிய குருவே ஒரு சமயம் கொடும்பாளூர் வந்திருக்கிறார். அவருக்கு உபசாரங்கள், பூஜைகள் எல்லாம் நடந்தன. அவளுடைய பெரிய தகப்பனார் பூதி விக்கிரம கேசரி பல திருக்கோயில்களில் காலாமுகர்களுக்கு அன்னம் படைப்பதற்கென்று நிவந்தங்கள் ஏற்படுத்தியிருக்கிறார். ஆகையால் காலாமுகர்கள் தனக்குக் கெடுதல் ஒன்றும் செய்ய மாட்டார்கள். ஒருவேளை உதவி செய்தாலும் செய்வார்கள். இன்றைக்கு அவர்களுடைய மகாசங்கம் கூடுகிறதென்பதும் வானதிக்குத் தெரிந்திருந்தது. ஆகையால் அன்று பழையாறையிலிருந்து குடந்தைக்கு வந்தபோது கூடச் சாலையில் காலாமுகர் கூட்டங்களை அவள் பார்க்கும்படி நேர்ந்தது. ஆனாலும், இவர்கள் எதற்காக மரத்தின் பின்னால் ஒளிந்து நிற்கிறார்கள்? தன்னை ஒருவேளை வேறு யாரோ என்று அவர்கள் எண்ணிக்கொண்டு ஏதாவது தீங்கு செய்யலாம் அல்லவா?...

இப்படி அவள் எண்ணிக் கொண்டிருந்தபோதே, மறைந்திருந்தவர்கள் திடு திடுவென்று ஓடி வந்தார்கள். பல்லக்கைச் சூழ்ந்து கொண்டார்கள், அப்போதும் அவள் பயப்படவில்லை. தான் யார் என்பதை அவர்களுக்குத் தெரிவிக்க எண்ணினாள். எப்படி அதைச் சொல்வது என்று யோசிப்பதற்குள், பல்லக்குடன் வந்த பணிப் பெண்ணை இரண்டு பேர் பிடித்து மரத்தோடு கட்டுவதைப் பார்த்தாள். உடனே அவளையறியாமல் பீதியுடன் கூடிய கூச்சல் ஒன்று அவள் வாயிலிருந்து வந்தது. பல்லக்கைச் சூழ்ந்திருந்த காலாமுகர்களில் ஒருவன் ஒரு திரிசூலத்தை எடுத்து அவள் முகத்துக்கு நேரே காட்டி, 'பெண்ணே, கூச்சல் போடாதே! கூச்சல் போடாதிருந்தால், உன்னை

ஒன்றும் செய்யமாட்டோம். இல்லாவிட்டால் இந்தச் சூலத்தினால் குத்திக் கொன்று விடுவோம்' என்றான்.

வானதிக்குச் சிறிது தைரியம் வந்தது கம்பீரமாகப் பேச எண்ணிக் கொண்டு, 'நான் யார் தெரியுமா? கொடும்பாளூர் வேளார் மகள், என்னைத் தொட்டீர்களானால் நீங்கள் நிர்மூலமாவீர்கள்' என்றாள். அவளுடைய மனத்தில் தைரியம் இருந்ததே தவிர, பேசும்போது குரல் நடுங்கிற்று. அதைக் கேட்ட காலாமுகன் 'எல்லாம் எங்களுக்குத் தெரியும். தெரிந்துதான் உனக்காகக் காத்திருந்தோம். சற்று நேரம் சத்தமிடாமலிரு! இல்லாவிட்டால்....' என்று மறுபடியும் திரிசூலத்தை எடுத்து நீட்டினான்.

அதே சமயத்தில் சாட்டையினால் 'சுளீர்' 'சுளீர்' என்று அடிக்கும் சத்தமும், 'ஐயோ' என்ற குரலும் கேட்டது. அப்படி அடிபட்டு அலறியவர்கள் சிவிகை தூக்குவோர் என்பதை வானதி அறிந்தாள். அவர்களைச் சில காலாமுகர்கள் சாட்டையினால் அடித்திருக்க வேண்டும்!

அதைப்பற்றி வானதி ஆத்திரப்பட்டுப் பல்லக்கிலிருந்து கீழே இறங்கி விட எண்ணினாள். அதற்குச் சந்தர்ப்பம் வாய்க்கவில்லை. ஏனெனில் சிவிகை தூக்கிகள் பல்லக்கைச் சுமந்துகொண்டு ஓடத் தொடங்கினார்கள். காலாமுகர்களும் பல்லக்கைச் சூழ்ந்த வண்ணம் ஓடிவந்தார்கள். ஓடும்போது அவர்கள் பயங்கரமாகக் கூச்சல் போட்டுக்கொண்டு ஓடினார்கள். ஆகையால் வானதி தான் கூச்சல் போடுவதில் பயனில்லை என்பதை உணர்ந்தாள். ஓடும் பல்லக்கிலிருந்து கீழே குதிப்பதும் இயலாத காரியம். அப்படிக் குதித்தாலும் இந்தப் பயங்கர மனிதர்களுக்கு மத்தியில் தானே குதிக்க வேண்டும்? இவர்கள் எங்கேதான் தன்னைக் கொண்டுபோகிறார்கள், எதற்காகக் கொண்டுபோகிறார்கள் பார்க்கலாம் என்ற எண்ணமும் இடை இடையே தோன்றியது.

சுமார் அரை நாழிகை நேரம் ஓடியபிறகு மரங்களின் மறைவிலிருந்து ஒரு பழைய துர்க்கைக் கோயிலுக்கு அருகில் வந்து நின்றார்கள். இதற்குள் நன்றாக இருள் சூழ்ந்து விட்டது. ஒருவன் கோயிலுக்குள் சென்று அங்கே எரிந்து கொண்டிருந்த தீபத்தை எடுத்துக்கொண்டு வந்து வானதியின் முகத்துக்கு எதிரே கட்டினான். காலாமுகர்களில் ஒருவன் வானதியை உற்றுப்பார்த்து 'பெண்ணே! நாங்கள் கேட்கும் விவரத்தைச் சொல்லி விடு! உன்னை ஒன்றும் செய்யாமல் விட்டு விடுகிறோம். அல்லது நீ எங்கே போக விரும்புகிறாயோ, அங்கே கொண்டு போய்ப் பத்திரமாய்ச் சேர்த்து விடுகிறோம்' என்றான்.

வானதியின் மனத்தில் இதுவரை தோன்றாத சந்தேகம் உதித்தது. 'எனக்கு என்ன விவரம் தெரியும்? என்னை என்ன கேட்கப் போகிறீர்கள்?' என்றாள்.

‘பெண்ணே! நீ யாரோ ஒருவரை அந்தரங்கமாகச் சந்திப்பதற்கே இப்படித் தனியாகப் பிரயாணம் தொடங்கினாய் அல்லவா? அவர் யார்? யாரைச் சந்திப்பதற்காகப் புறப்பட்டாய்?’

வானதியின் சந்தேகம் உறுதிப்பட்டது. ஒரு கண நேரத்தில் அவளுடைய உள்ளத்தில் ஒரு பெரிய மாறுதல் உண்டாயிற்று. ஒரு சிறிய சத்தத்தைக் கேட்டாலும் பயந்து மிரண்டு கொண்டிருந்த பெண் மான் உலகில் எதற்கும் அஞ்சாத பெண் சிங்கமாக மாறியது.

‘நான் யாரைச் சந்திக்கப் புறப்பட்டால் உங்களுக்கு என்ன? நீங்கள் யார் அதைப் பற்றிக் கேட்பதற்கு? சொல்ல முடியாது!’ என்றாள் வானதி.

காலாமுகன் சிரித்தான். ‘அதை நீ சொல்ல வேண்டாம்; எங்களுக்கே தெரியும். இளவரசன் அருள்மொழிவர்மனைச் சந்திப்பதற்குத்தான் நீ புறப்பட்டாய்! அவன் எங்கே ஒளிந்திருக்கிறான் என்று சொல்லி விடு. உன்னை ஒன்றும் செய்யாமல் விட்டுவிடுகிறோம்’ என்றான்.

‘நீங்கள் என்ன வேண்டுமானாலும் செய்து கொள்ளுங்கள். என்னிடமிருந்து எந்த விவரமும் நீங்கள் தெரிந்துகொள்ள முடியாது’ என்று வானதி அழுத்தம் திருத்தமாகக் கூறினாள்.

‘உன்னை என்ன வேணுமானாலும் செய்து கொள்ளலாம் என்றா சொல்கிறாய்? நாங்கள் செய்யப் போவது என்னவென்று அறிந்தால் இப்படிச் சொல்லத் துணியமாட்டாய்!’

‘என்ன செய்யப்போகிறீர்கள்? அதையும் சொல்லிப் பார்த்து விடுங்கள்!’

‘முதலில் உன் அழகான பூப் போன்ற கரங்களில் ஒன்றை இந்தத் தீவர்த்திப் பிழம்பில் வைத்துக் கொளுத்துவோம். பிறகு இன்னொரு கையையும் கொளுத்துவோம். பின்னர், உன் கரிய கூந்தலில் தீவர்த்தியைக் காட்டி எரிப்போம்...’

‘நன்றாகச் செய்துகொள்ளுங்கள். இதோ என் கை! தீவர்த்தியை அருகில் கொண்டுவாருங்கள்!’ என்றாள் வானதி.

இராஜ்யத்தில் நடந்து வந்த சூழ்ச்சிகள், சதிகள் எல்லாம் வானதிக்குத் தெரிந்துதானிருந்தன.

‘இந்தத் துஷ்டர்கள், சதிகாரர்களின் ஆட்களாயிருக்க வேண்டும். இளவரசர் இருக்குமிடத்தைக் கண்டுபிடிக்கப் பார்க்கிறார்கள். அவருக்குக் கெடுதி செய்யும் நோக்கத்துடனேதான் இருக்க வேண்டும். இளவரசருக்காக, அவருடைய பாதுகாப்புக்காக நான் இத்தகைய கொடூரங்களை அனுபவிக்கும்படி நேர்ந்தால், அதைக் காட்டிலும்

பெரிய பாக்கியம் என்ன இருக்கிறது?' - இவ்வாறு எண்ணினாள், கொடும்பாளூர் இளவரசி வானதி. அந்த எண்ணந்தான் அவளுக்கு அத்தகைய மனோதைரியத்தை அளித்தது.

'பெண்ணே! யோசித்துச் சொல்! வீண் பிடிவாதம் வேண்டாம். பிறகு வருத்தப்படுவாய்! உன் ஆயுள் உள்ளவரையில் கண் தெரியாத குரூபியாயிருப்பாய்!' என்றான் காலாமுகன்.

'என்னை நீங்கள் அணு அணுவாகக் கொளுத்துங்கள்; என் சதையைத் துண்டு துண்டாக வெட்டுங்கள். ஆனாலும் என்னிடமிருந்து ஒரு விவரமும் அறிய மாட்டீர்கள்?' என்றாள்.

'அப்படியானால் எங்களுடைய காரியத்தைப் பார்க்க வேண்டியது தான்! சீடா! கொண்டுவா அந்தத் தீவர்த்தியை இங்கே!' என்றான் காலாமுகன்.

அச்சமயம் வானதியின் கவனம் சற்றுத் தூரத்தில் சென்றது. யானைகள், குதிரைகள், காலாட்படைகள், பல்லக்குகள் முதலியன அடங்கிய நீண்ட ஊர்வலம் ஒன்று அவர்கள் இருந்த இடத்தை நெருங்கி வந்து கொண்டிருப்பதைப் பார்த்தாள். தெய்வத்தின் அருளால் தனக்கு ஏதோ எதிர்பாராத உதவி வருகிறது என்று எண்ணினாள்.

'ஜாக்கிரதை! அதோ பாருங்கள்!' என்று சுட்டிக் காட்டினாள்.

காலாமுகன் மறுபடியும் சிரித்தான்.

'வருகிறது யார் என்று உனக்குத் தெரியுமா?' என்று கேட்டான்.

'முதன்மந்திரி அநிருத்தர் மாதிரி இருக்கிறது. நான் இப்போது கூச்சல் போட்டால் அவர்களுக்குக் காது கேட்கும். ஜாக்கிரதை! என்னை விட்டுவிட்டு ஓடிப்போய் விடுங்கள்! இல்லாவிட்டால்...' என்றாள் வானதி.

'ஆம், பெண்ணே! வருகிறவர் முதன் மந்திரி அன்பில் அநிருத்தர்தான். அவருடைய கட்டளையின் பேரில்தான் உன்னை நாங்கள் பிடித்துக் கொண்டு வந்தோம்' என்றான் காலாமுகன்.

இப்போது வானதியை மறுபடியும் திகில் பற்றிக் கொண்டது. அவளை அறியாமல் பீதி நிறைந்த கூச்சல் அவள் தொண்டையிலிருந்து வந்தது. இதை அடக்கிக் கொள்வதற்காகத் தன்னுடைய வாயைத் தானே பொத்திக்கொள்ள முயன்றாள்.

கஜேந்திர மோட்சம்

இத்தனை நேரமும் வானதி சிவிகையிலேயே இருந்தாள். விகையை இப்போது இறக்கிப் பூமியில் வைத்தார்கள். வானதி பல்லக்கிலிருந்து வெளியே வந்து நின்றாள். நெருங்கி வந்த ஊர்வலத்தைப் பார்த்துக் கொண்டே நின்றாள். காலாமுகர்களும் அதே திசையைப் பார்த்துக் கொண்டு மௌனமாயிருந்தார்கள். தண்ணீர் ததும்பிய கழனிகளில் தவளைகள் இட்ட சத்தமும், வாடைக்காற்றில் மரக்கிளைகள் அசைந்த சத்தமும் மட்டுமே கேட்டன.

ஓடித் தப்பிக்கலாம் என்ற எண்ணமே வானதிக்குத் தோன்றவில்லை. அது இயலாத காரியமென்று அவளுக்குத் தெரிந்திருந்தது. இந்தக் காலாமுகர்களிடமிருந்து ஏதேனும் யுக்தி செய்து தப்பினாலும் தப்பலாம், அன்பில் அநிருத்தரிடமிருந்து தப்புவது கனவிலும் நினைக்க முடியாத காரியம். அவருடைய அறிவாற்றலும், இராஜ தந்திரமும், சூழ்ச்சித் திறனும் உலகப் பிரசித்தமானது. அதோடு சக்கரவர்த்தியிடம் அவர் மிகச் செல்வாக்கு உடையவர் என்பதும் உலகம் அறிந்தது. பழையாறையிலிருந்த அரண்மனைப் பெண்டிர் சோழ சாம்ராஜ்யத்தின் மற்ற அதிகாரிகளையும், சிற்றரசர்களையும் பற்றி வம்பு பேசுவார்கள், ஆனால் அநிருத்தரைப் பற்றி எதுவுமே பேச மாட்டார்கள். அந்தப்புரத்தின் உள் அறைகளிலே மிகமிக அந்தரங்கமாகப் பேசினாலும் அவருடைய காதுக்கு எட்டிவிடும் என்று பயப்படுவார்கள். சக்கரவர்த்தி வேறு எதைப் பொறுத்தாலும் தன் அந்தரங்கப் பிரியத்துக்கும் மரியாதைக்கும் உரிய முதன் மந்திரியைப்பற்றி யாரும் அவதூறு பேசுவதைப் பொறுக்க மாட்டார் என்று அனைவரும் அறிந்திருந்தார்கள்.

இவையெல்லாம் வானதிக்கும் தெரிந்திருந்தன. இளவரசி குந்தவையும் அவரிடம் பெரும் மதிப்பு வைத்திருந்ததை அவள் அறிந்திருந்தாள். ஆகையால் அவரிடமிருந்து தனக்கு உதவியும் பாதுகாப்பும் கிடைக்கும் என்று எதிர்பார்த்தாள். இந்தக் காலாமுகர்கள் வேறுவிதமாகச்

சொன்னதும் அவளுடைய மனோதிடம் குலைந்தது. அவர் எதற்காக இந்த அனாதைப் பெண்ணைக் கைப்பற்றச் சொல்லியிருக்க வேண்டும்? ஒருவேளை இவர்கள் பொய் சொல்லுகிறார்களோ என்னமோ! வருவது ஒரு வேளை பழுவேட்டரையர்களாக இருக்கலாம். அல்லது மதுராந்தகரும் அவருடைய பரிவாரங்களாகவும் இருக்கலாம்... யாராயிருந்தாலும் ஒன்று நிச்சயம், இளவரசரைப் பற்றித் தனக்குத் தெரிந்த செய்தியை எவரிடமும் சொல்லக் கூடாது. அதனால் தனக்கு என்ன நேர்ந்தாலும் சரிதான்! தன் உயிரே போவதாயிருந்தாலும் சரிதான்!...

இதைப்பற்றி எண்ணியதும் வானதி குலைந்த மனோதிடத்தை மீண்டும் பெற்றாள். வரட்டும், யாராயிருந்தாலும் வரட்டும். நான் கொடும் பாளூர் வேளிர் வீர பரம்பரையில் வந்தவள் என்பதை நிலை நாட்டுகிறேன். குந்தவைப் பிராட்டியின் அந்தரங்கத் தோழி என்பதையும் காட்டிக்கொடுக்கிறேன்.

ஊர்வலத்தில் ஒரு பல்லக்கு மட்டும் பிரிந்து முன்னால் வந்தது. மற்ற யானை, குதிரை பரிவாரங்கள் எல்லாம் சற்று பின்னால் நின்றன. முன்னால் வந்த பல்லக்கு வானதியின் அருகில் வந்ததும் பூமியில் இறக்கப்பட்டது. அதனுள்ளிலிருந்து முதன் மந்திரி அநிருத்தர் வெளியே வந்து நின்றார்.

அவர் சமிக்ஞை காட்டவே, சிவிகை சுமந்தவர்களும் காலாமுகர்களும் அப்பால் நகர்ந்து சென்றார்கள். அநிருத்தர் வானதியை மேலும் கீழும் உற்றுப்பார்த்து, 'இது என்ன விந்தை! நான் காண்பது கனவு அல்லவே? என் முன்னால் நிற்பது கொடும்பாளூர் இளவரசிதானே! ஈழத்துப் போரில் வீரசொர்க்கம் எய்திய பராந்தகன் சிறிய வேளாரின் செல்வப் புதல்வி வானதிதானே?' என்று கேட்டார்.

'ஆம், ஐயா! நான் காண்பதும் கனவு அல்லவே? என் முன்னால் நிற்பது சோழ சாம்ராஜ்ய மக்களின் பயபக்தி மரியாதைக்குரிய அன்பில் அநிருத்தப் பிரம்மராயர்தானே? சக்கரவர்த்தியின் அந்தரங்க அபிமானத்தைப் பெற்ற முதன் மந்திரியார்தானே?' என்றாள் வானதி.

'தாயே! நான் யார் என்பதை நீ அறிந்திருப்பது பற்றிச் சந்தோஷப் படுகிறேன். இதனால், என்னுடைய வேலை எளிதாகும். உனக்கும் அதிகக் கஷ்டம் கொடுக்க வேண்டி ஏற்படாது.'

'ஆகா! அதைப்பற்றித் தங்களுக்குக் கவலை வேண்டாம். தங்களைப் போன்ற அமைச்சர் திலகத்தினால் எனக்குக் கஷ்டம் நேர்ந்தால் அதை நான் பொருட்படுத்த மாட்டேன். அதைக் கஷ்டமாகவே கருதமாட்டேன்.'

'உன் வார்த்தைகள் மேலும் எனக்குத் திருப்தி அளிக்கின்றன. உன்னை அதிகமாகக் கஷ்டப்படுத்தும் உத்தேசமும் எனக்கு இல்லை. இரண்டொரு

கேள்விகள் உன்னிடம் கேட்கப் போகிறேன். அவற்றுக்கு மறுமொழி சொல்லிவிட்டால் போதும். பிறகு...'

'ஐயா! நீங்கள் என்னைக் கேள்வி கேட்பதற்கு முன்னால் நான் கேட்பதற்குச் சில கேள்விகள் இருக்கின்றன....'

'கேள், அம்மா! தயக்கமில்லாமல் கேள். நான் உன் தந்தையை யொத்தவன். உன்னை என் மகளாகவே கருதுகிறேன். சில நாளைக்கு முன்பு உன் பெரிய தகப்பனார் சேநாதிபதி பூதிவிக்கிரம கேசரியை மாதோட்டத்தில் சந்தித்தேன். உன்னை என்னுடைய மகளைப்போல் பாவித்துக் கவனித்துக் கொள்ள வேண்டும் என்று சொன்னார். அப்படியே வாக்களித்தேன்...'

'வந்தனம் என் தந்தையே! குழந்தைப் பிராயத்தில் தகப்பனை இழந்த எனக்குத் தந்தையாயிருப்பதாக முன்னொரு தடவை சக்கரவர்த்தி வாக்களித்தார்; இப்போது தாங்கள் ஒரு தந்தை தோன்றியிருக்கிறீர்கள். இனி எனக்கு என்ன குறை?'

'நீ என்னிடம் கேட்க விரும்பியதைச் சீக்கிரம் கேள், அம்மா! வானம் கருத்து இருள் சூழ்கிறது. மழை வரும்போலத் தோன்றுகிறது.'

'தந்தையே! சாலையோடு பல்லக்கில் பிரயாணம் செய்து கொண்டிருந்த தங்கள் அருமை மகளை இந்தக் காலாமுகர்களை விட்டு வழிமறித்து, இவ்விடம் பலவந்தமாகக் கொண்டு சேர்க்கும் படிச் செய்தது தாங்கள்தானா? இந்த அபலைப் பெண்ணின் கையைத் தீவர்த்திப் பிழம்பில் காட்டி எரிக்கும்படிச் சொன்னதும் தாங்கள்தானா? இந்தப் பயங்கரமான மனிதர்கள் அவ்வாறு தங்கள்மீது குற்றம் சாட்டினார்கள். நான் அதை நம்பவில்லை....'

'குழந்தாய்! இவர்கள் கூறியது உண்மையே, நான்தான் இவர்களுக்கு அவ்விதம் கட்டளையிட்டேன். அது குற்றமாயிருந்தால் அதற்குப் பொறுப்பாளி நானே....'

'மூன்று உலகமும் புகழ்பெற்ற சோழநாட்டு முதன் மந்திரியே! தங்கள் பேச்சு எனக்கு வியப்பளிக்கிறது. 'குற்றமாயிருந்தால்' என்றீர்களே! தாங்கள் சகல தர்ம சாஸ்திரங்களையும், நீதி சாஸ்திரங்களையும் கற்றுணர்ந்தவர். சோழ சாம்ராஜ்யத்தின் சட்ட திட்டங்களையெல்லாம் நடத்தி வைக்கும் பொறுப்பு வாய்ந்தவர்; நீதிக்கு மாறாகச் சக்கர வர்த்தியே காரியம் செய்தாலும், அதைக் கண்டித்து நியாயமாக நடக்கச் செய்யும் உரிமை வாய்ந்தவர். ஒரு காரியம் குற்றமா இல்லையா என்பது தங்களுக்குத் தெரியாவிட்டால், வேறு யாருக்குத் தெரியும்? சாலையோடு பிரயாணம் செய்யும் அபலைப் பெண் ஒருத்தியைப்

பலவந்தமாக வழிமறித்து தனி இடத்துக்குக் கொண்டு சேர்ப்பதும், அந்தப் பெண்ணைச் சித்திரவதை செய்வதாகப் பயமுறுத்துவதும் குற்றமா, இல்லையா? என்று தங்களுக்குத் தெரியாமற் போனால் வேறு யாரைக் கேட்டுத் தெரிந்து கொள்வீர்கள்? சுந்தரசோழ சக்கரவர்த்தியின் இராஜ்யத்தில் வழிப் பிரயாணத்தில் எவ்விதப் பயமும் கிடையாது என்று கேள்விப்பட்டிருந்தேன். அதிலும் பெண்களைத் துன்புறுத்தும் துஷ்டர்களுக்குக் கடும் தண்டனை உண்டு என்றும் கேள்விப் பட்டிருந்தேன். அது குற்றமா, இல்லையா என்றே தங்களுக்குச் சந்தேகம் தோன்றியிருப்பது மிக வியப்பான காரியம் அல்லவா?'

முதன் மந்திரி அநிருத்தர் திணறிப்போனார். இடையில் குறுக்கிட்டுப் பேச அவர் இரண்டு தடவை முயன்றும் பயன்படவில்லை. இப்போது அவர் குரலைக் கடுமைப்படுத்திக் கொண்டு, 'பெண்ணே! கொஞ்சம், பொறு! உன் பேச்சுத் திறமை முழுவதையும் காட்டிவிடாதே! 'குற்றமா, இல்லையா?' என்று நான் சந்தேகப்படுவதற்குக் காரணம் இல்லாமல் போகவில்லை. அது நான் கேட்கும் கேள்விக்கு நீ சொல்லும் விடையைப் பொறுத்திருக்கிறது. முக்கியமான இராஜாங்க இரகசியம் ஒன்றை அறிந்த பெண் ஒருத்தி நாகைப்பட்டினம் சாலையில் போவதாக நான் கேள்விப்பட்டேன். அந்தப் பெண்ணைத் தடுத்து நிறுத்தும்படி என் மனிதர்களுக்குக் கட்டளையிட்டேன். அவர்கள் என்னுடைய கட்டளையை நிறைவேற்றுவதாக எண்ணிக்கொண்டு செய்திருக்கிறார்கள். ஒருவேளை அவர்கள் தவறு செய்திருக்கலாம். இராஜாங்க சதி வேலையில் ஈடுபட்ட பெண்ணுக்குப் பதிலாகக் குடந்தை ஜோதிடரிடம் ஜோதிடம் கேட்டுவிட்டுத் திரும்பிய உன்னைக் கைப்பற்றியிருக்கக் கூடும். மகளே! நீ சொல், குடந்தையிலிருந்து பழையாறைக்குத் திரும்புவதுதான் உன் நோக்கமா? சிவிகை தூக்கிகள் தவறாக உன்னை நாகைப்பட்டினம் சாலையில் கொண்டு போனார்களா? இராஜாங்கத்துக்கு விரோதமாகச் சதி செய்த ஒருவனை அந்தரங்கமாகப் பார்க்கும் நோக்கத்துடன் நீ நாகைப்பட்டினத்துக்குப் புறப்படவில்லை?... இல்லையென்று நீ சொல்லி நிரூபித்தாயானால் இவர்கள் செய்தது குற்றமாகும்; அதில் எனக்கும் பங்கு உண்டுதான்! என்ன சொல்கிறாய், பெண்ணே? இன்னும் தெளிவாகவே கேட்டு விடுகிறேன். இளவரசன் அருள்மொழி வர்மனை இரகசியமாகச் சந்திப்பதற்காக நீ நாகைப்பட்டினத்துக்குப் புறப்படவில்லையே?...'

இளவரசி இப்போது கதிகலங்கிப் போனாள். முதன் மந்திரி அநிருத்தரை எரித்துவிடலாமா என்று அவளுக்கு அவ்வளவு ஆத்திரம் வந்தது. ஆனால் ஆத்திரத்தை வெளியில் காட்டுவதில் பயனில்லை என்று உணர்ந்தாள். கள்ளங்கபடம் அறியாதிருந்த அந்தச் சாதுப்

பெண்ணுக்கு அப்போது எங்கிருந்தோ ஆழ்ந்து சிந்திக்கும் சக்தியும், சூழ்ச்சித் திறனும் ஏற்பட்டிருந்தன. ஆகையால், முதன் மந்திரியின் கேள்விக்கு நேரடியாகப் பதில் சொல்லாமல், 'ஐயா! இது என்ன வார்த்தை? இளவரசர் அருள்மொழிவர்மரையா இராஜாங்கத்துக்கு விரோதமாகச் சதி செய்தார் என்று சொல்கிறீர்கள்? சக்கரவர்த்தியின் அருமைக் குமாரரைப் பற்றி நீர் இவ்விதம் பேசுவது குற்றம் அல்லவா? சோழ குலத்துக்கு எதிரான சதி அல்லவா? ஆகா! இதைப்பற்றி நான் உடனே குந்தவைப் பிராட்டியிடம் சொல்லியாக வேண்டும்!' என்றாள்.

'பேஷாகச் சொல், தாயே! என்னுடைய கேள்விக்குப் பதில் சொல்லி விட்டால், பிறகு ஒரு கணங்கூட இங்கே தாமதிக்க வேண்டிய அவசியமில்லை. நானே உன்னை இளைய பிராட்டியிடம் பத்திரமாகக் கொண்டுபோய்ச் சேர்ப்பிக்கிறேன்...'

'தங்களுடைய கேள்விக்குப் பதில் சொல்லாவிட்டால்?...'

'சொல்லாவிட்டால் என்பதே கிடையாது, தாயே! இந்தக் கிழவனிட மிருந்து அவ்வளவு சுலபமாகத் தப்ப முடியாது. என் கேள்விக்குப் பதில் சொல்லியே தீரவேண்டும்' என்றார் அமைச்சர்.

'ஐயா! சர்வ வல்லமை படைத்த முதன்மந்திரி அநிருத்தப் பிரம்ம ராயரே! ஒரு சக்தியும் இல்லாத இந்த ஏழை அபலைப் பெண்ணிட மிருந்து தாங்கள் இளவரசரைப்பற்றி எதுவும் அறிய முடியாது. இந்த யமகிங்கரர்கள் சற்றுமுன் பயமுறுத்தியதுபோல் என் கையைத் தீயிலிட்டு எரித்த போதிலும், நான் ஒன்றும் சொல்லப் போவதில்லை.'

'கொடும்பாளூர் வீர வேளிர் குலத்துதித்த கோமகளே! உன்னுடைய மன உறுதியைக் கண்டு மெச்சுகிறேன். ஆனால் இளவரசரைப் பற்றி ஒரு விவரமும் சொல்ல மாட்டேன் என்று நீ கூறினாயே, அது அவ்வளவு சரியன்று. ஏற்கெனவே, சில விவரங்கள் நீ சொல்லி விட்டாய். இன்னும் ஒரு விவரத்தையும் சொல்லிவிட்டால், அதிக நஷ்டம் ஒன்றும் நேர்ந்து விடாது. என் வேலையும் எளிதாகப் போய் விடும்...'

வானதி மறுபடியும் திடுக்குற்றாள், 'வாய் தவறி ஏதாவது சொல்லி விட்டோமோ என்று நினைத்தபோது அவளுடைய நெஞ்சை யாரோ இறுக்கிப் பிடிப்பது போலிருந்தது. உடம்பெல்லாம் பதறியது. 'இல்லை, நான் ஒன்றும் சொல்லி விடவில்லை; இந்தக் கிழவர் என்னை ஏமாற்றப் பார்க்கிறார்' என்று எண்ணிச் சிறிது தைரியம் அடைந்தாள்.

'ஐயா! வேதம் சொல்லும் உம்முடைய வாயிலிருந்து பொய் வரலாமா? சுந்தரசோழரின் முதலாவது அமைச்சர் இல்லாததைக் கற்பித்துச்

சொல்லலாமா? நான் இளவரசரைப்பற்றி எதுவும் கூறவில்லையே? நான் ஏதோ கூறியதாகச் சொல்கிறீரே?' என்றாள்.

'யோசித்துப் பார், தாயே! நன்றாக எண்ணிப்பார்! ஒரு விஷயத்தைப் பற்றிப் பேசாமலேயே, அதைப் பற்றிய விவரத்தைத் தெரிவிக்க முடியாது என்று நீ கருதினால், அது பெரிய தவறு. நீ சொல்லாமல் சொன்ன விவரத்தைக் குறிப்பிடுகிறேன்; கேள்! இளவரசர் அருள் மொழிவர்மர் கடலில் மூழ்கி இறந்து விட்டதாக உலகமெல்லாம் பேச்சாக இருக்கிறது. குடிமக்கள், அதிகாரிகள் அனைவரும் சோகக்கடலில் ஆழ்ந்திருக்கிறார்கள். உனக்கும் அந்தச் செய்தி தெரியும். அப்படியிருக்கும்போது, நீ இளவரசரைப்பற்றி ஒரு விவரமும் சொல்ல மாட்டேன் என்று கூறினாய். அதிலிருந்து வெளியாவது என்ன? இளவரசர் இறக்கவில்லையென்பது உனக்குத் தெரியும் என்று ஏற்படுகிறது. அவரைப் பார்ப்பதற்கு நீ நாகைப்பட்டினம் போகிறாய் என்று நான் சொன்னதையும் நீ மறுக்கவில்லை. 'இறந்துபோன இளவரசரை நான் எப்படிப் பார்க்கமுடியும்?' என்று நீ திருப்பிக் கேட்கவில்லை. 'நாகைப்பட்டினம் போகவில்லை, வேறு இடத்துக்குப் போகிறேன்' என்றும் நீ சொல்லவில்லை.ஆகையால் நாகைப்பட்டினத் தில் இளவரசர் உயிரோடு இருக்கிறார் என்பதையும், அவரைப் பார்க்கப் போகிறாய் என்பதையும் ஒப்புக்கொண்டு விட்டாய். மிச்சம் நீ சொல்ல வேண்டிய விவரங்கள் இரண்டே இரண்டுதான்! நாகைப்பட்டினத்தில் இளவரசர் எங்கே இருக்கிறார் என்று சொல்ல வேண்டும்; அந்தச் செய்தி உனக்கு எப்படித் தெரிந்தது என்றும் கூற வேண்டும். இந்த இரண்டு விவரங்களையும் நீ கூறிவிட்டால், அப்புறம் ஒருகணங்கூட இங்கே தாமதித்து இந்தக் கிழவனோடு பேசிக் கொண்டிருக்க வேண்டிய அவசியமில்லை. உனக்கு எங்கே போக விருப்பமோ அங்கே போகலாம்.'

வானதியின் உள்ளம் இப்போது அடியோடு கலங்கிப்போய் விட்டது. முதன் மந்திரி கூறியது உண்மை என்றும், தன்னுடைய அறியாமை யினால் இளவரசரைக் காட்டிக்கொடுத்து விட்டதாகவும் உணர்ந்தாள். தான் செய்துவிட்ட குற்றத்துக்குப் பிராயச்சித்தம் உண்டா? கிடையவே கிடையாது! உயிரை விடுவதைத் தவிர வேறு ஒன்றுமில்லை.

'ஐயா! தாங்கள் என் பெரிய தந்தையின் ஆப்த நண்பர் என்று சொன்னீர்கள். என்னைத் தங்கள் மகள் என்றும் உரிமை கொண்டாடினீர்கள். தங்களை ஒன்று கேட்டுக்கொள்கிறேன். நான் நாகைப்பட்டினம் போகவும் விரும்பவில்லை; பழையாறைக்குப் போகவும் விரும்பவில்லை...'

'கொடும்பாளூருக்குப் போக விரும்புகிறாயாக்கும், அது நியாயந்தான். அங்கேயே உன்னைக் கொண்டுபோய்ச் சேர்ப்பிக்கிறேன்.'

'இல்லை, ஐயா! கொடும்பாளூர் போகவும் நான் விரும்பவில்லை... இந்த உலகத்தைவிட்டு மறு உலகத்துக்குப் போக விரும்புகிறேன். தங்களுடைய ஆட்களிடம் சொல்லி அதோ தெரியும் பலி பீடத்தில் என்னைப் பலி கொடுத்துவிடச் சொல்லுங்கள்! நான் தயாராக இருக்கிறேன்!' என்று சொன்னாள்.

'தாயே! உன்னுடைய விருப்பம் எதுவோ அதை நிறைவேற்றி வைப்பதாகச் சொன்னேன். ஆகையால் மறு உலகத்துக்குத்தான் நீ போகவேண்டுமென்றால் அங்கேயே அனுப்பி வைக்கிறேன். ஆனால் அதற்கு முன்னால் என்னுடைய கேள்விகளுக்கு விடை சொல்லியாக வேண்டும்!'

'ஐயா! என்னை வீணில் துன்புறுத்த வேண்டாம். நான் எந்தக் கேள்விக்கும் பதில் சொல்லப் போவதில்லை. என்னைத் தங்கள் மகளாகக் கருதுவதாகச் சற்றுமுன் தாங்கள் சொன்னது உண்மை யாயிருந்தால்...'

'மகளே! அதில் யாதொரு சந்தேகமுமில்லை. உன்னை நான் பெற்ற மகளாகவே கருதுகிறேன். உன் குடும்பத்தார் எனக்கு எவ்வளவு வேண்டியவர்கள் என்பது ஒருவேளை உனக்குத் தெரிந்திராது! உன் பெரிய தந்தையும், நானும் நாற்பது ஆண்டுகளாகத் தோழர்கள். ஆனால் இராஜாங்க காரியங்களில் சிநேகிதம், உறவு என்றெல்லாம் பார்ப்பதற்கில்லை. பெற்ற தந்தை என்றும் பார்க்க முடியாது. அருமைக் குமாரி என்றும் பார்க்க முடியாது. ஏன்? சக்கரவர்த்தியின் காரியத்தையே பார்! தமது சொந்த குமாரன் இராஜாங்கத்துக்கு விரோதமாகச் சதி செய்தபடியால், அவனைச் சிறைப்படுத்திக் கொண்டுவரும்படி கட்டளையிடவில்லையா?'

'ஐயா! பொன்னியின் செல்வரைப் பற்றியா இவ்வாறெல்லாம் பேசுகிறீர்கள்? அவர் இராஜாங்கத்துக்கு விரோதமாக என்ன சதி செய்தார்?'

'ஓகோ! உனக்கு அது தெரியாது போலிருக்கிறது. இலங்கைக்குப் போர் செய்யப் போவதாகச் சொல்லி விட்டுப் பொன்னியின் செல்வர் போனார். அங்கே நமது வீரப் படைகள் இலங்கைப் படைகளை முறியடித்தன. அந்தச் சந்தர்ப்பத்தை உபயோகித்துக்கொண்டு இளவரசர் அருள்மொழிவர்மர் இலங்கைச் சிம்மாசனத்தைக் கைப்பற்றிக் கொள்ளப் பார்த்தார். இது இராஜாங்கத்துக்கு விரோதமான சதியல்லவா? இதை அறிந்ததும் சக்கரவர்த்தி தமது திருக்குமாரரைச் சிறைப்படுத்திக் கொண்டு வருவதற்குக் கட்டளை அனுப்பினார். இளவரசர் அக்கட்டளையை மீறிக் கடலில் வேண்டுமென்று குதித்துத் தான் இறந்து விட்டதாகப் பொய்ச் செய்தியைப் பரப்பச் செய்தார்.

பிறகு கரையேறி எங்கேயோ ஒளிந்து, மறைந்திருக்கிறார். இந்த விவரங்கள் உனக்குத் தெரியாதபடியால் அவர் இருக்குமிடத்தை நீ சொல்ல மறுத்தாய் போலும். அப்படிப்பட்ட இராஜாங்க விரோதியை நீ மறைத்து வைக்க முயன்றால், அதுவும் பெரிய குற்றமாகும். ஆகையால், சொல்லிவிடு அம்மா!' என்றார் முதன் மந்திரி.

வானதி இதுவரை அடக்கி வைத்திருந்த ஆத்திரமெல்லாம் இப்போது பொங்கிப் பீறிக்கொண்டு வெளிவந்தது. பொன்னியின் செல்வரைக் குறித்து முதன் மந்திரி கூறிய தூஷணைகளை எல்லாம் அவளால் பொறுக்க முடியவில்லை. அந்தச் சாதுப் பெண் வீராவேசமே உருவெடுத்தவள் போலாகிக் கூறினாள்:-

'ஐயா! தாங்கள் கூறியது ஒன்றும் உண்மையில்லை. இளவரசர் மீது வீண் அபாண்டம் கூறினீர்கள். இலங்கையில் நமது படைகள் சோர்வடைந்திருந்த காலத்தில் இளவரசர் அங்கே சென்ற தினாலேயே உற்சாகங்கொண்டு போராடினார்கள். பொன்னியின் செல்வர்தான் இலங்கையில் நம் வெற்றிக்குக் காரணமானவர் என்பது உலகமறிந்த உண்மை. அவருடைய வீரத்தையும், மற்ற குணாதிசயங்களையும் பார்த்து இலங்கை மக்கள் அவர் மீது அன்பு கொண்டார்கள். போரில் புறமுதுகிட்டோடி ஒளிந்துகொண்ட தங்கள் அரசனுக்குப் பதிலாக இளவரசரைத் தங்கள் அரசனாக்கிக் கொள்ள விரும்பினார்கள். புத்த குருமார்கள் இலங்கைச் சிம்மா சனத்தைப் பொன்னியின் செல்வருக்கு அளித்தார்கள். பொன்னியின் செல்வர் சிம்மாசனம் தமக்கு வேண்டாம் என்று மறுதளித்தார். அத்தகைய நேர்மையானவரைக் குறித்துத் தாங்கள் இவ்வளவு அவதூறு சொல்லியிருக்கிறீர்கள். இளவரசர் தந்தையின் கட்டளை என்று அறிந்ததும் தாமே சிறைப்பட்டு நேரே தஞ்சைக்குப் புறப்பட்டு வந்தார். அவர் கடலில் வேண்டுமென்று குதிக்க வில்லை. தம் அருமை சிநேகிதரின் உயிரைக் காப்பாற்று வதற்காகவே குதித்தார். சக்கரவர்த்திக்கு விரோதமாக அவர் சதி செய்யவும் இல்லை. இந்த அபாண்டங்களை யெல்லாம் கேட்க என் செவிகள் என்ன துர்பாக்கியம் செய்தனவோ தெரியவில்லை!...'

அநிருத்தர் இலேசாகச் சிரித்துக்கொண்டே, 'பெண்ணே! அருள்மொழி வர்மருக்காக நீ இவ்வளவு ஆத்திரமாகப் பரிந்து பேசுவதைக் கேட்பவர்கள் என்ன நினைப்பார்கள் தெரியுமா? நீங்கள் இருவரும் காதலர்கள் என்று நினைப்பார்கள்!' என்றார்.

'ஐயா! தாங்கள் இப்போது கூறியதில் பாதி மட்டும் உண்மை. நான் அவருக்கு என் உள்ளத்தைப் பறிகொடுத்திருப்பது மெய்தான். இதைத் தங்களிடமிருந்து நான் மறைக்க விரும்பவில்லை. ஆனால் அவர் இந்த

அநாதைப் பெண்ணுக்குத் தன் உள்ளத்தில் இடங்கொடுத்திருப்பதற்கு நியாயம் இல்லை. வானத்தில் ஜொலிக்கும் சந்திரன்மீது அன்றில் பறவை காதல் கொள்ளலாம். ஆனால் சந்திரனுக்கு அன்றில் பறவை ஒன்று இருப்பதே தெரிந்திராது.'

'ஆஹா! என் அருமைச் சிநேகிதரின் மகள் இவ்வளவு சிறந்த கவிதா ரஸிகை என்பது இதுவரை எனக்குத் தெரியாமற் போயிற்று. இளைய பிராட்டி குந்தவையின் அந்தரங்கத் தோழி அல்லவா நீ' என்றார் முதன் மந்திரி.

'போதும் போதும்! தங்கள் புகழ்ச்சியைக் கேட்க நான் விரும்பவில்லை. ஒன்று என்னை என் வழியே போவதற்கு விடுங்கள். இல்லாவிடில் உங்கள் ஆட்களை அழைத்துக் கட்டளையிடுங்கள்.'

'பெண்ணே! கொஞ்சம் பொறு! பொன்னியின் செல்வரைப் பற்றி உனக்கு எவ்வளவோ விவரங்கள் தெரிந்திருக்கின்றன. ஆகையால் அவர் இப்போது இருக்குமிடமும் உனக்கு அவசியம் தெரிந்திருக்க வேண்டும். அதை மட்டும் சொல்லிவிடு. உன்னை உடனே உன் பெரிய தந்தையிடம் அனுப்பி வைக்கிறேன். அவர் இலங்கையிலிருந்து திரும்பி வந்து கொண்டிருக்கிறார். இத்தனை நேரம் மதுரைக்கு வந்திருப்பார்...'

'ஐயா! தங்களைப் போன்ற வஞ்சம் நிறைந்த மனிதருடன் சிநேக மாயிருப்பவர், என்னுடைய பெரிய தந்தை அல்ல. எனக்கு உற்றார் உறவினர் யாருமில்லை. இளவரசரைப்பற்றி எல்லாரும் அறிந்திருப் பதையே நான் சொன்னேன். வேறு எதுவும் என்னிடமிருந்து தாங்கள் தெரிந்துகொள்ள முடியாது. வீண் தாமதம் செய்ய வேண்டாம்...'

'தாமதம் செய்யக்கூடாதுதான். பலமாக மழை வரும் போலிருக்கிறது...'

'மழை மட்டுந்தானா வரும்? தங்களைப் போன்றவர்கள் உள்ள இடத்தில் இடி, மின்னல், பிரளயம் எல்லாம் வரும்!'

வானதியின் கூற்றை ஆமோதிப்பது போல் அச்சமயம் ஒரு நெடிய மின்னல் வானத்தின் ஒரு முனையிலிருந்து இன்னொரு முனை வரையில் பாய்ந்தோடி ஜொலித்துவிட்டு மறைந்தது. மின்னல் மறைந்து இருள் சூழ்ந்ததும் அண்ட கடாகங்கள் அதிரும்படியான பேரிடி ஒன்று இடித்தது.

'பெண்ணே! இளவரசன் அருள்மொழிவர்மன் எங்கே இருக்கிறான் என்று சொல்லமாட்டாயா?'

'சொல்லமாட்டேன்!'

‘நான் ஊகித்தது ஊர்ஜிதமாகிறது. இளவரசன் மறைந்திருக்கும் இடத்துக்கு நீ ஏதோ இரகசியச் செய்தி கொண்டுபோவதற்காகப் புறப்பட்டாய், இது உண்மையா, இல்லையா?’

‘ஐயா! வீண் வேலை. தங்கள் கேள்வி எதற்கும் இனி நான் மறுமொழி சொல்ல முடியாது.’

‘அப்படியானால், இராஜாங்கத்துக்கு துரோகமாகச் சதி செய்பவர்களுக்கு அளிக்கவேண்டிய கடுந்தண்டனையை உனக்கும் அளிக்க வேண்டியதுதான். வேறு வழி இல்லை.’

‘தண்டனையை ஏற்பதற்குக் காத்திருக்கிறேன், ஐயா! பலிபீடத்தில் என் தலையை வைக்கவேண்டும் என்றால் அப்படியே செய்கிறேன்.’

‘சேச்சே! நீ கொடும்பாளூர் வேளிர்மகள்! உனக்கு அவ்வளவு அற்பமான தண்டனை கொடுக்கலாமா? அதோ பார் அந்த யானையை!’

வானதி, அவர் காட்டிய திசையைப் பார்த்தாள். கன்னங்கரிய குன்றினைப் போல் யானை ஒன்று நின்று கொண்டிருந்தது. கருங்கல்லினால் செய்த மை பூசப்பட்ட உருவத்தைப்போல் அது தோன்றியது. அதன் கருமையை நன்கு எடுத்துக் காட்டிக்கொண்டு இரண்டு வெள்ளைத் தந்தங்கள் நீண்டு வளைந்து திகழ்ந்தன.

‘பெண்ணே! கஜேந்திர மோட்சம் என்று கேள்விப்பட்டிருக்கிறாய் அல்லவா? யானையின் அபயக்குரல் கேட்டுத் திருமால் ஓடி வந்து முதலையைக் கொன்று கஜேந்திரனை மோக்ஷத்துக்கு அனுப்பினார். அதற்குப் பதிலாக இந்தக் கஜேந்திரன் எத்தனை எத்தனையோ பேரை அந்தத் திருமால் வாசம் செய்யும் மோட்ச உலகத்துக்கு அனுப்பியிருக்கிறது. நீ இந்த உலகத்தைவிட்டு மறு உலகத்துக்குப் போக வேண்டும் என்று சொன்னாய் அல்லவா? உன் விருப்பத்தை இந்த யானை கண்மூடித் திறக்கும் நேரத்தில் நிறைவேற்றி வைக்கும். அது தன் துதிக்கையினால் உன்னைச் சுற்றி எடுத்து வீசி எறிந்தால் நீ நேரே மோட்ச உலகத்திலேயே போய் விழுவாய்!’

இவ்விதம் கூறிவிட்டு முதன் மந்திரி அநிருத்தர் சிரித்தார். அந்தச் சிரிப்பு வானதிக்கு ரோமாஞ்சனத்தை உண்டாக்கிற்று. இந்த மந்திரி, மனிதர் அல்ல, மனித உருக்கொண்ட அரக்கன் என்று எண்ணினாள்.

‘கோமகளே! முடிவாகக் கேட்கிறேன், பொன்னியின் செல்வன் இருக்குமிடத்தைச் சொல்கிறாயா? அல்லது இந்தக் கஜேந்திரனுடைய துதிக்கை வழியாக மோட்சத்துக்குப் போகிறாயா?’ என்ற வார்த்தைகளைக் கேட்டதும், வானதி மீண்டும் மனோதிடம் பெற்றாள்.

‘ஐயா! கஜேந்திரனை என்னிடம் வரச் சொல்கிறீர்களா? அல்லது நானே கஜேந்திரனிடம் போகட்டுமா?’ என்று கம்பீரமாகக் கேட்டாள்.

அநிருத்தர் கையினால் சமிக்ஞை செய்தார். அத்துடன் அவர் வானதிக்கு விளங்காத பாஷையில் ஏதோ சொன்னார். யானை பூமி அதிரும்படி நடந்து வந்தது. வானதியின் அருகில் வந்தது. தன்னுடைய நீண்ட துதிக்கையினால் வானதியின் மலரினும் மிருதுவான தேகத்தைச் சுற்றி வளைத்தது. அவளைப் பூமியிலிருந்து தூக்கியது.

அந்தச் சில கணநேரத்தில் வானதியின் உள்ளத்தில் பற்பல எண்ணங்கள் அலை அலையாகப் பாய்ந்து மறைந்தன. தான் அச்சமயம் அவ்வளவு தைரியத்துடன் இருப்பதை நினைத்து அவளுக்கே வியப்பாயிருந்தது. இளையபிராட்டி குந்தவை தேவி என்னைப் பயங்கொள்ளி என்றும், கோழை என்றும் அடிக்கடி சொல்லுவாரே? அவர் இச்சமயம் இங்கிருந்து என்னுடைய தைரியத்தைப் பார்த்திருந் தால் எத்தனை ஆச்சரியப்படுவார்? அவருக்கு என்றாவது ஒருநாள் இச்சம்பவத்தைப் பற்றித் தெரியாமலிராது; பொன்னியின் செல்வருக்காக நான் தீரத்துடன் உயிரைவிட்டதுபற்றி அறிந்து கொள்வார். அதை இளவரசரிடமும் சொல்லியே தீருவார். அப்போது இளவரசர் என்னைப்பற்றி என்ன நினைப்பார்? அந்த ஓடக்காரப் பெண்ணைக் காட்டிலும் கொடும்பாளூர் வேளார் மகள் தைரியசாலி என்று அப்போதாவது அறிந்து கொள்வார் அல்லவா?

யானையின் துதிக்கை மெள்ள மெள்ள மேலே எழுந்தது. அத்துடன் வானதியும் மேலே ஏறினாள். 'ஆம், ஆம்! அந்தப் பிரம்மராட்சதர் கூறியது உண்மைதான். இந்தக் கஜேந்திரன் என்னை நேரே மோட் சத்திற்கே அனுப்பிவிடப் போகிறது! அடுத்த கணம் என்னை வீசி எறியப் போகிறது! எத்தனை தூரத்தில் போய் விழுவேனோ தெரிய வில்லை. ஆனால் விழும் போது எனக்குப் பிரக்ஞை இராது. அதற்குள் உயிர் போய்விடும்!

வானதி இப்போது யானையின் மத்தகத்துக்கு மேலேயே போய் விட்டாள். கண்களை மூடிக்கொண்டாள். யானை தன் துதிக்கையைச் சுழற்றியது. வானதியை விசிறி எறிவதற்குச் சித்தமாயிற்று. அந்தச் சமயத்தில் கடவுள் அருளால் வானதி தன் சுய நினைவு இழந்து விட்டாள்.

ஆனைமங்கலம்

நம் கதாநாயகிகளில் ஒருத்தியான வானதி அடிக்கடி நினைவு இழக்கும் வழக்கம் வைத்துக் கொண்டிருக்கிறாள் அல்லவா? இந்த ஒரு தடவை மட்டும் நேயர்கள் அதைப் பொறுக்கும்படி வேண்டு கிறோம். ஏனெனில், அவளுடைய நோய் நீங்கும் காலம் நெருங்கி விட்டது.

வானதிக்கு நினைவு சிறிது வந்தபோது முதலில் அவள் ஊசலாடுவது போலத் தோன்றியது. பின்னர் அவள் தான் வானவெளியில் பிரயாணம் செய்துகொண்டிருப்பதாக எண்ணினாள். 'ரிம் ரிம்', 'ஜிம் ஜிம்' என்று மழைத்தூறலின் சத்தம் கேட்டது. குளிர்ந்த காற்று 'குப் குப்' என்று உடம்பின்மீது வீசிற்று. அதனால் தேகம் சிலிர்த்தது. சரி சரி, மேக மண்டலங்களின் வழியாக வானுலகிற்குப் போய்க்கொண்டிருக் கிறோம் என்று எண்ணினாள். சுற்றிலும் இருள் சூழ்ந்திருந்தது, இடையிடையே மின்னல் வெளிச்சம் பளிச்சிட்டு மறைந்தது.

முதன் மந்திரி கடைசியாகக் கஜேந்திர மோட்சத்தைப் பற்றிக் கூறியதும், யானை அதன் துதிக்கையினால் தன்னைச் சுற்றி வளைத்துத் தூக்கியதும் இலேசாக நினைவு வந்தன. முதன் மந்திரி அநிருத்தர் கூறியபடியே நடந்து விட்டது. 'மண்ணுலகில் என் ஆயுள் முடிந்து இப்போது மோட்சத்துக்குப் போய்க்கொண்டிருக்கிறேன். மோட்ச உலகில் தேவர்களையும், தேவிகளையும் பார்ப்பேன்.'

ஆனால் எல்லாத் தேவர்களிலும் என் மனத்துக்குகந்த தெய்வமாகிய அவரை அங்கே நான் பார்க்க முடியாது. மனத்துக்கு இன்பமில்லாத அத்தகைய மோட்ச உலகத்துக்குப் போவதில் என்ன பயன்?' அடடே! இது என்ன ஊசலாட்டம்! உடம்பை இப்படித் தூக்கித் தூக்கிப் போடுகிறதே! ஆனால் தலை வைத்திருக்கும் இடம் மெத்தென்று சுகமாயிருக்கிறது. தாயின் மடியைப்போல் இருக்கிறது. ஏன்! தாயைக் காட்டிலும் என்னிடம் பிரியம் வாய்ந்த இளைய பிராட்டியின்

மடியைப் போலவும் இருக்கிறது!... ஆ! குந்தவை தேவி இப்போது பழையாறையில் என்ன செய்து கொண்டிருக்கிறாரோ? என்னைப் பற்றி செய்தி அவருக்கு இதற்குள் எட்டியிருக்குமோ?

மோட்ச உலகத்துக்கு வானவெளியில் மேக மண்டலங்களின் வழியாகப் பிரயாணம் செய்வது சரிதான். ஆனால் என்ன வாகனத்தில் பிரயாணம் செய்கிறேன்? சொர்க்கலோகத்துப் புஷ்பக விமானமா இது? அல்லது தேவேந்திரனுடைய ஐராவதம் என்ற யானையா? அப்பா! யானை என்றாலே சிறிது பயமாகத்தானிருக்கிறது! யானையும் அதன் துவண்டு வளையும் துதிக்கையும்! - அப்படித் துவளும் துதிக்கையில்தான் எவ்வளவு பலம் அதற்கு?- போனது போயிற்று! இனி அதைப் பற்றிப் பயம் என்ன? கவலை என்ன?'

ஆனால் தலை வைத்திருக்கும் இடம் அவ்வளவு பட்டுப்போல் மிருது வாயிருக்கும் காரணம் யாது? சுற்றிலும் இருளாயிருப்பதால் ஒன்றும் தெரியவில்லை. கையினால் துளாவிப் பார்க்கலாம். உண்மையில், பட்டுத் திரைச் சீலை மாதிரிதான் தோன்றுகிறது. கொஞ்சம் ஈரமாயும் இருக்கிறது.'

ஆகா! இது என்ன? என் கன்னங்களை யார் தொடுகிறது? மல்லிகைப் பூவைப் போன்ற மிருதுவான கரம் அல்லவா தொடுகிறது?

'வானதி! வானதி!'

'அக்கா! நீங்கள் தானா?'

'நான்தான். வேறு யார்?'

'நீங்கள் கூட என்னுடன் மோட்ச உலகத்துக்கு வருகிறீர்களா?'

'மோட்ச உலகத்துக்குப் போக அதற்குள் உனக்கு என்னடி அவசரம்? இந்த உலகம் அதற்குள்ளே வெறுத்துப் போய் விட்டதா?'

'பின்னே, நாம் எங்கே போகிறோம்?'

'என்னடி அதுகூட மறந்து போய்விட்டதா? ஆனை மங்கலத்துக்குப் போகிறோம் என்று தெரியாதா?'

'என்ன ஊர்? இன்னொருதடவை சொல்லுங்கள்!'

'சரியாய்ப் போச்சு! ஆனைமங்கலத்துக்குப் போகிறோம்! ஆனையின் முதுகில் ஏறிக்கொண்டு போகிறோம்!'

'ஐயோ! யானையா?'

'அடி பைத்தியமே! உன் உடம்பு ஏனடி நடுங்குகிறது! யானை என்ற பெயரைக் கேட்டாலே பயப்படத் தொடங்கிவிட்டாயா?'

'அக்கா! சற்று முன்தூங்கிப் போய்விட்டேனா?'

'ஆமாம். ஆமாம்! யானையின் மேல் அம்பாரியில் பிரயாணம் செய்கிற சொகுசில் ஆனந்தமாகத் தூங்கி விட்டாய்!'

'ஆனந்தம் ஒன்றுமில்லை, அக்கா! பயங்கரமான கனவுகள் கண்டேன்!'

'அப்படித்தான் தோன்றியது! ஏதேதோ பிதற்றினாய்!'

'என்ன அக்கா பிதற்றினேன்!'

'காலாமுகர் என்றாய்! பலி என்றாய்! கஜேந்திர மோட்சம் என்றாய்! யானைத் துதிக்கை என்றாய்! அப்புறம் முதன் மந்திரி அநிருத்தரைப் 'பாவி, பழிகாரன்' என்று திட்டினாய். அந்தப் பிரம்மராயருக்கு நன்றாக வேண்டும்! நீ தூக்கத்தில் அவரைப் பற்றித் திட்டியதையெல்லாம் அவர் கேட்டிருந்தால், பலநாள் தூங்கவே மாட்டார்!'

'அதெல்லாம் நடந்தது நிஜமாகக் கனவுதானா, அக்கா!'

'நிஜமாகக் கனவா? பொய்யாகக் கனவா? எனக்கு என்ன தெரியும்? நீ என்ன சொப்பனம் கண்டாய் என்பதே எனக்குத் தெரியாது.'

'காலாமுகர்கள் என்னைப் பிடித்துக்கொண்டு போனார்கள். முதன் மந்திரி என்னிடம் இளவரசரைப்பற்றி இரகசியத்தைக் கேட்டார். நான் சொல்ல மறுத்துவிட்டேன். உடனே யானையை அழைத்து என்னைத் தூக்கி எறிந்து கொல்லும்படிக் கட்டளையிட்டார். அப்போது நான் கொஞ்சங் கூடக் கலங்காமல் தைரியமாக இருந்தேன். அக்கா! அப்போது உங்கள் ஞாபகமும் வந்தது. நீங்கள் அங்கே இல்லையே, என்னுடைய தைரியத்தைப் பார்ப்பதற்கு என்று.'

'போகட்டும்; சொப்பனத்திலாவது அவ்வளவு தைரியமாக நடந்து கொண்டாயே? அதன் பொருட்டுச் சந்தோஷம்!'

வானதி சற்றுச் சும்மா இருந்துவிட்டு, 'என்னால் நம்பமுடியவில்லை!' என்றாள்.

'உன்னால் என்னத்தை நம்ப முடியவில்லையடி?'

'நான் கண்டதெல்லாம் கனவு என்று நம்பமுடியவில்லை.'

'சில சமயம் சொப்பனங்கள் அப்படித்தான் இருக்கும். நிஜமாக நடந்தது போலவே தோன்றும். நான்கூட அப்படிப்பட்ட சொப் பனங்கள் பலமுறை கண்டிருக்கிறேன்.'

'அப்படி என்ன சொப்பனம் கண்டிருக்கிறீர்கள்? சொல்லுங்களேன்?'

'ஏன்? என் தம்பிகூடத்தான் அடிக்கடி என் கனவில் வருகிறான். இலங்கைக்கு அவன் போய் எத்தனை மாதம் ஆயிற்று? ஆனால்

இரவில் கண்ணை மூடினால் அவன் தத்ரூபமாக என் முன்னால் வந்து நிற்கிறான்...'

'நீங்கள் அதிர்ஷ்டசாலி, அக்கா!'

'என் அதிர்ஷ்டத்தை நீதான் மெச்சிக் கொள்ளவேண்டும். அவன் கடலில் குதித்த செய்தி வந்ததிலிருந்து என் மனம் எப்படித் துடித்துக் கொண்டிருக்கிறது என்று உனக்குத் தெரியாது.'

'அப்படியானால் அதுவும் ஒரு பயங்கர சொப்பனம் அல்லவா? அவர் கடலில் முழுகியது மட்டும் நிஜமான செய்திதானா!'

'அதுவும் ஒரு துர்ச் சொப்பனமாயிருந்தால் எவ்வளவோ நன்றா யிருக்குமே? அது மட்டும் நிஜந்தானடி வானதி! இளவரசன் கடலில் குதித்ததை நேரில் பார்த்தவர் வந்து சொன்னாரே! அதை நம்பாமல் என்ன செய்வது?'

'வாணர்குல வீரரைத்தானே சொல்கிறீர்கள்? அவரே இளவரசைப்பற்றி வேறு ஏதோ சொல்லவில்லையா? ஓடக்காரப் பெண்ணைப் பற்றியும் நாகைப்பட்டினம் சூடாமணி விஹாரத்தைப் பற்றியும் ஏதோ சொல்லவில்லையா?'

'இதெல்லாம் உன் சொப்பனமாயிருக்க வேண்டும். ஆம், ஓடக்காரி பூங்குழலியைப் பற்றியும், நாகைப்பட்டினம் சூடாமணி விஹாரத்தைப் பற்றியும் நீ தூக்கத்தில் பிதற்றினாய்! புத்த பிக்ஷுணி ஆகப் போவதாகக் கூட உளறினாய்! அதற்குள் உனக்கு என்னடி இந்த உலக வாழ்க்கையின் மீது அவ்வளவு வெறுப்பு? எதற்காக நீ புத்த பிக்ஷுணி ஆகவேண்டும்?'

'அக்கா! என் மனது உங்களுக்குத் தெரியாதா? அவரைக் கடல் கொண்டுவிட்டது என்று கேட்ட பிறகு, எனக்கு இந்த உலகில் என்ன வாழ்வு வைத்திருக்கிறது! சொப்பனத்தில் கண்டபடியே யானை என்னைத் துதிக்கையால் தூக்கி எறிந்து கொன்றிருக்கக்கூடாதா என்று தோன்றுகிறது!'

'அடி பாவி! நீயும் போய் விட்டால் என் கதி என்னடி ஆகிறது?'

'உங்கள் விஷயம் வேறு, அக்கா! நீங்கள்...'

'ஆமாம், ஆமாம்! அருள்மொழியிடம் என்னைக் காட்டிலும் உனக்கு அதிக ஆசை! இல்லையா?'

'அக்கா! அப்படி ஒன்றும் நான் சொல்லவில்லை. தங்களைப் போல் நான் மனோதைரியம் உள்ளவள் அல்ல. அவர் இறந்து விட்ட பிறகு....'

'சீச்சீ! என்ன வார்த்தை சொல்லுகிறாய்? அவன் இறந்தான் என்று ஏன் சொல்ல வேண்டும்? உனக்கு நிச்சயமாகத் தெரியுமா? பழுவேட்டரையர்களும், பழுவூர் ராணியும், பேதை மதுராந்தகனும் அப்படிச் சொல்லிக் கொம்மாளம் அடிப்பார்கள். நீயும், நானும், அப்படி ஏன் சொல்ல வேண்டும்? அல்லது ஏன் நினைக்கத்தான் வேண்டும்?'

'பின்னே, என்ன சொல்கிறீர்கள்? அவர் சுழிக் காற்றில் கடலிலே குதித்தபிறகு... வேறு என்ன ஆகியிருக்க முடியும்? பிழைத்திருந்தால் இத்தனை நாள் வந்திருக்க மாட்டாரா?'

'அடி பைத்தியமே! கடலில் குதித்தால், அவனைக் கடல் கொண்டு விட்டது என்று அர்த்தமா?'

'கரை ஏறியிருந்தால் இத்தனை நாள் தெரியாமலா இருக்கும்?'

'என் தகப்பனாரின் கதை உனக்கு தெரியுமா? அவர் இளம்பிராயத்தில் பல மாத காலம் இருக்குமிடமே தெரியாமலிருந்தது. தேடிப்பிடித்துக் கொண்டுவந்து இளவரசுப் பட்டம் கட்டினார்கள். என் பாட்டனார் அரிஞ்சய சோழர் தக்கோலம் யுத்தத்திற்குப் பிறகு அடியோடு மறைந்து விட்டார். பல வருஷங்களுக்குப் பிறகுதான் அவர் இருக்குமிடம் தெரிந்தது. நான் சொல்லுகிறேன் கேள், வானதி! காவேரித்தாய் ஒரு சமயம் என் தம்பியைக் காப்பாற்றிக் கரை சேர்த்தாள். அது மாதிரியே சமுத்திர ராஜனும் பொன்னியின் செல்வனைக் கரை சேர்த்திருப்பார். நமது கடற்கரைக்கும் இலங்கைத் தீவுக்கும் மத்தியில் எத்தனையோ சிறிய சிறிய தீவுகள் இருக்கின்றன. அத்தீவுகளில் ஒன்றில் அருள் மொழி ஒதுங்கியிருக்கக்கூடும் அல்லவா? அவனைத் தேடும் வேலையை நன்றாகச் செய்யும்படி தூண்டுவதற்காகவே நான் இந்தப் பிரயாணம் புறப்பட்டேன், உன்னையும் அழைத்துக்கொண்டு. உனக்கு இதெல்லாம் ஞாபகமே இல்லை போலிருக்கிறது. உன் பேரில் தப்பு இல்லை. இளவரசரைப் பற்றிய செய்தி வந்ததிலிருந்து உன் புத்தியே பேதலித்து விட்டது. இப்போதுதான் கொஞ்சம் தெளிவாகப் பேச ஆரம்பித்திருக்கிறாய்!'

வானதி சிறிது நேரம் மௌனமாயிருந்துவிட்டு, 'அக்கா! நாம் எந்த ஊருக்குப் போகிறோம் என்று சொன்னீர்கள்?' என்றாள்.

'ஆனைமங்கலத்துக்கு'

'அது எங்கே இருக்கிறது?'

'நாகைப்பட்டினத்துக்கு அருகில் கடற்கரை ஓரத்தில் இருக்கிறது. நீ ஏதோ சொப்பனம் கண்டு உளறினாயே, அந்தச் சூடாமணி விஹாரத்துக்கும் ஆனைமங்கலத்துக்கும் கொஞ்ச தூரந்தான். நீ புத்த

பிக்ஷுணியாவதாயிருந்தால் கூட, அதற்கும் சௌகரிய மாகவே யிருக்கும். ஆனால் நீ மணிமேகலையாவதற்கு அவசரப்பட வேண்டாம். பொன்னியின் செல்வனைப் பற்றித் திடமான செய்தி கிடைத்தபிறகு முடிவு செய்துகொள்ளலாம்!' என்று குந்தவை கூறி விட்டு இலேசாகச் சிரித்தாள்.

'அக்கா! இது என்ன நீங்கள் சிரிக்கிறீர்கள்! சிரிப்பதற்கு எப்படி உங்களுக்கு மனம் வருகிறது? இளவரசர் பிழைத்திருப்பார் என்று உங்களுக்கு அவ்வளவு நம்பிக்கை இருக்கிறதா?'

'நம்பிக்கை இல்லாவிட்டால், நான் இப்படி இருப்பேனா வானதி! நான் பார்த்து வைத்திருக்கும் ஜோசியங்கள் எல்லாம் பொய்யாகப் போவதில்லை. என் தம்பியின் கையில் உள்ள சங்கு சக்கர ரேகைகளும் பொய்யாகப் போவதில்லை. இது வரையில் எல்லாம் சரியாகத்தான் நடந்து வருகிறது.'

'என்ன சரியாக நடந்து வருகிறது? எனக்கு ஒன்றும் தெரிய வில்லையே?' என்றாள் வானதி.

'உனக்கு ஏன் தெரியப் போகிறது? நீ தான் சித்தப் பிரமை பிடித்து அலைகிறாயே? அருள்மொழிக்கு இளம் வயதில் பல கண்டங்கள் நேரும் என்று சொன்னார்கள். அதன்படி நேர்ந்து வந்திருக்கின்றன. பின்னே மற்றவையும் நடந்துதானே ஆக வேண்டும்?'

'மற்றவை என்றால்?'

எத்தனையோ தடவை நான் சொல்லியாகிவிட்டது. நீயும் கேட்டிருக் கிறாய். மறுபடி எதற்காகச் சொல்லச் சொல்லுகிறாய்? பேசாமல் தூங்கு! பொழுது விடிந்து பார்த்துக் கொள்ள லாம்.'

வானதி மீண்டும் சிறிது நேரம் சிந்தனையில் ஆழ்ந்திருந்தது விட்டு, 'இராத்திரியெல்லாம் யானை மீது பிரயாணம் செய்யப் போகிறோமா அக்கா! எதற்காக?' என்று கேட்டாள்.

'அதுகூடவா உனக்கு ஞாபகம் இல்லை? பகலில் நாம் பிரயாணம் செய்தால் வழியில் உள்ள ஊர்களிலெல்லாம் ஜனங்கள் நம்மைச் சூழ்ந்து கொள்வார்கள். 'பொன்னியின் செல்வன் எங்கே?', 'சோழ நாட்டின் தவப்புதல்வன் எங்கே ?' என்று கேட்பார்கள். பழுவேட்டரையர் மீது குற்றம் சுமத்துவார்கள். பழுவூர் இளைய ராணியைச் சபிப்பார்கள். சக்கரவர்த்தியைக்கூட நிந்தித்தாலும் நிந்திப் பார்கள். அதையெல்லாம் நாம் எதற்காகக் காதினால் கேட்க வேண்டும்? நான்தான் ஜனங்களை அப்படியெல்லாம் தூண்டி விட்டதாகப் பழுவேட்டரையர்கள் சொன்னாலும் சொல்லுவார்கள்! எதற்காக இந்த வம்பு என்றுதான் இராத்திரியில் புறப்பட்டேன்.

இதையெல்லாம் பழையாறையிலிருந்து புறப்படும்போதே உனக்குச் சொன்னேன்; மறுபடியும் கேட்கிறாய். நல்ல சித்தப்பிரமை பிடித்து உன்னை ஆட்டுகிறது! சூடாமணி விஹாரத்துப் புத்த பிக்ஷுக்களிடம் சொல்லித்தான் உன் சித்தப்பிரமையைப் போக்க வழி தேட வேண்டும்! போனால் போகட்டும்; நீ இப்போது தூங்கு! எனக்கும் தூக்கம் வருகிறது இந்த ஆடும் குன்றின்மீது உட்கார்ந்தபடியேதான் இன்று இரவு நாம் தூங்கியாக வேண்டும்' என்றாள் இளையபிராட்டி.

வானதி இனி ஒன்றும் பேசக்கூடாது என்று தீர்மானித்து மௌன மானாள். அவளுடைய உள்ளம் ஒரே குழப்பமாயிருந்தது. அன்று நடந்ததையெல்லாம் ஒவ்வொன்றாக நினைத்துப் பார்த்துக் கொண்டாள். எல்லாம் உண்மையாக நிகழ்ந்த சம்பவங்களாகவே தோன்றின. 'எனக்குச் சித்தப் பிரமை ஒன்றுமில்லை; அக்காதான் என்னைப் பைத்தியமாக அடிக்கப் பார்க்கிறாள்' என்று சில சமயம் எண்ணினாள். யானை தன்னைத் துதிக்கையினால் சுற்றித் தூக்கிய பிறகு என்ன நடந்தது என்பதை எண்ணி எண்ணிப் பார்த்தாள். ஒன்றும் நினைவுக்கு வரவில்லை. என்னதான் நடந்திருக்கும்? தன் உயிருக்கே ஆபத்தான அந்த வேளைக்கு அக்கா சரியாக அங்கே வந்து தன்னைக் காப்பாற்றியிருக்க வேண்டும். அக்காவைப் பார்த்ததும், முதன் மந்திரி நடுநடுங்கிப் போயிருக்க வேண்டும். ஆயினும் யானைத் துதிக்கையின் பிடியிலிருந்து காப்பாற்றுவது என்பது அவ்வளவு சுலபமான காரியமா?... ஒரு வேளை இவ்வாறு இருக்குமோ?... தன்னைத் துதிக்கையால் கட்டித் தூக்கிய யானைதானா இது? மேலே அம்பாரி இருந்தது. அந்த இருட்டிலும் சிறிது தெரிந்தது. இளையபிராட்டி அந்த அம்பாரியிலேயே இருந்திருக்கலாம். யானை துதிக்கையினால் தூக்கித் தன்னைத் தூர எறிவதற்குப் பதிலாக மேலே அம்பாரியில் விட்டிருக்கக் கூடும். அந்த மாதிரி செய்ய யானைகள் பழக்கப்பட்டிருப்பதை வானதி பலமுறை பார்த்ததுண்டு. முதன் மந்திரியும், இளையபிராட்டியும் சேர்ந்து இம்மாதிரி சூழ்ச்சி செய்திருக்கிறார்களோ? எதற்காக? நான் தனியாகப் பிரயாணம் செய்வதைத் தடுக்கும் பொருட்டுத்தான். என்னுடைய தைரியத்தைச் சோதிப்பதற்காகவும் இளைய பிராட்டி இம்மாதிரி செய்திருக்கலாம். பொம்மை முதலையை என் அருகிலே விட்டு ஒரு சமயம் சோதனை செய்யவில்லையா?... எப்படியாவது இருக்கட்டும்; நான் இன்று தனி வழியே புறப்பட்டது பெருந்தவறு. இப்போது அக்காவின் மடியில் தலையை வைத்துப் படுத்திருப்பது எவ்வளவு நிம்மதியாயிருக்கிறது. அக்காவின் வார்த்தைகள் எவ்வளவு தைரியமும் உற்சாகமும் அளிக்கின்றன! பொன்னியின் செல்வன் எங்கேயோ பத்திரமாக இருக்கிறார் என்பதில் சந்தேகமில்லை. ஒருவேளை இந்தப் பிரயாணத்தின் முடிவில் அவரைச் சந்திப்போமா?... இவ்வாறு எண்ணியபோது வானதியின் உள்ளத்தில் அளவில்லாத

கிளர்ச்சி ஏற்பட்டது. மனச்சோர்வுக்கு நேர்மாறான உற்சாக இயல்பு இப்போது அவளை ஆட்கொண்டது.

யானை கம்பீரமாக நடந்து சென்றுகொண்டிருந்தது.

யானைமேல் அம்பாரி ஆடி அசைந்துகொண்டிருந்தது.

முன்னும் பின்னும் காவற்படைகள் போய்க்கொண்டிருந்தன.

மழை சிறு தூறலாயிற்று, பிறகு தூறலும் நின்றது.

வானத்தில் மேகக் கூட்டங்கள் சிதறிக் கலைந்தன.

நட்சத்திரங்கள் எட்டிப் பார்த்தன.

வானதி யானையின் அம்பாரிக் கூரை வழியாக மேலே வானத்தில் தெரிந்த நட்சத்திரங்களைப் பார்த்தாள்.

வானவெளியில் சஞ்சரிக்கும் நட்சத்திரங்களுக்கும், பூலோகத்தில் வாழும் மனிதர்களின் வாழ்க்கைக்கும் ஏதேனும் சம்பந்தம் இருக்க முடியுமா என்று அதிசயப்பட்டாள்.

பொன்னியின் செல்வர் உதித்த நட்சத்திரத்துக்கும், தான் பிறந்த நட்சத்திரத்துக்கும் உள்ள பொருத்தத்தைப்பற்றி ஜோதிடர்கள் சொல்வதில் ஏதேனும் உண்மையிருக்குமா?

தன் வயிற்றில் பிறக்கும் மகன் மூன்று உலகத்தையும் ஆளப் போகிறான் என்று ஜோதிடர்களுடன் சேர்ந்து அக்காவும் சொல்வது உண்மையாகுமா?

வால் நட்சத்திரம் தோன்றுவது ஏதோ உற்பாதத்துக்கு அறிகுறி என்று ஜனங்கள் பேசிக்கொள்கிறார்களே, அது எவ்வளவு தூரம் நிஜமாயிருக்கும்?

அப்படி என்ன உற்பாதம் நடக்கும்?

பொன்னியின் செல்வர் கடலில் முழுகியதுதான் அந்த உற்பாதமா?

அக்கா கொண்டுள்ள நம்பிக்கையின்படி அவர் திரும்பி வருவாரா?

அப்படியானால், வேறு என்ன உற்பாதம் நடக்கக் கூடும்!...

இம்மாதிரியெல்லாம் வெகு நேரம் சிந்தனை செய்து கொண்டிருந்த பிறகு வானதி இலேசாகக் கண்ணயர்ந்தாள்.

அவள் கண்விழித்துப் பார்த்தபோது, பொழுது புலர்ந்திருந்தது.

புள்ளினங்கள் உதய கீதம் பாடின.

இளைய பிராட்டியும் விழித்துக் கொண்டிருந்தாள். அம்பாரியின் பட்டுத் திரையை விலக்கிக்கொண்டு வெளியே பார்த்து, 'இதோ ஆனைமங்கலம் வந்து விட்டோம். சோழ மாளிகையின் வாசலுக்கே வந்து விட்டோம்' என்றாள்.

இரு இளவரசிகளும் யானை மீதிருந்து இறங்கினார்கள்.

மாளிகைக்குள்ளே பிரவேசித்தார்கள். அங்கே ஆயத்தமாயிருந்த அரண்மனைத் தாதிமார்கள் இளவரசிகள் இருவரையும் மாளிகையின் எல்லாப் பகுதிகளுக்கும் அழைத்துச் சென்று காட்டினார்கள்.

கடைசியில், மாளிகையின் கீழ்ப்புறத்துக்கு வந்து, அங்கிருந்த அலங்கார முன்றின் முகப்பில் நின்றபடி கடலுடன் கலந்த கால்வாயைப் பார்த்துக் கொண்டு நின்றார்கள்.

'அக்கா! இளவரசரைத் தேடுவதற்கு ஏற்பாடு செய்யப் போவதாகச் சொன்னீர்களே? என்ன செய்திருக்கிறீர்கள்?' என்றாள் கொடும்பாளூர் இளவரசி.

'ஆமடி வானதி! தேடுவதற்கு ஏற்பாடு ஆரம்பமாகி விட்டது. அதோ பார், ஒரு படகு வருகிறது! அதில் வருகிறவர்கள் ஒருவேளை ஏதேனும் செய்தி கொண்டு வந்தாலும் கொண்டு வருவார்கள்!' என்றாள் குந்தவை.

வானதி திரும்பிப் பார்த்தாள். சற்றுத் தூரத்தில் மரக்கிளைகளின் இடைவெளியில் ஒரு சிறிய படகு வருவது தெரிந்தது. அதில் இருவர் இருந்தார்கள். 'அக்கா! அந்தப் படகில் வருவது யார்?' என்று வானதி கேட்டாள்.

'படகு தள்ளுகிறவன் சேந்தன் அமுதன். தஞ்சாவூர்ப் பாதாளச் சிறையிலிருந்து நாம் அன்றொரு நாள் விடுதலை செய்தோமே, அவன். உட்கார்ந்திருப்பவள் பூங்குழலி!'

வானதிக்கு உடம்பு சிலிர்த்தது.

'அக்கா! நான் அந்தப் பெண்ணைப் பார்க்க விரும்பவில்லை, உள்ளே போகிறேன்!' என்றாள்.

'என்னடி அவளைக்கண்டு அவ்வளவு பயம்! உன்னை அவள் விழுங்கி விடுவாளா, என்ன? நான் பார்த்துக் கொள்கிறேன். நீ பயப்படாமல் சும்மா இரு!' என்றாள் குந்தவை.

படகு நெருங்கி வந்துகொண்டிருந்தது.

யானைத் துதிக்கையில் அகப்பட்ட வானதி எப்படி உயிர் பிழைத்தாள்? இதைக் குறித்து, அவள் இரண்டாவதாகச் செய்த

ஊகந்தான் சரியானது. யானை துதிக்கையைச் சுழற்றி அவளைத் தூர எறியவில்லை. மேலே தூக்கி அம்பாரியின் அருகில் இலேசாக வைத்தது. அங்கே திரை மறைவில் ஆயத்தமாயிருந்த குந்தவை அவளை வாரி அணைத்து மடியில் போட்டுக் கொண்டாள்.

பிறகு முதன் மந்திரியும் பல்லக்கில் ஏறினார். 'தேவி போய் வரட்டுமா? உன் பிரயாணம் இனிதாயிருக்கட்டும். அதன் முடிவும் இனிதா யிருக்கட்டும்!' என்று சொன்னார்.

'ஐயா! தங்கள் உதவிக்கு மிக்க நன்றி!' என்றாள் இளைய பிராட்டி.

'கொடும்பாளூர்ச் கோமகளைக் கோழை என்றாயே? அவளைப்போல் நெஞ்சழுத்தக்காரப் பெண்ணை நான் பார்த்ததேயில்லை.'

'முன்னேயெல்லாம் அவள் கோழையாகத்தானிருந்தாள். கொஞ்ச நாளாகத்தான் அவளுக்கு இவ்வளவு தைரியம் வந்திருக்கிறது' என்றாள் குந்தவை.

'எல்லாம் உன்னுடைய பயிற்சிதான். அந்தப் பெண் என்னைப் பயங்கர ராட்சதன் என்று எண்ணியிருப்பாள்; போனால் போகட்டும். என்னைப் பற்றி எவ்வளவோ பேர் எத்தனையோ விதமாக எண்ணிக் கொண்டிருப் பார்கள். நான் அதற்காக வெல்லாம் கவலைப்படுவதில்லை. போய் வாருங்கள், அம்மா!'

இவ்விதம் முதன் மந்திரி கூறியதும், அவருடைய பல்லக்கும் நாலு வீரர்களும் மட்டும் மேற்குத் திசையில் செல்ல, யானை, குதிரை பரிவாரங்கள் எல்லாம் கிழக்கு நோக்கிச் சென்றன.

முதன் மந்திரி பல்லக்குப் புறப்பட்ட சிறிது நேரத்துக்கெல்லாம் மழை பிடித்துக்கொண்டது. மழையைப் பொருட்படுத்தாமல் சிவிகை தூக்கிய ஆட்களும், சிவிகையைக் காத்த வீரர்களும் சென்று கொண்டிருந்தார்கள்.

மழை குறைந்து தூறல் நிற்கும் சமயத்தில் திடீரென்று பல்லக்கு நின்றது.

'ஏன் நிற்கிறீர்கள்?' என்று முதன் மந்திரி கேட்டார்.

'சுவாமி, அந்த மரத்தடியில் யாரோ கிடப்பதுபோலத் தெரிந்தது!' என்றாள் முன்னால் சென்ற காவலர்களில் ஒருவன்.

முதன் மந்திரி அவன் சுட்டிக்காட்டிய திசையை உற்றுப் பார்த்தார். பளிச்சென்று ஒரு மின்னல் மின்னியது.

'ஆமாம், யாரோ கிடக்கிறதாகத்தான் தெரிகிறது, இறங்கிப் பார்க்கிறேன்' என்றார் முதன் மந்திரி.

சிவிகையிலிருந்து இறங்கி அருகில் சென்றபோது மரத்தடியில் கிடந்த மனிதன் முனகும் சத்தம் கேட்டது.

'யார் இங்கே!' என்றார் அநிருத்தர்.

அதற்குப் பதிலாக, 'முதன் மந்திரி போலிருக்கிறதே!' என்ற தீனமான குரல் கேட்டது.

'ஆம்; கேட்டது முதன் மந்திரிதான்! இங்கே கிடப்பது யார்?'

'ஐயா! தெரியவில்லையா? நான்தான் மதுராந்தகன்!'

'இளவரசே! இது என்ன கோலம்? இங்கே எப்படி வந்தீர்கள்? என்ன நேர்ந்தது?' என்று பரபரப்புடன் கேட்டுக்கொண்டே முதன் மந்திரி மதுராந்தகரைத் தூக்கி நிறுத்த முயன்றார்.

மதுராந்தகன் நன்றி

முதன் மந்திரியின் கரம் மதுராந்தகன் மேல் பட்டதும் அவன் அலறினான்.

'ஐயோ! அப்பா! செத்தேன்! என்னைத் தொட வேண்டாம். என் கால்கள்! போச்சு! போச்சு!'

அநிருத்தர் அவனைத் தூக்குவதை நிறுத்தி விட்டு, 'இளவரசே! தங்களுக்கு என்ன நேர்ந்தது? தங்கள் கால்களுக்கு என்ன நேரிட்டது?' என்று கவலையுடன் கேட்டார்.

'என் கால்கள் முறிந்தே போய்விட்டன; நடக்க முடியவில்லை, நிற்கவும் முடியவில்லை!'

முதன் மந்திரி திரும்பிப் பார்த்து, 'அடே! பல்லக்கை இவ்விடம் கொண்டு வாருங்கள்!' என்று தம் ஆட்களுக்குக் கட்டளையிட்டார்.

பின்னர், 'ஐயா! இந்த விபத்து எப்படி நேர்ந்தது? தாங்கள் மழையில் தனியாகக் கிடக்கும் காரணம் என்ன? தங்களோடு வந்த பரிவாரங்கள் எங்கே? தங்களை இவ்விதம் விட்டுவிட்டு அவர்கள் எப்படிப் போகத் துணிந்தார்கள்! அவர்களுக்கு என்ன தண்டனை விதித்தாலும் போதாதே?' என்றார்.

'முதன் மந்திரி! யாரையும் தண்டிக்க வேண்டாம்! யார் பேரிலும் குற்றம் இல்லை. மாலை நேரத்தில் குதிரைமேல் ஏறிக்கொண்டு நான்தான் தனியாகக் கிளம்பினேன். நதிக்கரையோரமாகப் போய்க்கொண்டிருந்தேன். திடீரென்று மழை பிடித்துக் கொண்டது. ஒரு பெரிய மின்னல் மின்னி இடி இடித்தது. குதிரை மிரண்டு ஓடியது. நான் இந்த மரத்தின் கிளையில் சிக்கிக்கொண்டு கீழே விழுந்து விட்டேன். குதிரை எங்கேயோ போய் விட்டது. விழுந்த வேகத்தில் கால் முறிந்து விட்டதோ அல்லது சுளுக்கிக்கொண்டு விட்டதோ தெரியவில்லை.

எழுந்து நிற்கவும் முடியவில்லை. நல்ல வேளையாகத் தாங்கள் இச்சமயம் இங்கு வந்தீர்கள்!'

'ஏதோ தங்களுடைய தந்தை, மகானாகிய கண்டராதித்த தேவர் செய்த புண்ணியந்தான், இந்த மட்டும் நான் இங்கே வரும்படி நேர்ந்தது! கொஞ்சம் பல்லைக் கடித்துக்கொண்டு பொறுத்திருங்கள். பல்லக்கில் தங்களை ஏற்றி விடுகிறேன். மற்ற விவரங்கள் எல்லாம், நாதன் கோவிலில் அடியேனின் இல்லத்துக்குப் போன பிறகு கேட்டுத் தெரிந்து கொள்கிறேன்' என்றார் அநிருத்தர்.

பல்லக்கு அருகில் கொண்டு வந்து இறக்கப்பட்டதும், முதன் மந்திரி இளவரசரை மெதுவாகப் பிடித்துத் தூக்கி பல்லக்கினுள் கிடத்தினார்.

ஆட்களிடம், பல்லக்கைத் தூக்கிக்கொண்டு மெள்ள, மெள்ள அசங்காமல் போகவேண்டும் என்று கட்டளையிட்டார். தாமும் பல்லக்கின் அருகிலேயே தொடர்ந்தாற்போல் நடந்து சென்றார்.

சிறிது நேரத்துக்கெல்லாம் நாதன்கோவில் என்று வழங்கிய சுந்தர சோழ விண்ணகரத்துக்கு அவர்கள் வந்து சேர்ந்தார்கள். அந்த ஊர்ப்பெருமாள் கோயிலுக்கு அருகில் முதன் மந்திரி அநிருத்தரின் மாளிகை ஒன்று இருந்தது. அதற்குள் இளவரசர் மதுராந்தகரைத் தூக்கிச் சென்று அங்கிருந்த கட்டிலில் கிடத்தினார்கள்.

விளக்கு வெளிச்சம் கொண்டுவரச் சொல்லிப் பார்த்ததில் கால் முறியவில்லையென்றும் வெறும் சுளுக்குத்தான் என்றும் தெரிந்தது.

இளவரசர் கொண்டிருந்த பீதியும் சிறிது தெளிந்தது.

பெருமாள் கோவிலிருந்து வந்த பிரசாதங்களை, இருவரும் அருந்தினார்கள்.

பின்னர் முதன் மந்திரி, 'இளவரசே! இனி இரவு நிம்மதியாகத் தூங்குங்கள்! பொழுது விடிந்ததும் தங்கள் உசிதம் எப்படியோ அப்படிச் செய்யலாம். நான் தஞ்சைக்குத்தான் போகிறேன். என்னுடன் வருவதாயிருந்தால், தங்களைப் பத்திரமாகக் கொண்டு போய்ச் சேர்ப்பிக்கிறேன்!' என்றார்.

'ஐயா! தாங்கள் எனக்கு எவ்வளவோ தீங்கு செய்திருக்கிறீர்கள். அதற்கெல்லாம் பரிகாரம் இன்று செய்து விட்டீர்கள். இன்று எனக்குச் செய்த உதவியை என்றும் மறக்க மாட்டேன். அதற்கு எப்போதும் நன்றி செலுத்துவேன். ஒருவேளை இந்தச் சோழ சாம்ராஜ்யத்தின் சிம்மாசனத்தில் நான் அமரும்படி நேர்ந்தால் தங்களையே முதன் மந்திரியாக வைத்துக்கொள்வேன்!' என்றான் மதுராந்தகன்.

அநிருத்தர் அதிசயக்கடலில் முழுகிப் போனதாகப் பாவனை செய்து, 'இளவரசே! சோழகுலத்துக்கு நான் கடமைப்பட்டவன். இந்தக் குலத்தைச் சேர்ந்தவர்களுக்கெல்லாம் ஆலோசனை சொல்வதும் இயன்ற உதவி செய்வதும் என் கடமை. ஆகையால் தாங்கள் தனிப்பட எனக்கு நன்றி செலுத்த அவசியமில்லை. ஆனால் தங்களுக்கு நான் ஏதோ தீங்கு செய்திருப்பதாகச் சொன்னீர்களே அதுதான் எனக்கு விளங்கவில்லை. நான் தங்களுக்கு மனமறிந்து எந்தத் தீங்கும் செய்ததாக ஞாபகமில்லை. தாங்கள் சற்றுப் பெரிய மனது செய்து தெரியப்படுத்தினால் அதற்குப் பிராயச்சித்தம் என்ன உண்டோ அதைச் செய்து விடலாம்!' என்றார்.

'ஐயா அநிருத்தரே! தாங்கள் மகா கெட்டிக்காரர், அறிவாளி, இராஜதந்திர நிபுணர் என்பதெல்லாம் உலகமறிந்த விஷயம். ஆனால் தங்கள் கெட்டிக்காரத்தனத்தை என்னிடம் காட்ட வேண்டாம். தாங்கள் எனக்குச் செய்திருக்கும் தீங்கு எவ்வளவு கொடுமையானது என்பது எனக்குத் தெரியாது என்றும் எண்ண வேண்டாம். ஆனாலும் இன்று தாங்கள் எனக்குச் செய்த உதவியை முன்னிட்டு அதையெல்லாம் மறந்து விடப்போகிறேன். என்னுடைய நன்றியைத் தங்களுக்கு எந்த விதத்தில் தெரியப்படுத்தலாம் என்று சொல்லுங்கள். ஏதாவது பிரதி உபகாரம் செய்யக் கூடியது இருந்தால் கூறுங்கள்.'

அநிருத்தர் புன்னகை புரிந்து, 'ஆம், இளவரசே! தாங்கள் நன்றி செலுத்த வழி ஒன்று இருக்கிறது. தங்களிடம் இந்தக் கிழவன் கோர வேண்டிய வரம் ஒன்றும் இருக்கிறது. இனி இம்மாதிரி குதிரை ஏறித் தனிவழியே கிளம்ப வேண்டாம். முன்னும் பின்னும் பரிவாரங்கள் சூழ ரதத்தில் பிரயாணம் செய்யுங்கள். அதைவிடப் பல்லக்கில் பிரயாணம் செய்வது நலம். காலம் கெட்டிருக்கிறது. பல காரணங்களினால் மக்கள் மனக்கொதிப்பு அடைந்திருக்கிறார்கள். இன்றைக்குப் பழையாறையில் பார்த்தீர்களே! ஆகையால் திறந்த பல்லக்கில் பிரயாணம் செய்வதைக் காட்டிலும், மூடு பல்லக்கில் பிரயாணம் செய்வது நல்லது. பழுவூர் இளைய ராணியின் பல்லக்காக இருந்தால் ரொம்ப விசேஷமாயிருக்கும். யாரும் சந்தேகிக்கவே மாட்டார்கள்!' என்றார்.

மதுராந்தகன் அசந்து போனான். அவன் முகத்தில் மறுபடியும் பயத்தின் அறிகுறி காணப்பட்டது. சற்றுப் பொறுத்துச் சமாளித்துக்கொண்டு, 'முதன் மந்திரி! என்ன வார்த்தை சொன்னீர்! பழுவூர் இளையராணியின் மூடு பல்லக்கில் என்னைப் பிரயாணம் செய்யச் சொல்வதின் கருத்து என்ன? என்னை அவமானப்படுத்துவது உமது நோக்கமா?....' என்றான்.

'இளவரசே! பழுவூர் ராணியின் பல்லக்கில் பிரயாணம் செய்வதைத் தாங்கள் அவமானமாகக் கருதுவதை நான் அறியேன். எப்போதிருந்து இந்த எண்ணம் தங்களுக்கு உண்டாயிற்று? முன்னேயெல்லாம் அடிக்கடி தாங்கள் அவ்விதம் போய்க்கொண்டிருப்பது வழக்க மாயிருந்ததே? கடைசியாக, கடம்பூர் சம்புவரையர் மாளிகைக்குப் போய்த் திரும்பிய பிறகு இந்த நல்ல முடிவுக்குத் தாங்கள் வந்திருக்க வேண்டும்...'

மதுராந்தகன் மேலும் திகில் கொண்டான். அவன் முகத்தில் பயப்பிராந்தியின் சாயல் பரவிற்று.

'முதலாவது மந்திரி! கடம்பூர் மாளிகைக்கு நான்....நான்....' என்று தடுமாற்றத்துடன் ஏதோ சொல்வதற்கு ஆரம்பித்தான்.

'இளவரசே! கடம்பூர் மாளிகைக்குத் தாங்கள் ஆடி மாதம் பதினெட்டாம் பெருக்கு அன்று தனாதிகாரி பெரிய பழுவேட்ட ரையருடன் போயிருந்தீர்கள் அல்லவா? அதைத்தான் சொல்கிறேன். அப்போது தாங்கள் இளைய ராணியின் பல்லக்கிலே போய்விட்டுத் திரும்பினீர்கள். அது எனக்கு அவ்வளவாகப் பிடிக்கவில்லைதான். பல்லக்குப் பிரயாணம் என்னைப் போன்ற கிழவர்களுக்கு உகந்தது. உங்களைப் போன்ற இளைஞர்கள் யானைமீதோ, குதிரைமீதோ பிரயாணம் செய்வதுதான் உசிதம். ஆனால் குதிரைப் பிரயாணத்துக்குத் தகுந்த பயிற்சி வேண்டும். தங்களுக்கு உடம்பு சரியானதும் நானே அதற்கு வேண்டிய ஏற்பாடு செய்கிறேன்...'

'அன்பில் அநிருத்தரே! ஜாக்கிரதை! மேலும் மேலும் என்னை அவமானப்படுத்தும் வார்த்தைகளைச் சொல்கிறீர். இன்றைக்கு ஏதோ இந்த அசந்தர்ப்பம் நேரிட்டு விட்டபடியால் எனக்குக் குதிரை ஏற்றமே தெரியாது என்று முடிவு கட்டி விட்டீர். ஏதோ ஒரு சமயம் பல்லக்கில் சென்றபடியால் எப்போதும் பழுவூர் ராணியின் மூடு பல்லக்கில் நான் போவதாகச் சொல்லுகிறீர். உம்முடைய பிராயத்தையும் இன்றைக்கு நீர் எனக்குச் செய்த உதவியையும் நினைத்துப் பொறுத்தேன்...'

'இளவரசே! தங்களுடைய பொறுமை எனக்கு மிக மகிழ்ச்சி தருகிறது. 'பொறுத்தார் பூமி ஆள்வார்' என்பது முதுமொழி. தமிழகத்தின் மாபெரும் புலவர் என்ன கூறுகிறார்?

அகழ்வாரைத் தாங்கும் நிலம் போலத் தம்மை
இகழ்வார்ப் பொறுத்தல் தலை'

நிலம் தன்னைத் தோண்டுகிறவர்களைப் பொறுத்துக் கொண்டிருக்கிறது. பொறுத்துக் கொள்வது மட்டுமா? தோண்டுகிறவர்களுக்குத் தூய தண்ணீரையும் அளித்து உதவுகிறது. பூமிக்கு உள்ள இந்தக் குணம் பூமியை

ஆளநினைப்பவர்களுக்கும் இருக்க வேண்டும். என்னைப் போன்ற கிழவன் ஏதாவது அனுசிதமாகச் சொன்னாலும் பூமி ஆள விரும்பும் தாங்கள், பொறுத்துக் கொள்ளுவதுதான் உசிதம்.'

'ஐயா! என்ன சொல்லுகிறீர்! நான் இந்தச் சோழ சாம்ராஜ்யத்தை ஆள விரும்புவதாகக் குற்றம் சாட்டுகிறீரா?' என்று கேட்டான் மதுராந்தகன். அவனுடைய உதடுகள் துடித்தன; புருவங்கள் நெறித்தன. பயம் கோபமாகவும் ஆத்திரமாகவும் மாறி வந்ததென்பதற்கு அறிகுறிகள் தென்பட்டன.

ஆனால் முதலாவது மந்திரியோ சிறிதும் பதட்டமில்லாமல், 'இளவரசே! குற்றம் சாட்டுகிறேன் என்று ஏன் சொல்லுகிறீர்கள்? தாங்கள் இந்தச் சோழ சாம்ராஜ்யத்தை ஆள விரும்பினால், அது எப்படிக் குற்றமாகும்? வீராதி வீரரான விஜயாலய சோழரின் குலத்தில் உதித்தவர் தாங்கள். மகானாகிய சிவஞான கண்டராதித்தரின் திருப்புதல்வர். இந்தச் சோழ சிம்மாசனம் ஏறுவதற்குத் தங்களுக்குப் பூரண உரிமை உண்டு. அதைத் தாங்கள் விரும்புவது குற்றம் எப்படி ஆகும்? அது குற்றம் என்றும், ஆகையால் அதற்காக இரகசியமான சதி முயற்சிகளில் ஈடுபடவேண்டும் என்றும் யாராவது தங்களுக்கு யோசனை சொன்னால் அதைத் தாங்கள் நம்ப வேண்டாம். இளவரசே! இந்தக் கிழவனுடைய வார்த்தையைக் கொஞ்சம் செவி சாய்த்துக் கேளுங்கள். தங்களுடைய பெற்றோர்களின் விருப்பம் ஒரு விதமாயிருந்தது. தாங்களும் அதற்கு இணங்கிச் சிவபக்தியில் ஈடுபட்டிருந்தீர்கள். இப்போது தங்கள் மனம் மாறியிருக்கிறது. அதைப்பற்றிக் குற்றம் கூற யாருக்கும் பாத்தியதை இல்லை. தங்களுடைய உரிமையைத் தாங்கள் பகிரங்கமாகக் கோரலாம். சக்கரவர்த்தியிடமே தங்கள் விருப்பத்தைத் தெரியப்படுத்தலாம். அதை விடுத்துக் கேவலம் காலாமுகக் கூட்டத்தாரின் ஆதரவைக் கோருவதற்காக அமாவாசை இருட்டில் தன்னந்தனியாகக் கொள்ளிடக் கரைக்குப் போக வேண்டிய அவசியமில்லை. அல்லது சம்புவரையர் மாளிகையில் அர்த்த ராத்திரியில் திருடர் கூட்டத்தைப் போல் கூட்டம் போட்டுச் சதிப் பேச்சுப் பேச வேண்டிய அவசியமும் இல்லை. இந்த மாதிரியெல்லாம் தங்களுக்கு யோசனை கூறுகிறவர்கள் தங்களுடைய பரம விரோதிகள் என்று வைத்துக்கொள்ளுங்கள்!'

மதுராந்தகன் பெருங் குழப்பத்துக்கு உள்ளானான். முதன் மந்திரிக்கு இவ்வளவு விஷயங்களும் தெரிந்திருக்கின்றன என்று எண்ணியபோது அவனுக்கு உண்டான வியப்புக்கு அளவில்லை. அதே சமயத்தில் பீதி ஒரு பக்கமும், பீதி காரணமாக ஆத்திரம் ஒரு பக்கமும் பெருகிக் கொண்டிருந்தன.

'ஐயா தங்களுக்கு இவையெல்லாம் எப்படித் தெரிந்தது? எந்தத் துரோகி என்னுடன் சிநேகமாயிருப்பதுபோல் நடித்துக்கொண்டு

தங்களிடமும் வந்து சொல்லிக் கொண்டிருக்கிறான்?' என்று கேட்டான்.

'தாங்கள் அதை அறிய முயல்வதில் பயனில்லை. இந்தப் பரந்த இராஜ்யமெங்கும் எனக்குக் கண்கள் இருக்கின்றன! காதுகளுமிருக் கின்றன! நான் அறியாமல் எதுவும் இந்த நாட்டில் நடைபெற முடியாது....'

'அப்படியானால், சக்கரவர்த்திக்கும் இவையெல்லாம் தெரியுமா?' என்று மதுராந்தகன் கேட்டான்.

'இல்லை; அவருக்குத் தெரியாது, என் கண்களும், காதுகளும் தெரிவிக்கும் எத்தனையோ இரகசியங்கள் என் நெஞ்சகத்தில் பதிந்து கிடக்கின்றன. அவசியமும் அவசரமும் நேர்ந்தால் ஒழிய அவை வெளியில் வரவே வரா....'

'ஆம், ஆம்; தங்களுடைய நெஞ்சகத்தில் எவ்வளவோ பயங்கரமான இரகசியங்கள் புதைந்து கிடக்கின்றன. அவை மட்டும் வெளியில் வந்தால், இந்தச் சோழ சாம்ராஜ்யமே நடு நடுங்கிப் போகாதா?' என்றான் மதுராந்தகன். அவனுடைய குரலில் இப்போது இதற்கு முன் இல்லாத கபடமும், வஞ்சகமும் தொனித்தன.

முதன் மந்திரி அதைக் கவனித்தும் கவனியாதவர்போல் கூறினார்:- 'சக்கரவர்த்தி என்னுடைய ஆப்த நண்பர். ஆனால் அவர் அறியாத இரகசியங்களும் என் நெஞ்சில் இருக்கின்றன. சுந்தர சோழர் கொடிய நோய்வாய்ப்பட்டிருக்கிறார். பல காரணங்களினால் அவர் மனம் ஏற்கெனவே, புண்ணாகியிருக்கிறது. சிற்றரசர்களின் சதிச் செயலைப் பற்றி அவரிடம் சொல்லி மேலும் அவர் நெஞ்சைப் புண்படுத்த நான் விரும்பவில்லை. அதற்கு அவசியமும் ஏற்படவில்லை. இளவரசே! தங்களுடைய காரியங்களைப் பற்றிய வரையில் நான் சக்கர வர்த்தியிடம் ஒரு நாளும் சொல்ல மாட்டேன் என்று தாங்கள் நம்பியிருக்கலாம்.'

'ஐயா! அன்பில் அநிருத்தரே! இந்தப் பேதை மதுராந்தகன் பேரில் தங்களுக்குத் திடீரென்று இவ்வளவு அபிமானம் தோன்றக் காரணம் என்ன?' என்று மதுராந்தகன் கேட்டு விட்டு ஏளனச் சிரிப்புச் சிரித்தான்.

'இளவரசே! தங்களிடம் திடீரென்று எனக்கு அபிமானம் பிறந்து விடவில்லை. சுந்தர சோழரின் புதல்வர்களைப் போலவேதான் தங்களிடமும் நான் எப்போதும் அபிமானம் வைத்து வந்திருக்கிறேன். அதைக் காட்டிக் கொள்வதற்கு இதற்கு முன்னால் சந்தர்ப்பம் ஏற்படவில்லை...'

‘இன்றைக்கு அச் சந்தர்ப்பம் கிடைத்தது! நான் குதிரை மேலிருந்து விழுந்து காலை ஒடித்துக் கொண்டதால் ஏற்பட்டது. ஆனாலும் சில நாளைக்கு முன்னாலேயென்றால், என்னை அந்த மரத்தடியிலேயே கழுத்தை நெரித்துக் கொன்றுவிட்டு வந்திருப்பீர்...’

‘நாராயணா; நாராயணா! இது என்ன வார்த்தை, இளவரசே!’

‘ஐயா! எனக்கு ஒன்றும் தெரியாது என்று எண்ண வேண்டாம். ஏதைச் சொன்னாலும் நம்பக்கூடிய அப்பாவி என்று நினைக்க வேண்டாம். நான் என் தாயாரின் கர்ப்பத்தில் இருந்தபோதே எனக்கு எதிராக நீர் சதி செய்யத் தொடங்கினீர். நான் இந்தப் பூமியில் பிறந்ததும் என்னைக் கொன்று விடுவதற்கு ஏற்பாடு செய்திருந்தீர்.... அதோ, உம்முடைய முகத்தில் ஆச்சரியத்தின் அறிகுறியைக் காண்கிறேன். அதெல்லாம் எனக்கு எப்படித் தெரிந்தது என்று வியப்படைகிறீர், இல்லையா? இந்தச் சோழ நாட்டில் பயங்கர இரகசியங்கள் பலவற்றை அறிந்தவர் நீர் ஒருவர்தான் என்று எண்ண வேண்டாம்!’

அநிருத்தரின் முகம் இப்போது உண்மையாகவே அதிசயமான காட்சி அளித்தது. அதில் கணத்துக்கு ஒரு சாயல் தோன்றி மறைந்தது. கடைசியில் வருந்தி வருவித்துக்கொண்ட புன்னகையுடன் முதன் மந்திரி. ‘ஆம், இளவரசே! நான் அவ்விதம் இறுமாந்திருந்தது உண்மை தான். இன்றைக்குக் கர்வபங்கமாயிற்று. தாங்கள் பிறந்தவுடனே சிசுஹத்தி செய்ய ஏற்பாடு நடந்திருக்கும் பட்சத்தில் தாங்கள் எப்படி பிழைத்தீர்கள்? அந்த இரகசியத்தையும் கூறி விட்டால் கிருதார்த் தனாவேன்!’ என்றார்.

‘எனக்கு எவ்வளவுதான் தெரியும் என்று சோதிக்கிறீர் போலும்! நல்லது; சொல்கிறேன். சிசுஹத்தி செய்வதற்கு தாங்கள் ஏற்பாடு செய்திருந் தவர்கள் குழந்தை பிறந்ததும் ஆணா பெண்ணா என்று கூடப் பாராமல் அவசரப்பட்டு எடுத்துக்கொண்டு போனார்கள். பெண் குழந்தை என்று தெரிந்ததும் தங்களிடம் வந்து சொன்னார்கள். பிழைத்துப் போகட்டும் என்று அக்குழந்தையைக் கோயில் பட்டர் ஒருவரிடம் ஒப்புவித்து வளர்க்கச் சொன்னீர்கள். பெண் குழந்தை பிறந்த அரை நாழிகை நேரத்தில் நான் பிறந்தேன். அதை நீங்கள் எதிர் பார்க்கவேயில்லை. என்னுடைய ஜாதக பலமும் சரியாயிருந்தது. அதனால் நான் உயிர் பிழைத்தேன். தங்களுடைய திட்டம் தவறிப்போனதுபற்றி அறிந்த பிறகும், என்னைச் சிம்மாசனம் ஏறவிடாமல் தடுப்பதற்குப் பல சூழ்ச்சி கள் செய்தீர்கள். என்னைச் சிவபக்தனாக, அதாவது பைத்தியக்காரனாக வளர்ப்பதற்கு ஏற்பாடு செய்தீர்கள். அதிலும் தவறிப் போனீர்கள். நான் தாங்கள் விரும்பியது போல் அவ்வளவு முழுப் பைத்தியக்காரனாகி விடவில்லை. ஐயா! முதன் மந்திரியே! ஏன் இப்படி ஸ்தம்பித்துப் போய்

உட்கார்ந்திருக்கிறீர்? இவையெல்லாம் உண்மையில்லை யென்று ஒரேயடியாகச் சாதிப்பதுதானே?'

முதன் மந்திரி உண்மையில் ஸ்தம்பித்துப் போய்த்தான் உட்கார்ந் திருந்தார். ஒருவாறு பேசும் சக்தியை வருவித்துக் கொண்டு 'இளவரசே! தங்களுக்கு இவ்வளவெல்லாம் விவரங்கள் தெரிந் திருக்கும்போது நான் இல்லையென்று சாதிக்கப் பார்ப்பதில் என்ன பயன்?' என்றார்.

'ஆமாம்; பயனில்லைதான்! என்னிடம் திடீரென்று நீர் பரிவு கொண்டதன் காரணமும் எனக்குத் தெரியும். ஆதித்த கரிகாலனை உமக்குப் பிடிக்காது. அருள்மொழிவர்மனைச் சோழ நாட்டின் சிம்மாசனத்தின் ஏற்றி வைக்க எண்ணியிருந்தீர். அவனைக் கடல் கொண்டு விட்டதனால் இப்போது என்னிடம் பரிவு கொண்டிருக்கிறீர்! ஆனாலும் ஒன்று சொல்லுகிறேன். முன்னர் நீர் எனக்குச் செய்த தீங்குகளையெல்லாம் மறந்துவிடப் போகிறேன். இன்று நீர் எனக்குச் செய்த உதவிக்கு நன்றியும் செலுத்துவேன். இன்று முதலாவது நீர் என் கட்சியில் இருப்பதாகச் சொல்லும் பட்சத்தில் நான் சிம்மாசனம் ஏறியதும் உம்மையே முதன் மந்திரியாக வைத்துக் கொள்ளவும் விரும்புகிறேன்!' என்றான் மதுராந்தகன்.

'இளவரசே! தங்களுடைய வார்த்தைகள் என்னைப் புளகாங்கிதம் அடையச் செய்கின்றன!' என்றார் அன்பில் அநிருத்தப் பிரம்மராயர்.

சுரம் தெளிந்தது

நாகைப்பட்டினம் சூடாமணி விஹாரத்தில் ஆச்சாரிய பிக்ஷுவின் அறைக்குப் பக்கத்து அறையில் பொன்னியின் செல்வன் மரக்கட்டிலில் படுத்துக் கொண்டிருந்தான். மூன்று நாள் அவனுக்குக் கடும் சுரம் அடித்துக் கொண்டிருந்தது; பெரும்பாலும் சுயப் பிரக்ஞையே இல்லாம லிருந்தது. இந்த நாட்களில் பிக்ஷுக்கள் அவனைக் கண்ணும் கருத்து மாகக் கவனித்துக்கொண்டு வந்தார்கள். வேளைக்கு வேளை மருந்து கொடுத்து வந்தார்கள். அடிக்கடி வாயில் தண்ணீர் ஊற்றிக் கொண்டு ஜாக்கிரதையாகப் பார்த்து வந்தார்கள்.

இடையிடையே எப்போதாவது சுயநினைவு தோன்றியபோது, தான் இருக்குமிடத்தைப்பற்றி அவன் எண்ணிப் பார்க்க முயன்றான். அவனுக்கு எதிரில் சுவரில் எழுதியிருந்த சித்திரக்காட்சி அவனுடைய கவனத்தைக் கவர்ந்தது. அந்தச் சித்திரத்தில் தேவர்கள், கந்தர்வர்கள், யக்ஷர்கள் காணப்பட்டார்கள். அவர்களில் சிலர் பலவித இன்னிசைக் கருவிகளை வைத்துக் கொண்டிருந்தார்கள். சிலர் வெண்சாமரங் களையும், வெண்கொற்றக் குடைகளையும் ஏந்திக் கொண்டிருந் தார்கள். மற்றும் சிலர் கரங்களில் பல வர்ணமலர்கள் உள்ள தட்டுக் களை ஏந்திக் கொண்டிருந்தார்கள். இந்தக் காட்சி தத்ரூபமாக இருந்தது. தேவர்களின் உருவங்கள் எல்லாம் உயிர் உள்ள உருவங் களாகத் தோன்றின. அடிக்கடி அக்காட்சிகளைப் பார்த்தபிறகு பொன்னியின் செல்வன் வானவரின் நாட்டுக்குத் தான் வந்து விட்ட தாகவே எண்ணினான். அந்தத் தேவ யட்ச கின்னரர்கள் எல்லாரும் தன்னை வரவேற்க வருவதாகவும் எண்ணினான். சொர்க்க லோகத்துக்குத் தான் வந்து சேர்ந்தது எப்படி என்று யோசித்தான். அடர்த்தியான தாழைப் புதர்களும், அத்தாழைப் புதர்களில் பூத்திருந்த தங்கநிறத் தாழம்பூக்களும் இருபுறமும் நிறைந்திருந்த ஓடையின் வழியாக வான நாட்டுக்குத்தான் வந்திருக்க வேண்டும் என்று தோன்றியது. அந்த ஓடை வழி நினைவு வந்தபோது தாழம்பூக்களிலிருந்து வந்த

நறுமணத்தையும் அவன் நுகர்வதாகத் தோன்றியது. ஓடையில் ஒரு படகில் ஏற்றித் தன்னை ஒரு தேவகுமாரனும் தேவகுமாரியும் அழைத்து வந்ததும் இலேசாக நினைவு வந்தது. தேவகுமாரன் சிவபக்தன் போலிருக்கிறது. இனிமையான தேவாரப் பாடல்களை அவன் அடிக்கடி பாடினான். தேவகுமாரி என்ன செய்தாள்? அவள் பாடவில்லை. அவள் அவ்வப்போது இரண்டொரு வார்த்தைகள் மட்டுமே கூறினாள். அதுவே தேவகானம் போலிருந்தது. ஆர்வமும் அன்பும் நிறைந்த கண்களால் தன்னை அடிக்கடி பார்த்துக் கொண்டிருந்தாள். அவ்விருவரும் இப்போது எங்கே?

வானவர் நாட்டில் தேவர்கள், யக்ஷர்கள், கின்னரர்களைத் தவிர புத்த பிக்ஷுக்களுக்கும் முக்கியமான இடம் உண்டு போலும்! அவர்கள்தான் தேவலோகத்து அமுத கலசத்தைப் பாதுகாக்கிறவர்கள் போலும்! அடிக்கடி புத்த பிக்ஷு ஒருவர் அவனை நெருங்கி வருகிறார். அவனுடைய வாயில் சிறிது அமுதத்தை ஊற்றிவிட்டுப் போகிறார். தேவலோகத்தில் மற்ற வசதிகள் எவ்வளவு இருந்தாலும், தாகம் மட்டும் அதிகமாகவே இருக்கிறது. இன்னும் கொஞ்சம் அதிகமாகவே இந்தப் புத்த பிக்ஷு தன் வாயில் அமுதத்தை ஊற்றிவிட்டுப் போகக் கூடாதோ? தேவலோகத்தில் கூட ஏன் இந்தத் தரித்திர புத்தி!

ஒருவேளை அமுதத்தை ஒரேயடியாக அதிகமாக அருந்தக் கூடாது போலும்! இது அமுதமா? அல்லது ஒரு வேளை ஏதேனும் மதுபானமா? - சீச்சீ! பிக்ஷுக்கள் கேவலம் மதுவைக் கையினாலும் தொடுவார்களா? தன் வாயிலேதான் கொண்டு வந்து ஊற்றுவார்களா? இல்லையென்றால், ஏன் இப்படித் தனக்கு மயக்கம் வருகிறது? அமுத பானம் செய்த சிறிது நேரத்துக்கெல்லாம் ஏன் நினைவு குன்றுகிறது?...

மூன்று தினங்கள் இவ்வாறு பொன்னியின் செல்வன் வானவர் உலகத்திலும் நினைவேயில்லாத சூனிய உலகத்திலும் மாறி மாறிக் காலம் கழித்த பிறகு, நாலாம் நாள் காலையில் தூக்கத்திலிருந்து விழித்தெழுவது போல எழுந்து, பூரண சுய நினைவு பெற்றான். உடம்பு பலவீனமாகத்தான் இருந்தது; ஆனால் உள்ளம் தெளிவாக இருந்தது. எதிரே சுவரில் இருந்த உருவங்கள் சித்திர உருவங்கள் என்பதை அறிந்தான். அந்தத் தேவ யக்ஷ கின்னரர்கள் தன்னை வரவேற் பதற்காக அங்கே நிற்கவில்லையென்றும், தேவலோகத்துக்கு விஜயம் செய்த பகவான் புத்தரை வரவேற்கிறார்கள் என்றும் அறிந்தான். மற்றொரு சுவரில் மேகங்கள் சூழ்ந்த வானவெளியில் புத்த பகவான் ஏறிவருவது போன்ற சித்திரம் எழுதியிருந்ததையும் கண்டான். புத்த விஹாரம் ஒன்றில் தான் படுத்திருப்பதை அறிந்து கொண்டான். எங்கே, எந்தப் புத்த விஹாரத்தில் என்று சிந்தித்த போது, இலங்கையிலிருந்து தான் பிரயாணம் தொடங்கிய திலிருந்து நிகழ்ந்த சம்பவங்கள் எல்லாம்

ஒவ்வொன்றாக நினைவு வந்தன. வந்தியத்தேவனும் தானும் அலைமோதிய கடலில் அலைப்புண்டு அலைப்புண்டு கை சளைத்துப் போனது வரையில் ஞாபகம் வந்தது. அப்புறம் ஒரே குழப்பமாக இருந்தது.

அச்சமயம் புத்த பிக்ஷு ஒருவர் அந்த அறைக்குள் வந்தார். வழக்கம் போல் கையில் அமிர்த கிண்ணத்துடன் வந்தார்! இளவரசன் அருகில் வந்ததும் பிக்ஷு அவனை உற்றுப் பார்த்தார்! இளவரசன் கையை நீட்டிக் கிண்ணத்தை வாங்கி அதில் இருப்பது என்னவென்று பார்த்தான். அது தேவலோகத்து அமுதம் இல்லையென்று உறுதிப் படுத்திக் கொண்டான். மருந்து அல்லது மருந்து கலந்த பால் என்று தெரிந்து கொண்டான். பிக்ஷுவை நோக்கி, 'சுவாமி! இது என்ன இடம்? தாங்கள் யார்? எத்தனை நாளாக நான் இங்கே இப்படிப் படுத்திருக்கிறேன்?' என்று கேட்டான்.

பிக்ஷு அதற்கு ஒன்றும் மறுமொழி சொல்லாமல் திரும்பிச் சென்றார். அடுத்த அறைக்கு அவர் சென்று, 'ஆச்சாரியாரே! சுரம் நன்றாகத் தெளிந்துவிட்டது. நினைவு பூரணமாக வந்து விட்டது!' என்று கூறியது இளவரசன் காதில் விழுந்தது.

சிறிது நேரத்துக்கெல்லாம் வயது முதிர்ந்த பிக்ஷு ஒருவர் பொன்னியின் செல்வன் இருந்த அறைக்குள் வந்தார். கட்டிலின் அருகில் வந்து அவரும் இளவரசனை உற்றுப் பார்த்தார். பிறகு மலர்ந்த முகத்துடன், 'பொன்னியின் செல்வ! தாங்கள் இருக்குமிடம் நாகைப் பட்டினம் சூடாமணி விஹாரம். கடுமையான தாபஜ் சுரத்துடன் தாங்கள் இங்கே வந்து மூன்று தினங்கள் ஆயின. தங்களுக்கு இந்தச் சேவை செய்வதற்குக் கொடுத்து வைத்திருந்தோம். நாங்கள் பாக்கிய சாலிகள்!' என்றார்.

'நானும் பாக்கியசாலிதான், இந்தச் சூடாமணி விஹாரத்துக்கு வந்து பார்க்க வேண்டுமென்று ஆவல் கொண்டிருந்தேன். எப்போதோ ஒருசமயம் இந்த நகரின் துறைமுகத்துக்குப் போகும் போது வெளியி லிருந்து பார்த்திருக்கிறேன். தெய்வாதீனமாக இங்கேயே நான் வந்து தங்கியிருக்கும்படி நேர்ந்தது. சுவாமி எப்படி நான் இங்கு வந்து சேர்ந்தேன்? சொல்ல முடியுமா?' என்று அருள்மொழிவர்மன் கேட்டான்.

'இளவரசே! முதலில் தங்களுடைய கையில் உள்ள மருந்தைச் சாப்பிடுங்கள், எனக்குத் தெரிந்த விவரங்களைச் சொல்லுகிறேன்' என்றார் பிக்ஷு.

இளவரசன் மருந்தைச் சாப்பிட்டு விட்டு, 'ஐயா! இது மருந்து அல்ல; தேவாமிர்தம். என் விஷயத்தில் தாங்கள் எவ்வளவோ சிரத்தை

எடுத்துச் சிகிச்சை செய்வித்திருக்கிறீர்கள். ஆனால் இதற்காகத் தங்களுக்கு நான் நன்றி செலுத்தப் போவதில்லை' என்றான்.

ஆச்சாரிய பிக்ஷு புன்னகை புரிந்து, 'இளவரசே தாங்கள் நன்றி செலுத்த வேண்டிய அவசியமும் இல்லை. நோயாளிகளுக்குச் சிகிச்சை செய்வது பரமோத்தம தர்மம் என்று புத்த பகவான் அருளியிருக்கிறார். நோய்ப்பட்ட பிராணிகளுக்குக்கூடச் சிகிச்சை செய்யும்படி புத்த தர்மம் கட்டளையிடுகிறது. தங்களுக்குச் சிகிச்சை செய்ததில் அதிக விசேஷம் ஒன்றுமில்லை. சோழகுலத்துக்கு நாங்கள் மிகவும் கடமைப் பட்டவர்கள். தங்கள் தந்தையார் சுந்தர சோழ சக்கரவர்த்தியும், தங்கள் திருத் தமக்கையார் இளைய பிராட்டியும் புத்த தர்மத்துக்கு எவ்வளவோ ஆதரவு அளித்திருக்கிறார்கள். இலங்கை அநுராத புரத்தில் புத்த விஹாரங்களைப் புதுப்பித்துக் கட்ட நீங்கள் ஏற்பாடு செய்ததும் எங்களுக்குத் தெரிந்ததே. அப்படியிருக்கும் போது, நாங்கள் செய்த இந்தச் சிறிய உதவிக்காகத் தங்களிடம் நன்றி எதிர் பார்க்கவில்லை....'

'ஆச்சாரியரே! நன்றி செலுத்துவது பற்றி அந்த முறையில் நான் கூறவில்லை. எனக்கு எப்பேர்ப்பட்ட கடும் சுரம் வந்திருக்க வேண்டும், என்பதை நான் உணர்ந்திருக்கிறேன். இலங்கையில் இந்த சுரத்தினால் பீடிக்கப்பட்டவர்களின் கதியை நான் பார்த் திருக்கிறேன். நியாயமாக இதற்குள் நான் வானவர் உலகத்துக் குப் போயிருக்கவேண்டும். அங்கே தேவர்கள், யக்ஷர்கள், கின்னரர்கள் என்னை வரவேற்று உபசரித் திருக்கக்கூடும் அல்லவா? இன்று தேவர் - தேவியர்களுக்கு மத்தியில் உண்மை யாகவே அமிர்த பானம் செய்துகொண்டு ஆனந்த மயமாக இருப்பேன் அல்லவா? அதைத் தாங்கள் கெடுத்து விட்டீர்கள்! வானுலகத்தின் வாசல்வரையில் சென்ற என்னைத் திரும்ப இந்தத் துன்பம் நிறைந்த மண்ணுலகத்துக்குக் கொண்டுவந்து விட்டீர்கள். ஆதலின் எனக்குத் தாங்கள் நன்மை செய்ததாகவே நான் எண்ண வில்லை. ஆகையால்தான் தங்களுக்கு நன்றி செலுத்தப் போவதில்லை என்று கூறினேன்!'

ஆச்சாரிய பிக்ஷுவின் முகம் ஆனந்தப் பூரிப்பினால் மலர்ந்தது.

'பொன்னியின் செல்வ! தாங்கள் வானுலகத்துக்குப் போக வேண்டிய காலம் வரும்போது தேவேந்திரனும் பிற தேவர்களும் விமானங்களில் வந்து தேவ துந்துபிகள் முழங்க மலர்மாரி பொழிந்து தங்களை அழைத்துச் செல்வார்கள். ஆனால் அந்தக் காலம் இன்னும் நெடுந்தூரத்தில் இருக்கிறது. இந்த மண்ணுலகில் தாங்கள் செய்ய வேண்டிய அரும்பெரும் காரியங்கள் எத்தனையோ இருக்கின்றன! அவற்றை முடித்து விட்டல்லவா வானுலகம் செல்வதுபற்றி யோசிக்க வேண்டும்?' என்றார்.

இது காறும் சாய்ந்து படுத்திருந்த பொன்னியின் செல்வன் நிமிர்ந்து உட்கார்ந்தான். அவனுடைய திருமுகத்தில் அபூர்வமான களை பொலிந்தது. அவனுடைய விசாலமான நயனங்களிலிருந்து மின் வெட்டுப் போன்ற ஒளிக் கிரணங்கள் அலை அலையாகக் கிளம்பி அந்த அறையையே ஜோதி மயமாகச் செய்தன.

'ஆச்சாரியரே! தாங்கள் கூறுவது உண்மை. இந்த மண்ணுலகில் நான் சில காரியங்களைச் சாதிக்க விரும்புகிறேன். அரும்பெரும் பணிகள் பல செய்து முடிக்க விரும்புகிறேன். இந்தச் சூடாமணி விஹாரத்தை ஒரு சமயம் வெளியிலிருந்து பார்த்தேன். அநுராத புரத்திலுள்ள ஸ்தூபங்களையும் விஹாரங்களையும் பார்த்தேன். அங்கேயுள்ள அபயங்கிரி விஹாரத்தைப் போலப் பெரிதாக இந்தச் சூடாமணி விஹாரத்தைப் புனர் நிர்மாணம் செய்யப் போகிறேன். அநுராத புரத்தில் உள்ள பெரிய பெரிய புத்தர் சிலைகளைப் போன்ற சிலைகளை இந்த விஹாரத்திலும் அமைத்துப்பார்க்கப் போகிறேன், இன்னும் இந்தச் சோழ நாட்டிலுள்ள சிவாலயங்களை அம்மாதிரி புதுப்பித்துக் கட்டப் போகிறேன். இலங்கையிலுள்ள ஸ்தூபங் களையும் விஹாரங்களையும் பார்த்து விட்டு இச்சோழ நாட்டிலுள்ள ஆலயங்களையும் நினைத்துப் பார்த்தால் எனக்கு உடலும் உள்ளமும் குன்றுகின்றன. வானளாவும் கோபுரத்தை உடைய மாபெரும் ஆலயத்தைத் தஞ்சாவூரில் நிர்மாணிக்கப் போகிறேன். அதற்குத் தகுந்த அளவில் மகாதேவருடைய சிலையைச் செய்து நிர்மாணிக்கப் போகிறேன். ஆச்சாரியரே! இந்தச் சோழ நன்னாட்டில் புத்த ஸ்தூபங்களும், சிவாலயங்களில் கோபுரங்களும் ஒன்றோடொன்று போட்டியிட்டு மேக மண்டலத்தை எட்டப் போகின்றன. ஆயிரமாயிரம் வருஷங் களுக்குப் பிறகு இந்தத் தெய்வத் தமிழ் நாட்டில் பிறக்கும் சந்ததிகள் அவற்றைக்கண்டு பிரமித்து நிற்கப் போகிறார்கள்....'

இவ்வாறு ஆவேசம் கொண்டவன்போல் பேசி வந்த இளவரசன் உடலில் போதிய பலமில்லாமையால் கட்டிலில் சாய்ந்தான். உடனே ஆச்சாரிய பிக்ஷு அவனுடைய தோள்களைப் பிடித்துக் கொண்டு, கட்டிலில் தலை அடிபடாமல் மெள்ள மெள்ள அவனைப் படுக்க வைத்தார். நெற்றியில் கையினால் தடவிக் கொடுத்து, 'இளவரசே! தாங்கள் உத்தேசித்த அரும்பெரும் காரியங்களையெல்லாம் காலா காலத்தில் செய்து முடிப்பீர்கள். முதலில், உடம்பு பூரணமாகக் குணமடைய வேண்டும். சற்று அமைதியாயிருங்கள்!' என்றார்.

நந்தி மண்டபம்

மறுநாள் பிற்பகல் மீண்டும் பெரிய பிக்ஷு பொன்னியின் செல்வனைப் பார்ப்பதற்கு வந்தார். அவரிடம் பல கேள்விகள் கேட்பதற்கு இளவரசன் துடித்துக் கொண்டிருந்தான். சின்ன பிக்ஷுவிடம் அவன் கேள்வி கேட்டு விவரம் அறிந்து கொள்ளச் செய்த முயற்சிகள் பலிக்க வில்லை. 'ஐயா! எல்லாம் குருதேவர் தெரிவிப்பார்' என்று ஒரேவித மறுமொழிதான் திரும்பத் திரும்ப வந்தது.

குருதேவர் வந்ததும், 'இளவரசே! இப்போது உடம்பு எப்படி இருக்கிறது?' என்று கேட்டார்.

'ஐயா உடம்பு என்னை மிகவும் தொந்தரவுபடுத்துகிறது. 'எதற்காக சோம்பிப் படுத்திருக்கிறாய்? எழுந்து ஓடு! குதிரை மேல் ஏறு! நதியில் குதித்து நீந்து! யானையுடன் சண்டைபோடு! வெறுமனே படுத்திராதே!' என்கிறது. வயிறும் வெகு சுறுசுறுப்பாயிருக்கிறது. சின்ன பிக்ஷு கொண்டுவந்து கொடுத்த உணவெல்லாம் போதவில்லை. ஆச்சாரியரே! இத்தனை நாள் நான் கடும் சுரம் நீடித்து நினைவு தவறியிருந்தேன் என்பதையே நம்ப முடியவில்லை. தங்களுடைய மருந்து அவ்வளவு அற்புதமான வேலை செய்திருக்கிறது!' என்று சொன்னான் பொன்னியின் செல்வன்.

'ஐயா! உடம்பின் பேச்சை ரொம்பவும் நம்பிவிடக் கூடாது. சுரம் தெளிந்ததும் அப்படித்தான் இருக்கும்; கொஞ்சம் அசட்டையா யிருந்து, இரண்டாந் தடவை சுரம் வந்துவிட்டால் உயிருக்கே ஆபத்தாகப் போய்விடும்!'

'குருதேவரே! என்னுடைய உயிருக்கு வரக்கூடிய ஆபத்தைப் பற்றி நான் அவ்வளவாகப் பயப்படவில்லை....'

'தாங்கள் கவலைப்படவில்லை; சரிதான்! ஆனால் இந்தச் சோழ நாட்டில் உள்ள கோடி மக்கள் சென்ற நாலைந்து தினங்களாக

எவ்வளவு கவலைப்பட்டுக் கொண்டிருக்கிறார்கள், தெரியுமா? நாடு நகரங்களெல்லாம் அல்லோலகல்லோலப் படுகின்றன. சின்னஞ்சிறு குழந்தைகள் முதலாவது வயோதிகர்கள் வரையில் கண்ணீர் விடுகிறார்கள்....'

'ஐயா! தாங்கள் சொல்லுவது ஒன்றும் எனக்கு விளங்கவில்லை. ஜனங்கள் எதற்காக அவ்வளவு வருத்தப்பட வேண்டும்? ஒருவேளை நான் இந்தச் சுரம் குணமாகிப் பிழைக்க மாட்டேன் என்ற எண்ணத்தினாலா? சூடாமணி விஹாரத்தில் தாங்கள் எனக்குச் சிகிச்சை செய்து வருகிறீர்கள் என்று தெரிந்திருக்கும் போது ஜனங்கள் ஏன் கவலைப்பட வேண்டும்?'

'இளவரசே! தங்களுக்குச் சுரம் என்பதும், தாங்கள் சூடாமணி விஹாரத்தில் இருந்து வருவதும் ஜனங்களுக்குத் தெரியாது. இந்த நகரத்தின் மாந்தர்களுக்கு அது தெரிந்திருந்தால், இந்த விஹாரத்தில் இவ்வளவு அமைதி குடி கொண்டிருக்குமா? மதில் சுவர்களையெல்லாம் இடித்துத் தகர்த்துக்கொண்டு அத்தனை ஜனங்களும் தங்களைப் பார்க்க இங்கு வந்திருக்க மாட்டார்களா? அன்று காலையில் தாங்கள் கடலில் மூழ்கிவிட்டதாகச் செய்தி வந்தபோது இந்த நகரின் மாந்தர் எழுப்பிய ஓலத்தையும் பிரலாபத்தையும் தாங்கள் கேட்டிருந்தால்... ஏன் இந்த விஹாரத் துக்குள்ளேயே அன்று காலை கண்ணீர்விட்டுக் கதறாதவர் யாரும் இல்லையே?'

பொன்னியின் செல்வன் கட்டிலில் எழுந்து உட்கார்ந்து, 'குருதேவரே! இது என்ன சொல்கிறீர்கள்? எனக்கு ஒன்றும் விளங்கவில்லையே? நான் கடலில் முழுகிவிட்டதாகச் செய்தி வந்ததா? எப்போது வந்தது? யார் அத்தகைய பயங்கரச் செய்தியைக் கொண்டு வந்தது? எதற்காக?' என்று கேட்டான்.

'யார் கொண்டு வந்தார்களோ, தெரியாது! ஒருநாள் காலையில் அந்தச் செய்தி இந்த நகரமெங்கும் பரவிவிட்டது. தங்களை இலங்கையிலிருந்து கோடிக் கரைக்கு ஏற்றி வந்த கப்பல் சுழல் காற்றில் அகப்பட்டு மூழ்கி விட்டதாக ஜனங்கள் பேசிக் கொண்டார்கள். கோடிக்கரையோரமாக தனாதிகாரி பழுவேட்டரையர் தங்களை எவ்வளவோ தேடியும் தங்கள் உடல்கூட அகப்படவில்லையென்றும், ஆகையால் கடலில் முழுகிப் போயிருக்க வேண்டும் என்றும் பராபரியாகச் செய்தி பரவி விட்டது. அதைக் கேட்டுவிட்டு நான்கூட இந்த விஹாரத்தின் வாசலில் நின்று வருத்தப்பட்டுக் கொண்டிருந்தேன். அப்போது இன்னொரு பிக்ஷு வந்து, நோயாளியை ஏற்றிக்கொண்டு ஒரு படகு விஹாரத்தின் பின்புறத்துக் கால்வாயில் வந்திருப்பதாகத் தெரிவித்தார். நான் உடனே வந்து பார்த்தபோது படகில் உள்ள

நோயாளி தாங்கள்தான் என்பதைக் கண்டேன் பிறகு மூன்று நாட்களாகச் சிகிச்சை செய்து வந்தோம். நேற்றுத்தான் தங்களுக்கு நினைவு வந்தது.'

'ஆச்சாரியரே! என்னைப் படகில் ஏற்றிக்கொண்டு வந்தது யார்? சொல்ல முடியுமா?'

'ஒரு இளைஞனும், ஒரு யுவதியும் படகு தள்ளிக்கொண்டு வந்தார்கள்.'

'ஆம், ஆம்; எனக்குக்கூட கனவில் கண்டதுபோல் நினைவுக்கு வருகிறது. அந்த இளைஞனும் யுவதியும் யார் என்று தெரியுமா? இளைஞன் வாணர் குலத்து வந்தியத்தேவனா?'

'இல்லை, ஐயா! அவன் பெயர் சேந்தன் அமுதன் என்று சொன்னான். சிவ பக்தி மிக்கவன் என்று தோன்றியது. பெண்ணின் பெயரை நான் அறிந்து கொள்ளவில்லை. தேக திடமும் மனோவலியும் வாய்ந்தவள்...'

'அவன் யார் என்று நான் ஊகிக்க முடியும். ஓடக்காரப் பூங்குழலி; தியாக விடங்கரின் மகள். அவர்கள் என்னை எதற்காக இங்கே அழைத்து வந்தார்கள் என்று சொல்லவில்லையா?'

'இல்லை! இளவரசே! நான் அவர்களிடம் அதைப்பற்றிக் கேட்கவும் இல்லை.'

'நான் இங்கு பத்திரமாயிருக்கிறேன் என்று தாங்கள் யாருக்கும் தெரியப் படுத்த வில்லையா?'

'இல்லை, ஐயா! யாருக்கும் சொல்ல வேண்டாம் என்று தங்களை அழைத்து வந்தவர்கள் சொன்னார்கள். தங்கள் உடல் நிலையை முன்னிட்டுச் சொல்லாமலிருப்பதே நல்லது என்று நானும் எண்ணினேன்.'

'ஆச்சாரியரே! இதில் ஏதோ சூழ்ச்சி நடந்திருக்கிறது. என்னைச் சிறைப்படுத்திக் கொண்டுவரும்படி என் தந்தை மும்முடிச்சோழ மகாராஜா கட்டளையிட்டிருந்தார். அதற்கிணங்கவே நான் இலங்கையிலிருந்து புறப்பட்டேன். நடுவில் ஏதேதோ சம்பவங்கள் நிகழ்ந்து விட்டன. சக்கரவர்த்தியின் கட்டளைக்கு விரோதமாக நான் நடந்தேன் என்று குற்றம் சாட்டுவதற்காக இந்தச் சூழ்ச்சி நடந்திருப்பதாகவும் தோன்றுகிறது. நான் கடலில் மூழ்கி இறந்து விட்டதாகவும் கதை கட்டி விட்டிருக்கிறார்கள். குருதேவரே! என்னைத் தாங்கள் இந்தச் சூடாமணி விஹாரத்தில் ஏற்றுக்கொண்டதே இராஜத் துரோகமான காரியம். மேலும் வைத்திருப்பது பெருங் குற்றமாகும். உடனே என்னைத் தஞ்சாவூருக்கு அனுப்பி விடுங்கள்....'

'இளவரசே! தங்களுக்கு இடங் கொடுத்ததற்காக எனக்கு இராஜ தண்டனை கிடைப்பதாயிருந்தால் அதைக் குதூகலத்துடன்

வரவேற்பேன். அதன் பொருட்டு இந்தப் புராதனமான சூடாமணி விஹாரத்தை இடித்துத் தள்ளி மண்ணோடு மண்ணாக்கி விடுவதா யிருந்தாலும் பாதகம் இல்லை...'

'தங்களுடைய பரிவைக் குறித்து மகிழ்கிறேன், குருதேவரே! ஆனாலும், என்னைக் கொண்டு வந்தவர்களிடம் ஒன்றும் விசாரியாமல் எப்படி என்னை ஏற்றுக் கொண்டீர்கள்?'

'விசாரிப்பதற்கு அவசியம் என்ன? கடும் சுரத்தோடு வந்த தங்களை வரவேற்றுச் சிகிச்சை செய்வதைக் காட்டிலும் என்னைப் போன்ற பிக்ஷுக்களுக்கு வேறு என்ன உயர்ந்த கடமை இருக்க முடியும்? மேலும் தங்களுடைய திருத்தமக்கையார், குந்தவை தேவியார், தாங்கள் இங்கு வந்து சிலநாள் தங்கக்கூடும் என்று முன்னமே எனக்குத் தெரிவித்திருக்கிறார்கள்.'

'ஓ! அப்படியா! இளைய பிராட்டியா அவ்விதம் சொல்லி அனுப்பியிருந்தார்? எப்போது?'

'தாங்கள் இங்கு வருவதற்கு சில நாளைக்கு முன்பு. தங்களைக் கொண்டு வந்த சேந்தன் அமுதனும், 'இளைய பிராட்டியின் விருப்பம்' என்றுதான் கூறினான்.'

'குருதேவா! என்னை அழைத்து வந்தவர்கள் இருவரும் உடனே திரும்பிப் போய்விட்டார்களா? அவர்களைக் கண்டுபிடிக்க முடியுமா? அவர்களைப் பார்த்தாவது, சில விவரங்கள் எனக்குத் தெரிந்துகொள்ள வேண்டும்.'

'ஐயா! பதட்டம் வேண்டாம். அவர்கள் இருவரும் இந்த நரகத்திலே தான் இருக்கிறார்கள். தினம் ஒருமுறை வந்து தங்கள் உடல் நிலையைப் பற்றி விசாரித்துப் போகிறார்கள். இன்றைக்கு ஏனோ இதுவரையில் வரக் காணோம்....'

அச்சமயத்தில் சின்ன பிக்ஷு வந்து குருதேவரைப் பார்த்து ஏதோ சமிக்ஞை செய்தார். ஆச்சாரிய பிக்ஷு, 'இதோ வந்து விட்டேன், ஐயா!' என்று கூறிவிட்டு வெளியே சென்றார். சற்று நேரத்துக்கெல்லாம் அவர் திரும்பி வந்தபோது இளவரசன் அருள்மொழிவர்மனுடைய பரபரப்பு மேலும் அதிகமாகியிருப்பதைக் கண்டார்.

'ஆச்சாரியரே! இனி ஒரு கணமும் நான் இங்கே தங்கியிருக்க முடியாது. சக்கரவர்த்தியின் கட்டளையை மீறி நான் இங்கே வந்து ஒளிந்திருந்தேன் என்ற பழியை ஏற்க நான் விரும்பவில்லை. என்னால் இந்தப் புராதனமான சூடாமணி விஹாரத்துக்கு எந்த விதமான தீங்கு நேரிடுவதையும் விரும்பவில்லை' என்றான் இளவரசன்.

பெரிய பிக்ஷு மலர்ந்த முகத்துடன், 'உண்மையில் அத்தகைய பெரும் பொறுப்பை நானும் இனி வகிக்க முடியாது. தங்களுடைய விருப்பத்துக்கு விரோதமாக ஒரு கணமும் தங்களை நான் இங்கு வைத்திருக்க விரும்பவில்லை. இந்தக் கணமே தாங்கள் புறப்படலாம். கால்வாயில் படகு ஆயத்தமாகக் காத்திருக்கிறது!' என்றார்.

'எங்கே போவதற்கு?'

'அது தாங்கள் தீர்மானிக்க வேண்டிய காரியம். தங்களை இங்கே கொண்டுவந்து சேர்த்த இருவரும் படகுடன் தங்களை அழைத்துப் போக வந்திருக்கிறார்கள்.'

இளவரசன் சிறிது தயங்கினான். ஆச்சாரிய பிக்ஷுவின் முகத்தில் மர்மமான புன்னகை பொலிவதைக்கண்டு, 'இதில் இன்னும் ஏதேனும் சூழ்ச்சி இருக்கக்கூடுமோ?' என்று வியந்தான்.

'அவர்கள் இருவருமே திரும்ப வந்திருக்கிறார்களா? எதற்காக என்று சொல்லவில்லையா?'

'சொன்னார்கள். இந்த விஹாரத்திலிருந்து ஒரு நாழிகை தூரத்தில், கால்வாயின் கரையில் நந்தி மண்டபம் ஒன்று இருக்கிறது. அதில் தங்களைப் பார்ப்பதற்காக இரண்டு பெண்மணிகள் வந்து காத்திருக் கிறார்களாம்.'

இளவரசன் அவசரமாகக் கட்டிலிலிருந்து இறங்கினான். 'ஆச்சாரியரே! உடனே படகுக்கு என்னை அழைத்துச் செல்லுங்கள்! இவ்வளவு தாமதம் ஆகிவிட்டதே' என்றான்.

பிக்ஷு இளவரசனைக் கையினால் தாங்கிக்கொண்டு கால்வாய்க் கரை வரையில் சென்றார். ஆனால் இளவரசனுடைய நடையில், நாலு நாளைக்கு மேலாகக் கடுஞ்சுரத்தினால் பீடிக்கப்பட்டிருந் ததின் அறிகுறி ஒன்றும் தென்படவில்லை. ஏறுபோல் நடந்து பொன்னியின் செல்வன் கம்பீரமாக வருவதைக் கண்டு சேந்தன் அமுதன், பூங்குழலி இருவருடைய முகங்களும் மலர்ந்தன.

அருள்மொழிவர்மன் படகில் ஏறி உட்கார்ந்ததும் பிக்ஷு அவனைப் பார்த்து, 'ஐயா! தங்களுக்கு ஏதேனும் சேவை செய்ய வாய்ப்புக் கிடைத்தால் அதை இந்தச் சூடாமணி விஹாரத்துப் பிக்ஷுக்கள் அனைவரும் பெரும் பாக்கியமாகக் கருதுவோம். தாங்கள் திரும்பவும் இங்கு வந்து ஒருவாரம் தங்கி உடல் வலிவு பெற்றுப் போவது நலம்!' என்றார்.

'குருதேவரே! நான் திரும்பி வருவேன் என்றுதான் எனக்குத் தோன்றுகிறது. இல்லாவிடில் இவ்வாறு மற்ற பிக்ஷுக்களிடம் சொல்லிக் கொள்ளாமல் அவசரமாகப் புறப்பட்டிருக்க மாட்டேன்! என்றான் இளவரசன்.

படகு நகரத் தொடங்கியதும் சேந்தன், பூங்குழலி இருவரையும் மாறி மாறிப் பார்த்து, 'இக்கால்வாயின் வழியாக நீங்கள் என்னை அழைத்துக் கொண்டு வந்தபோது நீங்கள் தேவலோகத்தவர்கள் என்றும், சொர்க் கத்துக்கு என்னை அழைத்துப் போகிறீர்கள் என்றும் எண்ணியிருந்தேன். என்னை ஏமாற்றி விட்டீர்கள். சந்நியாசி மடத்துக்குக் கொண்டுபோய்ச் சேர்த்தீர்கள்! போனால் போகட்டும்; கடலில் நீந்திக் கை சளைத்து நினைவிழந்து போனதிலிருந்து நடந்ததையெல்லாம் உங்களிடம் கேட்க வேண்டும். அதற்கு முன்னால், நந்தி மண்டபத்தில் எனக்காகக் காத்திருப்பவர்கள் யார் என்று சொல்லுங்கள்' என்றான் இளவரசன்.

இருவரையும் பார்த்து அருள்மொழிவர்மன் கேட்ட போதிலும், பூங்குழலி வாய் திறக்கவில்லை. சேந்தன் அமுதன்தான் மறுமொழி கூறினான். குந்தவைப் பிராட்டியும் கொடும்பாளூர் இளவரசியும் ஆனைமங்கலத்துக்கு வந்திருப்பதையும், அங்கிருந்த நந்திமண்ட பத்துக்கு வந்து காத்திருப்பதையும் தெரிவித்தான்.

'ஆகா! எடுத்ததற்கெல்லாம் மூர்ச்சை போட்டு விழும் அந்தப் பெண்ணை எதற்காக இளையபிராட்டி இங்கேயும் அழைத்து வந்திருக்கிறார்?'

சேந்தன் அமுதன், 'ஐயா! தமிழ்நாட்டுப் பெண்களிடையே இப்போது ஒரு சுரம் பரவிக் கொண்டிருக்கிறது. புனிதமான சைவ சமயத்தை விட்டுவிட்டுப் புத்த மதத்தைச் சேர்ந்து பிக்ஷுணிகள் ஆகப் போவதாகச் சொல்லிக் கொண்டிருக்கிறார்கள்' என்றான்.

'அப்படி யார், யார் சொல்லிக் கொண்டிருக்கிறார்கள்?'

'கொடும்பாளூர் இளவரசி அவ்விதம் சொல்லிக் கொண்டிருக் கிறாராம். இதோ இந்தப் பெண்ணரசியும் அவ்வாறு சொல்லிக் கொண்டிருக்கிறாள்!'

'இரண்டு பேர்தானே, அமுதா! அதனால் சைவ சமயத்துக்கு நஷ்டம் வந்துவிடாது! இலங்கையில் பிக்ஷுணிகள் தவ வாழ்க்கை நடத்தும் மடங்கள் பலவற்றை நான் அறிவேன். வேண்டுமானால் நானே இவர்களை அழைத்துப் போய்ச் சேர்த்து விடுகிறேன்!' என்று பொன்னியின் செல்வன் கூறவும் சேந்தன் அமுதன் நகைத்தான்.

பின்னர் கடலிலிருந்து இளவரசனும், வந்தியத்தேவனும் கரை யேறியதிலிருந்து நிகழ்ந்தவற்றையெல்லாம் சேந்தன் அமுதன் தான் அறிந்தவரையில் கூறினான். பொன்னியின் செல்வன் ஆர்வத்துடன் கேட்டுக்கொண்டு வந்ததுடன், தன்னுடைய ஞாபகங்களையும் ஒத்துப் பார்த்துக்கொண்டு வந்தான். 'அதோ நந்தி மண்டபம்!' என்று பூங்குழலி கூறியதும், இளவரசன் அவள் சுட்டிக் காட்டிய திசையை நோக்கினான்.

நந்தி வளர்ந்தது!

படகு அப்போது சென்று கொண்டிருந்த இடத்தில் கால்வாயின் கரைகள் இருபுறமும் ஓங்கி உயர்ந்திருந்தன. பூங்குழலி சுட்டிக் காட்டிய இடத்தில் கால்வாயின் ஓரமாகப் படித்துறை மண்டபம் ஒன்று காணப்பட்டது. படிகள் முடிந்து மண்டபம் தொடங்கும் இடத்தில் இரண்டு ஓரங்களிலும் இரண்டு நந்தி விக்கிரகங்கள் அமைக்கப்பட்டிருந்தன. சிறந்த வேலைப்பாட்டுடனும் ஜீவகளை யுடனும் விளங்கிய அந்த நந்தி பகவானுடைய சிலை களை இன்றைக்கெல்லாம் பார்த்துக் கொண்டேயிருக்கலாம். இந்தச் சிலைகளின் முக்கியம் பற்றியே அம்மண்டபத்துக்கு 'நந்தி மண்டபம்' என்ற பெயர் ஏற்பட்டிருந்தது. வருஷத்துக்கு ஒரு முறை வஸந்த உற்சவத்தின்போது திருநாகைக் காரோணத்துக் காயாரோகண சுவாமியும் நீலாயதாட்சி அம்மனும் அந்த மண்டபத்திற்கு விஜயம்செய்து கொலு வீற்றிருப்பது வழக்கம். அப்போது மக்கள் திரள் திரளாக அங்கே வந்து சேர்வார்கள். உற்சவம் பார்த்துவிட்டு நிலா விருந்தும் அருந்தி விட்டுத் திரும்பிச் செல்வார்கள். நகரத்திலிருந்து சற்றுத் தூரத்திலிருந்த படியால், மற்ற சாதாரண நாட்களில் இங்கே ஜனங்கள் அதிகமாக வருவதில்லை.

படகு, மண்டபத்தை நெருங்கியது. மண்டபத்தில் இருந்த இரு பெண்மணிகளையும் பார்த்த பிறகு இளவரசனுக்கு வேறு எதிலும் பார்வையும் செல்லவில்லை; கவனமும் செல்லவில்லை. படகு நெருங்கி வந்தபோது, இளையபிராட்டி குந்தவை படிகளில் இறங்கிக் கீழ்ப்படிக்கு வந்தாள். வானதியோ மண்டபத்திலேயே தூண் ஒன்றின் பின்னால் பாதி மறைந்தும் மறையாமலும் நின்று கொண்டிருந்தாள்.

படித்துறை அருகில் வந்து படகு நின்றது. இளவரசன் இறங்கு வதற்குப் படகிலிருந்தபடி சேந்தன் அமுதனும், படியில் நின்றபடி இளைய பிராட்டியும் உதவி செய்தார்கள்.

சேந்தன் அமுதனும், பூங்குழலியும் படகைப் பின்னோக்கிச் செலுத்திக் கொண்டு போய்ச் சிறிது தூரத்தில் நிறுத்தினார்கள்.

'தம்பி! எப்படி மெலிந்து விட்டாய்!' என்று குந்தவை கூறியபோது, அவளுடைய கனிந்த குரலிலே கண்ணீர் கலந்து தொனித்தது.

பொன்னியின் செல்வன் 'என் உடம்பு மெலிவு இருக்கட்டும், அக்கா! உன் முகம் ஏன் இப்படி வாடியிருக்கிறது? என்னைக் கண்டதும் உன் முகம் தாமரைபோல் மலருவது வழக்கமாயிற்றே? இன்றைக்கு ஏன் உன் முக சந்திரனை மேகம் மறைத்திருக்கிறது? உன் கண்கள் ஏன் கலங்கியிருக்கின்றன? ஆகா! உன் உள்ளத்தைப் புண்படுத்தி வேதனை யளித்த எத்தனையோ காரியங்கள் நிகழ்ந்திருக்க வேண்டும். இல்லா விடில் எனக்கு அவ்வளவு அவசரமான ஓலை அனுப்பியிருக்க மாட்டாய்!' என்றான்.

'ஆம், தம்பி! எத்தனையோ அவசரமான விஷயங்கள் சொல்ல வேண்டும்; கேட்க வேண்டும். இலங்கையின் தங்கச் சிம்மாசனத்தை வேண்டாமென்று தள்ளிய வள்ளலே! இந்தக் கருங்கல் சிம்மாசனத்தில் சிறிது நேரம் உட்கார்ந்து கொள்!' என்றாள்.

பொன்னியின் செல்வன் உட்காரும்போது தமக்கையில் பாதங்களைத் தொட்டுக் கண்ணில் ஒத்திக் கொண்டான். குந்தவை அவனுடைய தலையைக் கரத்தினால் தொட்டு, உச்சி முகர்ந்தாள். அவளுடைய கண்களில் மேலும் கண்ணீர் ததும்பியது.

இருவரும் உட்கார்ந்தபிறகு குந்தவை, 'தம்பி! உன்னை இன்றைக்கு நான் இங்கு வருவித்திருக்கவே கூடாது. சூடாமணி விஹாரத்தின் தலைவர் உனக்கு உடம்பு நன்றாகக் குணமாகி விட்டது என்று செய்தி அனுப்பினார். அது சரியல்ல; சுரம் உன்னை வாட்டி எடுத்திருக்கிறது. ஆனால் உன்னைப் பார்க்காமலிருக்கவும் என்னால் முடியவில்லை. ஆனைமங்கலம் வந்த பிறகு ஒவ்வொரு கணமும் ஒரு யுகமாகச் சென்று கொண்டிருந்தது!' என்றாள்.

'அக்கா! என்னை இங்கு வருவித்தது பற்றி நீ கவலைப்பட வேண்டாம். நீ மட்டும் படகு அனுப்பாமலிருந்தால் நான் இத்தனை நேரம் பழையாறைக்கே புறப்பட்டிருப்பேன். கடுமையான சுரத்திலேயுங்கூட உன்னுடைய ஓலைதான் என் மனத்தை வருத்திக் கொண்டிருந்தது. அந்த ஓலையை ஒருவரிடம் அனுப்பியிருந்தாயே? அந்த வாணர் குலத்து வந்தியத்தேவரைப் போன்ற தீரரை நான் பார்த்ததேயில்லை. எத்தனையோ விதமாக அவரைச் சோதித்தேன்; எல்லாவற்றிலும் தேறிவிட்டார். அவர் இப்போது எங்கே அக்கா?'

குந்தவையின் முக சந்திரனை மறைந்திருந்த மேகத்திரை சிறிது அகன்றது. பவள இதழ்கள் முத்துப் பற்கள் தெரியும்படி புன்னகை

பூத்து, 'தம்பி! அவரைப் பற்றி இப்போது என்ன கவலை? வேறு எவ்வளவோ விஷயங்கள் இருக்கின்றன!' என்றாள்.

'என்ன அப்படிப் பேசுகிறாய், அக்கா! உனக்கு அதிருப்தி அளிக்கும்படி நடந்து கொண்டாரா?'

'இல்லை, இல்லை! நான் ஏன் அதிருப்தி அடைய வேண்டும்? உன்னை அழைத்துக்கொண்டுவந்து சேர்ப்பதாக வாக்களித்தார். அந்த வாக்கை அவர் நிறைவேற்றி விட்டார்....!'

'அதற்காக அவர் செய்த தந்திர மந்திரங்களையும், கைக்கொண்ட சூழ்ச்சி வித்தைகளையும் நினைக்க நினைக்க எனக்கு ஆச்சரிய மாயிருக்கிறது. அவர் எங்கே, அக்கா! நீ இங்கு வந்திருக்கிறாய் என்று தெரிந்ததும், வந்தியத்தேவரும் உன்னுடன் வந்திருப்பார் என்று எண்ணினேன். எடுத்ததற்கெல்லாம் மூர்ச்சை போட்டு விழும் இந்தப் பெண்ணரசி அல்லவா வந்திருக்கிறாள்?'

'இவள் எவ்வளவு தைரியசாலி ஆகிவிட்டாள் என்பது உனக்குத் தெரியாது, தம்பி! நேற்று நமது முதன் மந்திரியின் யானை இவளைத் தன் துதிக்கையால் தூக்கி எறிந்தது. மேலே அம்பாரியில் இருந்த என் மடியிலேதான் எறிந்தது. ஆனால் அது அவளுக்குத் தெரியாது! அப்போது எவ்வளவு தைரியமாக இருந்தாள் என்பதை நீ பார்த்திருந்தால்....'

'போதும், உன்னுடைய தோழியின் புகழை நிறுத்திக் கொள்! என் நண்பரைப் பற்றிச் சொல்!'

'அவரைப்பற்றி என்ன சொல்வது? அவர் வந்த காரியம் ஆகிவிட்டது. திரும்பி அவருடைய எஜமானன் ஆதித்த கரிகாலனிடம் போய் விட்டார்.'

'அப்படியானால், அவர் வாக்குத் தவறிவிட்டார். தாம் காஞ்சிக்குப் போகப் போவதில்லையென்றும், சோழ நாட்டிலேயே இருந்துவிடப் போவதாகவும் கூறினாரே?'

'அது எப்படிச் சாத்தியம்? சோழ நாட்டில் இருந்து அவர் என்ன செய்வது? இங்கே உள்ளவர்களின் கதியே நாளைக்கு என்ன ஆகும் என்று தெரியாமலிருக்கிறது. அவர் பேரில் உனக்கு அவ்வளவு பிரிய மாயிருந்தால், சக்கரவர்த்தியிடம் தெரிவித்து அவருடைய முன்னோர்கள் ஆண்ட சிற்றரசை அவருக்குத் திருப்பிக் கொடுக்கும் படிச் செய்துவிட்டால் போகிறது!'

'சிற்றரசை வைத்துக்கொண்டு அந்த மகாவீரர் என்ன செய்வார், அக்கா?'

‘எல்லாச் சிற்றரசர்களும் என்ன செய்கிறார்களோ, அதை அவரும் செய்கிறார்! நீதான் இலங்கா ராஜ்யம் வேண்டாம் என்று மறுத்தாய்; அதுபோல் அவரும் வேண்டாம் எனச் சொல்லுவார் என நினைக்கிறாயா?’

இளவரசன் இளநகை புரிந்த வண்ணம், ‘அக்கா! இலங்கை இராஜ்யம் வேண்டாம் என்று நான் சாட்சிகள் வைத்துக்கொண்டு மறுத்திருக் கிறேன். அப்படியிருந்தும் என்மீது குற்றம் சாட்டிச் சிறைப்படுத்திக் கொண்டு வரத் தந்தை கட்டளையிட்டிருக் கிறார்....’

‘தம்பி! நீ இராஜ்யத்தை ஒப்புக்கொண்டிருந்தால் உன்னைச் சிறைப் படுத்திக் கொண்டு வரக் கட்டளை பிறந்திருக்காது! நீ சுதந்திர மன்னன் ஆகியிருப்பாய்! அப்போது உன்னை யார் சிறைப்படுத்த முடியும்?’

‘தந்தையின் விருப்பத்துக்கு விரோதமாக அவ்விதம் நான் நடந்து கொண்டிருக்க வேண்டுமா?’

‘பொன்னியின் செல்வா! நீ இலங்கை இராஜ்யத்தை ஒப்புக் கொண்டிருந்தால் தந்தை மகிழ்ச்சி அடைந்திருப்பார்! மிச்சமுள்ள சோழ சாம்ராஜ்யத்தை உன் தமையனுக்கும், மதுராந்தகனுக்கும் பிரித்துக் கொடுத்து மன நிம்மதி அடைந்திருப்பார். இப்போதும் அதற்குத்தான் முயற்சி நடக்கிறது. தம்பி! கொள்ளிடத்துக்கு வடக்கே ஒரு ராஜ்யமாகவும், தெற்கே ஒரு இராஜ்யமாகவும் பிரித்து விடப் பிரயத்தனம் நடக்கிறது. நீ வந்தால் இது விஷயத்தில் தந்தைக்கு உதவியாயிருப்பாய் என்று அவருக்கு நம்பிக்கை. முன்னால் உனக்குச் சொல்லி அனுப்பி நீ வராதபடியால் இப்போது சிறைப்படுத்திக் கொண்டுவரச் சொன்னார். இலங்கை இராஜ்யத்தை நீ மறுத்துவிட்டாய் என்பது சக்கரவர்த்திக்கு நன்றாகத் தெரியும்.’

‘இராஜ்யத்தைப் பிரிப்பதற்கு நான் ஒருநாளும் உதவியாயிருக்க மாட்டேன். அதைப்போல் பெரிய குற்றம் வேறொன்றுமில்லை. அதைவிடச் சித்தப்பா மதுராந்தகருக்கே முழுராஜ்யத்தையும் கொடுத்து விடலாம்.’

‘அப்படியானால் முதன் மந்திரியும் நீயும் ஒரே மாதிரி அபிப்பிராயம் கொண்டிருக்கிறீர்கள்!’

‘ஆம்; முதன் மந்திரியும் அப்படித்தான் கருதுகிறார். இலங்கைக்கு அவர் வந்ததே இதைப்பற்றி என்னுடன் கலந்து பேசுவதற்காகத்தான். அக்கா! இலங்கை இராஜ்யத்தை நான் வேண்டாம் என்று மறுத்ததின் உண்மைக் காரணத்தைச் சொல்லட்டுமா?’

‘என்னிடம் சொல்லாமல் வேறு யாரிடம் சொல்வாய் தம்பி?’

‘ஆம்; என் அந்தரங்கத்தைச் சொல்வதற்கு வேறு யாரும் இல்லைதான். இலங்கைக்குப் போவதற்கு முன்னால் அந்நாட்டைப் பற்றிப் பிரமாத மாக எண்ணியிருந்தேன். போன பிறகுதான் அது எவ்வளவு சிறிய நாடு என்று தெரிந்தது. குதிரையில் அல்லது யானையில் ஏறிப் புறப்பட்டால் ஒரே நாளில் அந்நாட்டின் மேற்குக் கடற்கரையிலிருந்து, கிழக்கு கடற்கரைக்குப் போய்விடலாம்.’

‘சோழநாடு மட்டும் அதைவிடப் பெரிதா, தம்பி? இந்த நாட்டையும் அப்படி ஒரே நாளில் குதிரை ஏறிக் கடந்துவிட முடியாதா?’

‘சோழநாடும் சிறியதுதான், ஆகையினால் சோழநாட்டுக் கிரீடத்தை எனக்கு யாரேனும் அளித்தாலும், வேண்டாம் என்றுதான் சொல்வேன். இந்தத் தெய்வத் தமிழகத்தைச் சோழநாடு, பாண்டிய நாடு, சேரநாடு என்று பிரித்தார்களே! அவர்கள் பெரிய குற்றம் செய்தார்கள். அதனாலேதான் தமிழகத்தில் வீராதி வீரர்கள் பிறந்தும், இந்த நாடு சோபிப்பதில்லை. வட நாட்டிலே சந்திரகுப்தர் என்ன, அசோகர் என்ன சமுத்திர குப்தர் என்ன, விக்கிரமாதித்தியர் என்ன, ஹர்ஷ வர்த்தனர் என்ன! இப்படி மகா சக்கரவர்த்திகள் தோன்றி, மகா சாம்ராஜ்யங்களை ஆண்டிருக்கிறார்கள். தமிழ்நாட்டில் அவ்விதம் யாரேனும் பெரிய சாம்ராஜ்யத்தை ஸ்தாபித்து ஆண்டது உண்டா? காஞ்சி பல்லவர் குலத்தில் மகேந்திர சக்கரவர்த்தியும், மாமல்லரும் இருந்தார்கள். பிறகு அந்தக் குலமும் க்ஷீணித்துவிட்டது. அக்கா, நான் இராஜ்யம் ஆளுவதாயிருந்தால், இந்த மாதிரி சின்னஞ் சிறு இராஜ்யத்தை ஆளமாட்டேன். இலங்கை முதல் கங்கை வரையில் பரவி நிலைபெற்ற இராஜ்யத்தை ஆளுவேன். மாலத் தீவிலிருந்து சாவகத் தீவு வரையில் தூர தூர தேசங்களில் புலிக்கொடி பறக்கும் மகா சோழ சாம்ராஜ்யத்தின் சிம்மாசனத்தில் வீற்றிருப்பேன்!... என்னைப் பைத்தியக்காரன் என்றுதானே எண்ணுகிறாய்!’

‘இல்லை, அருள்வர்மா! என்னைப்போல் ஆகாசக் கோட்டைகள் கட்டுவதற்கும் கற்பனைக் கனவுகள் காண்பதற்கும் நீயும் ஒருவன் இருக்கிறாயே என்று எண்ணி மகிழ்கிறேன். நீ பைத்தியக்காரனா யிருந்தால், நான் உன்னைவிடப் பெரிய பைத்தியக்காரி. நம்முடைய தந்தையின் பாட்டனார் பராந்தக சக்கரவர்த்தி அப்படியெல்லாம் மனோராஜ்யம் செய்திருந்தார் என்பதை நான் அறிவேன். அவர் காலத்தில் அது பூரணமாக நிறைவேறவில்லை. ஆனால் என்னுடைய ஆயுட்காலத்தில் நான் அதைப் பார்க்கப் போகிறேன். சோழ சாம்ராஜ்யம் இலங்கை முதலாவது கங்கை வரையிலும் மாலத்தீவு முதலாவது சாவகம் வரையிலும் பரந்து விஸ்தரிப்பதைப் பார்த்து விட்டுத்தான் நான் சாகப் போகிறேன். இந்த என் எண்ணம் நம் தமையன் ஆதித்த கரிகாலனால் நிறைவேறும் என்று ஒரு காலத்தில்

நம்பினேன். அந்த நம்பிக்கை எனக்கு இப்போது போய் விட்டது. ஆதித்த கரிகாலன் மகாவீரன்; ஆனால் மனத்தைக் கட்டுப்படுத்தும் ஆற்றல் அவனிடம் இல்லை. அதனால் அவன் பெரிய காரியங்களைச் சாதிக்க முடியாது. என் மனோரதம் உன்னால் நிறைவேறும் என்ற ஆசை எனக்கு இன்னும் இருக்கிறது. ஒருவேளை அதுவும் கைகூடாமல் போகலாம். அதனாலும் நான் நிராசை அடைய மாட்டேன். உன்னால் கை கூடாவிட்டால் உனக்குப் பிறக்கும் பிள்ளையினால் கைகூடும் என்று உறுதி கொண்டிருக்கிறேன். உனக்குப் பிறக்கும் புதல்வனை, பிறந்த நாளிலிருந்து நானே எடுத்து வளர்ப்பேன். அவனை இந்த உலகம் கண்டறியாத மகாவீரன் ஆக்குவேன். அற்ப ஆசைகளில் அவன் மனத்தைச் செலுத்தவிடாமல் அற்புதங்களைச் சாதிக்கக்கூடிய புருஷ சிங்கமாக்குவேன்.'

'அக்கா! நீ என்னைவிடப் பெரிய பைத்தியம் என்பது நிச்சயம். எனக்குக் கலியாணம் செய்துகொள்ளும் எண்ணமே இல்லை. எனக்குப் பிறக்கப் போகும் புதல்வனைப் பற்றி நீ பேச ஆரம்பித்து விட்டாய். நீ செல்லம் கொடுத்து வளர்க்கும் தோழிகளில் யாருக்காவது அத்தகைய எண்ண மிருந்தால், என்னை மணந்து கொண்டு மணிமகுடம் சூடிச் சிம்மாசனத்தில் வீற்றிருக்கலாம் என்ற ஆசை இருந்தால், அது ஒருநாளும் நிறைவேறப் போவதில்லை. இதை நிச்சயமாக அவர் களுக்குச் சொல்லி விடு!' என்று பொன்னியின் செல்வன் கூறியபோது அவனுடைய பார்வை ஒரு கணம், மண்டபத்தின் தூணுக்குப் பின்னால் நின்றிருந்த வானதியின் பால் சென்றது. மறுகணம் அவன் திரும்பிய போது, அவனுக்கெதிரே இருந்த படித்துறை நந்தி விக்கிரகத்தைப் பார்த்தான்.

'அக்கா! ஒரு செய்தி! இலங்கை சிறிய இராஜ்யமாயிருந்தாலும் அந்த இராஜ்யத்தை முற்காலத்தில் ஆண்ட மன்னர்கள் மகாபுருஷர்கள்; பெரிய உள்ளங்களைப் படைத்தவர்கள். அவர்கள் பெரிய பெரிய திட்டங்களைப் போட்டுப் பெரிய பெரிய காரியங்களைச் சாதித்தார்கள். செங்கல்களைக் கொண்டு மலை போன்ற மேக மண்டலத்தை அளாவிய புத்த ஸ்தூபங்களை நிர்மாணித்தார்கள். ஆயிரம் இரண்டாயிரம் அறைகள் உள்ள புத்த விஹாரங்களைக் கட்டினார்கள். பதினாயிரம் தூண்கள் உள்ள மண்டபங்களை எழுப்பினார்கள். புத்த பகவான் எவ்வளவு பெரியவர் என்பதைப் பார்த்தவுடன் தெரிந்து கொள்ளும் படியாக, அதோ அந்தத் தென்னை மர உயரமுள்ள புத்தர் சிலைகளை அமைத்தார்கள். அக்கா! இதோ நமக்கு முன்னாலிருக்கும் நந்தி விக்கிரகத்தைப் பார்! எவ்வளவு சின்னஞ்சிறியதாயிருக்கிறது! அடியும் முடியும் காண முடியாத மகாதேவரின் வாகனமாகிய நந்தி இவ்வளவு சிறியதாகவா இருக்கும்?

கைலாசத்தில் பரமசிவனுடைய பரிவாரங்களோ பூதகணங்கள். அந்தப் பூதகணங்கள் அடிக்கடி வந்து தொந்தரவு செய்யாமல் கைலாசத்தின் வாசலில் நின்று காவல் புரிகிறவர் நந்திதேவர். அவர் இவ்வளவு சிறிய உருவத்துடன் இருந்தால் பூத கணங்களை எப்படித் தடுத்து நிறுத்த முடியும்? அதோ பார் அக்கா! என் கண் முன்னால் இதோ இந்த நந்தி வளர்கிறது. வளர்ந்து, வளர்ந்து, வளர்ந்து பெரிதாகிறது. பிரம்மாண்ட வடிவம் பெற்று இம்மண்டபத்தின் மேற்கூரையை முட்டுகிறது. மேற்கூரை இப்போது போய்விட்டது. நந்திபகவான் வானமளாவி நிற்கிறார்; பூத கணங்கள் வருகிறார்கள்! நந்தி பகவானைப் பார்த்துப் பயபக்தியுடன் நின்று சிவனைத் தரிசிக்க அனுமதி கேட்கிறார்கள்; நந்திபகவான் அவ்வளவு பெரியவரா யிருந்தால் சிவபெருமான் வீற்றிருக்கும் ஆலயம் எப்படியிருக்க வேண்டும்? தக்ஷிண மேரு என்று சொல்லும்படி வானை அளாவிய கோபுரம் அமைக்க வேண்டாமா? அதற்குத் தக்கபடி பிராகாரங்கள் இருக்க வேண்டாமா? இப்போது சோழ நாட்டில் உள்ள கோயில்கள் அகஸ்திய முனிவர் கோயில் கொள்வதற்குத்தான் ஏற்றவை. சிவபெரு மானுக்கு உகந்தவை அல்ல. எனக்கு இராஜ்யமும் வேண்டாம், ஒன்றும் வேண்டாம். சோழ சிம்மாசனத்தில் யார் அமர்ந்தாலும் ஆலயத் திருப்பணி அதிகாரியாக என்னை நியமிக்கும்படிக் கேட்டுக் கொள்வேன்...'

'தம்பி! நம் இரண்டு பேரில் பைத்தியம் யாருக்கு அதிகம் என்று போட்டி போட வேண்டியதுதான். தற்சமயம் இந்தச் சோழ நாட்டைப் பேரபாயம் சூழ்ந்திருக்கிறது. உட்பகைவர்களாலும் வெளிப்பகைவர் களாலும், சிநேகிதர்கள் போல் நடிக்கும் பகைவர்களாலும் அபாயம் ஏற்பட்டிருக்கிறது. சில காலமாக நான் அடிக்கடி ஒரு பயங்கரமான கனவு காண்கிறேன். மின்னலென ஒளிவீசும் கூரிய கொலைவாள் ஒன்று என் அகக்கண் முன்னால் தோன்றுகிறது. அது யார் மேலேயோ விழப் போகிறது. அது யார் என்பது எனக்குத் தெரியவில்லை. சோழ குலத்தைச் சேர்ந்த யாராவது அந்தக் கொலை வாளுக்கு இரையாகப் போகிறார்களா அல்லது இந்த சோழ இராஜ்யத்தை இரண்டாகத் துண்டு செய்து நாசமாக்கப் போகும் கொலைவாளா அது என்று தெரியவில்லை. நீயும் நானும் யோசித்து முயற்சி செய்துதான் அத்தகைய அபாயம் இந்நாட்டுக்கு ஏற்படாமல் தடுக்க வேண்டும்!' என்றாள் இளைய பிராட்டி.

'ஆம், அக்கா! வல்லவரையர் கூறிய விவரங்களிலிருந்து எனக்கும் அவ்வாறுதான் தோன்றுகிறது. முக்கியமான அபாயம், சோழ குலத்துக்கு யாரிடமிருந்து வரப் போகிறது என்பதை அறிவாய் அல்லவா?' என்றான் இளவரசன்.

'பழுவூர் இளையராணி நந்தினியைத்தானே குறிப்பிடுகிறாய், தம்பி?'

'ஆம், அக்கா! அவள் யார் என்பதையும் அறிவாய் அல்லவா?'

'வந்தியத்தேவர் கூறிய விவரங்களிலிருந்து அதையும் அறிந்து கொண்டேன். ஆகையினாலேயே இவ்வளவு அவசரமாக உன்னைப் பார்க்க வந்தேன்!' என்றாள் குந்தவை.

வானதிக்கு அபாயம்

'அக்கா! ஐந்து வயதில் நான் காவேரி வெள்ளத்தில் மூழ்கியது நினைவிருக்கிறதா? காவேரித் தாய் என்னை எடுத்துக் காப்பாற்றிப் படகிலே விட்டு விட்டு மறைந்தது நினைவிருக்கிறதா?' என்று அருள்மொழிவர்மன் கேட்டான்.

'இது என்ன கேள்வி, தம்பி! எப்படி அதை நான் மறந்து விடமுடியும்? 'பொன்னியின் செல்வன்' என்று உன்னை அழைத்து வருவதே அந்தச் சம்பவத்தின் காரணமாகத்தானே?' என்றாள் குந்தவை.

'என்னைக் காப்பாற்றிய காவேரித் தாயை இலங்கையில் நான் கண்டேன், அக்கா!... என்ன, பேசாதிருக்கிறாயே? உனக்கு ஆச்சரியமா யில்லை?'

'ஆச்சரியமில்லை, தம்பி. ஆனால் ஆர்வம் நிறைய இருக்கிறது. அவளைப்பற்றி எல்லா விவரங்களையும் சொல்!'

'ஒருநாளில், ஒரு தடவையில், சொல்ல முடியாது. முக்கிய மானதை மட்டும் சொல்லுகிறேன். காவேரி வெள்ளத்திலிருந்து என்னை அவள் காப்பாற்றியது மட்டுமல்ல; இலங்கையில் பல தடவை என் உயிரைக் காப்பாற்றியிருக்கிறாள். உயிரைக் காப்பாற்றியது பெரிதல்ல, அக்கா! எத்தனையோ பேர் தற்செயலாகப் பிறர் உயிரைக் காப்பாற்று கிறார்கள். அவள் என்னிடத்தில் வைத்துள்ள அன்பு இருக்கிறதே, அதற்கு இந்த ஈரேழு பதினாலு உலகங்களும் இணையாகாது... ஏன்? நீ என்னிடம் வைத்துள்ள அன்பைக் கூட, அடுத்தபடியாகத்தான் சொல்ல வேண்டும்!'

'அதைச் சொல்வதற்கு நீ தயங்க வேண்டாம். உன்னிடம் என் அன்பு அவ்வளவு ஒன்றும் உயர்ந்தது அல்ல; சுயநலம் கலந்தது. உண்மையைச் சொல்கிறேன், தம்பி! எனக்கு இந்தச் சோழ சாம் ராஜ்யத்தின் மேன்மைதான் முதன்மையானது. அதற்கு நீ பயன்படுவாய்

என்றுதான் உன்பேரில் அன்பு வைத்திருக்கிறேன். அந்த நோக்கத்துக்கு நீ தடையாயிருப்பாய் என்று தெரிந்தால், என் அன்பு வெறுப்பாக மாறினாலும் மாறிவிடும். ஆனால் அந்த ஊமைச் செவிட்டு ஸ்திரீயின் அன்பு அத்தகையதல்ல. நம்முடைய தந்தையிடம் இருபது வருஷங் களுக்கு மேலாக அவள் உள்ளத்தில் பொங்கித் ததும்பிக் கொண்டிருந்த அத்தனை அன்பையும் உன் பேரிலே சொரிந்திருக்கிறாள். அதற்குப் பதினாலு உலகமும் இணையில்லைதான்!'

'உனக்கு அது எப்படித் தெரிந்தது, அக்கா?'

'எதைச் சொல்கிறாய், தம்பி!'

'அவள் நம்முடைய பெரிய தாயார் என்பது?'

'தந்தை சொன்னதிலிருந்தும், வந்தியத்தேவர் சொன்னதி லிருந்தும் ஊகித்துக் கொண்டேன், தம்பி! அவள் உன்னைத் தன் சொந்த மகன் என்று எண்ணியிருக்கிறாளா? அல்லது சக்களத்தியின் மகன் என்று எண்ணியிருக்கிறாளா?'

'அந்த மாதிரி வேற்றுமையான எண்ணம் என் மனத்திலும் உதிக்க வில்லை; அவள் மனதில் எள்ளளவும் இருப்பதாகத் தெரியவில்லை. நீ ஏன் அம்மாதிரி வேற்றுமைப்படுத்திப் பேசுகிறாய்?'

'தம்பி, அந்த ஊமை ஸ்திரீ வீற்றிருக்க வேண்டிய சிங்காசனத்தில் நம் தாயார் வீற்றிருக்கிறாள். அது தெரிந்திருந்தும் அவள் உன்னிடம் அத்தனை அன்பு வைத்திருந்தால், அது மிக்க விசேஷமல்லவா?'

'நான் அவள் வயிற்றில் பிறந்த மகனல்ல என்பது அவளுக்குத் தெரிந்து தானிருக்க வேண்டும். வயது வித்தியாசம் தெரியாமலா போகும்? அவளால் பேச முடியாது; மனத்தில் உள்ளதைச் சொல்ல முடியாது. ஏதோ சித்திரங்கள் எழுதிக் காட்டியதைக் கொண்டு எவ்வளவு தெரிந்து கொள்ளலாமோ, அவ்வளவு தெரிந்து கொண்டேன். என்னிடம் அவளுடைய அன்பு இருக்கட்டும்; நம் தந்தையிடம் அவள் எத்தகைய அன்பு வைத்திருக்க வேண்டும் என்பதை நினைத்தால் என் நெஞ்சு உடனே உருகிவிடுகிறது. அக்கா! என்னுடைய பிராயத்தில் அப்பா என்னைப் போல இருப்பாரா?'

'இல்லை, தம்பி, இல்லை! உன்னுடைய பிராயத்தில் நம் தந்தை மன்மதனைத் தோற்கடிக்கும் அழகுடன் விளங்கினார். நம்முடைய சோழ குலம் வீரத்துக்குப் பெயர் போனதே தவிர அழகுக்குப் பெயர் போனதல்ல. நம் பாட்டனார் அரிஞ்சய தேவர் அழகில் நிகரற்ற வைதும்பராயன் குலத்தில் பிறந்த கல்யாணியை மணந்தார். கல்யாணியை அரிஞ்சயர் மணந்தபோது அவள் பத்தரை மாற்றுப் பசும்

பொன்னொத்த மேனியும், பூரண சந்திரனையொத்த முகமும் கொண்ட புவன மோஹினியாக விளங்கினாள். தற்சமயம் இத்தனை வயதான பிறகும் கல்யாணிப் பாட்டி எவ்வளவு அழகாயிருக்கிறாள் என்பதை நீயே பார்த்திருக் கிறாய். அதனால் நமது தந்தையும் அவ்வளவு அழகுடன் இருந்தார். 'சுந்தரசோழர்' என்ற பட்டப் பெயரும் பெற்றார். நாம் நம்முடைய தாயாரைக்கொண்டு பிறந்திருக்கிறோம். திருக்கோவலூர் மலையமான் வம்சத்தில் பிறந்தவர்கள் அழகை வெறுப்பவர்கள்; அழகு வீரத்துக்குச் சத்துரு என்று நினைப்பவர்கள்...'

'அழகுக்கும், வீரத்துக்கும் என்ன சம்பந்தம் உண்டோ என்னமோ, எனக்குத் தெரியாது. ஆனால் அழகுக்கும், அன்புக்கும் சம்பந்தமில்லை என்பதை அறிவேன். இல்லாவிடில்...'

'இல்லாவிடில் இந்தப் பெண் வானதி எதற்காக உன்னைத் தூண் மறைவிலிருந்து கண் கொட்டாமல் பார்த்துக் கொண்டிருக் கிறாள்? அதோ அந்தப் படகில் சேந்தன் அமுதன் பூங்குழலியை ஏன் கண் கொட்டாமல் பார்த்துப் பரவசமடைந்து கொண்டிருக்கிறான்?'

இளவரசன் புன்னகை புரிந்து, 'அக்கா! நீ எதிலிருந்தோ எதற்கோ போய்விட்டாய்! என் பெரியன்னை என்னிடம் வைத்துள்ள அன்பைக் குறித்துச் சொன்னேன். அது போனால் போகட்டும்; இவ்வுலகில் ஒருவரைப்போல் இன்னொருவர் தத்ரூபமாக இருப்பதென்பது சாத்தியமா, அக்கா?'

'ஏன் சாத்தியமில்லை? இரட்டைப் பிள்ளைகளாயிருந்தால் அது சாத்தியம், அல்லது தாயும் மகளும் ஒரு பிராயத்தில் ஒரே மாதிரி இருப்பது சாத்தியம்தான். இதைத் தவிர பிரம்ம சிருஷ்டியில் ஒருவருக்கொருவர் சம்பந்தமேயில்லாதவர்கள், அபூர்வமாகச் சில சமயம் ஒரே மாதிரி இருப்பதும் உண்டு.'

'பழுவூர் இளையராணியும், இலங்கையில் நான் பார்த்த நம் பெரியன்னையும் ஒரே மாதிரி இருப்பதாக வந்தியத்தேவர் சொல்வது உண்மையாயிருக்க முடியுமா? நந்தினி சிறு பெண்ணாயிருந்த போதுதான் நான் பார்த்திருக்கிறேன். பழுவூர் இளையராணியான பிறகு நன்றாகப் பார்த்ததில்லை. உனக்கு என்ன தோன்றுகிறது?'

'நான் பழுவூர் ராணியைப் பார்த்திருக்கிறேனே தவிர, நம் பெரியம்மாவைப் பார்த்ததில்லை. ஆனால் வந்தியத்தேவர் கூறியது உண்மையாகத்தான் இருக்கவேண்டும். என் தந்தை கூறிய வரலாற்றிலிருந்து அதைத் தெரிந்து கொண்டேன். தம்பி!'

'தந்தையே கூறினாரா, உன்னிடம்? என்ன கூறினார்? எப்போது கூறினார்?'

'சில நாளுக்கு முன்பு நானும் வானதியும் தஞ்சைக்குப் போயிருந் தோம். அப்போது தம் இளம் பிராயத்தில் நடந்த சம்பவத்தைக் கூறினார். இலங்கைக்கு அருகில் உள்ள ஒரு தீவில் தாம் தனியாக ஒதுக்கப்பட்டதையும், அத்தீவில் ஒரு ஊமைப் பெண் தம்மிடம் காட்டிய அன்பைப் பற்றியும் கூறினார். பராந்தகர் அனுப்பிய ஆட்கள் தம்மை அத்தீவில் கண்டுபிடித்து அழைத்து வந்ததைப் பற்றிச் சொன்னார். தமக்கு இளவரசுப் பட்டம் சூட்டிய அன்று அரண் மனையின் வாசலில் நின்ற கூட்டத்தில் அவளைப் பார்த்தாராம். அடுத்த கணம் அவள் மறைந்து விட்டாளாம். அவளைத் தேடி அழைத்துவர முதன் மந்திரி அநிருத்தரையே அனுப்பினாராம். ஆனால் அந்தப் பெண் கலங்கரை விளக்கத்தின் உச்சியிலிருந்து கடலில் குதித்து இறந்து விட்டாள் என்று அநிருத்தர் வந்து கூறினாராம். இந்தச் சம்பவம் நம் தந்தையின் உள்ளத்தில் இருபத்து நாலு வருஷங்களாக இருந்து அல்லும் பகலும் வேதனை அளித்துக் கொண்டிருக்கிறது என்பதை அறிந்தேன். அவள் இறந்துவிட்டதாகவே தந்தை நினைத்துக் கொண்டிருக்கிறார். தம்மால், தமது குற்றத்தால், அவள் மனம் புண்பட்டு உயிரை விட்டுவிட்டதாகவே எண்ணிக் கொண்டிருக்கிறார். தம்பி! சோழ சாம்ராஜ்யத்தைப்பற்றி நம் மனக்கோட்டையெல்லாம் ஒருபுறம் இருக்கட்டும். நீயும், நானுமாக முயன்று நம் தந்தைக்குச் செய்ய வேண்டிய கடமை ஒன்று இருக்கிறது. நீ எப்படியாவது இலங்கையிலிருந்து அந்த மாதரசியைத் தஞ்சைக்கு அழைத்து வர வேண்டும். தந்தையிடம் அவள் இறந்துவிடவில்லை; உயிரோடிருக் கிறாள் என்பதை நேரில் நிரூபித்துக் காட்ட வேண்டும். இல்லா விட்டால், நம் தந்தைக்கு இந்த ஜன்மத்திலும் மனச்சாந்தி இல்லை, மறுஜன்மத்திலும் அவருக்கு நிம்மதியிருக்க முடியாது!'

'அக்கா! சமீபத்தில் நான் இரண்டு மூன்று தடவை மரணத்தின் வாசல் வரையில் சென்று திரும்பினேன். அப்போதெல்லாம் என் மனத்தில் தோன்றிய எண்ணம் என்ன தெரியுமா? பெரியம்மாவைத் தந்தையிடம் அழைத்துப் போய் விடாமல் செத்துப் போகிறோமே என்ற ஏக்கந்தான். அக்கா! அந்த மாதரசியை நினைத்தாலும் என் உள்ளம் குமுறுகிறது. வாயிருந்தால் மனத்திலுள்ள குறைகளையும் வேதனை களையும் வெளியிட்டுச் சொல்லி ஆறுதல் அடையலாம். காது இருந்தால் பிறர் கூறும் ஆறுதல் மொழிகளைக் கேட்டுத் துக்கம் தீரலாம். வாயும் செவியும் இல்லாத ஒருத்தியினுடைய நிலையை எண்ணிப் பார்! உள்ளத்தில் குமுறும் அன்பையும், ஆர்வத்தையும், துன்பத்தையும், வேதனையையும், கோபத்தையும், தாபத்தையும் எல்லாவற்றையும் மனத்திற்குள்ளே அடக்கி வைத்திருக்கவேண்டும். அதிலும் நம் பெரியன்னையைப்போல் ஆசாபங்கம் அடைந்தவளின்

மனோ நிலையைப்பற்றிச் சொல்ல வேண்டுமா? அவள் பைத்தியக் காரியைப் போல் இலங்கைத் தீவின் காடுகளில் சுற்றித் திரிந்து கொண்டிருப்பதில் வியப்பென்ன? அதையெல்லாம் நினைக்க நினைக்க, என் நெஞ்சு வெடித்துவிடும் போலிருக்கிறது. அவளை எப்படியாவது அழைத்து வந்து தந்தையிடம் சேர்ப்பிக்க வேண்டும் என்ற ஆர்வம் உண்டாகிறது. ஆனால் நம் தந்தை அதை விரும்புவார் என்று நினைக்கிறாயா, அக்கா?'

'தந்தை விரும்பினாலும் சரி, விரும்பாவிட்டாலும் சரி, நம்முடைய கடமை அது, தம்பி! இறந்து போனவளின் ஆவி வந்து அவரைத் துன்புறுத்துவதாக எண்ணி இரவு நேரங்களில் நம் தந்தை அலறுகிறார். இதனாலேயே அவர் உடம்பும் குணமடைவதில்லை.'

'இது எப்படி உனக்குத் தெரிந்தது, அக்கா! இதுவும் தந்தை சொன்னாரா?'

'தந்தையும் சொன்னார்; என் தோழி வானதியும் சொன்னாள்.'

'வானதி சொன்னாளா? அவளுக்கும், இதற்கும் என்ன சம்பந்தம் அக்கா! நீ அவளிடம் சொன்னாயா, என்ன?'

'இல்லை, இல்லை! தஞ்சை அரண்மனையில் ஒருநாள் நிகழ்ந்ததை அவள் வாய் மொழியாகவே சொல்லச் சொல்கிறேன். இருந்தாலும், நீ ரொம்பப் பொல்லாதவன், தம்பி! சோழர்குலத்தின் பண்பாட்டையே மறந்துவிட்டாய்! கொடும்பாளூர் இளவரசியிடம் ஒரு வார்த்தை பேசவும் இல்லை! சௌக்கியமாக இருக்கிறாயா என்று கேட்கக்கூட இல்லையே? மகாவீரரான சிறிய வேளாரின் புதல்விக்கு நீ செய்யும் மரியாதை இதுதானா? அழகாயிருக்கிறது!'

'அக்கா! வானதியைக் கவனித்துக்கொள்ள நீ இருக்கும்போது கவலை என்ன? சௌக்கியமா என்று நான் விசாரிப்பதுதான் என்ன?'

'ரொம்ப சரி, சற்று வாயை மூடிக்கொண்டிரு! வானதி! இங்கே வா! உன்னை இளவரசன் நன்றாகப் பார்க்க வேண்டுமாம்!' என்றாள் குந்தவை.

வானதி அருகில் வந்தாள். இளவரசனைப் பார்த்தும் பாராமலும் நின்றுகொண்டு, 'அக்கா! எதற்காகக் கற்பனை செய்து கூறுகிறீர்கள்! தங்கள் தம்பி என்னைப் பார்க்க விரும்பவில்லை. அவர் பார்வையெல்லாம் அதோ ஓடையில் இருக்கும் ஓடத்தின் மேலேயே இருக்கிறது. அவசரமாகத் திரும்பிப் போக வேண்டும் போலிருக் கிறதே!' என்று பட்டுப்போன்ற மிருதுவான குரலில் கூறினாள். ஓடத்தில் இருந்த பூங்குழலியை நினைத்துக்கொண்டு ஓடத்தைக் குறிப்பிட்டாள் போலும்!

இளவரசன் நகைத்துக் கொண்டே, 'அக்கா! உன் தோழிக்குப் பேசத் தெரிகிறதே; நம் குடும்பத்தைச் சேர்ந்த ஊமைகளுடன் இவளும் ஒரு ஊமையோ என்று பயந்து போனேன்!' என்றான்.

'அக்கா! இவரைப் பார்த்தால் எனக்குப் பேச வருகிறதில்லை. எனக்கே நான் ஊமையாகப் போய்விட்டேனோ என்று பயம் உண்டாகிறது' என்றாள் வானதி.

'அது ரொம்ப நல்லது. கோடிக்கரையில் ஒருவன் இருக்கிறான்; பூங்குழலியின் தமையன். அவன் மற்றவர்களிடம் ஒருவாறு தெத்தித் தெத்திப் பேசுகிறான். ஆனால் அவன் மனைவியைக் கண்டால் ஊமையாகி விடுகிறான். அதனால் அவனை அவன் வீட்டார் ஊமை என்றே வைத்து விட்டார்கள்' என்றான் இளவரசன்.

'இந்தக் கொடும்பாளூர்ப் பெண் கொஞ்சம் அந்த மாதிரிதான். முன்னே யெல்லாம் இவளைச் சற்று நேரம் பேசாமல் சும்மா இருக்கச் சொன்னால் இவளால் முடியவே முடியாது. பேச ஆரம்பித்தால் நிறுத்தவே மாட்டாள். நீ முதன் முதலில் இலங்கைக்குப் போனாயே, அது முதலாவது இவளுடைய பேச்சுக் குறைந்துவிட்டது. தனியாகத் தனியாகப் போய் உட்கார்ந்துகொண்டு எதையோ எண்ணிக் கொண்டிருக்கிறாள். அது போனால் போகட்டும், வானதி! அன்று இரவு தஞ்சை அரண்மனையில் நடந்ததையெல்லாம் இளவரசனுக்கு விவர மாகச் சொல்லு' என்றாள் குந்தவை.

'கொடும்பாளூர் இளவரசி உட்கார்ந்து கொண்டு சொல்லட்டும் அக்கா! இவள் இத்தனை நேரம் நிற்பதைப் பார்த்தால் இவளுடைய பெரிய தந்தை உருகிப் போய் விடுவார். தென்திசைச் சேனாதிபதி என்னைப் பார்க்கும்போதெல்லாம் இவளைப் பற்றி விசாரிப்பார். நீயோ இவளைப் பற்றி ஒன்றுமே சொல்லி அனுப்புவதில்லை. ஆகையால், நான் அவருக்குப் பதில் சொல்ல முடியாமல் திண்டாடுவேன்' என்றான் இளவரசன்.

'வாணர் குலத்து வீரரிடம் இவளைப்பற்றி விவரமாகச் சொல்லி அனுப் பினேனே, அவர் ஒன்றும் உன்னிடம் சொல்ல வில்லையா?'

'அவர் சொல்லித்தான் இருப்பார், அக்கா! இவர் காதில் ஒன்றும் விழுந்திராது. இவருக்கு எத்தனையோ ஞாபகம்!' என்றாள் வானதி.

'அதுவும் உண்மைதான், உன்னுடைய ஓலையைப் பார்த்த பிறகு வேறு ஒன்றிலும் என் மனது செல்லவில்லை. இந்தச் சுரத்திற்குப் பிறகு என் காது கூடக் கொஞ்சம் மந்தமாயிருக்கிறது. உன் தோழியை உரக்கப் பேசச் சொல்லு!' என்றான் அருள்வர்மன்.

பிறகு, வானதி தஞ்சை அரண்மனையில் குந்தவை துர்க்கை கோயிலுக்குப் போனபிறகு தான் தனியே மேன் மாடத்தில் உலாவச் சென்றதையும், சக்கரவர்த்தியின் அபயக்குரல் கேட்டதையும், அந்த இடத்துக்குத் தான் சென்று கீழே எட்டிப் பார்த்ததையும், அங்கே தான் கண்ட காட்சியையும் கூறினாள். இடையிடையே வானதி இளவரசனின் முகத்தை ஏறிட்டுப் பார்க்க நேர்ந்தபோதெல்லாம் மெய்மறந்து நின்று விட்டாள். இளையபிராட்டி அவளை ஒவ்வொரு தடவையும் தூண்டிப் பேசும்படி செய்வது அவசியமாயிருந்தது.

எல்லாவற்றையும் ஆர்வத்துடன் கேட்டுக் கொண்டிருந்த இளவரசன், கடைசியாகத் தமக்கையை நோக்கி, 'அக்கா! உன் தோழி முக்கியமான ஒரு சம்பவத்தை விட்டுவிட்டாள் போலிருக்கிறதே! இவ்வளவையும் பார்த்துக் கேட்ட பிறகு இவள் மூர்ச்சை அடைந்து விழுந்திருக்க வேண்டுமே?' என்றான்.

குந்தவை சிரித்தாள்; வானதி நாணத்துடன் தலை குனிந்து நின்றாள்.

குந்தவை அவளை அன்பு ததும்பிய கண்களினால் பார்த்து 'வானதி! சற்று நேரம் ஓடைக் கரையோடு உலாவிவிட்டு வா, இல்லாவிட்டாலும் நம் பரிவாரங்கள் இருக்குமிடத்துக்குப் போயிரு. அருள்வர்மன் இன்னும் சிலநாள் இங்கேயேதான் இருப்பான்; மறுபடியும் சந்திக்கலாம்!' என்றாள்.

'ஆகட்டும் அக்கா! உலாவிவிட்டு வருகிறேன்!' என்று சொல்லிக் கொண்டு வானதி துள்ளிக் குதித்துச் சென்றாள். திடீரென்று அவ்வளவு குதூகலம் அவளுக்கு எப்படி ஏற்பட்டதோ, தெரியாது.

மலர்ந்த முகத்தோடும், விரிந்த கண்களோடும் அவள் போவதைப் பார்த்துக் கொண்டிருந்த அருள்வர்மன், அவள் மறைந்ததும், தமக்கையை நோக்கினான்.

'அக்கா! தந்தையின் புலம்பலின் காரணம் எனக்குத் தெரிகிறது. ஆனால் அவர் கண்ட காட்சியைப்பற்றி உன் கருத்து என்ன? அவர் முன்னால் காணப்பட்ட தோற்றம் என்னவாயிருக்கக் கூடும்? தந்தையின் மனப் பிரமையா? அப்படியானால் உன் தோழிக்கும் பிரமை எப்படி ஏற்பட்டிருக்கும்?'

'தந்தை கண்டதும் பிரமை அல்ல; வானதி கண்டதும் மாயத்தோற்றம் அல்ல; தந்தை முன் நடந்தது நள்ளிரவு நாடகம். அதில் முக்கிய பாத்திரமாக நடித்தவள் பழுவூர் இளையராணி நந்தினி. இதை அப்போதே நான் ஊகித்துத் தெரிந்து கொண்டேன். வந்தியத்தேவரும் நீயும் சொன்ன விவரங்களுக்குப் பிறகு அது உறுதியாயிற்று...!

'அந்த நாடகத்திற்குக் காரணம் என்ன? பழுவூர் ராணி எதற்காக அப்படிச் செய்ய வேணும், அக்கா?'

'நந்தினிக்குத் தன் பிறப்பைக் குறித்துச் சந்தேகம் உண்டு. சக்கரவர்த்தி தன்னைப் பார்த்து, முன்னொரு தடவை நினைவிழந்ததை அவள் அறிவாள். அதற்குப் பிறகு அவள் தந்தை முன்னால் வருவதே இல்லை. இப்படி ஒரு நாடகம் நடத்தினால் ஏதாவது உண்மை கண்டறியலாம் என்று செய்திருக்கிறாள்....'

'தெரிந்திருக்குமா, அக்கா?'

'அதை நான் அறியேன்! நந்தினியின் உள்ளத்தை அவளைப் படைத்த பிரம்மதேவனாலும் கண்டறிய முடியாது. பழுவேட்டரையர் அவளிடம் படும்பாட்டை நினைத்தால் எனக்குப் பரிதாபமாயிருக்கிறது; தம்பி! சற்று முன் அழகைப் பற்றிப் பேசினோம் அல்லவா? பெண்களில் அழகி என்றால் நந்தினிதான் அழகி. நாங்கள் எல்லாரும் அவள் கால் தூசி பெற மாட்டோம். நந்தினி முன்னால் எதிர்ப்பட்ட புருஷர்களும் அவளுக்கு அக்கணமே அடிமையாகி விடுகிறார்கள். பழுவேட்டரையர், மதுராந்தகர், திருமலையப்பன், கந்தன்மாறன், கடைசியாக பார்த்தி பேந்திரன்! அவளுடைய அழகுக்குப் பயந்துகொண்டு முதன் மந்திரி அநிருத்தர் அவள் பக்கத்திலேயே போவதில்லை. ஆதித்த கரிகாலன் அதனாலேயே தஞ்சைக்கு வருவதில்லை. தம்பி! நந்தினியின் சௌந்தரியத்துக்கு அஞ்சாமல், அவளிடம் தோற்றுப் போகாமல் மிஞ்சி வந்தவர், ஒரே ஒருவர் தான்...'

'வாணர் குலத்து வீரரைத்தானே சொல்லுகிறாய்?'

'ஆம்! அவர்தான்! அதனாலேயே அவரைக் காஞ்சிக்கு ஆதித்த கரிகாலனிடம் அனுப்பியிருக்கிறேன்.'

'எதற்காக?'

'பழுவூர் ராணி கடம்பூர் சம்புவரையர் மாளிகைக்கு வரும்படி நம் தமையனுக்குச் சொல்லியனுப்பியிருக்கிறாள். அவர்களுடைய சந்திப்பைத் தடுப்பதற்காக அனுப்பியிருக்கிறேன். அப்படிச் சந்தித்தாலும், விபரீதம் எதுவும் நேராமல் பாதுகாப்பதற்கு அனுப்பியிருக்கிறேன். கரிகாலனுக்கு நந்தினி நம் தமக்கை என்று தெரியாது. நந்தினி நம் உறவைக் கண்டுகொண்டாளா என்பதையும் நான் அறியேன்.'

'அவள் நம் தமக்கை என்பது நிச்சயந்தானா, அக்கா?'

'அதில் என்ன சந்தேகம்? தம்பி! அதை நான் அறிந்ததிலிருந்து என்னுடைய மனத்தை அடியோடு மாற்றிக்கொண்டு விட்டேன். நாம் குழந்தைகளாயிருந்தபோது நந்தினியை நான் வெறுத்தேன்,

அவமதித்தேன். அவள் அழகைக்கண்டு பொறாமைப்பட்டேன். நீயும், கரிகாலனும் அவளோடு பேசவுங் கூடாது என்று திட்டம் செய்தேன். அவள் பாண்டிய நாட்டுக்குப் போனபிறகும் அவளிடம் நான் கொண்டிருந்த அசூயையும் வெறுப்பும் அப்படியே இருந்தன. பழுவூர்க் கிழாரை மணம் செய்து கொண்டு திரும்பி வந்த பிறகு எத்தனையோ தடவை அவளைப் பரிகசித்து அவமானப்படுத்தினேன். அதற்கெல்லாம் பிராயச்சித்தம் செய்துகொள்ளத் தீர்மானித்திருக்கிறேன்...'

'எப்படி, அக்கா! என்ன மாதிரிப் பிராயச்சித்தம்?'

'அடுத்த தடவை அவளைச் சந்திக்கும்போது அவள் காலில் விழுந்து என்னுடைய குற்றங்களையெல்லாம் மன்னிக்கும்படி கேட்டுக் கொள்வேன். அதற்காக என்ன தண்டனை விதித்தாலும் ஏற்றுக் கொள்வேன்...'

'அதை நான் தடுப்பேன். நீ ஒரு குற்றமும் செய்யவில்லை. நீ யாரிடமும் மன்னிப்புக் கேட்கவேண்டிய அவசியமும் இல்லை. இந்த ஈரேழு பதினாலு உலகத்தில் உனக்குத் தண்டனை கொடுக்கக் கூடியவர்கள் யாரும் இல்லை. நீ பழுவூர் இளைய ராணி நந்தினியைப் பார்த்து அசூயைப்படவில்லை. அவள்தான் உன்னைப் பார்த்துப் பொறாமைப் பட்டாள். அவள்தான் உன்னை வெறுத்தாள்...'

'தம்பி! இலங்கையில் பைத்தியக்காரியைப்போல் திரியும் நம் பெரியம்மாவை நினைத்து நீ நெஞ்சம் குமுறுவதாகச் சொன்னாய். அரண்மனையில் சகல சுக போகங்களுடன் வாழ்ந்திருக்க வேண்டிய நந்தினி எப்படியெல்லாம் வாழ்க்கையில் கஷ்டப்பட்டாள் என்பதை நினைக்கும்போது என் இதயம் பிளந்து போகும் போலிருக்கிறது. யாரோ, எப்பொழுதோ செய்த தவறுகளின் காரணமாக, எனக்கு முன் பிறந்த தமக்கை இந்தக் கிழவர் பழுவேட்டரையரை மணக்க நேர்ந்துவிட்டது....'

'அக்கா! இதெல்லாம் எப்படி நேர்ந்திருக்கும் என்று உனக்கு ஏதாவது தெரிகிறதா? நம் பெரியம்மா இறந்து விட்டதாகத் தந்தை எண்ணுவதற்குக் காரணம் என்ன? நந்தினி அநாதையைப் போல எங்கேயே, யார் வீட்டிலோ வளர்ந்து, இந்த நிலைமைக்கு வருவதற்குக் காரணம் என்ன...?'

'அதைப்பற்றியெல்லாம் நான் இரவும், பகலும் யோசித்து வருகிறேன். ஆனால் இன்னமும் நிச்சயமாகக் கண்டு பிடிக்க முடியவில்லை. அந்த இரகசியங்களை அறிந்தவர்கள் இப்போது இரண்டு பேர் நமக்குத் தெரிந்தவர்கள் இருக்கிறார்கள். நம்முடைய பாட்டி செம்பியன் மாதேவிக்கு ஏதோ விஷயம் தெரிந்திருக்கிறது. முதலாவது

மந்திரி அநிருத்தருக்கு எல்லா விஷயம் தெரிந்திருக்கும் எனத் தோன்றுகிறது. ஆனால் அவர்கள் இரண்டு பேரிடமிருந்தும் நாம் எதுவும் தெரிந்துகொள்ள முடியாது. அநிருத்தருடைய சீடன் ஆழ்வார்க்கடியானுக்கும் ஓரளவேனும் தெரிந்திருக்க வேண்டும். அவன் குருவை மிஞ்சியவன்! வாயைத் திறக்கமாட்டான். தம்பி! அதையெல்லாம் கண்டுபிடிப்பதற்கு இப்போது அவசரமும் இல்லை. நந்தினியினால் நம் குலத்துக்கு விபரீதமான அபாயமும், அபகீர்த்தியும் ஏற்படாமல் தடுப்பதுதான் இப்போது முக்கியம். வந்தியத்தேவர் சொன்னார், 'பழுவூர் ராணி மீன் சின்னம் பொறித்த, மின்னலைப்போல் ஒளிரும் வாள் ஒன்றை வைத்துப் பூஜை செய்துகொண்டிருக்கிறாள்' என்று. அதைக் கேட்டதிலிருந்து என் நெஞ்சு பதைத்துக் கொண்டே யிருக்கிறது. தான் பிறந்த குலம் சோழ குலம் என்பதை அறியாமல் பழுவூர் ராணி ஏதாவது செய்துவிடப் போகிறாளே என்று கவலையாயிருக்கிறது.'

'பழுவூர் ராணியிடம் எல்லாவற்றையும் சொல்லிவிட்டால் என்ன?'

'சொன்னாலும் என்ன பயன் ஏற்படுமோ, தெரியாது. நம்மிட மெல்லாம் அவளுடைய கோபம் அதிகமானாலும் ஆகும். ஆனால் நமது கடமையை நாம் செய்துவிட வேண்டியதுதான்!'

'அதற்காக வந்தியத்தேவரை நீ அனுப்பியிருப்பது சரிதான். ஆனால் தந்தையிடமும் தெரிவிக்க வேண்டாமா? அவர் எதற்காக உடல் வேதனை போதாதென்று, மனவேதனையும் பட்டுக் கொண்டிருக்க வேண்டும்? நாம் உடனே, தஞ்சைக்குப் புறப்படலாம் அல்லவா?'

'கூடவே கூடாது, தம்பி! இரண்டு நாளில் தஞ்சைக்கு நான் புறப்படுகிறேன். ஆனால் இந்தச் சூடாமணி விஹாரத்தில்தான் நீ இன்னும் சில காலம் இருக்கவேண்டும்.'

'ஏன் அப்படிச் சொல்லுகிறாய்? தந்தையின் கட்டளையை மீறி என்னை இங்கே இன்னமும் ஒளிந்து, மறைந்து வாழச் சொல்கிறாயா?'

'ஆம்! நீ இப்போது தஞ்சைக்கு வந்தால் நாடெங்கும் ஒரே குழப்பமாகி விடும். மக்கள் மதுராந்தகர் மீதும், பழுவேட்டரையர்கள் மீதும் ஒரே கோபமாயிருக்கிறார்கள். உன்னைச் சிறைப்படுத்திக் கொண்டுவரச் சொன்னதற்காகச் சக்கரவர்த்தி மீதுகூட ஜனங்கள் கோபமாயிருக் கிறார்கள். உன்னை இப்போது கண்டால் மக்களின் உணர்ச்சி வெள்ளம் பொங்கிப் பெருகும். அதன் விளைவுகள் என்ன ஆகுமோ தெரியாது. உடனே உனக்குப் பட்டம் கட்டவேண்டும் என்று ஜனங்கள் கூச்சல் போட்டாலும் போடுவார்கள். தஞ்சைக் கோட்டையையும், அரண் மனையையும் முற்றுகை போடுவார்கள். ஏற்கெனவே மனம் புண்

பட்டிருக்கும் தந்தையின் உள்ளம் மேலும் புண்ணாகும். தம்பி! இராஜ்யத்துக்கு ஆபத்து வந்திருக்கிறது என்று உன்னை நான் வரச்சொல்லி ஓலை எழுதினேன். அதே காரணத்துக்காக இப்போது நீ திரும்பி இலங்கைக்குப் போய்விட்டால் நல்லது என்று நினைக்கிறேன்...'

'அக்கா! அது ஒருநாளும் இயலாத காரியம். நம் தந்தையைப் பார்க்காமல் நான் திரும்பிப் போகமாட்டேன். தஞ்சைக்கு நான் இரகசியமாக வருவது நல்லது என்று நினைத்தால் அப்படியே செய்கிறேன். ஆனால் சக்கரவர்த்தியை நான் பார்த்தேயாக வேண்டும். அவரிடம் என்னைக் காப்பாற்றிய காவேரி அம்மன் யார் என்பதைச் சொல்லவேண்டும்.'

'அதையெல்லாம் நானே சமயம் பார்த்துச் சொல்லி விடுகிறேன். நீ வந்துதான் தீரவேண்டுமா?'

'நேரில் பார்த்த நானே சொன்னால், தந்தைக்குப் பூரண நம்பிக்கை ஏற்படும்! என் மனமும் ஆறுதல் அடையும். பெரியம்மாவை அழைத்துக்கொண்டு வருவதற்கு அவருடைய அநுமதியையும் பெற்றுக்கொள்வேன்....'

'அருள்வர்மா! உன் இஷ்டத்துக்கு நான் குறுக்கே நிற்கவில்லை. ஆனால் இன்னும் ஒரு வாரகாலம் சூடாமணி விஹாரத்தில் இரு. நான் முன்னதாகத் தஞ்சைக்குப் போகிறேன். நீ வந்திருப்பதாகத் தந்தையிடம் அறிவித்துவிட்டுச் செய்தி அனுப்புகிறேன். தம்பி! நான் இங்கே உன்னைத் தேடி வந்தது உன்னைப் பார்ப்பதற்காக மட்டுமல்ல; உன்னிடம் ஒரு வரம் கோரிப் பெறுவதற்காக வந்தேன். அதை நிறைவேற்றி வைத்து விட்டால், பின்னர் உன்னைத் தொந்தரவு செய்ய மாட்டேன். ஆண்பிள்ளைகள் அபாயத்துக்கு உட்படவேண்டியவர்கள் தான். வீர சௌரிய பராக்கிரமங்களில் இணையில்லாதவன் என நீ புகழ் பெற வேண்டும் என்பதுதான் என் ஆசை. ஆனால் மறுபடி நீ உன்னை அபாயத்துக்கு உட்படுத்திக் கொள்வதற்கு முன்னால் என்னுடைய கோரிக்கையை நிறைவேற்றிக் கொடுக்க வேண்டும்...'

'இவ்வளவு பெரிய பீடிகை எதற்கு, அக்கா! நீ சொல்லுவதை என்றைக்காவது நான் மறுத்ததுண்டா?'

'மறுத்ததில்லை; அந்த நம்பிக்கையோடுதான் இப்போதும் கேட்கிறேன். ஆதித்த கரிகாலன் கலியாணம் செய்து கொள்ளவில்லை; கலியாணம் செய்து கொள்வான் என்றும் தோன்றவில்லை; சுந்தர சோழரின் குலம் உன்னால்தான் விளங்க வேண்டும். என் விருப்பத்தை இந்த விஷயத்தில் நீ நிறைவேற்றி வைக்க வேண்டும்...'

‘உன் விருப்பத்தை நிறைவேற்ற நான் சம்மதித்தால், எனக்குப் பிரியமான பெண்ணை மணந்துகொள்ள நீ சம்மதம் கொடுப்பாய் அல்லவா?’

‘இது என்ன இப்படிக் கேட்கிறாய்? இருபது ஆண்டுகளாக நம் விருப்பங்கள் மாறுபட்டதில்லை. இதிலே மட்டும் தனியாக எதற்குச் சம்மதம் கேட்கிறாய்?’

‘அக்கா அதற்குக் காரணம் இருக்கிறது. நான் மணந்துகொள்ளும் பெண், நான் காணும் பகற் கனவுகளை நிறைவேற்றுவதற்கு ஒத்தாசையாயிருக்கவேண்டும் அல்லவா?’

‘தம்பி! உன் பகற் கனவுகளை ஒரு பெண்ணின் ஒத்தாசை கொண்டு நிறைவேற்றிக் கொள்ளவா ஆசைப்படுகிறாய்?’ என்றாள் குந்தவை.

அச்சமயத்தில், 'ஐயோ! ஐயோ! அக்கா! அக்கா!' என்ற அபயக்குரல் கேட்டது. குரல் வானதியின் குரல்தான்.

வானதி சிரித்தாள்

நந்தி மண்டபத்தில் அமர்ந்து இளவரசனும், குந்தவைதேவியும் பேசிக்கொண்டிருந்தபோது - வானதி தூண் ஓரமாக நின்று கேட்டுக் கொண்டிருந்தபோது - கால்வாயில் படகில் காத்துக் கொண்டிருந்த பூங்குழலிக்கும், சேந்தன் அமுதனுக்கும் முக்கியமான சம்பாஷணை நடந்து கொண்டிருந்தது.

'அமுதா! ஒன்று உன்னை நான் கேட்கப் போகிறேன். உண்மையாகப் பதில் சொல்வாயா?' என்றாள் பூங்குழலி.

'உண்மையைத் தவிர என் வாயில் வேறு ஒன்றும் வராது பூங்குழலி! அதனாலேதான் நாலு நாளாக நான் யாரையும் பார்க்காமலும், பேசாமலும் இருக்கிறேன்' என்றான் அமுதன்.

'சில பேருக்கு உண்மை என்பதே வாயில் வருவதில்லை. இளவர சருக்கு ஓலை எடுத்துக்கொண்டு இலங்கைக்குப் போனானே, அந்த வந்தியத்தேவன் அப்படிப்பட்டவன்.'

'ஆனாலும் அவன் ரொம்ப நல்லவன். அவன் யாரையும் கெடுப் பதற்காகப் பொய் சொன்னதில்லை.'

'உன்னைப் பற்றி அவன் ஒன்று சொன்னான். அது உண்மையா, பொய்யா என்று தெரிந்துகொள்ள விரும்புகிறேன்...'

'என்னைப் பற்றி அவன் உண்மையில்லாததைச் சொல்வதற்குக் காரணம் எதுவும் இல்லை. இருந்தாலும், அவன் சொன்னது என்ன வென்று சொல்!'

'நீ என்னைப் பற்றி மிகவும் புகழ்ந்து பேசியதாகச் சொன்னான்.'

'அது முற்றும் உண்மை'.

‘நீ என்னிடம் ஆசை வைத்திருப்பதாகச் சொன்னான், என்னை நீ மணந்துகொள்ள விரும்புவதாகச் சொன்னான்....’

‘அவ்விதம் உண்மையில் அவன் சொன்னானா?’

‘ஆம், அமுதா!’

‘அவனுக்கு என் நன்றியைத் தெரிவிக்க வேண்டும்.’

‘எதற்காக?’

‘நானே உன்னிடம் என் மனத்தைத் திறந்து தெரிவித்திருக்க மாட்டேன்; அவ்வளவு தைரியம் எனக்கு வந்திராது. எனக்காக உன்னிடம் தூது சொன்னான் அல்லவா? அதற்காக அவனுக்கு நன்றி செலுத்த வேண்டும்.’

‘அப்படியானால் அவன் சொன்னது உண்மைதானா?’

‘உண்மைதான் பூங்குழலி! அதில் சந்தேகமில்லை.’

‘உனக்கு ஏன் என்னிடம் ஆசை உண்டாயிற்று, அமுதா?’

‘அன்பு உண்டாவதற்குக் காரணம் சொல்ல முடியுமா?’

‘யோசித்துப் பார்த்துச் சொல்லேன், ஏதாவது ஒரு காரணம் இல்லாமலா இருக்கும்?’

‘அன்பு ஏன் ஏற்படுகிறது, எவ்வாறு ஏற்படுகிறது என்று இதுவரை உலகில் யாரும் கண்டுபிடித்துச் சொன்னதில்லை, பூங்குழலி!’

‘ஒருவருக்கொருவர் அழகைப் பார்த்து ஆசை கொள்வதில் லையா?’

‘அழகைப் பார்த்து ஆசை கொள்வதுண்டு; மோகம் கொள்வதும் உண்டு. ஆனால் அதை உண்மையான அன்பு என்று சொல்ல முடியாது அது நிலைத்திருப்பதும் இல்லை. சற்று முன் வந்தியத் தேவன் என்று சொன்னாயே, அவன் என்னைப் பார்த்தவுடன் என்னிடம் சிநேகம் கொண்டு விட்டான். அவனுக்காக நான் என் உயிரையும் கொடுக்கச் சித்தமாயிருந்தேன். என் அழகைப் பார்த்தா, என்னிடம் அவன் சிநேகமானான்?’

‘ஆனால் உன் சினேகிதன் என் அழகைப்பற்றி ரொம்ப, ரொம்ப வர்ணித்தான் இல்லையா?’

‘உன் அழகைப் பற்றி வர்ணித்தான். ஆனால் உன்னிடம் ஆசை கொள்ளவில்லை. பழுவூர்ராணியின் அழகைப்பற்றி நூறு பங்கு அதிகம் வர்ணித்தான், அவளிடம் அன்பு கொள்ளவில்லை.’

‘அதன் காரணம் எனக்குத் தெரியும்.’

‘அது என்ன?’

‘அதோ இளவரசருடன் பேசிக்கொண்டிருக்கும் இளைய பிராட்டியிடம் அந்த வீரனின் மனம் சென்றுவிட்டதுதான் காரணம்.’

‘இதிலிருந்தே அழகுக்கும் அன்புக்கும் சம்பந்தமில்லையென்று ஏற்படவில்லையா?’

‘அது எப்படி ஏற்படுகிறது? இளையபிராட்டியைவிட நான் அழகி என்றா சொல்லுகிறாய்?’

‘அதில் என்ன சந்தேகம், பூங்குழலி! பழையாறை இளைய பிராட்டியைக் காட்டிலும், அதோ தூண் மறைவில் நிற்கும் கொடும்பாளூர் இளவரசியைக் காட்டிலும், நீ எத்தனையோ மடங்கு அழகி. மோகினியின் அவதாரம் என்று பலரும் புகழும் பழுவூர் இளையராணியின் அழகும் உன் அழகுக்கு இணையாகாது. இப்படிப்பட்ட தெய்வீகமான அழகுதான் எனக்குச் சத்துரு வாயிருக்கிறது. அதனாலேயே என் மனத்தில் பொங்கிக் குமுறும் அன்பை என்னால் உன்னிடம் வெளியிடவும் முடியவில்லை. வானுலகத் தேவர்களும் மண்ணுலகத்தின் மன்னாதி மன்னர்களும் விரும்பக்கூடிய அழகியாகிய நீ, எனக்கு எங்கே கிட்டப்போகிறாய் என்ற பீதி என் மனத்தில் குடி கொண்டிருக்கிறது!’

பூங்குழலி சற்று யோசனையில் ஆழ்ந்திருந்து விட்டு ‘அமுதா! உன் பேரில் எனக்கு ஆசை இல்லை என்று நான் சொல்லி விட்டால், நீ என்ன செய்வாய்?’ என்று கேட்டாள்.

‘சில நாட்கள் பொறுமையுடன் இருப்பேன். உன் மனம் மாறுகிறதா என்று பார்ப்பேன்.’

‘அது எப்படி மாறும்?’

‘மனிதர்கள் மனது விசித்திரமானது. சிலசமயம் நம் மனத்தின் அந்தரங்கம் நமக்கே தெரியாது. புறம்பான காரணங்களினால் மனம் பிரமையில் ஆழ்ந்திருக்கும். பிரமை நீங்கியதும் உண்மை மனம் தெரிய வரும்...’

‘சரி பொறுத்திருந்து பார்ப்பாய். அப்படியும் என் மனத்தில் மாறுதல் ஒன்றும் ஏற்படாவிட்டால்...’

‘உன்னிடம் வைத்த ஆசையை நான் போக்கிக்கொள்ள முயல்வேன்...’

‘அது முடியுமா?...’

‘முயன்றால் முடியும்; கடவுளிடம் மனத்தைச் செலுத்தினால் முடியும். நம் பெரியோர் பகவானிடம் பக்தி செலுத்தித்தான் மனத்தைக் கட்டுப்படுத்திக் கொண்டார்கள்...’

‘அமுதா! நீ என்னிடம் வைத்திருக்கும் அன்பு உண்மையான அன்பு என்று எனக்குத் தோன்றவில்லை.’

‘ஏன் அப்படிச் சொல்கிறாய்? உண்மை அன்பின் அடையாளம் என்ன?’

‘என்னிடம் உனக்கு உண்மை அன்பு இருந்தால், நான் உன்னை மறுதளித்ததும் என்னைக் கொன்று விட வேண்டும் என்று உனக்குத் தோன்றும். உனக்குப் பதிலாக நான் வேறு யாரிடமாவது அன்பு வைப்பதாகத் தெரிந்தால் அவரையும் கொன்றுவிட வேண்டுமென்று நீ கொதித்து எழுவாய்...’

‘பூங்குழலி! நான் கூறியது தெய்வீகமான, ஸத்வ குணத்தைச் சேர்ந்த அன்பு. நீ சொல்வது அசுர குணத்துக்குரிய ஆசை; பைசாச குணத்துக் குரியது என்று சொல்லலாம்...’

‘தெய்வீகத்தையும் நான் அறியேன்; பைசாச இயல்பையும் நான் அறியேன். மனித இயற்கைதான் தெரியும். அன்பு காரணமாக இன்பம் உண்டாக வேண்டும். அதற்குப் பதிலாகத் துன்பம் உண்டானால் எதற்காக அதைச் சகித்திருப்பது? நாம் ஒருவரிடம் அன்பு செய்ய, அவர் பதிலுக்கு நம்மிடம் அன்பு செய்யாமல் துரோகம் செய்தால் எதற்காக நாம் பொறுத்திருக்க வேண்டும்? பழிவாங்குவதுதானே மனித இயல்பு?’

‘இல்லை, பூங்குழலி! பழிவாங்குவது மனித இயல்பு அல்ல. அது ராட்சஸ இயல்பு. ஒருவரிடம் நாம் அன்பு வைத்திருப்பது உண்மை யானால் அவருடைய சந்தோஷம் நமக்கும் சந்தோஷம் தர வேண்டும். அவர் நம்மை நிராகரிப்பது முதலில் கொஞ்சம் வேதனையா யிருந்தாலும் பொறுத்துக்கொண்டு பதிலுக்கு நன்மையே செய்தோ மானால் பின்னால் நமக்கு ஏற்படும் இன்பம், ஒன்றுக்குப் பத்து மடங்காகப் பெருகியிருக்கும்...’

‘நீ சொல்வது மனித இயல்பே அல்ல; மனிதர்களால் ஆகக் கூடிய காரியமும் அல்ல. வந்தியத்தேவனுடன் வைத்தியர் மகன் ஒருவன் வந்தான். அவன் என்னைப் பார்த்ததும் ஆசை கொண்டான். அது நிறைவேறாது என்று அறிந்ததும், அவனுடைய ஆசைக்குக் குறுக்கே நிற்பதாக அவன் எண்ணி வந்தியத்தேவனைப் பழுவேட்டரையர் ஆட்களிடம் காட்டிக் கொடுக்க முயன்றான். என்னையும் அவன் கொன்றுவிட முயன்றிருப்பான்.’

‘அப்படியானால் அவன் மனித குலத்தைச் சேர்ந்தவன் அல்ல; கொடிய அசுர குலத்தைச் சேர்ந்தவன்.’

‘அதோ கொடும்பாளூர் இளவரசி நிற்கிறாள். அவள் பொன்னியின் செல்வருக்குத் தன் உள்ளத்தைப் பறிகொடுத்திருக் கிறாள். பொன்னியின் செல்வர் அவளை ஏற்றுக்கொள்ளா விட்டால், அவள் என்ன செய்வாள்? நிச்சயமாகப் பொன்னியின் செல்வருக்கு விஷம் வைத்துக் கொல்ல முயல்வாள். அவருடைய மனத்தை வேறு எந்தப் பெண்ணாவது கவர்ந்து விட்டதாக அறிந்தால் அவளையும் கொல்ல முயல்வாள்.’

‘ஒரு நாளும் நான் அப்படி நினைக்கவில்லை, பூங்குழலி; சாத்வீகமே உருக்கொண்ட வானதி அப்படி ஒருநாளும் செய்ய முயல மாட்டாள்.’

‘இருக்கலாம்; நானாயிருந்தால் அப்படித்தான் செய்ய முயலுவேன்.’

‘உன்னைக் கடவுள் மன்னித்துக் காப்பாற்ற நான் பிரார்த்தித்து வருவேன்....’

‘கடவுள் என்ன என்னை மன்னிப்பது! நான்தான் கடவுளை மன்னிக்க வேண்டும்!’

‘நீ தெய்வ அபசாரம் செய்வதையும் கடவுள் மன்னிப்பார்!’

‘அமுதா! நீ உத்தமன், என் பெரிய அத்தையின் குணத்தைக் கொண்டு பிறந்திருக்கிறாய்...’

‘அது என்ன விஷயம்? திடீரென்று புதிதாக ஏதோ சொல்கிறாயே?’

‘என் பெரிய அத்தை இறந்துபோய் விட்டதாக நம் குடும்பத்தார் சொல்லிக் கொண்டிருக்கிறார்கள் அல்லவா?’

‘யாரைச் சொல்கிறாய்? என் தாய்க்கும், உன் தந்தைக்கும் உடன் பிறந்த மூத்த சகோதரியைத்தானே?’

‘ஆம்! அவள் உண்மையில் இறந்து விடவில்லை.’

‘நானும் அப்படித்தான் பராபரியாகக் கேள்விப்பட்டேன்.’

‘அவள் இலங்கைத் தீவில் இன்றைக்கும் பைத்தியக்காரியைப் போல அலைந்து கொண்டிருக்கிறாள்....’

‘குடும்பச் சாபக்கேட்டுக்கு யார் என்ன செய்ய முடியும்?’

‘அவள் இன்று பைத்தியக்காரியைப் போல் அலைவதற்குக் குடும்பச் சாபம் மட்டும் காரணம் அல்ல. சோழ குலத்தைச் சேர்ந்த ஒருவனின் நம்பிக்கைத் துரோகம்தான் அதற்குக் காரணம்.’

'என்ன? என்ன?'

'இளம்பிராயத்தில், என் அத்தை இலங்கைக்கு அருகில் ஒரு தீவில் வசித்து வந்தாள். அவளைச் சோழ ராஜகுமாரன் ஒருவன் காதலிப்பதாகப் பாசாங்கு செய்தான், அவள் நம்பிவிட்டாள். பிறகு அந்த இராஜகுமாரன் இளவரசுப் பட்டம் சூட்டிக் கொண்டதும் அவளை நிராகரித்து விட்டான்....'

'இதெல்லாம் உனக்கு எப்படித் தெரிந்தது, பூங்குழலி?'

'என் ஊமை அத்தையின் சமிக்ஞை பாஷை மூலமாகவே தெரிந்து கொண்டேன். இன்னொன்று சொல்கிறேன் கேள்! சில காலத்துக்கு முன்பு பாண்டிய நாட்டார் சிலர் இங்கே வந்திருந்தார்கள். என் அத்தையை வஞ்சித்த இராஜ குலத்தினரை பழிக்குப்பழி வாங்குவதற்கு என் உதவியைக் கோரினார்கள். அப்போதுதான் என் அத்தையின் கதையை அறிந்திருந்த எனக்கு இரத்தம் கொதித்துக் கொண்டிருந்தது. அவர்களுடன் சேருவதென்றே முடிவு செய்துவிட்டேன். அச்சமயம் என் பெரிய அத்தையின் மனப்போக்கை அறிந்து கொண்டேன். அவள், தனக்குத் துரோகம் செய்தவனை மன்னித்ததுமில்லாமல், அவனுக்கு இன்னொரு மனைவி மூலம் பிறந்த பிள்ளையைப் பல தடவை காப்பாற்றினாள் என்று அறிந்தேன். பிறகு பாண்டிய நாட்டாருடன் சேரும் எண்ணத்தை விட்டுவிட்டேன். நீ சொல்கிறபடி, என் அத்தையின் அன்பு தெய்வீகமான அன்புதான். ஆனால் என் அத்தையைப்போல் நான் இருக்க மாட்டேன்.'

'பின்னே என் செய்வாய்?'

'என்னை எந்த இராஜகுமாரனாவது வஞ்சித்து மோசம் செய்தால், பழிக்குப்பழி வாங்குவேன். அவனையும் கொல்வேன்; அவனுடைய மனத்தை என்னிடமிருந்து அபகரித்தவளையும் கொல்லுவேன். பிறகு நானும் கத்தியால் குத்திக்கொண்டு செத்துப் போவேன்!'

'கடவுளே! என்ன பயங்கரமான பேச்சுப் பேசுகிறாய்?'

'அமுதா! இரண்டு வருஷமாக என் மனத்திலுள்ள கொதிப்பை நீ அறிய மாட்டாய். அதனால் இப்படிச் சாத்வீக உபதேசம் செய்கிறாய்!'

'உன் அத்தைக்கு இல்லாத கொதிப்பு உனக்கு என்ன வந்தது!'

'அது என் அத்தையின் சமாசாரம்; இது என் சமாசாரம்!'

'உன்னுடைய சமாசாரமா? உண்மைதானா, பூங்குழலி! நிதானித்துச் சொல்!'

‘ஆம், அமுதா! என் உடம்பிலிருந்து கொஞ்சம் இரத்தத்தையும், அந்த வானதியின் உடம்பிலிருந்து கொஞ்சம் இரத்தத்தையும் எடுத்து ஒப்பிட்டுப் பார்த்தால், ஏதாவது வித்தியாசம் இருக்குமா?’

‘ஒரு வித்தியாசமும் இராது.’

‘அவள் எந்த விதத்திலாவது என்னைவிட உயர்ந்தவளா? அறிவிலோ, அழகிலோ, ஆற்றலிலோ?’

‘ஒன்றிலும் உன்னைவிட உயர்ந்தவள் அல்ல. நீ அலை கடலில் வளர்ந்தவள். அவள் அரண்மனையில் வளர்ந்தவள். நீ காட்டு மிருகங் களைக் கையினால் அடித்துக் கொல்லுவாய்! கடும் புயற்காற்றில் கடலில் ஓடம் செலுத்துவாய்! கடலில் கை சளைத்துத் தத்தளிக்கிறவர் களைக் காப்பாற்றுவாய்! வானதியோ கடல் அலையைக்கண்டே பயப் படுவாள்! வீட்டுப்பூனையைக் கண்டு பீதிகொண்டு அலறுவாள்! ஏதாவது கெட்ட செய்தி கேட்டால் மூர்ச்சையடைந்து விழுவாள்!’

‘அப்படியிருக்கும்போது இளையபிராட்டி என்னைத் துச்சமாகக் கருதக் காரணம் என்ன? வானதியைச் சீராட்டித் தாலாட்டுவதின் காரணம் என்ன?’

‘பூங்குழலி! இளையபிராட்டியின் மீது நீ வீண்பழி சொல்லுகிறாய். அவருக்கு வானதி நெடுநாளைய தோழி. உன்னை இப்போதுதான் இளைய பிராட்டிக்குத் தெரியும். இளவரசரைக் கடலிலிருந்து காப்பாற்றி இங்கே கொண்டுவந்து சேர்த்ததற்காக உனக்கு எவ்வளவோ அவர் நன்றி செலுத்தவில்லையா?’

‘ஆம்! அந்த அரண்மனைச் சீமாட்டியின் நன்றி இங்கே யாருக்கு வேணும்? அவளே வைத்துக்கொள்ளட்டும். அமுதா! இளவரசரைப் படகில் ஏற்றிக்கொண்டு திரும்ப புத்த விஹாரத்துக்குப் போக வேண்டுமாயிருந்தால், நீ மட்டும் படகைச் செலுத்திக் கொண்டுபோ! நான் வந்தால், ஒரு வேளை வேண்டுமென்றே படகைக் கவிழ்த்தாலும் கவிழ்த்து விடுவேன்...’

‘ஒருநாளும் நீ அப்படிச் செய்யமாட்டாய், பூங்குழலி! இளவரசர் என்ன குற்றம் செய்தார், அவர் ஏறியுள்ள படகை நீ கவிழ்ப்பதற்கு?’

‘அமுதா! எனக்குப் பைத்தியம் பிடித்திருக்கிறது. என் சித்தம் என் சுவாதீனத்தில் இல்லை. என் அத்தைக்கு இவர் தந்தை செய்த துரோகத்தை நினைத்துப் படகைக் கவிழ்த்தாலும் கவிழ்த்து விடுவேன். நீயே படகை விட்டுக்கொண்டுபோ!’

‘அப்படியே ஆகட்டும்; நானே இளவரசரைக் கொண்டுபோய் விட்டு வருகிறேன். நீ என்ன செய்வாய்?’

‘நான் வானதியைப் பின் தொடர்ந்து சென்று, அவள் தலையில் ஒரு கல்லைத் தூக்கிப் போடுவேன்!’

இவ்விதம் கூறிக்கொண்டே பூங்குழலி குனிந்து கால்வாயின் கரையில் கிடந்த ஒரு கூழாங்கல்லை எடுத்தாள். அச்சமயம் கால்வாயின் கரையில் இருந்த அடர்த்தியான தென்னந் தோப்புக்குள்ளிருந்து கம்பீரமான ராஜ ரிஷபம் ஒன்று வெளியேறி வந்தது. அதைப் பார்த்த பூங்குழலி தன் கோபத்தை அக்காளையின் மேல் காட்ட எண்ணிக் கூழாங்கல்லை அதன் பேரில் விட்டெறிந்தாள்.

அந்தக் கூழாங்கல் ரிஷபராஜனின் மண்டைமீது விழுந்தது.

காளை ஒரு தடவை உடம்பைச் சிலிர்த்துக் கொண்டது. கல் வந்த திசையை உற்றுப் பார்த்தது.

‘ஐயோ பூங்குழலி! இது என்ன காரியம்? மாட்டின் மீது கல்லை விட்டெறியலாமா?’ என்றான் அமுதன்.

‘எறிந்தால் என்ன?’

‘வாயில்லாத ஜீவன் ஆயிற்றே! அதற்குத் தன்னைப் பாதுகாத்துக் கொள்ளவும் தெரியாதே?’

‘என் குலத்தில் வாயில்லாத ஊமைப் பெண் ஒருத்தி இருந்தாள்! அவளுடைய மனத்தைப் புண்படுத்தியவர்களை என்ன செய்வது? அவள் தன்னைத்தானே பாதுகாத்துக்கொள்ள முடியாமையால்தானே, அவளை அரசகுமாரன் ஒருவன் வஞ்சித்து அவளுடைய வாழ்க்கையைப் பாழாக்கினான்?’

‘உன் அத்தைக்கு யாரோ செய்த அநீதிக்கு இந்த மாடு என்ன செய்யும்?’

‘இந்த மாடு அப்படியொன்றும் நிராதரவான பிராணி அல்ல. இதற்குக் கூரிய கொம்புகள் இருக்கின்றன. தன்னைத் தாக்க வருபவர்களை இது முட்டித் தள்ளலாம். காது கேளாத பேச முடியாத உலகமறியாத ஏழைப் பெண்ணால் என்ன செய்ய முடியும்? என்னிடம் அப்படி ஒரு இராஜ குமாரன் நடந்து கொண்டால் நான் அவனை இலேசில் விடமாட்டேன்!’

‘இலேசில் விடமாட்டாய்! காளைமாட்டின் மேல் கல்லை எடுத்தெறிவாய்! அதுவும் கால்வாயில் படகில் இருந்து கொண்டு! மாடு உன்கிட்டே வந்து உன்னைமுட்ட முடியாதல்லவா?’

‘என்னை முட்ட முடியாவிட்டால் வேறு யாரையாவது அந்தக் காளை முட்டித் தள்ளட்டுமே!’

‘உனக்கு யார்மேலோ உள்ள கோபத்தை இந்தக் காளையின் பேரில் காட்டியதுபோல்; அல்லவா?’

இவர்களுடைய சம்பாஷணையை என்னவோ அந்த ரிஷபத்தினால் அறிந்துகொள்ள முடியவில்லை. ஆனால், பூங்குழலி கூறியது போலவே கிட்டத்தட்ட அது செய்துவிட்டது. கால்வாயில் இறங்கிப் படகிலிருந்து பூங்குழலியின் மீது அது தன் கோபத்தைக் காட்ட முடியவில்லை. திரும்பித் துள்ளிக் குதித்துக் கொண்டு சென்றது. அச்சமயம் வானதி தென்னந்தோப்பின் மறுபுறத்தில் இருந்த பல்லக்கை நோக்கித் தனியாகப் போய்க் கொண்டிருந்தாள். அவளுடைய உள்ளம் குதூகலத்தினால் துள்ளிக் குதித்துக் கொண்டிருந்தது. எதிரில் துள்ளிக் குதித்துக் கொண்டு வந்த ரிஷபராஜனைப் பார்த்ததும் முதலில் அவள் குதூகலம் அதிகமாயிற்று. ஆனால் ரிஷபராஜன் தலையைக் குனிந்து கொண்டு, கொம்பை நீட்டிக்கொண்டு, வாலைத் தூக்கிக் கொண்டு தன்னை நோக்கி வருவதைக் கண்டதும் பயந்து போனாள். கால்வாய்க் கரையை நோக்கித் திரும்பி ஓடிவருவதைத் தவிர வேறு வழியில்லை. நந்தி மண்டபத்துக்கு வெகு சமீபத்தில் கால்வாய்க் கரைக்கு அவள் வந்து விட்டாள். அப்புறம் மேலே செல்லமுடியவில்லை. ஏனெனில், கரையிலிருந்து கால்வாய் ஒரே கிடுகிடு பள்ளமாயிருந்தது. கரையோரமாக நந்தி மண்டபத்துக்கு வரலாம் என்று திரும்பினாள். அச்சமயம் ரிஷபம் அவளுக்கு வெகு சமீபத்தில் வந்திருந்தது. பின்புறமாக நகர்ந்து கால்வாயில் விழுவதைத் தவிர வேறு மார்க்கம் ஒன்றும் இல்லை. அப்போதுதான், ‘ஐயோ! ஐயோ! அக்கா! அக்கா!’ என்று அவள் கத்தினாள்.

வானதியின் அந்த அபயக்குரல் பொன்னியின் செல்வன், குந்தவை இவர்களின் காதில் வந்து விழுந்தது.

வானதியின் அபயக் குரல் வந்த திசையைப் பொன்னியின் செல்வனும் குந்தவையும் திடுக்கிட்டு நோக்கினார்கள். அவர்கள் இருந்த நந்தி மண்டபத்துக்குச் சற்றுத் தூரத்தில், கால்வாயின் உயரமான கரையில் வானதி தோன்றினாள். கால்வாயின் பக்கம் அவள் முதுகு இருந்தது. அவள் தனக்கு எதிரே ஒரு பயங்கரமான பொருளைப் பார்ப்பவள் போலக் காணப்பட்டாள். அவளை அவ்விதம் பயங்கரப்படுத்தியது என்னவென்பது மறுகணமே தெரிந்து விட்டது ‘அம்ம்ம்ம்மா!’ என்ற கம்பீரமான குரல் கொடுத்துக்கொண்டு, அவளுக்கு எதிரில் ரிஷப ராஜன் தோன்றினான்.

இன்னும் ஒரு அடி வானதி பின்னால் எடுத்து வைத்தால் அவள் கால்வாயில் விழ வேண்டியதுதான். பின்னால் நகருவதைத் தவிர அவளுக்கு வேறு வழியும் இல்லை. இதையெல்லாம் அருள்வர்மன்

பார்த்த தட்சணமே அறிந்து கொண்டான். உடனே நந்தி மண்டபத்தின் படிக்கட்டிலிருந்து கால்வாயில் குதித்து மின்னலைப்போல் பாய்ந்து ஓடினான். வானதி கால்வாயின் கரையிலிருந்து விழுவதற்கும், அருள்வர்மன் கீழே ஓடிப் போய்ச் சேர்வதற்கும் சரியாக இருந்தது. கால்வாயின் தண்ணீரில் வானதி தலைகுப்புற விழுந்து விடாமல், இருகரங்களாலும் அவளைத் தாங்கிப் பிடித்துக்கொண்டான்.

வானதிக்கு நேருவதற்கு இருந்த அபாயத்தை அறிந்து ஒரு கணம் குந்தவை உள்ளம் பதைத்துத் துடிதுடித்தாள். மறுகணம் அருள்மொழி வர்மன் அவளைத் தாங்கிக் கொண்டதைப் பார்த்து மகிழ்ச்சிக் கடலில் ஆழ்ந்தாள். வேலும் வாளும் வீசி, வஜ்ராயுதம் போல் வலுப்பெற்றிருந்த கைகளில் துவண்ட கொடியைப் போல் கிடந்த வானதியைத் தூக்கிக் கொண்டு அருள்வர்மன் குந்தவையின் அருகில் வந்தான்.

'அக்கா! இதோ உன் தோழியை வாங்கிக்கொள்! கொடும்பாளூர் வீரவேளிர் குலத்தில் இந்தப் பெண் எப்படித்தான் பிறந்தாளோ, தெரியவில்லை!' என்றான்.

'தம்பி! இது என்ன காரியம் செய்தாய்? கல்யாணம் ஆகாத கன்னிப் பெண்ணை நீ இப்படிக் கையினால் தொடலாமா?' என்றாள் குந்தவை.

'கடவுளே! அது ஒரு குற்றமா? பின்னே, இவள் தண்ணீரில் தலைகீழாக விழுந்து முழுகியிருக்க வேண்டும் என்கிறாயா? நல்ல வேளை! இவளை நான் தாங்கிப் பிடித்தது இவளுக்குத் தெரியாது. விழும் போதே மூர்ச்சையாகி விட்டாள்! இந்தா, பிடித்துக்கொள்!' என்றான் அருள்வர்மன்.

வானதி கலகலவென்று சிரித்தாள். சிரித்துக்கொண்டே அவன் கரங்களிலிருந்து தன்னை விடுவித்துக்கொண்டு கரையில் குதித்தாள்.

'அடி கள்ளி! நீ நல்ல நினைவோடுதான் இருந்தாயா?' என்றாள் குந்தவை.

'கண்ணை மூடிக்கொண்டு மூர்ச்சையடைந்ததுபோல் ஏன் பாசாங்கு செய்தாள் என்று கேள், அக்கா!' என்றான் பொன்னியின் செல்வன்.

'நான் ஒன்றும் பாசாங்கு செய்யவில்லை, அக்கா! இவர் என்னைத் தொட்டதும் எனக்குக் கூச்சமாகப் போய்விட்டது. வெட்கம் தாங்காமல் கண்களை மூடிக்கொண்டேன்!'

'அது எனக்கு எப்படித் தெரியும்? மூர்ச்சை போட்டு விழுவது உன் தோழிக்கு வழக்கமாயிற்றே என்று பார்த்தேன்.'

'இனிமேல் நான் மூர்ச்சை போட்டு விழமாட்டேன். அப்படி விழுந்தாலும் இவர் இருக்குமிடத்தில் விழமாட்டேன். அக்கா! இன்று

இவருக்கு நான் செய்த உதவியை மட்டும் இவர் என்றைக்கும் மறவாமலிருக்கட்டும்!' என்றாள் வானதி.

'என்ன? என்ன? இவள் எனக்கு உதவி செய்தாளா? அழகாயிருக்கிறதே?' என்றான் அருள்வர்மன்.

குந்தவையும் சிறிது திகைப்புடன் வானதியை நோக்கி 'என்னடி சொல்கிறாய்? என் தம்பி உனக்குச் செய்த உதவியை என்றும் மறக்க மாட்டேன் என்று சொல்கிறாயா?' என்றாள்.

'இல்லவே இல்லை. அக்கா! நான்தான் உங்கள் தம்பிக்குப் பெரிய உதவி செய்தேன். இவர் அதற்காக என்னிடம் என்றைக்கும் நன்றி செலுத்தியே தீரவேண்டும்!'

'நான் இவளைக் கால்வாயில் விழாமல் காப்பாற்றியதற்காக இவளுக்கு நான் நன்றி செலுத்த வேண்டுமா? உன் தோழிக்கு ஏதாவது சித்தக் கோளாறு உண்டா அக்கா?' என்றான் பொன்னியின் செல்வன்.

'என் சித்தம் சரியாகத்தான் இருக்கிறது! இவருக்குத்தான் மனம் குழம்பியிருக்கிறது. புரியும்படி சொல்லுகிறேன், இவர் சிறு வயதில் ஒரு சமயம் காவேரியில் விழுந்தார் என்றும், ஒரு பெண் இவரை எடுத்துக் காப்பாற்றினாள் என்றும் சொன்னீர்கள். மறுபடி இவர் கடலில் விழுந்து தத்தளித்தார்! அங்கேயும் ஒரு ஓடக்காரப் பெண் வந்து இவரைக் காப்பாற்றினாள். இப்படிப் பெண்களால் காப்பாற்றப் படுவதே இவருக்கு வழக்கமாகப் போய்விட்டது. அந்த அபகீர்த்தி மறைவதற்கு நான் இவருக்கு உதவி செய்தேன். கால்வாயில் விழப்போன ஒரு பெண்ணை இவர் தடுத்துக் காப்பாற்றினார் என்ற புகழை அளித்தேன் அல்லவா! அதற்காக இவர் என்னிடம் நன்றி செலுத்த வேண்டாமா?'

இவ்விதம் கூறிவிட்டு வானதி சிரித்தாள். அதைக் கேட்ட குந்தவையும் சிரித்தாள். பொன்னியின் செல்வனும் சிரிப்பை அடக்கப்பார்த்து முடியாமல் 'குபீர்' என்று வாய்விட்டுச் சிரித்தான்.

அவர்கள் மூன்று பேரும் சேர்ந்து சிரித்த சிரிப்பின் ஒலி நந்தி மண்டபத்தைக் கடந்து, வான முகடு வரையில் சென்று எதிரொலி செய்தது.

படகில் இருந்தவர்களின் காதிலும் அந்தச் சிரிப்பின் ஒலி கேட்டது.

'அமுதா! அந்த மூன்று பைத்தியங்களும் சிரிப்பதைக் கேட்டாயா?' என்று சொல்லிவிட்டுப் பூங்குழலியும் சிரித்தாள். அமுதனும் அவளுடன்கூடச் சிரித்தான்.

தென்னந்தோப்பில் வாசம் செய்த பட்சிகள் 'கிக்கிளு கிளுகிளு' என்று ஒலி செய்து சிரித்தன.

இத்தனை நேரமும் கால்வாயின் கரைமீது கம்பீரமாக நின்ற காளையும் ஒரு ஹுங்காரம் செய்து சிரித்து விட்டுச் சென்றது.

கடல் அலைகள் கம்பீரமாகச் சிரித்தன.

கடலிலிருந்து வந்த குளிர்ந்த காற்றும் மிருதுவான குரலில் சிரித்து மகிழ்ந்தது.

(பொன்னியின் செல்வன் மூன்றாம் பாகம் முற்றிற்று)

www.ingramcontent.com/pod-product-compliance
Lightning Source LLC
LaVergne TN
LVHW100427051026
849518LV00004B/1416
* 9 7 8 8 1 8 4 9 3 6 8 5 8 *